അതിജീവനത്തിന്റെ കഥ

athijeevanathinte kadha
novel

•

a n sathyadas

•

first edition
august 2013

•

typesetting & published
chintha publishers, thiruvananthapuram

•

•

cover
adayalam graphics

•

വിതരണം

ദേശാഭിമാനി ബുക്ക് ഹൗസ്

H O തിരുവനന്തപുരം-695 035
phone: 0471-2303026, 6063026
www.chinthapublishers.com
chinthapublishers@gmail.com

ബ്രാഞ്ചുകൾ

ഹെഡ്ഡാഫീസ് ബ്രാഞ്ച് കുന്നുകുഴി • ഓവർബ്രിഡ്ജ് തിരുവനന്തപുരം • കെ എസ് ആർ ടി സി ബസ് സ്റ്റേഷൻ ആലപ്പുഴ • കെ എസ് ആർ ടി സി ബസ് സ്റ്റേഷൻ എറണാകുളം • മച്ചിങ്ങൽ ലെയ്ൻ തൃശൂർ • ഐ ജി റോഡ് കോഴിക്കോട് • മാവൂർ റോഡ് കോഴിക്കോട് • എൻ ജി ഒ യൂണിയൻ ബിൽഡിങ് കണ്ണൂർ • സെൻട്രൽ ബസ് ടെർമിനൽ കോംപ്ലക്സ് താവക്കര കണ്ണൂർ

CO - 1901 / 3206

അതിജീവനത്തിന്റെ കഥ

നോവൽ

എ എൻ സത്യദാസ്

ചിന്ത പബ്ലിഷേഴ്സ്
തിരുവനന്തപുരം-695 035

എ എൻ സത്യദാസ്

1952 ൽ തിരുവനന്തപുരം ജില്ലയിലെ പാറശാലയ്ക്കടുത്തുള്ള നിലമാമൂട് എന്ന സ്ഥലത്ത് ജനിച്ചു. സ്കൂൾ വിദ്യാഭ്യാസത്തിനുശേഷം 1969 മുതൽ എട്ട് വർഷക്കാലം ബോംബെയിൽ ജോലിചെയ്തു. 1978 മുതൽ വിവിധ ഗൾഫ് രാജ്യങ്ങളിലായി ഇരുപത് വർഷത്തോളം ഹോട്ടൽ മേഖലയിൽ ജോലി നോക്കി.

കുവൈത്തിൽ വച്ച് രണ്ട് നാടകങ്ങൾ എഴുതി സംവിധാനം ചെയ്തു. *കുവൈത്ത് ടൈംസ്* സംഘടിപ്പിച്ച ചെറുകഥാ മത്സരത്തിൽ ഒന്നാം സമ്മാനം ലഭിച്ചു. മൂന്നു നോവലുകൾ രചിച്ചു. സാമുവൽ മെറ്റീർ, ഡോ. ജോൺവിത്സൺ, ഡേൽ മെർസ്റ്റീൻ, അബേ ദുബോയ്സ്, ഷംസുൽ ഇസ്ലാം, ഇർഫാൻ ഹബീബ്, ജ്യോതിറാവു ഫൂലെ തുടങ്ങിയവരുടെ കൃതികൾക്ക് മലയാള മൊഴിമാറ്റം നിർവഹിച്ചു.

ജോൺസൺ ഐരൂരിന്റെ *ഭക്തിയും കാമവും* എന്ന കൃതി *Piety and erotism* എന്ന പേരിൽ ഇംഗ്ലീഷിലേക്ക് പരിഭാഷപ്പെടുത്തി. 2008 ൽ കേരള ഭാഷാ ഇൻസ്റ്റിറ്റ്യൂട്ടിന്റെ പരിഭാഷയ്ക്കുള്ള അവാർഡ് ലഭിച്ചു. 2013 ഏപ്രിലിൽ അന്തരിച്ചു.

ഭാര്യ : ശാന്ത

മക്കൾ : ആനന്ദ്, അജിത്ത്

വിലാസം : അനുപമം
എള്ളുവിള പി ഒ
കാരക്കോണം, തിരുവനന്തപുരം ജില്ല
പിൻ – 695504

ഫോൺ : 0471 2250821

അവതാരിക

റാൽഫ് ഫോക്സിന്റെ അഭിപ്രായത്തിൽ, മാഹാത്മ്യമുള്ളൊരു കീറച്ചാക്കാണ് നോവൽ. പഴയകാലത്ത് ഇതിഹാസ കാവ്യങ്ങളിലൂടെ ജീവിതത്തിന്റെ ബൃഹദാഖ്യാനങ്ങൾ വാർന്നുവീണിരുന്നു. നമ്മുടെ കാലഘട്ടത്തിന്റെ കലാരൂപമായി വിശേഷിപ്പിക്കപ്പെടുന്ന നോവലുകളും ഇതേപോലെ നാനാഭാവബഹുലമായ ജീവിതത്തെ അതിന്റെ സമഗ്രമായ ബഹിരന്തർഭാവങ്ങളോടെ ആവിഷ്കരിച്ച് സാർഥകമാക്കുന്നു. ദർശനങ്ങളും നിരീക്ഷണങ്ങളും, വിഷാദാർദ്ര ചിത്രങ്ങളും, നുരഞ്ഞുപൊന്തുന്ന ജീവിതാഭിലാഷങ്ങളും, ഭാവിയെക്കുറിച്ചുള്ള ഉന്നിദ്രമായ സ്വപ്നങ്ങളും ആത്മീയ വിഹ്വലതകളുമെല്ലാം നോവലിൽ അവിടവിടെ മനോരഞ്ജകമായി അവതരിപ്പിക്കാൻ കഴിയും. കവിതയിലെപോലെ വൃത്തബദ്ധമോ പരിമിതികളുള്ളതോ അല്ലാത്ത, ഗദ്യത്തിന് വഴങ്ങുന്ന നോവൽ വിദഗ്ധനായ ഒരെഴുത്തുകാരന്റെ കൈയിൽ അനന്ത വൈചിത്ര്യങ്ങളുള്ള ജീവിതത്തെ അതിന്റെ ബഹിരന്തർഭാവങ്ങളോടെ ആവിഷ്കരിക്കുകയും ചെയ്യുന്നു.

അതുപോലെ, ചില പ്രദേശങ്ങളുടെ ആചാരാനുഷ്ഠാനങ്ങളും സ്വഭാവസവിശേഷതകളും ചിത്രീകരിക്കുന്ന, പ്രാദേശികത്വത്തെ മുറുകെ ആശ്ലേഷിക്കുന്ന തരം നോവലുകളുമുണ്ട്. ഇംഗ്ലീഷിൽ തോമസ് ഹാർഡിയുടെ *വെസക്സ്* നോവലുകളാണ് പെട്ടെന്ന് ഓർമയിൽ വരുന്നത്. ഇന്ത്യൻനോവലുകളിൽ ആർ കെ നാരായണന്റെ സാങ്കൽപ്പികമെങ്കിലും അക്ഷരങ്ങളിലൂടെ അമരത്വംനേടിയ, പ്രാദേശികത്വത്തിലൂടെ ചിരന്തനത്വം നേടിയ, നോവലുകളെയും ഇവിടെ ഓർക്കാം. മലയാളത്തിലുമുണ്ട് ഈ പ്രാദേശികത്വത്തിന് ഉദാഹരിക്കാവുന്ന ശ്രീ. എസ് കെ പൊറ്റക്കാട്ടിന്റെ *ഒരു ദേശത്തിന്റെ കഥ.* മലബാറിന്റെ ചെത്തും ചൂരുമേറ്റ് മനോരഞ്ജകമായി ജീവിക്കുന്ന നോവലാണ് അത്. ശ്രീ. ജി വിവേകാനന്ദന്റെ

*കള്ളിച്ചെല്ലമ്മ*യാണ് തെക്കൻ തിരുവിതാംകൂറിലെ ശുദ്ധാത്മാക്കളായ പച്ചമനുഷ്യരുടെ അകളങ്കവും സ്വാഭാവികവും പ്രാകൃതവുമായ ജീവിതങ്ങളെ മനോഹരമായി ആവിഷ്കരിക്കുന്ന നോവലെന്ന പരിഗണനയിൽ ഏറെ ശ്രദ്ധേയമായത് (പക്ഷേ, ഈ കൃതാർഥതയുടെ ഇരുത്തം പിന്നീടുണ്ടായ കൃതികളിൽ ശ്രീ. വിവേകാനന്ദൻ കളഞ്ഞുകുളിച്ചു). എന്നാലും, തെക്കൻകേരളത്തിലെ ആളുകളുടെ വായ്മൊഴിക്ക് വരമൊഴിയൊരുക്കുന്നു പ്രശസ്തമായ ഈ നോവൽ. കലാതത്വ വേദിയായ പ്രൊഫസർ ഗുപ്തൻ നായർ, "വള്ളുവനാടൻ ഭാഷയ്ക്ക് മാത്രമല്ല ചാരുതയുള്ളതെന്ന് ഈ നോവൽ തെളിയിക്കുന്നു"വെന്ന് പറഞ്ഞത് വളരെ ശരിയാണ്.

ശ്രീ. എ എൻ സത്യദാസ് പ്രാദേശിക നോവലെന്ന പരിഗണനയിൽപ്പെടുത്താവുന്ന ഒരു കൃതിയുമായി നമ്മുടെ മുമ്പിലെത്തുന്നു: *അതിജീവനത്തിന്റെ കഥ* എന്ന കൃതിയുമായി. ബൃഹദാഖ്യാനം എന്നൊരു വിശേഷണംകൂടി ഇതിനുണ്ട്. മൂന്നാമതൊരു സവിശേഷതയും ചൂണ്ടിക്കാണിക്കാം. ഒരു കാലഘട്ടത്തിന്റെ കഥയാണ് അദ്ദേഹം *അതിജീവനത്തിന്റെ കഥ* എന്ന വലിയ ക്യാൻവാസിൽ വരയ്ക്കുന്നത്. വ്യക്തിത്വമുള്ള കഥാപാത്രങ്ങൾ, സ്വാഭാവിക പരിണാമമുള്ള കഥാസന്ദർഭങ്ങൾ, ജിജ്ഞാസയുണർത്താൻ വളച്ചുകെട്ടുകളില്ലാതെ നാടകീയ നിമിഷങ്ങൾ നിർമിക്കാനാവുന്ന സൃഷ്ടിവൈഭവം. ഒരു ജനതയുടെ വംശീയത വിരിയുന്നത് ആ ജനപഥ കാലഘട്ടങ്ങളിൽ സ്വകാര്യതയോടെ ആർജിക്കുന്ന ആചാരങ്ങളും അനുഷ്ഠാനങ്ങളും ആണ്. ശ്രീ. സത്യദാസിന് ഇക്കാര്യത്തിൽ തികഞ്ഞ ഉൾക്കാഴ്ചയുണ്ട്.

മിഖായേൽ ഷോളഖോവും ജോൺ ഗാത്സ്‌വർത്തിയും കഥാപാത്രങ്ങളെ പിൻതുടരുന്ന കഥാപാത്രങ്ങളെയും കാലഘട്ടത്തിലൂടെ കടന്നുപോകുന്ന അവരുടെ വിപര്യയങ്ങളെയും വിജയങ്ങളെയും ക്രാന്തദർശിത്വത്തോടെ അനുധാവനം ചെയ്യുന്നത് നാം കണ്ടിട്ടുണ്ട്. *ഡോൺ* നോവലുകളും *മാൻ ഓഫ് പ്രോപ്പർട്ടി*യുമാണ് ഇവിടെ വിവക്ഷിതമാവുന്നത്. ഒരു പ്രത്യേക നിമിഷത്തിലേക്ക് ഉറഞ്ഞുകൂടുന്ന കഥാസന്ദർഭങ്ങളേക്കാൾ, പാരാവാരസമമായ ഒരു വിശാലതയിൽ വികസിക്കുന്നവരാണ് ഇവിടത്തെ കഥാപാത്രങ്ങൾ. അതുപോലെ, ഈ നോവലും കഥാന്ത്യത്തിലെത്തുന്നില്ല. ഈ കഥാപാത്രങ്ങളുടെ ഭാഗധേയം ഇനിയും നിർണയിക്കാനിരിക്കുന്നതേയുള്ളൂ. എന്നുവച്ച് ഒറ്റയ്ക്ക് വായിക്കുമ്പോൾ ഒട്ടൊരു അപൂർണതയുണ്ടാവുന്നു എന്ന വിവക്ഷ തീരെയില്ല. ഈ നോവലിന് സ്വയംസമ്പൂർണത വേണ്ടുവോളമുണ്ട്.

സി വി യുടെ പ്രഖ്യാത നോവലുകളുടെ പ്രത്യേകത "പ്രതിപാത്രം ഭാഷണഭേദ"മാണെന്ന് ചൂണ്ടിക്കാണിക്കപ്പെട്ടിട്ടുണ്ട്. എന്നാൽ വംശീയതയുടെ അടിവേരുകൾ ചികയുകയും അത്തരമൊരു സംസ്കൃതിയുടെ ഉള്ളറകളിലേക്ക് വായനക്കാരെ കൂട്ടിക്കൊണ്ടു പോവുകയും ചെയ്യുന്ന ഈ നോവലിൽ കഥാപാത്രങ്ങൾ സ്വകീയമായ ഭാഷണഭേദത്തിന്റെ

വൈയക്തത വളരെയൊന്നും പ്രദർശിപ്പിക്കുന്നില്ല. അതുകൂടിയുണ്ടായിരുന്നെങ്കിൽ, സ്വർണത്തിന് സുഗന്ധംപോലെ, ഇതിന്റെ ഭാവമണ്ഡലം പ്രശോഭിക്കുമായിരുന്നു.

വംശീയതയുടെ ആർദ്രതയും ആചാരാനുഷ്ഠാനങ്ങളും വ്യതിരിക്തതയും പ്രാദേശികതയുടെ സുതാര്യതയും ഈ നോവലിന്റെ ഭാവതലത്തെ സമാകർഷകമാക്കുന്നുണ്ട്. വൃഥാസ്ഥൂലതകൊണ്ടല്ല സംഭവപരമ്പരകളുടെ ബാഹുല്യംകൊണ്ടാണ് ഈ കൃതി പരക്കുന്നത് എന്ന് പറയണം. രചനയാണെങ്കിൽ അച്ഛസ്ഫടികമായ ജലാശയത്തെപ്പോലെ ആഴത്തിൽ കാണാൻ സഹായിക്കുന്നതാണ്. സരളവും പ്രസന്നമധുരവുമായ ഒരു ശൈലിയിൽ വാർന്നുവീഴുന്ന ഈ കഥാപ്രപഞ്ചത്തിന് സാർഥകമായ സാഫല്യവും ഉണ്ട്.

തിരുവനന്തപുരം
20/12/2004

പോൾ ചിറക്കരോട്

ആമുഖം

പതിനെട്ടാം നൂറ്റാണ്ടിന്റെ രണ്ടാം പാദത്തിലെ, തെക്കൻ തിരുവിതാംകൂറിലെ ഒരു കൊച്ചുഭൂപ്രദേശത്തെ വ്യത്യസ്ത ജാതി വിഭാഗങ്ങളുടെ സാമൂഹികവും ജാതീയവുമായ സ്ഥിതി പരമാവധി സത്യസന്ധമായി ചിത്രീകരിക്കുക എന്ന ഉദ്ദേശ്യത്തോടെ 1994 ലാണ് ഞാൻ ഈ നോവലെഴുതാൻ ആരംഭിച്ചത്. തൊഴിൽപരമായ തിരക്കുകൾ, ഈ നോവൽ എഴുതുന്നതിനാവശ്യമായ രേഖകൾ പ്രവാസജീവിത കാലത്ത് ലഭ്യമാക്കാനുണ്ടായ ബുദ്ധിമുട്ടുകൾ, ലഭിച്ച വിവരങ്ങളുടെ അടിസ്ഥാനത്തിലുള്ള മാറ്റിയെഴുത്തുകൾ തുടങ്ങിയ കാരണങ്ങളാൽ 1997 ലാണ് ഇത് പൂർത്തിയാക്കാൻ സാധിച്ചത്.

ഇതിനൊരു രണ്ടാം ഭാഗം എഴുതുകയെന്ന ഉദ്ദേശ്യത്തോടെ അന്ന് ഞാനിതിന്റെ പ്രസിദ്ധീകരണം നീട്ടിവച്ചു. എന്നാൽ 1900 ന് ശേഷമുള്ള നമ്മുടെ സാമൂഹിക ചരിത്രം പലരും എഴുതിയിട്ടുണ്ട് എന്നതിനാലും അനേകം പേർക്ക് അത് അറിയാമെന്നതിനാലും, ഈ നോവൽ വായിച്ച സുഹൃത്തുക്കളുടെയും അഭ്യുദയകാംക്ഷികളുടെയും അഭിപ്രായത്തെ മാനിച്ചും, ഒരു രണ്ടാംഭാഗം എന്ന ആശയം വേണ്ടെന്ന് വയ്ക്കാൻ ഞാൻ നിർബന്ധിതനായി.

ഇന്നത്തേതിൽനിന്നും വിഭിന്നമായി, ഒരു ദേശത്തിലെ, പ്രത്യേകിച്ചും, ഇന്നത്തെ കേരള–തമിഴ്നാട് അതിർത്തിയിലെ, വ്യത്യസ്ത ജനവിഭാഗങ്ങളുടെ നൂറോ നൂറ്റമ്പതോ വർഷങ്ങൾക്ക് മുമ്പുള്ള വ്യത്യസ്തമായ സംസാരഭാഷ അതേപടി ആവിഷ്കരിക്കാൻ ഈ നോവലിൽ എനിക്ക് സാധിച്ചിട്ടില്ല എന്ന കാര്യം ആദ്യം തന്നെ പറഞ്ഞുകൊള്ളട്ടെ. ആ കാലത്തെ ആ ജനവിഭാഗങ്ങളുടെ തനതായ ശൈലിയെ ഉദാഹരിക്കാവുന്ന സാഹിത്യ രചനകളൊന്നും ലഭ്യമായിട്ടില്ലെന്നതാണ് അതിന് പ്രധാന കാരണം.

ഈ നോവലിന്റെ രചനയുടെയും പിന്നീടുമുള്ള ഘട്ടങ്ങളിൽ ഇത് വായിച്ച് ഉചിതമായ നിർദേശങ്ങൾ നൽകിയ സുഹൃത്തുക്കളോടും ഇതിന് പ്രൗഢഗംഭീരമായ അവതാരിക എഴുതിയ അന്തരിച്ച ശ്രീ. പോൾ ചിറക്കരോടിനോടുമുള്ള കൃതജ്ഞത ഞാനിവിടെ രേഖപ്പെടുത്തുന്നു.

നിലമാമൂട് **എ എൻ സത്യദാസ്**

17/5/2010

കാലാന്തരത്തിൽ

മല്ലന്മാരുടെ മുഖ്യനായ മല്ലൻപിള്ള കൈയിൽ ചാട്ടവാറുമായി നിൽക്കേ, ഇരുട്ടറയുടെ ഇടുങ്ങിയ കവാടം തുറക്കപ്പെട്ടു.

അരയിൽ ഒരു കഷണം പഴന്തുണി ചുറ്റി, സ്വന്തം കാലുകളിൽ നിവർന്ന് നിൽക്കാൻ ത്രാണിയില്ലാത്തൊരു മനുഷ്യക്കോലം തെന്നി ത്തെന്നി സാവധാനം അതിനുള്ളിൽനിന്നും പുറത്തുകടന്നു.

പ്രഭാതവെയിലിന്റെ ശക്തി താങ്ങാനാവാതെ, ഇരുകരങ്ങളാലും അയാൾ കണ്ണുകൾ പൊത്തി.

ഒറ്റനോട്ടത്തിൽ അയാളൊരു പൊയ്ക്കോലമാണ്. ഉണങ്ങിയ മരക്കമ്പുകൾക്ക് തുല്യം ശോഷിച്ചുപോയ കൈകാലുകൾ. നട്ടെല്ലിനോട് ഒട്ടിച്ചേർന്ന വയർ. ഉന്തി വികൃതമായ നെഞ്ചെല്ലുകൾ. കവിളുകളിൽ അൽപ്പംപോലും മാംസം അവശേഷിച്ചിട്ടില്ല.

അനുപേക്ഷണീയമായ ഒരു ധിക്കാരത്തിന്റ പരിണതി.

തേവരുകുളം മഠത്തിന്റെ തെക്കേപ്പടിപ്പുരമുറ്റത്തെ ശിക്ഷ നടപ്പാക്കൽ കർമത്തിന് സാക്ഷികളാകാൻ ആഗ്രഹിക്കാത്ത, എന്നാൽ നിർബന്ധപൂർവം വിളിച്ചുവരുത്തപ്പെട്ട, അവർണജാതിക്കാരും അടിമപ്പുലയരും നിശ്ചിത അകലങ്ങളിൽ നിലയുറപ്പിച്ചിട്ടുണ്ട്.

മഠത്തിലെ കാരണവരും അനന്തിരവന്മാരുമുണ്ട്. കാര്യസ്ഥനും കരക്കാരും എത്തിച്ചേർന്നിട്ടുണ്ട്.

ചാട്ടവാർ ആഞ്ഞുവീശി മല്ലൻപിള്ള ഗർജിച്ചു: "ഏമാമ്മാരടുത്ത് പക്തിയില്ലാത്ത ഒരു നീചനാണ് ഈ ചാന്നാൻ. തേശത്രോകിയുമാണിവൻ. നാട് വാഴ്ണ പൊന്നുതമ്പിരാന്റ പ്രശയായിട്ടൊള്ള ഒരു ചുത്തരനെ എവൻ തീണ്ടി അചുത്തനാക്കി. എന്നിട്ട് വയലിലെ ചെളീല് തള്ളിയിട്ട് കൊല്ലാൻ പാത്ത്. സവർണമ്മാരക്കെല്ലാം അത് മാനക്കേടും മനഃപ്രയാസവുമൊണ്ടാക്കി. മറ്റൊള്ള ചാന്നാമ്മാരെ വഴിതെറ്റിക്കാനും

എവൻ പാത്ത്. ഊഴിയവേല ചെയ്യുല്ലെന്ന് എവൻ പരസ്യമായി വിളിച്ച് പറഞ്ഞ്. അങ്ങനെ ശെമ്മിയെയും തിക്കരിച്ച്!"

ധർമം കാക്കുന്നവരുടെ നിഗമനങ്ങൾ എന്തുതന്നെയായാലും അവർണർ അതൊന്നും നിഷേധിച്ചുകൂടാ.

തേവരുകുളം ദേശത്ത് മല്ലൻപിള്ളയിലൂടെ ധർമം സംരക്ഷിക്കപ്പെട്ടു. ദേശദ്രോഹവും ജന്മിയോടുള്ള ധിക്കാരവും മേൽജാതിക്കാരനോടുള്ള വിധേയത്വമില്ലായ്മയും ഈശ്വരനിന്ദയ്ക്ക് സമമത്രേ! കുറ്റവാളിയെ കൊല്ലുകയാണ് അതിനുള്ള ഏറ്റവും ന്യായമായ ശിക്ഷ. എങ്കിലും തേവരുകുളത്തെ കാരണവരുടെ കാരുണ്യംകൊണ്ടു മാത്രം അത് വേണ്ടെന്നുവച്ചു. പകരം, അയിത്തജാതിക്കാർക്ക് എന്നുമൊരു ഗുണപാഠമാകുന്നതിനായി, ഭാവിയിലൊരിക്കലും ധിക്കരിക്കാൻ മനസുവരാതിരിക്കാനുമായി കുറ്റവാളിയുടെ ഇരുകരങ്ങളും മുട്ടിന് വച്ച് മുറിച്ചു കളയാൻ തീരുമാനിക്കപ്പെട്ടു!

കർമം നിർവഹിക്കാൻ നിയുക്തനായ കൊല്ലൻ, രാകി മൂർച്ച കൂട്ടിയ കത്തിയുമായി മുന്നോട്ടുവന്നു.

ശിക്ഷ നടപ്പിലാക്കാൻ സഹായിക്കേണ്ടത് കുറ്റവാളിയുടെ ജാതിക്കാരാണ്. എങ്കിലും, കൽപ്പനയുണ്ടായിട്ടും, ചാന്നാന്മാർ ചലിച്ചില്ല.

ചാട്ടവാർ അവർക്കുമീതെ ചീറിപ്പാഞ്ഞു, നിരവധി വട്ടം.

പ്രഹരം അസഹ്യമായപ്പോൾ നാലഞ്ച് ചാന്നാന്മാർ ചേർന്ന് കുറ്റവാളിയെ നിലത്തുപിടിച്ചു കിടത്തി.

കൊല്ലൻ തന്റെ കർമം നിർവഹിച്ചു.

കുറ്റവാളി അശക്തമായൊന്നു പുളഞ്ഞു. അവന്റെ ശബ്ദം പുറത്തു വന്നില്ല. വാർന്നൊലിച്ച ചോര അൽപ്പം മാത്രം.

കണ്ടുനിന്നവർ കരഞ്ഞില്ല. ശിക്ഷിക്കപ്പെട്ടവനോട് സഹാനുഭൂതി കാണിക്കുന്നതും കുറ്റകരമാണിവിടെ.

ഏതാനും ചാന്നാന്മാർ ചേർന്ന് കരങ്ങൾ വിച്ഛേദിക്കപ്പെട്ട പ്രജ്ഞയറ്റ ഉടലും കരങ്ങളും ചുമന്ന്, തോടിറങ്ങിക്കടന്ന്, വയൽവരമ്പിലൂടെ തെക്കോട്ട് നടന്നു. മറ്റ് ചാന്നാന്മാർ അനുഗമിച്ചു.

അതൊരു ശവസംസ്കാര യാത്രപോലെയായിരുന്നു.

ഒന്ന്

കുളങ്ങളിൽ വച്ചേറ്റവും വിശേഷമായതത്രേ തേവരുകുളം. ആയിരം കോൽ സമചതുരവും അത്യഗാധതയും തേവരുകുളത്തെ കുറിച്ചുള്ള ഐതിഹ്യം. അനാദിയിലെവിടെയോ അതിന്റെ ഉത്ഭവം. ദേവതമാർ ജലക്രീഡയാൽ അതിനെ പവിത്രീകരിച്ചു. അതിന്റെ അടിപ്പരപ്പിൽ നിന്നും പൊങ്ങിവന്ന ഒരു ദേവി കുളത്തിന്റെ വടക്കേക്കരയിൽ കുടിയിരുന്നതായി വിശ്വാസം.

അവിടെ ഭഗവതിക്ഷേത്രമുണ്ടായി.

കാലാന്തരത്തിൽ അളവുകൾക്ക് വ്യത്യാസം വന്നുവെങ്കിലും ദേശത്തിലെ ഏറ്റവും വലിയ ജലാശയം ഇന്നും തേവരുകുളംതന്നെ. അതിൽ നിന്നും ഉത്ഭവിച്ച തോട് നെൽവയലുകളുടെ വടക്കേക്കരയിലൂടെ നെൽച്ചെടികൾക്ക് ജലം നൽകി, ചെറുതോടുകളെ തന്നിൽ ലയിപ്പിച്ച്, സ്വയം ലയിച്ചും, പടിഞ്ഞാറോട്ടും പിന്നെ തെക്കുള്ള വൻനദിവരേക്കുമൊഴുകി.

കുളത്തിന്റെ വടക്കേക്കരയിൽ ഭഗവതിക്ഷേത്രത്തിന് പിന്നിൽ തേവരുകുളം മഠത്തിന്റെ മതിൽക്കെട്ട് ഉയർന്നുനിന്നു.

തേവരുകുളം ദേശം മഠത്തുകാരുടെ ജന്മാവകാശം. ശൂദ്രരൊഴികെയുള്ള ദേശവാസികൾക്കൊന്നും മഠത്തിനുള്ളിൽ പ്രവേശനമില്ല.

നെൽപ്പാടങ്ങൾക്കകലെ, എള്ളും നാളികേരവും പുന്നക്കാക്കുരുവും ആട്ടി എണ്ണയുണ്ടാക്കുന്ന അഞ്ചാറ് ചക്കാലകുടുംബങ്ങൾ താമസിക്കുന്ന ചക്കുവിള ദേശത്തിന്റെ പടിഞ്ഞാറേ അതിർത്തി. അതിന് കുറച്ച് വടക്ക് മാറി സമൃദ്ധമായി ഈർച്ചപ്പുല്ല് വളരുന്ന കുന്നിൻപ്രദേശം പണ്ടാരം വകയാണ്. അടിമപ്പുലയർ താമസിക്കുന്ന പണ്ടാരക്കുന്നിനപ്പുറം, കിഴക്ക്, കുടിലുകൾ കെട്ടി ഈഴവർ പാർക്കുന്ന പെരുമുക്കോളം ദേശത്തിന്റെ അതിർത്തി നീളുന്നു. അതിന് തെക്കുമാറി ചാന്നാന്മാർ തിങ്ങിപ്പാർക്കുന്ന ചെമ്മണ്ണുവിളയും മഠത്തുകാരുടെ വകയാണ്.

അടുക്കും ചിട്ടയുമില്ലാതെ കുത്തിനിർത്തിയവയും ഏച്ചു കെട്ടിയവയുമായ പനമടലുകളാൽ തൂണുകൾ നാട്ടി, കരിമ്പനഓലകളാൽ മേൽക്കൂരയും വശങ്ങളും മറച്ച കുടിലുകൾ നിർമിക്കാനേ പനകയറുന്ന ചാന്നാന്മാർക്ക് അവകാശമുള്ളൂ.

മരം കൊണ്ടൊരു തൂണുണ്ടായാൽ കരം വിധിക്കപ്പെടുന്നവരാണ് രാജ്യത്തിലെ അവർണജാതിക്കാരൊക്കെയും.

തേവരുകുളം ദേശത്ത് മാത്രമല്ല 'ധർമരാജ്യത്തിലെങ്ങും അടിമവേലയും ഊഴിയവും ചെയ്യാൻ നിർബന്ധിതരായ, അങ്ങത്തെമാരെയും സ്വാമിമാരെയും, നാടുവാണരുളുന്ന പൊന്നുതമ്പുരാനെപ്പോലും, സുഭിക്ഷമായി തീറ്റിപ്പോറ്റി നിലനിർത്തിപ്പോരുന്ന, എന്നാൽ മാനുഷിക പരിഗണനകൾക്ക് അർഹതയില്ലാത്തവരും അംഗീകരിക്കപ്പെടാത്തവരുമായ, മഹാഭൂരിപക്ഷത്തിന്റെ വിധിയും മറ്റൊന്നല്ല.

നിവർന്ന് നിൽക്കാൻ പോന്നത്ര ഉയരമില്ലാത്ത കുടിലിനുള്ളിൽ പനയോലകളിൽ കാറ്റുണർത്തുന്ന അസുഖകരമായ ശബ്ദം ശ്രവിച്ച് ഉറങ്ങാനാവാതെ അളമു കിടന്നു.

ചുടുകാട്ടിലെ കുരുതിവേളയിൽ കോഴിയുടെ കഴുത്തറുത്ത് ചോര ചീറ്റിച്ച് മാടനും കരിങ്കാളിക്കും നിവേദിക്കുമ്പോൾ കർമിയായ ചാത്തു മൂപ്പൻ പുറപ്പെടുവിക്കാറുള്ള ശബ്ദവും വ്യത്യസ്തമല്ലെന്ന് അളമുവിന് തോന്നി.

ചെമ്മണ്ണുവിളയുൾപ്പെട്ട തേവരുകുളം ദേശത്തെ പകലുകളിൽ ജന്മിമാരും കാര്യസ്ഥരും മല്ലൻപിള്ളയും അടക്കി ഭരിച്ചു. രാത്രികളെ പരിപാലിക്കാൻ ദൈവങ്ങളും ഭൂതങ്ങളും പരേതാത്മാക്കളുമിറങ്ങി.

നാട്ടിലെ ഗതികിട്ടാത്ത പ്രേതങ്ങളിൽ ഗണ്യമായൊരു വിഭാഗം പ്രായമെത്താത്ത കുട്ടികളുടേതും ഗർഭാവസ്ഥയിൽ ചത്തുപോയ പെണ്ണുങ്ങളുടേതുമാണ്. ഗർഭിണികളുടെ പ്രേതങ്ങൾ ഈനാംപീച്ചികളായി, പന്തുപോലെ ഉരുണ്ട്, സ്വയം പ്രഭപരത്തി, മോങ്ങലോടെയാണത്രേ സ്വന്തക്കാരെ തേടിയലയുക!

തന്റെ പൊണ്ടാട്ടിയായിരുന്ന, കന്നിപ്രസവത്തിൽ ചത്തുപോയ തുറുമിയെ അളമു ഓർത്തു. കുട്ടിയും അവളോടൊപ്പം ചത്തുപോയി. അവൾ കൊച്ചിനെയും ഒക്കത്തേന്തി, തന്നെക്കാണാൻ കുടിലിലേക്ക് വരുന്നത് അയാൾ ഇടയ്ക്കിടെ സ്വപ്നം കാണാറുണ്ട്.

രാത്രികളിൽ പനമണ്ടകളിൽ കൊടുങ്കാറ്റ് പ്രക്ഷുബ്ധതയുണ്ടാക്കുമ്പോഴും പെരുമഴയ്ക്കുശേഷമുള്ള പ്രശാന്തതകളിലും അവളുടെ ആർത്തനാദം കേൾക്കുന്നതായും അളമുവിന് തോന്നാറുണ്ട്.

ശൈശവം മുതലിന്നോളം ഭയം അളമുവിനെ വിട്ടൊഴിഞ്ഞിട്ടില്ല. അങ്ങത്തെമാർ മാത്രമല്ല, സ്വജാതീയരായ ചാന്നാന്മാരും പരദേവതമാരും പരേതാത്മാക്കളും അയാളെ നിരന്തരം ഭയപ്പെടുത്തി.

ഇന്നലെകളിലെ പീഡനങ്ങളും നിസ്സഹായതയും. നാളെകളിൽ നിറഞ്ഞു നിൽക്കുന്ന അനിശ്ചിതത്വം. ചുറ്റും ഒരുപാട് ദുഷ്ടകഥാപാത്രങ്ങൾ.

ഓർമവയ്ക്കുംമുമ്പ് അനാഥനായി.

മാറുമറയ്ക്കാൻ അവകാശമില്ലാതിരിക്കേ അങ്ങനെ ചെയ്തതായിരുന്നു അയാളെ പെറ്റവളുടെ മഹാപരാധം. ഇരുട്ടറയിൽ പൂട്ടിയിടപ്പെട്ട അവൾ ജീവനോടെ പുറത്തുവന്നില്ല. അവളുടെ ധിക്കാരത്തിന് കൂട്ടുനിന്നുവെന്ന കുറ്റം ചുമത്തി അളമുവിന്റെ അപ്പനെ ശൂദ്രർ തല്ലിക്കൊന്നു!

എന്നിട്ടും കലിതീരാത്ത ശൂദ്രർ ചെമ്മണ്ണുവിളയിലെ ചാന്നാക്കുടിലുകൾ അഗ്നിക്കിരയാക്കി.

അളമുവിന്റെ രക്ഷാകർതൃത്വം ഏറ്റെടുക്കാൻ മറ്റുള്ള ചാന്നാന്മാർ വിമുഖരായിരുന്നു. എന്തെന്നാൽ, അവന്റെ അപ്പനമ്മമാർ അവർക്ക് ദുരിതമുണ്ടാക്കി. ഭാവിയിൽ അവനും വിപത്തിന് കാരണമായി തീർന്നേക്കും എന്നവർ ഭയപ്പെട്ടു.

കേവലം മൂന്നു വയസ്സ് മാത്രം പ്രായമുള്ള, തനിക്ക് ചുറ്റുമുള്ള മനുഷ്യരെയും പ്രകൃതിയെയും ജിജ്ഞാസയോടെ ഉറ്റുനോക്കിനിന്ന, അളമുവിനെ സംരക്ഷിക്കാനുള്ള ബാധ്യത ഏറ്റെടുക്കാൻ ഒടുവിൽ അവന്റെ മാതൃസഹോദരനായ ഉഴക്കൻ നിർബന്ധിതനായി. അതിനുള്ള അനുവാദമഭ്യർഥിച്ചപ്പോൾ മഠത്തിലെ കാരണവർ കർശനമായ മുന്നറിയിപ്പ് നൽകി:

"അസുരവിത്താണ്. തിക്കരിച്ചാ സകലത്തിനേം വകവരുത്തിക്കളേം!"

അങ്ങത്തെമാരുടെ നിശ്ചയങ്ങളെ അസാധുവാക്കാൻ ആണ്ടവന്മാർക്കുപോലുമാവില്ല; എല്ലാം ആണ്ടവന്മാരുടെ പേരിലാണെങ്കിൽ പോലും.

അളമു കൗമാരത്തിലെത്തുമ്പോഴേക്കും ഉഴക്കനുണ്ടായ ഏഴിൽ അഞ്ച് സന്താനങ്ങളും അയാളുടെ ഭാര്യയും ഓരോ ദീനങ്ങൾ പിടിപെട്ട് മരിച്ചു. അവശേഷിച്ചവരിൽ മൂത്തവനായ ആണ്ടി പതിനാറാം വയസിൽ തന്നെക്കാൾ പ്രായമുള്ള ഒരു പെണ്ണിനെയും വിളിച്ചുചേർത്ത് സ്വന്തമായൊരു കുടിലുണ്ടാക്കി താമസമായി. ഇളയവൾ തുറുമിക്ക് അന്ന് പത്തു വയസായിരുന്നു പ്രായം.

അളമുവിനെ ഉഴക്കൻ പനചെത്താൻ പഠിപ്പിച്ചു.

ശൂദ്രരോട് തികഞ്ഞ വിധേയത്വം ഭാവിച്ചിരുന്നുവെങ്കിലും ഉഴക്കന് അക്കൂട്ടരോട് തികഞ്ഞ വെറുപ്പായിരുന്നു. ചാന്നാന്മാർക്ക് ഐശ്വര്യപൂർണവും ആവേശോജ്ജ്വലവുമായ ഒരു ഭൂതകാലം ഉണ്ടായിരുന്നതായും, അവരുടെ ബുദ്ധിമോശംമൂലം ഇന്നത്തെ ദുർഗതിയുണ്ടായതെന്നും, അയാൾ വിശ്വസിച്ചു. എന്നാൽ, മറ്റു ചാന്നാന്മാർ അത് വിശ്വസിച്ചില്ലെന്ന് മാത്രമല്ല അയാൾ പറയുന്നത് കേട്ടിരിക്കാൻപോലും ഭയപ്പെട്ടു.

ചാന്നാന്മാർക്ക് നന്മചെയ്യാൻ ഇറങ്ങി പുറപ്പെട്ട് അവസാനം രാജാവിൽനിന്ന് മാത്രമല്ല മറ്റെല്ലാ മേൽജാതികളിൽനിന്നും കഠിനമായ പീഡനങ്ങളേറ്റുവാങ്ങേണ്ടിവന്ന മുത്തുക്കുട്ടി സ്വാമിയെയാണ് അപ്പോഴവർ ഓർത്തത്.

അങ്ങത്തെമാർ ആണ്ടവന്മാരെക്കാൾ ശക്തരാണ്; അവരുടെ കോപം

വിനാശകാരിയാണ്.

ഇന്നലെകളിൽ സംഭവിച്ചിട്ടുള്ളതോ സംഭവിച്ചിരിക്കാവുന്നതോ ആയവയെ ഓർത്ത് പുളകമണിയാൻ താഴ്ന്നജാതിക്കാർക്ക് അവകാശമില്ല. അതിലുമുപരിയായി, പഴങ്കഥകൾ വിശുദ്ധ അവതാരങ്ങളെപ്പോലെ തങ്ങളുടെ രക്ഷയ്ക്കെത്തുമെന്ന് അവർ വിശ്വസിക്കുന്നില്ല. ഇന്നുറങ്ങി നാളെ ഉണരുമെന്നുപോലും കരുതാൻ വയ്യ.

വിശ്വസനീയമായത് ഒന്ന് മാത്രം: വിധി!

ചുടുകാട്ടിന്റെ തെക്കേ മൂലയിലെ നെട്ടപ്പനയിൽനിന്നും വീണു ചാവാനായിരുന്നു ഉഴക്കന്റെ വിധി.

അളമുവുമൊന്നിച്ചുള്ള ദാമ്പത്യത്തിന്റെ ഏതാനും വർഷങ്ങൾക്കു ശേഷം പെറ്റ് ചാവാനായിരുന്നു തുറുമിയുടെയും വിധി.

അപ്പോഴോക്കെ പിടിച്ചുനിൽക്കാൻ അളമു നിർബന്ധിതനായി.

കാറ്റിന്റെ മുരളലിനപ്പുറം അടുത്തുള്ള കുടിലിനുള്ളിലെ കോരുമുപ്പന്റെ മകൾ ചേമയെ ഓർത്ത് അയാൾ കിടന്നു.

പതിമൂന്നുകാരിയായ അവൾ ഒരുമാതിരി ചിണുങ്ങലോടെ, അൽപ്പം ശൃംഗാരം കലർത്തി, തന്നെ 'മച്ചാ' എന്ന് വിളിക്കുമ്പോൾ അളമുവിന് എന്തെന്നില്ലാത്ത ഉൾപ്പുളകമാണ് അനുഭവപ്പെടാറ്.

അകലെ കോഴി കൂവി.

കോഴികളെപ്പോലെ കൂവുന്ന പിശാചുക്കളെപ്പറ്റി ചെമ്മണ്ണുവിളയിൽ നിരവധി കഥകളുണ്ട്. നാട്ടിൽ അസംഖ്യം പിശാചുക്കളുമുണ്ട്. പാതിരാത്രിയിലെ അവയുടെ കൂവൽ തെറ്റിദ്ധരിച്ച് പനചെത്താൻ പുറപ്പെട്ട പല ചാന്നാന്മാരും വഴിതെറ്റി ചുടുകാട്ടിലെത്തിപ്പെട്ടിട്ടുണ്ടത്രേ! ഒരിക്കൽ തനിക്കുമങ്ങനെ സംഭവിച്ചതായി ഉഴക്കൻ പറഞ്ഞുകേട്ടിട്ടുണ്ട്. ചുടുകാട്ടിൽ നിന്നും പുറത്തുകടക്കാനുള്ള വഴിയറിയാതെ പുലരുവോളം അതിനുള്ളിൽ ചുറ്റിത്തിരിയേണ്ടി വന്നതായാണ് അയാൾ പറഞ്ഞു കേട്ടിട്ടുള്ളത്.

കൂവിയത് കോഴിയാണെന്ന് ഉറപ്പുവരുത്തി അളമു എഴുന്നേറ്റു. ഇരുട്ടിൽ തപ്പി, മൂലയിൽ സൂക്ഷിച്ചിരുന്ന മുരുക്കുത്തടിയും അരിവാപ്പെട്ടിയും കുടുക്കയും കടുവയും കൈയിലെടുത്തു.

അരിവാൾ ഇരുമ്പാണ്. അത് കൈയിലുണ്ടെങ്കിൽ ഭൂതപ്രേതാദികൾ അടുക്കുകയില്ലെന്നാണ് വിശ്വാസം.

വാതിലായി ചാരിയ പനയോല മാറ്റി, പുറത്തുകടന്ന്, അയാൾ നടുനിവർത്തി.

"തായേ.... കാളീ....!"

കാറ്റിന്റെ ശക്തി കുറഞ്ഞിട്ടുണ്ട്. പനമണ്ടകൾ ഇളകുന്നില്ല.

ഇടത്തുമാറി പണ്ടാരക്കുന്നിന്റെ പടിഞ്ഞാറേ ചരിവിൽ തീ കത്തുന്നത് കാണാം. അടിമപ്പുലയർ തീകൂട്ടി ചൂടുകായുകയാവാം.

പകലുകളിൽ ഉടയോരുടെ വയലുകളിൽ വേലചെയ്യുന്നതും രാത്രികളിൽ വിള കാക്കേണ്ടതും പുലയരുടെ ബാധ്യതയാണ്.

അളമു പനനാരുകൊണ്ട് കടുവയും ചുണ്ണാമ്പും കുടുക്കയും നിക്ഷേ

പിച്ച അരിവാപ്പെട്ടി അരയിൽ ബലമായി ബന്ധിച്ചു. മുരുക്കുത്തടി തോള ത്തേറ്റി, മുറ്റത്ത് കഴുകി കമഴ്ത്തി വച്ചിരുന്ന അക്കാനിക്കലം വലതു കൈ യിൽ തൂക്കി. പിന്നെ നിവർന്നുനിന്ന് ഉച്ചത്തിൽ കൂവി.

"കു.... വേ...."

ചെമ്മണ്ണുവിളയുടെ നിശ്ശബ്ദതയിൽ ആ ശബ്ദം അങ്ങോളമി ങ്ങോളം പ്രതിധ്വനിച്ചു.

ഏഴര വെളുപ്പായി.

കുടിലുകളുണർന്നു. അവയിൽനിന്ന് പുറത്തുകടന്ന മറ്റ് പനചെത്തു കാർ അന്യോന്യം കൂവിയറിയിച്ചു

"കു........വേ........കൂവേ–!"

വീണ്ടുമൊരു ദിവസം തുടങ്ങുകയായി:

വിശപ്പിന്റെയും ഇല്ലായ്മകളുടെയും ചിലപ്പോൾ പീഡനങ്ങളുടെയും യാതനകളുടെയും മറ്റൊരു ദിവസം കൂടി.

രണ്ട്

പന ചെത്തുന്ന ചാന്നാന് പരദൈവങ്ങളും പരേതാത്മാക്കളും തുണയായുണ്ടാവണം. അവയുടെ കോപം അനർഥങ്ങൾക്കിടയാക്കും.

മനുഷ്യരെപ്പോലെ സ്നേഹിക്കുകയും വെറുക്കുകയും കാമിക്കു കയും കലഹിക്കുകയും ചെയ്യുന്ന ഊരിലെ ദൈവങ്ങൾക്ക് കോപിക്കാൻ പ്രത്യേക കാരണമൊന്നും വേണ്ട.

തേവരുകുളം ദേശത്തിലെ ദൈവങ്ങൾ അന്യദൈവങ്ങളെപ്പോലെ പക്ഷുകളിൽ ഉറങ്ങി. രാത്രികളിൽ ഊരുചുറ്റാനിറങ്ങിയ അവയെ ഉട യോരുടെ വിള കാക്കാൻ വയൽവരമ്പുകളിൽ ഇരുന്നും കിടന്നും പാട്ടു പാടിയും നേരം വെളുപ്പിക്കുന്ന അടിമപ്പുലയരും അസമയങ്ങളിലുണർന്ന് പന ചെത്താൻ പുറപ്പെട്ട ചാന്നാന്മാരും കണ്ടുമുട്ടി.

ആ ദൈവങ്ങൾ പുലയരെ ഉപദ്രവിച്ചതായി അറിവില്ല. അടിമകളാ യതിനാലോ, തീരെ നികൃഷ്ടജാതിയാണെന്ന് കരുതിയിട്ടോ ആവാം ആ പരിഗണന. മറ്റുള്ള ജാതിക്കാരുടെ കാര്യത്തിൽ അതല്ല സംഭവിച്ചിട്ടു ള്ളത്. അവരിൽ വച്ച് ദൈവങ്ങളെ സ്വന്തം കണ്ണുകൾകൊണ്ട് കണ്ടവർ ആരും സംഭവം വിവരിക്കാൻ പിന്നീട് ജീവിച്ചിരുന്നിട്ടില്ല. കരിമ്പനയിൽ നിന്നും വീണ് ചത്തതിന്റെ മൂന്നാംനാൾ ഉഴക്കൻ കർമിയായ ചാത്തുമൂ പ്പനിലൂടെ വെളിപ്പെടുകയാണുണ്ടായത്.

നെട്ടപ്പനയുടെ മണ്ടയിലിരുന്ന് പനങ്കുമ്പ് ചെത്തവേ നിലാവെളിച്ച ത്തിൽ അങ്ങ് വടക്ക് തേവരുതോടിന്റെ വരമ്പിലൂടെ മന്ദംമന്ദം നടന്നു നീങ്ങുന്ന ചെമ്പട്ടുടുത്ത സ്ത്രീരൂപത്തെ ഉഴക്കൻ കണ്ടു. തേവരുകുളത്ത മ്പലത്തിലെ ദേവിയായിരുന്നുവത്രേ, അത്. അയാൾ പനമടലിൽ അള്ളി പ്പിടിച്ചിരിക്കാൻ ശ്രമിച്ചുവെങ്കിലും ഫലമുണ്ടായില്ല.

ആടിത്തളർന്ന് നിലംപതിക്കും മുമ്പ് ചാത്തുമൂപ്പൻ ആ രംഗം

ഇങ്ങനെ വിവരിച്ചു:

"തേവിയെ കൺപാർത്ത് കുറ്റം. പനമടലും ചതിച്ച്. നെലവിളിച്ചേൻ. തേവി ചിരിച്ചാൾ!"

പൊട്ടിപ്പിളർന്ന ശിരസുമായി ഉഴക്കൻമൂപ്പൻ ചുടുകാടിന്റെ തെക്കേ മൂലയിലെ നെട്ടപ്പനയുടെ ചുവട്ടിൽ കാവൽ നിൽക്കുകയാണിപ്പോൾ.

മുരുക്കുത്തടി തോളിലും അരുവാപ്പെട്ടി അരയിലും മൺകലം കൈയിലുമായി കരിമ്പനകൾക്കിടയിലൂടെ നടക്കവേ അരയിൽ തിരുകിയ അരിവാളിൽ അളമു ബലമായി പിടിച്ചു.

അയാൾക്ക് തോന്നി: ഉഴക്കൻ മാത്രമല്ല, ഒക്കത്ത് കുഞ്ഞിനേയുമേന്തി തുറുമിയും കാവൽ നിൽക്കുകയാണ്.

തന്റെ അപ്പനമ്മമാരുണ്ട്.

കാലാകാലങ്ങളായി മഠത്തിന്റെ തെക്കേപടിപ്പുരമുറ്റത്ത് വച്ച് ഇഞ്ചിഞ്ചായി പീഡിപ്പിച്ച് കൊല്ലപ്പെട്ടവരെല്ലാമുണ്ട്. എല്ലാ അവർണജാതിക്കാരുടെയും, ഉടൽ മുഴുവനുമുള്ളവരുടെയും അംഗഭംഗം വരുത്തപ്പെട്ടവരുടെയും പ്രേതങ്ങൾ, അടുത്തും അകലെയും, എങ്ങും നിലയുറപ്പിച്ചിട്ടുണ്ട്.

ചുറ്റും നിശ്ചലമായ നിഴലുകൾ.

കരിമ്പനകളുടെ, അല്ല, ചരിത്രമവശേഷിപ്പിക്കാതെ മൺമറഞ്ഞുപോയ അനേകം തലമുറകളുടെ.

ഉഴക്കന് മരണം സമ്മാനിച്ച നെട്ടപ്പന ചെത്തരുതെന്ന് ഒരുപാടു പേർ അളമുവിനെ ഉപദേശിച്ചിട്ടുണ്ട്. ആ വൃക്ഷം നിൽക്കുന്ന ഇടത്തെ ചുടുകാടെന്ന് വിളിക്കുമെങ്കിലും, അവിടം ചാന്നാന്മാരുടെ ജഡം കുഴിച്ചിടുന്ന ശ്മശാനമാണ്. ആ വൃക്ഷത്തിൽ കയറിയതിനാലാണ് ഉഴക്കന് ദുർമരണം സംഭവിച്ചതെന്ന് ആളുകൾ വിശ്വസിക്കുന്നു.

എന്നാലത് തെറ്റാണെന്നും നെട്ടപ്പനയിലെ കള്ള് മോന്തിയാലേ ചാന്നാന്മാരുടെ ദൈവങ്ങളായ മാടനും കരിങ്കാളിക്കും തൃപ്തിയാവൂ എന്നും അളമുവിനെ പറഞ്ഞ് ബോധ്യപ്പെടുത്തിയത് കർമി ചാത്തുമൂപ്പനാണ്. ജന്മിക്ക് ആ പനയിൽ നിന്നുമുള്ള നീര് വേണ്ടാ. അത് ചുണ്ണാമ്പ് തേക്കാതെ അളമു ചെത്തി കള്ളാക്കിയെടുത്തു. കർമിയുടെ വിഹിതം ചെറിയൊരു കലത്തിലാക്കി മാറ്റിവച്ചു. നേരം പുലരുമ്പോൾ അയാൾ വന്ന് അതെടുത്ത് കൊള്ളും. പിന്നെ പനയുടെ ചുവട്ടിൽ പച്ചപ്പനയോലയിൽ തീർത്ത കൊച്ചുകുമ്പിളുകളിൽ അയാൾ കള്ള് നിവേദിച്ചു: മാടനും കരിങ്കാളിക്കും ഉഴക്കൻമാമനും.

സ്വന്തം ആരാധനാമൂർത്തിയല്ലെങ്കിലും അളമുവിന് ഭയാദരവുകളുള്ള മറ്റൊരു ദൈവം കൂടിയുണ്ട്: പണ്ടാരക്കുന്നിൽ പുലയർ കുത്തിനിർത്തിയ ചീളുകല്ലിൽ കുടികൊള്ളുന്ന സാക്ഷാൽ ചാത്തൻ ദൈവം!

നാലാമതൊരു ഓലക്കുമ്പിളിൽ ആ ദൈവത്തിനും അളമു കള്ള് നിവേദിച്ചു.

വെയിലുറച്ചുകഴിഞ്ഞു. കുടിലിന്റെ മുറ്റത്ത് കുത്തിയിരുന്ന് കോരുമൂപ്പൻ വെയിൽ കായുകയാണ്. അയാളുടെ പെണ്ണ് പൊന്നിക്ക് മഠത്തിൽ വേലയുണ്ട്. ഓരോ ദിവസവും മഠത്തിലെത്തി അക്കാനി കാച്ചിക്കുറുക്കി

കരുപ്പട്ടിയാക്കുന്ന പണിയാണവരുടേത്. അവരെ സഹായിക്കാൻ പെരുമുക്കിലെ രണ്ട് ഈഴത്തികളുമുണ്ട്.

മഠത്തിന്റെ പിന്നാമ്പുറത്തെ കൂരയ്ക്കുള്ളിൽ പണിയെടുക്കുന്ന മൂന്നുപേർ അവർ മാത്രമാണ്. അതിൽ പൊന്നിക്ക് ഏറെ അഭിമാനമുണ്ട്.

പൊന്നിയെ സംബന്ധിച്ചിടത്തോളം അതൊരു മഹാഭാഗ്യമാണ്. അതിൽ മറ്റ് ചാന്നാട്ടികൾക്ക് അവരോട് കടുത്ത അസൂയയുമുണ്ട്. മഠത്തുകാർ പൊന്നിയെ ഇത്രയധികം ഇഷ്ടപ്പെടാനുള്ള കാരണം തങ്ങൾക്കറിയാം എന്ന മട്ടാണവരുടേത്. എന്നാലും അത് പുറമെ കാണിക്കാൻ അവർ ഭയപ്പെട്ടു.

അതിരാവിലെ ഉണർന്ന് കുളിച്ച്, ഇറക്കം കുറഞ്ഞ ഒറ്റമുണ്ടുടുത്ത് മാറു മറയ്ക്കാനെന്നോണം ഒരു തോർത്തും ചുറ്റി പുറപ്പെടുന്ന പൊന്നിയെ ഏതോ അജ്ഞാതയെന്ന മട്ടിലാണ് കോരുമൂപ്പൻ നോക്കിയിരിക്കുക. പ്രായംകൊണ്ട് തീരെ പൊരുത്തമില്ലാത്തവർ. ഒരു വ്യാഴവട്ടക്കാലത്തെ സഹവാസത്തിനുപോലും മായ്ച്ച് കളയാനാവാത്ത അപരിചിതത്വം.

വേല മഠത്തിലാണെങ്കിലും, മറ്റ് അയിത്തജാതിക്കാരെപ്പോലെ തന്നെ അതിന്റെ മതിൽക്കെട്ടിനകത്തേക്ക് കയറിച്ചെല്ലാൻ പൊന്നിക്കോ കൂടെയുള്ള ഈഴത്തിമാർക്കോ അവകാശമില്ല.

മതിലിനു പുറത്തുള്ള കൂരയ്ക്കുള്ളിൽ പനചെത്തുകാർ അക്കാനി ചുമന്നെത്തിക്കും. അതിനെ കാച്ചിക്കുറുക്കി മൺകോപ്പകളിലും വലിയ ചിരട്ടകളിലും പകർന്നു വച്ച് തണുപ്പിച്ച് കരുപ്പട്ടിയാക്കി വലിയ പനയോല വട്ടികളിൽ പൊന്നിയും കൂടെയുള്ളവരും പടിപ്പുരവാതിൽക്കൽ എത്തിച്ചാൽ മതി. അത്രയുമൊക്കെ ചെയ്തുകഴിയുമ്പോൾ സന്ധ്യയാകും. പിന്നെ അന്നത്തെ കൂലിയും വാങ്ങി അവർ സ്വന്തം കൂരകളിലേക്ക് മടങ്ങും.

അവർ മടങ്ങിയെത്തുവോളം കോരുമൂപ്പൻ ഇരുന്നും കിടന്നു മൊക്കെ നേരം പോക്കും. ഓർത്തിരുന്ന് മാധുര്യം നുണയാവുന്നതായി ജീവിതത്തിൽ അയാൾക്ക് കാര്യമായിട്ടൊന്നുമില്ല. അസ്വസ്ഥതയുണ്ടാക്കുന്ന കഴിഞ്ഞ കാലങ്ങളെപ്പറ്റി ചിന്തിക്കുന്നതിൽ വലിയ പുണ്യമൊന്നും ഉള്ളതായി തോന്നിയിട്ടുമില്ല.

അയാൾക്കടുത്തേക്കാണ് പക്കിത്തള്ള കടന്നുചെന്നത്. മൂപ്പന്റെ കുത്തിയിരുപ്പ് ശ്രദ്ധിച്ച് അവർ പറഞ്ഞു:

"വെയിലിലിരുന്ന് തപസ്ക്ക് കോരുവുക്ക് യോകം."

മൂപ്പനത് കേട്ടതായി ഭാവിച്ചില്ല. അവരെ കണ്ടതിൽ സന്തോഷം പ്രകടിപ്പിച്ചുമില്ല. അതാണ് പതിവ്.

പക്കിത്തള്ളയ്ക്ക് അതിലൊട്ട് പരിഭവവുമില്ല.

പ്രായാധിക്യത്താൽ മെലിഞ്ഞ് വളഞ്ഞുപോയ ഉടൽ. ജീവിച്ചിരിക്കുന്ന അടുത്ത സ്വന്തക്കാരൊന്നും അവർക്കില്ല. അവരുടെ പ്രായമെത്രയായെന്ന് കൃത്യമായി ആർക്കുമറിഞ്ഞുകൂടാ. അവർപോലും ഓരോരിക്കലും ഓരോ പ്രായമാണ് പറയുന്നതും. നേരം പുലർന്നാൽ മുളവടി

യുന്നി മറ്റുള്ളവരുടെ കുടിലുകൾ കയറിയിറങ്ങുന്നതാണ് അവരുടെ തൊഴിൽ. വിശപ്പടക്കാൻ വേറെ മാർഗങ്ങളൊന്നുമില്ല. പോരാത്തതിന്, അവരെ മാത്രം ആശ്രയിച്ച് കഴിയുന്ന ഒരുവനുണ്ട്, കുടിലിൽ: പനയൻ.

പത്തു വർഷങ്ങൾക്ക് മുമ്പ് തേവരുകുളം ഏലായുടെ തെക്കേ ക്കരയിലൂടെ ചാന്നാന്മാരും ഈഴവരും ഊഴിയാവേല ചെയ്ത് നിർമിച്ചതാണ് ഊഴിയം തോട്. ദീനം പിടിപെട്ട് കിടപ്പിലായിരുന്നതിനാൽ വേലയ്ക്കെത്താൻ പനയന് കഴിഞ്ഞില്ല. അതിനാൽ ശിക്ഷിക്കപ്പെടുകയും ചെയ്തു. മഠത്തുകാരുടെ ഇരുട്ടറയിൽ അടച്ചിടപ്പെട്ട അവൻ ചെമ്മണ്ണുവിളയിൽ മടങ്ങിയെത്തിയത് ഇരുകാതുകളും ഛേദിക്കപ്പെട്ട്, ഒറ്റക്കണ്ണുമായിട്ടായിരുന്നു. തീർത്തും വികൃതമായിരുന്നു അവന്റെ രൂപം. കുട്ടികൾ അവനെ കണ്ട് ഭയന്നോടി. പ്രായമായവർ മുഖം തിരിച്ചു. അവന്റെ രൂപത്തിലധികം അങ്ങത്തെമാരുടെ ക്രൂരതയാണ് ആളുകളെ ഭയപ്പെടുത്തിയത്.

നിരാലംബയായ പക്കിത്തള്ള പനയന്റെ സംരക്ഷകയായി. ആളുകൾ ഔദാര്യമായി നൽകുന്ന തീറ്റസാധനങ്ങളുടെ ഒരു വീതം അവനുവേണ്ടി അവർ കരിയിലയിൽ പൊതിഞ്ഞുവച്ചു. താനും കനിവില്ലാത്തവളായാൽ അവൻ പട്ടിണികിടന്ന് ചാവുമെന്നാണവർ പറയാറ്. അതുകൊണ്ടുതന്നെ പനയൻ ചത്തിട്ടു വേണം താൻ കഥാവശേഷയാവേണ്ടതെന്ന് അവരിന്നും ആഗ്രഹിക്കുന്നു.

"കണ്ണും കാതും പെയ്യ പനയനും പുണ്ണുപിടിച്ച കോരും ഒപ്പത്തിനൊപ്പം തെന്നെ–" അവർ പറഞ്ഞു.

കോരുമൂപ്പന്റെ ഇരുകാലുകളിലും മുട്ടിന് താഴെ നീരും വലിയ വ്രണങ്ങളുമാണ്. ഒന്നുണങ്ങുമ്പോൾ മറ്റൊന്ന് വിങ്ങിപ്പൊട്ടും. കലശലായ വേദനയും.

അയാൾ പനകയറ്റം നിർത്തിയിട്ട് നിരവധി വർഷങ്ങളായി. പൊന്നിക്ക് മഠത്തിൽനിന്നും കിട്ടുന്ന കരുപ്പട്ടിയും ധാന്യങ്ങളും കിഴങ്ങുകളും കൊണ്ട് മൂന്നു പേരുടെ വിശപ്പടക്കാനാവില്ല. ലഭിക്കുന്നത് നിശ്ചിതമായ കൂലിയുമല്ല. കാര്യസ്ഥന്റെ ഓരോ ദിവസത്തെയും മനോനില അനുസരിച്ചാണത്. വെറുംകയ്യോടെ മടങ്ങേണ്ട ഗതികേടും ഉണ്ടാവാറുണ്ട്.

തുറുമിയുടെ മരണശേഷമാണ് അളമു കോരുമൂപ്പന്റെ കുടിലുമായി അടുത്തത്. ചേമയോടയാൾക്ക് ഇഷ്ടം തോന്നി. ഇരുപത്തി മൂന്നുകാരനും വിഭാര്യനുമായ അയാളുടെ മോഹത്തിൽ മൂപ്പനും അപാകതയൊന്നും തോന്നിയില്ല. എങ്കിലും, പൊന്നി പ്രതിഷേധിച്ചു:

"തെരളാത്ത പെണ്ണിനെ അവന് കൊടുക്കാനോ?"

പെണ്ണ് തിരണ്ടിട്ടാവാം കല്യാണമെന്ന മൂപ്പന്റെ നിർദേശം അളമു അംഗീകരിച്ചു. അതിന് ശേഷമാണ് പണിയെടുത്ത് കിട്ടുന്ന കൂലി അയാൾ പൊന്നിയെ ഏൽപ്പിക്കാൻ തുടങ്ങിയത്. അത് അക്കാനിയോ കിഴങ്ങോ ധാന്യമോ അപൂർവമായി കാശോ ആയിരിക്കും. വേവിക്കുന്നതിൽ പങ്ക് അവർ നൽകുന്നത്, അയാൾ വാങ്ങിക്കഴിച്ചു. ഇന്നതേ ആകാവൂ എന്ന നിർബന്ധമില്ല. ഉള്ളതിൽ പങ്ക്.

ചേമയെ അളമുവിന് കൊടുക്കാതെതന്നെ അയാളുടെ അധ്വാന

ഫലം തന്റെ കുടിലിലെത്തുന്നു എന്നത് പൊന്നിയെ സന്തോഷിപ്പിച്ചു.

വെളുപ്പാൻകാലത്ത് അയാൾ ചാന്നാക്കുടിലുകളെ കൂവിയുണർത്തിക്കഴിഞ്ഞാൽ ചേമയ്ക്കും ഉറക്കമില്ലാതായി. പൊന്നി മഠത്തിലേക്ക് പുറപ്പെട്ടാലുടൻ അവളും പുറത്തിറങ്ങും. അളമു ചെത്തുന്ന പനമരങ്ങളുടെ പരിസരത്തവൾ ചുറ്റിപ്പറ്റി നടക്കും. വിറകും പഴുത്ത പനംകായയും ശേഖരിക്കുന്നുവെന്നാണ്, ചോദിച്ചാൽ അവളുടെ ഉത്തരം.

മോഹന പ്രതീക്ഷകളൊന്നും തന്നെയോ തന്റെ ജാതിക്കാരെയോ രക്ഷിക്കില്ലെന്ന് പൊന്നിക്കറിയാം. ആറ് പെറ്റതിൽ ആയുസ്സും ആരോഗ്യവുമുണ്ടായത് ചേമയ്ക്ക് മാത്രമാണ്. അവൾ വളരെയൊന്നും കഷ്ടപ്പെടാതെ ജീവിച്ചുകാണണമെന്നേ അവർക്ക് ആഗ്രഹമുള്ളൂ.

ചേമയ്ക്ക് കൗമാരത്തിന്റെ പ്രസരിപ്പ് മാത്രമല്ല, അയലത്തെ പെൺകുട്ടികൾക്കില്ലാത്ത നിറവുമുണ്ട്. അവൾ ഏതോ ശൂദ്രന്റെ സന്തതിയാണെന്ന് മറ്റുള്ളവർ കുശുകുശുക്കാറുമുണ്ട്. അവജ്ഞയല്ല, അസൂയയാണവർക്ക്. സവർണ രക്തം വിശേഷപ്പെട്ടതത്രേ! അതുണ്ടാവുന്നത് സാമൂഹികമായ അന്തസ്സ് ഉയർത്തുകയേയുള്ളൂ.

അക്കാനി കാച്ചുന്ന പണിക്കായി ചേമയേയും മഠത്തിലേക്ക് കൊണ്ടുപോയാലോയെന്ന് പൊന്നിക്ക് തോന്നാഞ്ഞിട്ടല്ല. നിസ്സാരമാവാമെങ്കിൽപ്പോലും കിട്ടുന്ന കൂലി അൽപ്പം ആശ്വാസമായേക്കും. എന്നാൽ, ശൂദ്രരെ പൊന്നിക്ക് പേടിയാണ്. പെണ്ണിന്റെ തലയും മുലയും കണ്ട് ഇഷ്ടപ്പെട്ട് ഏതെങ്കിലും ശൂദ്രൻ അവളെ പിടിച്ചുകൊണ്ട് പോയാൽ നിസ്സഹായയായി നോക്കിനിൽക്കാനേ തനിക്ക് കഴിയൂ.

കുട്ടിക്കാലത്ത് അതവർ ധാരാളം പറഞ്ഞുകേട്ടിട്ടുണ്ട്. പിന്നീട് ചിലതെല്ലാം അനുഭവിച്ചിട്ടുമുണ്ട്. അന്നൊക്കെ ചാന്നാർ- ഈഴവ- ചക്കാല ജാതിക്കാരുടെ കാണാൻ ചേലുള്ള പെൺകുട്ടികളെ ശൂദ്രർ വിളിച്ചിറക്കിക്കൊണ്ട് പോകുമായിരുന്നു. മാതാപിതാക്കൾക്കുപോലും അവരെ തടയാനാവില്ല. ചെമ്മണ്ണുവിളയുടെ വിജനമായ തെക്കേച്ചരിവിലും മഠത്തിന് വടക്കുള്ള കുന്നിന്റെ വശങ്ങളിലും വ്യഭിചാരത്തിനായി ശൂദ്രർ കൊച്ചുകുടിലുകൾ നിർമിച്ചിരുന്നു. അവർണജാതിക്കാരുമായുള്ള സഹശയനം അങ്ങത്തെമാരെ അശുദ്ധരാക്കിയില്ല. ആവശ്യം കഴിഞ്ഞ് ആഴ്ചകൾക്ക് ശേഷം മടക്കി അയക്കപ്പെടുന്ന പെൺകുട്ടികൾ പലപ്പോഴും ഗർഭിണികളായിക്കഴിഞ്ഞിരുന്നു. അവരെ സ്വന്തം ജാതിക്കാർ പ്രത്യേകിച്ചൊന്നും സംഭവിക്കാത്ത മട്ടിൽ തിരികെ സ്വീകരിച്ചു. അവരെ ഭാര്യമാരാക്കാൻ സ്വജാതിയിലെ പുരുഷൻമാർ മടിച്ചില്ല. എന്നാൽ, അങ്ങത്തെമാരുടേതാണെങ്കിലും അവർക്ക് പിറന്ന കുട്ടികൾ അവർണരായിത്തന്നെ വളർന്നു.

അല്ലെങ്കിൽ, ശൂദ്രന് ആവശ്യമില്ലാത്ത ദാമ്പത്യഭദ്രതയും യഥാർഥ പിതൃത്വവും മനുഷ്യരായി ഗണിക്കപ്പെടാത്ത അവർണന് വേണോ?

വേണ്ടെന്ന് മാത്രമല്ല, ഉണ്ടാകാനും പാടില്ല!

ചേമയുടെ പിതൃത്വത്തെക്കുറിച്ച് മറ്റുള്ളവർക്കുള്ള സംശയങ്ങളെ ദൂരീകരിക്കാൻ പൊന്നി മിനക്കെട്ടില്ല. മിനക്കെട്ടാലും അതാരും വിശ്വസി

ക്കില്ലെന്നും അവർക്കറിയാം.

പൊന്നിയുടെ കുട്ടിക്കാലത്ത് പിതാവ് മരിച്ചു. അവരുടെ അമ്മയ്ക്ക് അന്ന് അക്കാനിപ്പുരയിൽ പണിയുണ്ടായിരുന്നു. അവരുമൊന്നിച്ചാണ് പൊന്നി ആദ്യമായിവിടെ പണിക്ക് പോയത്. അധികം വൈകാതെ അമ്മയ്ക്ക് ദീനം പിടിപെട്ടപ്പോൾ അക്കാനിപ്പുരയിലെ തുച്ഛമായ കൂലികൊണ്ട് അമ്മയെ സംരക്ഷിക്കേണ്ട സ്ഥിതി പൊന്നിക്കുണ്ടായി.

അഞ്ചാറ് വലിയ അടുപ്പുകളുള്ള അക്കാനിപ്പുരയുടെ വശങ്ങൾ പനയോലയാൽ മറച്ചതാണ്. അതിനകത്ത് കയറിക്കഴിഞ്ഞാൽ ഉടുമുണ്ടൊഴികെ മറ്റൊന്നും ധരിച്ചുകൂടെന്നാണ് നിയമം. മഠത്തിലെ മാത്രമല്ല, ചിലപ്പോൾ, കരയിലെ ശൂദ്രരും അവിടേക്ക് വന്നു. അവരുടെ ഇംഗിതത്തിന് പണിക്കാരികൾ വഴങ്ങിക്കൊടുത്തേ മതിയാവൂ. അതിന് പുറമെ പാടത്തോ പറമ്പിലോ പണിയെടുത്ത് നിൽക്കുന്ന അയിത്തജാതിക്കാരികളായ പെണ്ണുങ്ങളെയും ചിലർ അവിടേക്ക് കൂട്ടിക്കൊണ്ട് വന്നെന്നുവരും. മനസുണ്ടെങ്കിലും ഇല്ലെങ്കിലും അതും കണ്ടില്ലെന്ന് നടിച്ചേ പറ്റൂ.

അത്തരമൊരു സാഹചര്യത്തിൽ ഒരു പെണ്ണിന് വയറ്റിലുണ്ടായാൽ കൊച്ചിന്റെ തന്തയാരെന്ന് ചോദിച്ചാൽ ഉത്തരം പറയാൻ തികച്ചും സാധ്യമല്ല.

ചേമയെ അഞ്ച് മാസം വയറ്റിലുള്ളപ്പോഴാണ് പൊന്നി കോരു മൂപ്പന്റെ കൂരയിൽ ചേക്കേറിയത്. അതിനുമുമ്പ് തന്നെ ഇരുവരും ഇഷ്ടത്തിലായിരുന്നു. മൂപ്പന്റെ മൂന്നാമത്തെയും പൊന്നിയുടെ രണ്ടാമത്തെയും ദാമ്പത്യമാണിത്.

ചേമ തന്റെ മകളാണെന്നാണ് മൂപ്പന്റെ നിലപാട്. തർക്കിച്ചാൽ മുഖത്തടിച്ചപോലെ അയാൾ ചോദിക്കും: "അല്ലാന്നുതെന്നെ വെച്ചോ. അതിന് നെനക്കെന്തര് ചേതം?"

നാട്ടിൽ പിറക്കുന്നവരുടെയെല്ലാം തന്തയാരെന്ന് കൃത്യമായി നിർണയിക്കാൻ സാധ്യമല്ല. അയഞ്ഞതോ അൽപ്പായുസുക്കളോ ആണ് ദാമ്പത്യങ്ങളിൽ ഗണ്യമായൊരു ഭാഗം. ഒരു പെണ്ണിന് സ്വന്തം പുരുഷനിൽ നിന്നോ ജാതിക്കാരനിൽനിന്നോ മാത്രമേ ഗർഭമുണ്ടാകാവൂ എന്ന് നിയമമൊന്നുമില്ല. അങ്ങനെ ശഠിച്ചാലൊട്ട് കാര്യവുമില്ല. രൂക്ഷമായ ജാതീയതയിൽ, അതിനെ വിവിധ തട്ടുകളിലാക്കി നിർത്തിയിരിക്കുന്ന ജാതിഘടനയിൽ, മേൽജാതിക്കാരനായ ഓരോ പുരുഷനും അവന് താഴോട്ടുള്ള ജാതിക്കാരിലെ പെണ്ണുങ്ങൾക്ക്മേൽ അവകാശാധികാരങ്ങളുണ്ട്. ഊഴിയവും അടിമത്തവും മാത്രമല്ല, ലൈംഗികതയും അതിന്റെ ഭാഗമാണ്.

"പിന്നെ... നാനിങ്കോട്ട് വരുമ്പം ഒര് കാരിയം കണ്ട്." പക്കിത്തള്ളയുടെ ശബ്ദം മൂപ്പനെ ഉണർത്തി. അവർ പറഞ്ഞു: "ചതുപ്പിന്റടുത്തൊള്ള പനങ്കാട്ടില് അളമു ചേമപ്പെണ്ണ്ക്ക പെറകെ ഓടണ്!"

അതിൽ ആശ്ചര്യമെന്തിരിക്കുന്നു എന്ന മട്ടിൽ മൂപ്പൻ നിർവികാരനായി ദൂരേക്ക് നോക്കിയിരുന്നതേയുള്ളൂ.

തള്ള തുടർന്നു: "നേറ്റയ്ക്ക് അവനെനക്ക് കൊഞ്ചം പനങ്കെളങ്ക്

തോണ്ടിത്തന്താൻ. ചുടുകാട്ക്ക മേക്ക് അവൻ ഒരുപാട് പനയണ്ടി പാവീട്ടൊണ്ട്. കോരുവത് കണ്ടില്ലിയാ?"

"ങും." അപ്പോൾ മാത്രം മൂപ്പൻ ശബ്ദിച്ചു.

"എത്തര സ്നേഹമൊള്ളവനാക്കും അളമു." ഒന്നു നിർത്തി അവർ തുടർന്നു: "അതുകൊണ്ട്താനേ കെടയ്ക്കണതെല്ലാം അവൻ നെന്റെ കുടിലില് കൊണ്ടുതരണത് അവന് നല്ല ആരോക്കിയവുമൊണ്ട്. പിന്നെ... കൂടെപ്പൊറുത്ത ഒരുത്തി ചത്തുപെയ്യത് അവന്റെ തപ്പ് കൊണ്ടല്ല. വിതി!"

അത് മൂപ്പനും നിശ്ചയമുള്ള കാര്യമാണ്. ആഢ്യത്വം അവകാശപ്പെട്ടവരായി ചെമ്മണ്ണുവിളയിൽ ആരുമില്ല. പന ചെത്തിയോ ജന്മിക്ക് വേണ്ടി മറ്റെന്തെങ്കിലും പണിയെടുത്തോ ശൂദ്രരെ ഭയപ്പെട്ടു കഴിയുന്നവരാണ് എല്ലാ ചാന്നാന്മാരും. മറ്റേതെങ്കിലും ദേശത്ത് നിന്നും ചേമയെ വിളിച്ചിറക്കിക്കൊണ്ടു പോവാൻ ആരുമിവിടേക്ക് വരില്ലെന്നും മൂപ്പന് നന്നായറിയാം.

അളമു മറുപാട്ടത്തിന് ഒരുതുണ്ട് വയൽ വാങ്ങി നെൽകൃഷി ചെയ്യണമെന്ന ഒരാഗ്രഹം അടുത്തിടെ പൊന്നി പ്രകടിപ്പിച്ചു. അതിനവർ പറഞ്ഞ ന്യായം ചെമ്മണ്ണുവിളയിൽ മറ്റാരും അത് ചെയ്യാതിരിക്കേ, "നമ്മൾ' അത് ചെയ്യുന്നത് ബഹുമാന്യത മാത്രമല്ല, ഐശ്വര്യവുമുണ്ടാക്കും എന്നാണ്. എന്നാൽ, യഥാർഥത്തിലവർ ഉദ്ദേശിച്ചത് മറ്റൊന്നാണ്. വെറുമൊരു പനചെത്തുകാരൻ തന്റെ മരുമകനാവുന്നത് അവർക്കിഷ്ടമല്ല എന്നതാണത്.

മഠത്തുകാരുടെ വയലുകൾ കരയിലെ ശൂദ്രർക്ക് മാത്രമേ നേരിട്ട് പാട്ടത്തിന് കൊടുക്കാറുള്ളൂ. എന്നാൽ, വയലിലെ ചെളിയിലിറങ്ങി പണി ചെയ്ത പരിചയമോ അതിനുള്ള സൗമനസ്യമോ ശൂദ്രർക്കില്ല. അതുകൊണ്ട് അവർ ആ വയലുകളെ പെരുമുക്കിലെ ഈഴവർക്ക് മറു പാട്ടത്തിന് നൽകും. വിളവിന്റെ അഞ്ചിൽ മൂന്ന് ഭാഗം ജന്മിക്കുള്ളതാണ്. ഒരുഭാഗം കരക്കാരനായ പാട്ടക്കാരന് കിട്ടും. പണിയെടുത്ത് വിളവുണ്ടാക്കുന്ന കൃഷിക്കാരൻ അഞ്ചിലൊന്നുകൊണ്ട് തൃപ്തിപ്പെടണം.

എന്നിട്ടുപോലും, ആ വഴിക്കുള്ള ശ്രമം അളമുവിനെ പരിഹാസ്യനാക്കി. പല പാട്ടക്കാരും പുച്ഛിച്ചു. ഒരുവൻ ക്രോധത്തോടെ ആക്രോശിച്ചു:

"പോ പിശാചേ, വല്ല പനമണ്ടയും നോക്ക്!"

അത് വിവരിക്കുമ്പോൾ അളമുവിൽ കണ്ട നിസ്സഹായത കോരു മൂപ്പനെ തളർത്തി.

പക്കിത്തള്ള എന്തൊക്കെയോ ചിലച്ചുകൊണ്ടിരുന്നു. തേവരുകുളത്തെ അങ്ങത്തെമാരെയും ഊരിലെ ആണ്ടവന്മാരെയും ഭൂതപ്രേതാദികളെയും അവർ സംസാരവിഷയമാക്കി. അൽപ്പം മുമ്പ് ചേമയുടെ പിറകെ അളമു ഓടുന്ന രംഗം വിവരിച്ച് അവർ ഒറ്റയ്ക്ക് ചിരിച്ചു. അവസാനം കോരുമൂപ്പന്റെ കാലിലെ വ്രണമായി വിഷയം, അവർ പറഞ്ഞു:

"മരുന്ത് കൊണ്ടൊന്നും നെന്റ കാലിലൊള്ള പുണ്ണ് പോവുല്ല, സ

ത്തിയം. അതിനൊരു കർമം തെന്നെ വേണും.”

ആളുകൾ സംശയം പ്രകടിപ്പിച്ചതിനാൽ ആരംഭദിശയിൽ തന്നെ കോരുമൂപ്പൻ കർമം നടത്തിച്ചതാണ്. കോഴിക്കും ചാരായത്തിനും ചെല വാക്കിയ ചക്രം പാഴായെന്ന് മാത്രം.

പക്കിത്തള്ള വീണ്ടും അക്കാര്യം ആവർത്തിച്ചപ്പോൾ മൂപ്പന് വല്ലാത്ത ദേഷ്യം വന്നു. എന്നാൽ, അവർക്ക് നേരെ കയർത്താലും പ്രയോജനമില്ലെന്നറിയാം. ആട്ടിപ്പായിച്ചാൽപ്പോലും അവർ വെറുതെയങ്ങ് പോവുകയില്ല. പോകണമെങ്കിൽ വിശപ്പടക്കാനുള്ള വക അവർക്ക് കിട്ടണം.

മൂപ്പന് വിശപ്പിലധികം ദാഹമാണ്. ചതുപ്പിനപ്പുറത്തെ ഒരു പനയിലെ നീര് അളമു ചുണ്ണാമ്പ് തേയ്ക്കാതെ കള്ളായിട്ടാണെടുക്കുക. അതിനപ്പുറത്തെ നെട്ടപ്പനയിലെ അക്കാനിയെന്ന വ്യാജേന അയാൾ ചേമയുടെ പക്കൽ അത് കൊടുത്തയയ്ക്കും. മൂപ്പൻ അതും പ്രതീക്ഷിച്ചിരിപ്പാണ്.

അൽപ്പനേരത്തെ നിശ്ശബ്ദതയ്ക്ക് ശേഷം കിഴക്ക് കുന്നിൻചരിവിലേക്ക് വിരൽചൂണ്ടി തള്ള പറഞ്ഞു:

“അങ്കേപ്പാര്.. യാരോ അന്ത പാതയില് വരണ്.”

മൂപ്പനും ആ ദിശയിലേക്ക് നോക്കി.

വൃദ്ധയുടെ നോട്ടം പിഴച്ചതല്ല. കുന്നിൻചരിവിലെ പാതയിലൂടെ ഒരാൾ നടന്നുവരുന്നുണ്ട്. മുരുക്കുത്തടിയും അക്കാനിക്കലവും കൈയിലില്ലാത്തതിനാൽ പനചെത്തുകാരനല്ല എന്ന് വ്യക്തം. ആഗതന് മുടന്തുണ്ടോ എന്ന് സംശയം.

“നൊണ്ടിയാണെന്ന് തോന്നണ്.” മൂപ്പൻ പറഞ്ഞു. “പണ്ട് നാട് വിട്ടോടിന ചുക്രിയാരുക്കുമോ?”

“അവൻ ചത്തുപെയ്യില്ലയോ?” തള്ള ചോദിച്ചു.

“അപ്പടി യാര് ശൊന്നത്?”

“ആളുകള്.”

“കാരിയം തെരിഞ്ചിട്ടാണോ ആളുകള് എന്തരെങ്കിലും പറയ്ണത്?”

“എന്തരോ.”

ഇരുവരും എഴുന്നേറ്റു. ആഗതനെ അടുത്തുനിന്ന് കാണാനെന്നോണം പെരുവഴിയിലേക്ക് നടന്നു.

മൂന്ന്

കുറെക്കാലത്തെ അജ്ഞാതവാസത്തിന് ശേഷം ചെമ്മണ്ണു വിളയിൽ തിരിച്ചെത്തിയ ഒരു കാലിൽ മുടന്തുള്ള ചുക്രി മൂന്ന് നാട്ടുവഴികൾ സംഗമിക്കുന്ന കവലയിൽ നിന്നു. ചെമ്മണ്ണുവിളക്കാരുടേതിൽനിന്നും വിഭിന്നമല്ലാത്തതാണയാളുടെ വേഷം. ഇറക്കവും നീളവും കുറഞ്ഞൊരു മുഷിഞ്ഞ മുണ്ട് അയാൾ ഉടുത്തിട്ടുണ്ട്. അഴുക്ക് പിടിച്ചൊരു തോർത്തിന്റെ ഒരറ്റം പൊക്കണമാക്കി മുതുകിലിട്ട് മറ്റേയറ്റം നെഞ്ചോട് ചേർത്ത് വലിച്ചു

പിടിച്ചിട്ടുണ്ട്.

ചെമ്മണ്ണുവിളയിലെ പുരുഷൻമാർക്ക് മുണ്ടോ തോർത്തോ മാത്രമേ വസ്ത്രമായി സ്വന്തമായിട്ടുള്ളൂ. മധ്യവയസ്സ് താണ്ടിയ മിക്കവരുടെയും വേഷം പണ്ടത്തെപ്പോലെ തന്നെ ഇന്നും കൗപീനം മാത്രമാണ്.

വഴികൾ മൂന്നും കൂടുന്നിടത്ത് ചുക്രി അൽപ്പനേരം നിന്നു. ചുറ്റുപാടുമൊന്ന് വീക്ഷിച്ചു. എല്ലാം പണ്ട് കണ്ടതുപോലെ തന്നെ. ചില കുടിലുകൾ അപ്രത്യക്ഷമായിരിക്കുന്നു. പകരം ചിലത് പുതിയതായി നിർമിക്കപ്പെട്ടിട്ടുണ്ട്. കോരുമൂപ്പനുമൊന്നിച്ച് അയാളെ സ്വീകരിക്കാനെത്തിയ പക്കിത്തള്ള ആശ്ചര്യം കൂറി.

"നെന്നാണെ ചുക്രീ, നീ പണ്ടേ ചെത്തുപെയ്യിരിക്കും എന്നാണ് നാൻ നിരീച്ചത്."

ആ ആദ്യാഭിവാദ്യം മൂപ്പനെ ചൊടിപ്പിച്ചു. അയാളവരെ തുറിച്ചു നോക്കി.

ഔചിത്യം തൊട്ടുതീണ്ടാത്ത ജന്മം.

എവിടെ, എന്തുചെയ്യുകയായിരുന്നു എന്നുള്ള ചോദ്യങ്ങൾ ചുക്രിയിൽ കാര്യമായി ഏശിയില്ല. കുറച്ച് തെക്കുമാറി ഉയർന്നു നിൽക്കുന്ന കൂറ്റൻ ആഞ്ഞിലിവൃക്ഷം. അതിന് ചുവട്ടിൽ ഒരു കുടിലും അതിൽ കുറുമിയെന്ന് പേരുള്ള ഒരു പെണ്ണും രണ്ട് കൊച്ചുങ്ങളുമുണ്ടായിരുന്നു, നാടുവിടുമ്പോൾ.

അതെല്ലാം ഇപ്പോഴും അതേപടി നിലവിലുണ്ടോയെന്നറിഞ്ഞുകൂടാ.

അയാൾ പറഞ്ഞു: "പെയ്യിട്ട് കാലമൊരുപാടായിരുക്ക്. ആത്യം അങ്ങത്തെമാരിനെത്തെന്നെ കണ്ടുകളയാം."

മഠത്തെ ലക്ഷ്യമാക്കി നടന്ന അയാളുടെ പിന്നാലെ പക്കിത്തള്ളയും കൂടി. തോളത്ത് തൂക്കിയ അയാളുടെ പൊക്കണത്തിൽ തിന്നാനുള്ള പലഹാരമെന്തെങ്കിലുമുണ്ടോ എന്നാണവർക്ക് അറിയേണ്ടത്. ഇല്ലെന്ന് കേട്ട മാത്രയിൽ അവർക്ക് ശുണ്ഠിയെടുത്തു:

"കുറുമി ഒന്നേ കുടിലിലിലന്തുമെറക്കി വിട്ടത് ചുമ്മാവാ? ഇല്ലെ. ഒന്നേ പുടിക്ക്റത്ക്ക് നീയവള്ക്ക് എന്ന വേല ചെയ്ത് കൊടുത്തിര്ക്ക്?" ഒന്നു നിർത്തി അവർ സ്വരംമാറ്റി പറഞ്ഞു: "ആനാലും അവള്ക്ക കാരിയം കട്ടംതാൻ. നീ പോന പിൻപ് അവ രണ്ട് പശങ്കളുക്കൊപ്പം പാത്താൾ. നാലഞ്ച് പെറ്റ്. ഇപ്പോ തീനക്കാരി."

തനിക്കവളിലുണ്ടായ സന്തതികളെപ്പറ്റി തള്ളയോട് ചോദിക്കേണ്ടതില്ലെന്ന് അയാൾ നിശ്ചയിച്ചു.

തോടിറങ്ങി മഠത്തിന്റെ പടിപ്പുരമുറ്റത്തേക്ക് കയറാൻ തള്ള തയാറായില്ല. അങ്ങത്തെമാരെ അകലെ നിന്ന് കാണുന്നതുപോലും അവർക്ക് ഭയമാണ്.

ഓച്ഛാനിച്ചുനിന്ന ചുക്രിയെ മനസിലായില്ലെന്ന മട്ടിൽ കാര്യസ്ഥൻ കുഞ്ചുപിള്ള തുറിച്ചുനോക്കി.

ചുക്രി സ്വയം പരിചയപ്പെടുത്തി: "പണ്ട് ചെമ്മണ്ണുവെളേല്ന്നും

പെയ്യ നൊണ്ടി ചുക്രിയാണേ."

"നീയെന്തരിന് പെയ്?" കുഞ്ചുപ്പിള്ള ക്രൗര്യത്തോടെ ചോദിച്ചു: "അങ്ങത്തെമാരിനെ അനുസരിക്കാൻ മടിച്ചിട്ടല്ലേ്യാ?"

"അല്ലേ, അങ്ങത്തേ. കാലിന് സാതീനമില്ല. പിച്ചയെടുത്തെങ്കിലും പെഴക്കാമെന്ന് നിരീച്ച്."

"വേല ചെയ്യാൻ കഴിവില്ലാത്തവനെ ഈ തേശത്ത് വേണ്ട. വേറെ എവിടെയെങ്കിലും പെയ് തൊലഞ്ഞോ."

"എന്റ പൊന്നങ്ങത്തേ, അപ്പടി പറയരുതേ." ചുക്രി താണുകേണ പേക്ഷിച്ചു: "ലൊട്ടുലൊടുക്ക് വൈത്യം നാൻ പടിച്ചിട്ടൊണ്ട്. എന്റ മരുന്ന് കൊടുത്ത് ഇവിടെ സാമതിക്കാൻ സമ്മതിക്കണും."

"ഓ, നീയിപ്പഴ് വൈത്തിയനുമായോ? അല്ലെടാ, ചാന്നാൻ വൈത്യം ചെയ്താ പലിക്കുമോടാ?" കുഞ്ചുപിള്ളയ്ക്ക് പരമപുച്ഛം.

ചുക്രി ഒന്നും മിണ്ടിയില്ല.

പേരും പെരുമയുമുള്ള, പരമ്പരാഗതമായി വൈദ്യം കൈകാര്യം ചെയ്തുപോരുന്ന ഒരുപാട് ചാന്നാർകുടുംബങ്ങൾ അയൽദേശങ്ങളിലുണ്ട്. അതിനെക്കുറിച്ച് കുഞ്ചുപിള്ള അജ്ഞനല്ലെന്ന് തീർച്ച.

അയാൾ ചോദിച്ചു: "നെന്റ പൊക്കണത്തിലെന്തരെടാ?"

"കീറത്തുണികളാണങ്ങത്തേ."

അങ്ങത്തെമാരെ ഭയപ്പെട്ടും അനുസരിച്ചും കഴിഞ്ഞില്ലെങ്കിൽ ബാക്കി വച്ചേക്കില്ല എന്ന താക്കീതോടെ കാര്യസ്ഥനയാളെ പോകാനനുവദിച്ചു.

എന്നാൽ, തോടിറങ്ങിക്കയറുമ്പോൾ മല്ലൻപിള്ള പിടികൂടി. ചാന്നാന്റെ പക്കൽ കാര്യമായി ഒന്നുമില്ലെന്ന് തനിക്കും ബോധ്യമാകണം എന്നായി അയാൾ. ചുക്രിയെക്കൊണ്ടയാൾ പൊക്കണമഴിപ്പിച്ച് പരിശോധിച്ചു. തൃപ്തിയാവാതെ ചുക്രിയുടെ ഉടുമുണ്ടഴിപ്പിച്ചു. അതിന്റെ കോന്തലയിൽ കെട്ടിയിട്ടിരുന്ന മൂന്ന് വെള്ളിച്ചക്രങ്ങളും ഏതാനും ചെമ്പുനാണയങ്ങളും കണ്ടെടുത്തു. അതയാൾ കൈക്കലാക്കി. കള്ളം പറഞ്ഞതിന് ശിക്ഷിക്കേണ്ടതാണെന്നും, എന്നാൽ, ഞൊണ്ടിയായതിനാൽ വെറുതെവിടുന്നുവെന്നും മല്ലൻപിള്ള അരുളി. പിന്നെ വരമ്പിലൂടെ അയാൾ പടിഞ്ഞാറോട്ട് നടന്നു.

ചുക്രി അവശനായി തോട്ടുവരമ്പിലിരുന്നു. കുറുമിക്കും മക്കൾക്കും നൽകാൻ ഇനി തന്റെ പക്കൽ ഒന്നുമില്ലല്ലോ.

കുലത്തൊഴിലായ പനചെത്ത് മാറ്റിനിർത്തിയാൽ, അങ്ങത്തെ മാർക്ക് വേണ്ടി അടിമകളെപ്പോലെ പണിയെടുക്കുന്നതൊഴികെയുള്ള ഏതു തൊഴിലും ചെമ്മണ്ണുവിളയിലെ ചാന്നാന്മാർക്ക് അഭിമാനിക്കാൻ വകനൽകി. കൃഷിക്കാരനാവുകയെന്നത് ചാന്നാനെ സംബന്ധിച്ചിട ത്തോളം അസാധ്യമാണ്. പാർക്കുന്ന കുടിലിന്റെ മുറ്റത്തൊരു വാഴ നട്ടാൽ, അതിൽ തരക്കേടില്ലാത്തൊരു കുലയുണ്ടായാൽ, ജന്മിയുടെ ആളുകൾ അത് മുറിച്ചുകൊണ്ട് പോകും. മറ്റെന്ത് കൃഷി ചെയ്താലും സ്ഥിതി വിഭിന്നമല്ല. മിക്കപ്പോഴും ജന്മി അതറിയുക പോലും ചെയ്യാറില്ലെന്ന് ഏവർക്കും നല്ല

നിശ്ചയമുണ്ട്. എന്നാൽ, ആദായമെടുക്കാൻ വരുന്ന കരയിലെ ശൂദ്രനോട് അരുതെന്ന് വിലക്കാൻ താഴ്ന്നജാതിക്കാർക്ക് കഴിയുകയില്ല. മറിച്ച് ചെയ്യുന്നത് കുറ്റകരമാണ്. അവരുടെ ദയനീയത അങ്ങത്തെമാരുടെ മനസലിയിക്കുകയുമില്ല.

ചെമ്മണ്ണുവിളയിൽ തിരിച്ചെത്തിയ ചുക്രിയെ മറ്റ് ചാന്നാന്മാർ വെറുത്തില്ല. കാരണം, അയാൾക്ക് വൈദ്യമറിയാം. തങ്ങളുടെ കൂട്ടത്തിൽ ഒരു വൈദ്യനുണ്ടാവുന്നത് ഒരു ആവശ്യമെന്നതിലുപരി, അഭിമാനിക്കാനുള്ള വകയാണവർക്ക്. വൈദ്യത്തിന് പുറമെ, കൈരേഖ വായന, ലക്ഷണം പറച്ചിൽ, അത്യാവശ്യം കർമം നടത്തൽ ആദിയായ വകകളും തനിക്കറിയാമെന്ന് ചുക്രി അവകാശപ്പെട്ടു. കിഴക്കൻനാടുകളിലെ വൈദ്യൻമാർ അക്കാര്യങ്ങളിൽ സമർഥന്മാരാണത്രേ!

ചെമ്മണ്ണുവിളയിൽ മൂന്ന് നാട്ടുവഴികൾ സന്ധിക്കുന്നതിനടുത്തായി ചാന്നാന്മാർ തങ്ങളുടെ വൈദ്യന് സാമാന്യം ഭേദപ്പെട്ട, പനയോല മേഞ്ഞ, ഒരു പുര നിർമിച്ചു നൽകി. കുറുമി രണ്ടു സന്തതികളുമൊന്നിച്ച് അങ്ങോട്ട് കുടിയേറി. ആറ് വയസുള്ള മല്ലു ചുക്രിവൈദ്യന്റെ സന്തതി തന്നെ. രണ്ടു വയസുകാരി കോത കുറുമിയുടെ മൂന്നാമത്തെ ദാമ്പത്യത്തിൽ പിറന്നതും.

“പട്ടിണിയെങ്കി പട്ടിണി.” ചുക്രിവൈദ്യന് അവളോടുള്ള ഏക നിബന്ധന: “എല്ലാം സഹിക്കാൻ പറ്റുമെങ്കി മാത്തരം കൂടെ താമസിച്ചോ.”

എന്തും സഹിക്കാൻ കുറുമി സന്നദ്ധയായി. മറ്റൊന്നുമില്ലെങ്കിലും, ചെമ്മണ്ണുവിളയിലെ വൈദ്യന്റെ പെണ്ണെന്ന് പറയുന്നതിലെ അന്തസ്സ്.

മറ്റ് രണ്ട് ദാമ്പത്യങ്ങളിലെ ‘അനുഭവം’ അവൾ വിസ്മരിച്ചു.

അയാൾ അവൾക്ക് ക്ഷയരോഗത്തിന് മരുന്നുണ്ടാക്കിക്കൊടുത്തു.

ദീനം മൂർച്ഛിക്കുമ്പോൾ മാത്രം അകലെയുള്ള വൈദ്യന്മാരെ തേടിപ്പോവുന്നതായിരുന്നു ചെമ്മണ്ണുവിളക്കാരുടെ അതുവരെയുള്ള ശീലം. കൊടിയ ദാരിദ്ര്യത്തിന് നടുവിൽ മരുന്നിനുള്ള വക കണ്ടെത്താനുള്ള കഴിവില്ലായ്മ അതിന് ഒരു കാരണവുമായിരുന്നു.

ചുക്രിവൈദ്യന്റെ ആഗമനത്തോടെ ആ സ്ഥിതി മാറി. പ്രതിഫലമായി അയാൾ ഇന്നതേ സ്വീകരിക്കൂ എന്നില്ല. ചെമ്പുതുട്ടുകളോ ധാന്യമോ കിഴങ്ങുകളോ ചക്കയോ എന്തും സസന്തോഷം അയാൾ വാങ്ങും. കടം പറഞ്ഞാലും സന്തോഷം ഭാവിച്ചേ അയാൾ ദീനക്കാരെ യാത്രയാക്കൂ.

ആണ്ടവന്മാരുടെ വരദാനമത്രേ എല്ലാ സിദ്ധികളും!

ചികിത്സ തേടിയെത്തുന്ന അധികം പേർക്കും അറിയേണ്ടത് ഭാവിയെ കുറിച്ചാണ്. ആയുസിന് ദൈർഘ്യമില്ലെങ്കിൽ മരുന്ന് സേവിച്ച് എന്തിന് നഷ്ടമുണ്ടാക്കുന്നു എന്നാണവരുടെ ചിന്ത.

അക്കൂട്ടത്തിൽ തന്റെ സംരക്ഷണയിലുള്ള പനയനെയും കൂട്ടി പക്കിത്തള്ളയും വൈദ്യനടുത്തെത്തി. അവന്റെ കണ്ണും കാതുകളും പൂർവസ്ഥിതിയിലാവുമോ എന്നാണ് തള്ളയ്ക്ക് അറിയേണ്ടത്.

“ഇല്ല” എന്ന ഉത്തരം തള്ളയെ ചൊടിപ്പിച്ചു: “നീയവനുക്ക കൈ

പാത്തിട്ട് ചൊല്ല്. ഇല്ലേണ് ചെല്ല നീയാര്, ആണ്ടവനാക്കും?"

ചുക്രിവൈദ്യൻ ചിരിച്ചു: "മരുന്ത് കൊണ്ട് തീനം മാറും. കണ്ണും കാതും പോറത് കർമപലം. മരുന്തും മന്തിരവും കൊണ്ട് തലവിതി എപ്പടി മാറും?"

അയാളുണ്ടാക്കിക്കൊടുത്ത കഷായം മൂന്നാല് മാസക്കാലം സേവിച്ചപ്പോൾ കുറുമിയുടെ കുത്തിക്കുത്തിയുള്ള ചുമയ്ക്ക് ശമനമുണ്ടായി. കോരുമൂപ്പനും അയാളൊരു കഷായവും എണ്ണയും ഉണ്ടാക്കിക്കൊടുത്തു. മൂന്നാഴ്ചക്കാലം അവ തുടർച്ചയായി ഉപയോഗിച്ചപ്പോൾ മൂപ്പന്റെ കാലിലെ നീര് പൂർണമായും അപ്രത്യക്ഷമായി. വ്രണങ്ങളും കരിഞ്ഞു. വീണ്ടുമൊരു മൂന്നാഴ്ചക്കാലം കഷായവും എണ്ണയും ഉപയോഗിക്കാനുള്ള വൈദ്യന്റെ നിർദേശം മൂപ്പൻ പൂർണമനസ്സോടെ അംഗീകരിച്ചു.

ആളുകൾക്കിടയിൽ ചുക്രിവൈദ്യനെ കുറിച്ചുള്ള മതിപ്പ് അനുദിനം വർധിച്ചുകൊണ്ടിരുന്നു.

എങ്കിലും, തന്റെ കണ്ണുംവെട്ടത്ത് നടക്കുന്ന ഈ മറിമായം അങ്കലാപ്പിലാക്കിയത് ഒരാളെ മാത്രമാണ്: കർമി ചാത്തുമൂപ്പനെ. പ്രകൃതിക്ഷോഭങ്ങളും പകർച്ചവ്യാധികളും മുതൽ വ്യക്തിജീവിതത്തിലെ നിസ്സാര പ്രശ്നങ്ങൾ വരെയുള്ള സകലസംഭവങ്ങളും ദൈവങ്ങളുടെയോ ഭൂതപ്രേതാദികളുടെയോ കോപം മൂലമാണെന്ന് തീർപ്പുകൽപ്പിച്ച് പ്രതിവിധി നിർദേശിക്കുകയായിരുന്നു, അയാൾ ഇക്കാലമെല്ലാം. മറ്റൊരു തൊഴിലും ചെയ്യാൻ കെൽപ്പില്ലാത്ത മൂപ്പന്റെ ഉപജീവനമാർഗവും അതായിരുന്നു. വൈദ്യന്റെ ആഗമനം അയാളുടെ വയറ്റുപിഴപ്പിനാണ് ഭീഷണിയായത്. അമർഷവും നിരാശയും മറച്ചു വയ്ക്കാതെ ഒരുദിവസം അയാളത് വെട്ടിത്തുറന്ന് പറഞ്ഞു, വിശദമായിത്തന്നെ. അവസാനമൊരു താക്കീതും:

"വൈത്യം ചെയ്യലാം. ആനാ, കൊലതൈവങ്കളെ മറന്താൽ..."

അതായത്, ഇടയ്ക്കെങ്കിലും ആണ്ടവന്മാരെ സ്മരിക്കുക, കർമത്തിന് പഴുതുണ്ടാക്കുക.

ഒഴുക്കിനെതിരെ നീന്തി വളരെയൊന്നും വിജയിച്ചിട്ടില്ലാത്ത ചുക്രിവൈദ്യൻ പൂർണമനസോടെയല്ലെങ്കിലും അവസാനം കർമിയുടെ താക്കീതിന് മുമ്പിൽ കീഴടങ്ങാൻ നിർബന്ധിതനായി. ചിലതരം രോഗങ്ങൾക്കുള്ള തന്റെ ചികിത്സാപദ്ധതിയിൽ കർമവും ഒരിനമായി അയാൾ ഉൾപ്പെടുത്തി. അതിന്റെ ആധികാരികതയ്ക്കായി മനപ്പാഠമാക്കി വച്ചിട്ടുള്ളതും ചെമ്മണ്ണുവിളക്കാർക്ക് മനസിലാവാത്തതുമായ ചില പഴയ തമിഴ് ശ്ലോകങ്ങൾ ചൊല്ലി, സന്ദർഭത്തിനിണങ്ങുന്ന തരത്തിൽ വ്യാഖ്യാനവും പറഞ്ഞ് കേൾപ്പിച്ചു.

ചാത്തുമൂപ്പന്റെ ഏത് കർമത്തിനും ചാരായവും കോഴിയും നിർബന്ധമാണ്. മൂർത്തികൾ അവയുടെ 'സത്ത' ആവാഹിച്ചെടുക്കുമെന്നാണ് വിശ്വാസം. ബാക്കിവരുന്ന 'ചണ്ടി' കർമിക്കുള്ളതും.

ചണ്ടിക്കുള്ള വില ചക്രമായി കിട്ടിയാലും മൂപ്പന് എതിർപ്പില്ല.

എന്തായാലും, ഒരു ധാരണയിലെത്തിക്കഴിഞ്ഞപ്പോൾ, 'ചണ്ടി'യു

ടെ നേർപകുതി ചുക്രിവൈദ്യന്റെ പുരയിലെത്തിക്കാൻ മൂപ്പൻ നിർബന്ധിതനായി.

നാടുതെണ്ടി മടങ്ങിയെത്തിയ ചുക്രിയുടെ പ്രശസ്തി മഠത്തിലെ കാര്യസ്ഥൻ കുഞ്ചുപിള്ളയെയും ആകർഷിച്ചു. ഒരുദിവസം അയാൾ വൈദ്യനെ ആളയച്ച് വിളിപ്പിച്ചു.

"ചാന്നാമ്മാരെ പറഞ്ഞ് പറ്റിച്ച് നീ കണ്ടമാനം ചക്രമൊണ്ടാക്ക്ണൂന്ന് അറിഞ്ഞ്." കുഞ്ചുപിള്ള ചോദിച്ചു: "അങ്ങത്തെമാർടെ വീതമെവിടെ?"

വൈദ്യൻ അമ്പരന്നു. താരതമ്യേന ദാരിദ്ര്യമില്ലാതെ ജീവിക്കുന്നു എന്നതൊഴിച്ചാൽ ഒന്നും മിച്ചം പിടിക്കാൻ ഇതുവരെ സാധിച്ചിട്ടില്ല. അത യാൾ വെളിപ്പെടുത്തി.

"എന്റ മൊകത്ത് നോക്കി കള്ളം പറയ്ണോ?" കുഞ്ചുപിള്ള കയർത്തു: "എല്ലാ ഒന്നാം തെയതിയും എന്നെ വന്ന് കാണണ്ം!"

മാസത്തിലൊരിക്കൽ കരം കിട്ടണമെന്ന് സാരം.

രോഗചികിത്സ ഒരു ധർമം ചെയ്യലാണെന്ന് ഉപദേശിച്ചുതന്ന ഗുരുവിനെ ചുക്രിവൈദ്യൻ ഓർത്തു. കർമിയുമായിച്ചേർന്ന് അത് തെറ്റിച്ച തന്റെ ബുദ്ധിമോശം.

ആ വീഴ്ചയ്ക്കും വേണ്ടിയിരുന്നു ഒരു കർമം.

നാല്

പണ്ട്, അനേകം തലമുറകൾക്കുമുമ്പ്, ചെറുമഞ്ചേരി എന്ന പേരിൽ തങ്ങൾക്കൊരു താവളമുണ്ടായിരുന്നു എന്ന ചരിത്രം തേവരുകുളത്തെയോ, മറ്റേതെങ്കിലും ജന്മിയുടെയോ അടിമപ്പുലയർക്കറിഞ്ഞുകൂടാ. വായ്മൊഴിയായി തലമുറയിൽനിന്നും തലമുറയിലേക്കത് കൈമാറ്റം ചെയ്യപ്പെടുമ്പോൾ വക്കുകളൊടിഞ്ഞ്, വടിവ് നഷ്ടപ്പെട്ട്, ഏതോ കാലത്ത് ഏതോ വനാന്തർഭാഗത്ത് ജീവിച്ചിരിക്കുന്ന കുറെ പുലയരെക്കുറിച്ചുള്ള വെറുമൊരു ഐതിഹ്യം മാത്രമായിത്തീർന്നു, ചെറുമഞ്ചരിയും.

ചെറുതരം കൃഷികൾ ചെയ്തും കൊട്ടകളും ഈറപ്പായകളു മുണ്ടാക്കിയും പുല്ലുമേഞ്ഞ കൊച്ചു കുടിലുകളിൽ ജീവിച്ചിരുന്ന ശാന്തപ്രകൃതരായിരുന്ന അവർ അന്ന് അയിത്തജാതിക്കാരായിരുന്നില്ല. എന്നാൽ നാടുവാണിരുന്നവരുടെ ശിരസ്സുകളറ്റപ്പോൾ, പുത്തൻ തമ്പുരാക്കന്മാർ പുത്തൻ വിശ്വാസങ്ങളെ ആശ്ലേഷിച്ച്, വർണാശ്രമ ധർമം എന്ന ദുർഭൂതത്താൽ ആവാഹിക്കപ്പെട്ടപ്പോൾ, പുരാണങ്ങളുടെയും കെട്ടുകഥകളുടെയും പിൻബലത്തോടെ ചെറുമഞ്ചരിയിലെ പുലയർ അടിമകളാക്കപ്പെടുകയോ നിർദയം നിഗ്രഹിക്കപ്പെടുകയോ ചെയ്തു.

ക്രോധത്തോടെ ഖഡ്ഗമുയർത്തിപ്പിടിച്ചുനിന്ന് ഒരു മുനി അലറി:

"മാറുവിൻ നീചജാതികളേ! ഈശ്വരന്മാരോളമോ അവരിലും ഉഗ്രപ്രഭാവന്മാരോ ആയ സ്വാമിമാർക്കും അവരുടെ പാദസേവകർക്കുമായി ഈ ഭൂമിയെ നാം കടലിൽനിന്നും ഉയർത്തി സ്ഥാപിച്ചിരിക്കുന്നു!"

അധികാരം അതേറ്റുപാടി.

കാലാകാലങ്ങളായി കാട്ടുജന്തുക്കളോടും പ്രതികൂല കാലാവസ്ഥ കളോടും ഏറ്റുമുട്ടി ജീവിച്ച മണ്ണിന്റെ മക്കൾ അതു കേട്ട് നടുങ്ങി. മാനുഷികതയുടെ ചാരുതയാർന്ന മുഖം നിഷ്കരുണം പിച്ചിച്ചീന്തി എറിയപ്പെട്ടപ്പോൾ തങ്ങൾ അസ്വതന്ത്രരും അയിത്തജാതിക്കാരുമായിത്തീർന്നതായി അവരറിഞ്ഞു.

ചെറുമഞ്ചേരി ഇരവിപുരമായി പരിണമിച്ചു. പുലയരുടെ ഗോത്ര ദൈവത്തെ ചവിട്ടിപ്പുറത്താക്കി, അവിടൊരു ആര്യദൈവം പ്രതിഷ്ഠിക്കപ്പെട്ടു.

സ്വാമിമാർക്ക് അയിത്തജാതിക്കാരുടെ തീണ്ടൽ ഏൽക്കാതിരിക്കാൻ ഗ്രാമത്തിനു ചുറ്റും കരിങ്കൽഭിത്തികൾ കെട്ടിയുയർത്തി.

നൂറ്റാണ്ടുകൾ കഴിഞ്ഞു. കെട്ടുകഥകൾക്ക് വേരിറങ്ങി. അവിടെ പവിത്രതയുടെയും പരമസത്യത്തിന്റെയും ഗന്ധം വമിച്ചപ്പോൾ അതിന്റെ വായു ശ്വസിച്ചവർക്കത് അന്ധമായ വിശ്വാസങ്ങളായിത്തീർന്നു.

ആരും ചോദ്യം ചെയ്തില്ല. സംശയിച്ചുകൂടാ; സംശയിക്കുന്നത് സർവനാശത്തിനും നാന്ദിയായിത്തീരുമത്രേ!

ഇരവിപുരം ഗ്രാമത്തിന്റെ കിഴക്കേമതിലിനോട് ചേർന്ന് തെക്കോട്ട് നീളുന്ന പാത തേവരുകുളം മഠത്തിന്റെ മുറ്റത്തെത്തി അവസാനിക്കുന്നു.

മഠത്തിലെ കാരണവർ കണ്ടൻനായർ ഒരു യാത്രകഴിഞ്ഞ് വില്ലുവണ്ടിയിൽ മടങ്ങുകയാണ്. വണ്ടിയുടെ പിൻഭാഗത്ത് തൂക്കിയിട്ട തിരശ്ശീല നീക്കി, ബ്രാഹ്മണഗ്രാമത്തിന്റെ പായൽപിടിച്ച കന്മതിലിലേക്ക് നോക്കി അയാളിരുന്നു. മതിലിന്റെ ഉയരക്കൂടുതൽ കാരണം അതിനപ്പുറത്തെ വൃക്ഷത്തലപ്പുകളും അവയ്ക്കിടയിൽ ക്ഷേത്രഗോപുരവും മാത്രമേ അയാൾക്ക് കാണാൻ കഴിയുമായിരുന്നുള്ളൂ. ഗ്രാമത്തിന്റെ രൂപകൽപ്പനയെക്കുറിച്ച് കേട്ടറിവ് മാത്രമേ അയാൾക്കുള്ളൂ. വലിയ ജന്മിയാണെങ്കിൽപ്പോലും ബ്രാഹ്മണനല്ലാത്തതിനാൽ ഗ്രാമത്തിനുള്ളിൽ അയാൾക്ക് പ്രവേശിക്കാനാവില്ല.

എന്നാൽ തേവരുകുളം കരയിലെ കുറെ പെണ്ണുങ്ങൾക്കെങ്കിലും അതിനുള്ള യോഗമുണ്ട്. ഇരവിപുരത്തെ ബ്രാഹ്മണഗൃഹങ്ങളിൽ വേല ചെയ്യുന്നവരാണവർ. മഠത്തിലെ അക്കാനിപ്പുരയിലെ അവർണസ്ത്രീകൾ പാലിക്കേണ്ട ചിട്ടകളോട് സമാനതയുണ്ട് ബ്രാഹ്മണ ഗൃഹങ്ങളിൽ വേല ചെയ്യുന്ന ശൂദ്രപ്പെണ്ണുങ്ങളുടെ ചിട്ടകൾക്കും. മുണ്ട് ഇറക്കിയുടുത്ത് മാറിടം പ്രദർശിപ്പിച്ചേ അവർ നടക്കാവൂ. സ്വാമിമാരുടെ ഏത് ഇംഗിത ത്തിനും അവർ തടസം നിൽക്കരുത്.

വില്ലുവണ്ടി മതിൽ പിന്നിട്ടു. പാതയ്ക്കിരുപുറവും സ്വാമിമാരുടെ നെൽവയലുകൾ. തേവരുകുളത്തെ അപേക്ഷിച്ച് മെച്ചപ്പെട്ട വിളയാണിവിടെ, എപ്പോഴും. എത്ര കനത്ത മഴക്കാലത്തും വെള്ളം കയറി കൃഷിനാശമുണ്ടാവുകയുമില്ല.

മുൻഭാഗത്തെ ഇരിപ്പിടത്തിൽ വണ്ടിക്കാരനരികിൽ കാര്യസ്ഥൻ കുഞ്ചുപിള്ളയുമുണ്ട്. 'സംബന്ധ'വിഷയമൊഴിച്ചുള്ള എല്ലാ യാത്ര കളിലും കാര്യസ്ഥൻ തന്റെയൊപ്പം വേണമെന്ന് കാരണവർക്ക് നിർബ

സ്ഥമുണ്ട്.

നിരപ്പില്ലാത്ത പാതയിൽ വണ്ടിച്ചക്രങ്ങൾ ഉരുളുമ്പോഴുള്ള ശബ്ദം അന്തരീക്ഷത്തിൽ പ്രതിധ്വനിച്ചു. ഇടയ്ക്കിടെ വണ്ടിക്കാരന്റെ നീട്ടിയുള്ള വിളിയും:

"ഓഹോയ്– – ഓഹോ–യ്—മാറിപ്പോ–!"

അയിത്തജാതികൾ അബദ്ധത്തിൽപ്പോലും മുമ്പിൽവന്ന് പെടാതിരിക്കാനുള്ള മുന്നറിയിപ്പാണത്. അതിനാൽ 'ഓഹോയ്' കേട്ട അയിത്തജാതിക്കാരൊക്കെയും പ്രാണഭയത്താൽ പെരുവഴിയിൽനിന്ന് ഓടിയകന്നു.

ചാന്നാന്മാർക്കും ഈഴവർക്കും ശൂദ്രനിൽനിന്നും പന്ത്രണ്ടടി അകലെ നിൽക്കാം. എന്നാൽ പുലയരാദികൾക്ക് അതിന്റെ നാലുമഞ്ചും മടങ്ങാണ് കുറഞ്ഞ അകലം. അവരൊന്ന് കണ്ടുപോയാൽപ്പോലും ചില സാഹചര്യങ്ങളിൽ മേൽജാതിക്കാർ അശുദ്ധരായെന്നും അവരുടെ വാളിനിരയായെന്നും വരും.

സനാതനമതത്തെ വ്യാഖ്യാനിച്ച മുനിവര്യന്മാർ ലോകത്തിലാകെ നാലുജാതികളെ മാത്രമേ മനുഷ്യരായിട്ട് അംഗീകരിച്ചിട്ടുള്ളൂ. അതിലേറ്റവും താഴെയാണ് ശൂദ്രൻ. കാക്കയെയോ പട്ടിയെയോ കൊല്ലുന്നത്ര പാപമേ മേൽജാതിക്കാരൻ ശൂദ്രനെ കൊന്നാലുമുണ്ടാവൂ എന്നത്രേ ഒരു മുനി സിദ്ധാന്തിച്ചിരിക്കുന്നത്. അപ്പോൾ പിന്നെ അയിത്തജാതിക്കാരുടെ കാര്യം പറയാനുണ്ടോ?

വില്ലുവണ്ടിയിൽ കരുത്തനും ക്രൂരനും ജന്മിയുമായ തേവരു കുളത്തെ കാരണവർ. തീണ്ടിപ്പോയാൽ തല പോവും, തീർച്ച!

പാടം കടന്ന് കുറേക്കൂടെ മുമ്പോട്ട് പോവുമ്പോൾ കുന്നിന്റെ പടിഞ്ഞാറേ ചരിവിലെത്തും. കുന്നിന്റെ ഏതാണ്ട് മധ്യഭാഗത്ത് എത്തിയപ്പോൾ കണ്ടൻനായർ പൊടുന്നനെ കൽപ്പിച്ചു: "വണ്ടി നിർത്ത്."

വണ്ടിനിന്നു. കുഞ്ചുപിള്ള പിന്നിലേക്ക് ഓടിയെത്തി.

കണ്ടൻനായരും വണ്ടിയിൽ നിന്നുമിറങ്ങി.

ഇരവിപുരത്തുകാർക്കും തേവരുകുളത്തുകാർക്കും ജന്മാവകാശമായ ഊരുകൾക്കിടയിലെ പണ്ടാരംവക ഭൂമിയാണ് ആ കുന്ന്. കുന്നിൻ ചരുവിൽ, പെരുവഴിയിൽനിന്നും പത്തിരുന്നൂറുവാര കിഴക്കുമാറി കുറെ തൂണുകൾക്ക് മുകളിൽ പനയോല മേഞ്ഞ നീളമുള്ളൊരു മേൽക്കൂര. കൗപീനമോ ഒറ്റത്തോർത്തോ ധരിച്ച ഏഴെട്ട് ചാന്നാന്മാർ അതിന് ചുവട്ടിലുണ്ട്. നിക്കറും കുപ്പായവും തലപ്പാവുമണിഞ്ഞ വെള്ളക്കാരനായ ഒരു ധ്വര ചാന്നാന്മാർക്ക് എന്തൊക്കെയോ നിർദേശങ്ങൾ നൽകുന്നു. കുഞ്ചുപിള്ളയുടെ നെഞ്ചിലൂടെ ഒരു കൊള്ളിയാൻ പാഞ്ഞു. ആളുകളെ വേദത്തിൽ ചേർക്കുന്നുണ്ടെന്നും, പള്ളി എന്ന് പേരുള്ള ആരാധനാലയങ്ങൾ നിർമിക്കുന്നുണ്ടെന്നും അയാൾ കേട്ടിട്ടുണ്ട്. എന്നാൽ തന്റെ തൊട്ടയലത്ത് അങ്ങനെയൊന്നുണ്ടാവുമെന്ന് ഒരിക്കലും പ്രതീക്ഷിച്ചതല്ല.

ഇത് കൊടിയ ധിക്കാരമാണ്!

എന്താണെന്ന് തിരക്കിയറിഞ്ഞുവരാൻ കണ്ടൻനായർ കാര്യസ്ഥനോട് കൽപ്പിച്ചു.

അൽപ്പം കഴിഞ്ഞ് തിരിച്ചെത്തിയ കുഞ്ചുപിള്ള ഭയത്തോടും കുറ്റബോധത്തോടും കാര്യമുണർത്തിച്ചു. ഈ പെരുവഴിയിൽനിന്നും കിഴക്കോട്ട് നാലേക്കർ ഭൂമി ലണ്ടൻ മിഷനറി സൊസൈറ്റി എന്ന വേദക്കാരുടെ സംഘടനയ്ക്ക് പണ്ടാരത്തിൽനിന്നും പതിച്ചു നൽകിയിരിക്കുകയാണ്. അതിനുള്ളിലെ പള്ളിപ്പണി നടക്കുകയാണിപ്പോൾ. മാത്രമല്ല, ഈ കുന്നിന്റെ പേര് ഇപ്പോൾ പള്ളിക്കുന്ന് എന്നാണ് പോലും!

കണ്ടൻനായർ നടുങ്ങി.

പള്ളിക്കുന്നും അവിടുത്തെ വേദപ്പള്ളിയും!

സനാതനമതത്തെ ഉപേക്ഷിക്കുന്നവർക്കൊരു ദേവാലയം!

അയാളുടെ മുഖം ചുവന്നു. ക്രോധത്താൽ കണ്ണുകൾ ചെറുതായി.

പള്ളിയെന്നല്ല, തങ്ങൾക്ക് സ്വീകാര്യമല്ലാത്ത ഏതൊന്നിനെയും ഉന്മൂലനം ചെയ്യുന്നതാണ് തേവരുകുളത്തുകാരുടെ ശീലം.

എന്നാൽ ഇക്കുറി കണ്ടൻനായർ നിയന്ത്രിക്കേണ്ടിവന്നു.

ധർമരാജ്യം വാണരുളുന്ന പൊന്നുതമ്പുരാന് പോലും ധ്വരമാരെ ഭയക്കേണ്ടി വന്നിരിക്കുന്നു. അൽപ്പം മുമ്പുവരെ രാജ്യത്തിലെ ഏറ്റവും ഉയർന്ന ഉദ്യോഗസ്ഥനായ ദിവാൻപോലും ഹിന്ദുവല്ലാത്തൊരു ധ്വരയായിരുന്നു!

അവരുടെ വഞ്ചനയും കാപട്യവും തിരുമനസ്സിന് അറിയില്ലെന്ന് വരുമോ?

തിരുവിതാംകോട് കണ്ട അത്യുത്തമ പുരുഷനായ വേലുത്തമ്പിയെ കാലപുരിക്കയച്ച യമദൂതന്മാർ!

നായർപട്ടാളമെന്ന അതിമഹത്തായ ആശയമുൾക്കൊണ്ട വേലുത്തമ്പി!

സ്വന്തം ജാതിമഹിമയെക്കുറിച്ച് കണ്ടൻനായർക്ക് അതിതീവ്രമായ അഭിമാനമാണുള്ളത്.

എന്നാൽ യാഥാർഥ്യത്തിലേക്ക് മടങ്ങിവരുമ്പോൾ കാലഘട്ടത്തിന് സംഭവിച്ച അപചയം അയാളും കണ്ടു. ബ്രാഹ്മണരെ ശൂദ്രരും, ശൂദ്രരെ അവർണജാതിക്കാരും അനുസരിച്ച് ജീവിക്കും. എന്നാൽ എതിർത്തുനിൽക്കാനാവില്ലെന്ന് ഉത്തമ ബോധ്യമുള്ളതിനാലാണല്ലോ പൊന്നുതമ്പുരാൻ ധ്വരമാരെ അനുസരിക്കാൻ നിർബന്ധിതനായത്.

കണ്ടൻനായർ പറഞ്ഞു: "അവര് പള്ളിയൊണ്ടാക്കട്ട്. എന്നാല് തേവരുകുളം ഊരിലെ ആരെങ്കിലും വേദത്തില് ചേർണപക്ഷം ആ ജാതിക്കാരെ കൂട്ടത്തോടെ കാട്ടിലേക്ക് തൊരത്തി ഓടിക്കണം."

വിനീതനായി കുഞ്ചുപിള്ള കൂട്ടിച്ചേർത്തു: "ആ ജാതിക്കാരക്ക് എന്നും ഓർമയൊണ്ടാവുന്നതിലേക്കായി എന്തരുചെയ്താലും അധികമല്ല."

കൊല്ലാമെന്നോ അംഗഭംഗമുണ്ടാക്കാമെന്നോ സാരം.

അവരെയും വഹിച്ച് വില്ലുവണ്ടി പിന്നെയും ഉരുണ്ട് നീങ്ങി.

"ഓഹോയ്- - ഓ-ഹോ-യ്-!" വണ്ടിക്കാരന്റെ ശബ്ദത്തിൽ അമർഷം ഇരമ്പി.

അഞ്ച്

മഠത്തിന്റെ തെക്കേ പടിപ്പുരമുറ്റത്ത് ആളുകൾ കൂടി നിൽക്കുന്നത് ദൂരെനിന്ന് കണ്ടപ്പോൾത്തന്നെ അളമു ഊഹിച്ചു: കുറ്റവിചാരണയും ശിക്ഷിക്കലും തന്നെയാണ്. ചെറിയതരം കുറ്റങ്ങൾക്ക് ഊരിലെ എല്ലാ ജാതിക്കാരെയും വിളിച്ചു വരുത്തി മിനക്കെടുത്തുന്ന പതിവ് മഠത്തുകാർക്കില്ല.

അക്കാനി പുരയിൽ കൊണ്ടുവച്ച് അയാൾ ആളുകൾ കൂടിനിൽക്കുന്നിടത്തേക്ക് വന്നു.

മൂക്കൻ ചക്കാലയും അയാളുടെ പെണ്ണുമാണ് പ്രതികൾ.

മഠംവക നാളികേരം ആട്ടിയുണ്ടാക്കിയ എണ്ണ കേടായിരുന്നു. അളവും കുറവ്. നല്ല വെളിച്ചെണ്ണ പുറത്ത് വിറ്റ് ചക്രമാക്കിയിട്ട് കേടായ എണ്ണ അളവ് കുറച്ച് മഠത്തിലെത്തിച്ചുവെന്നാണ് മല്ലൻപിള്ള എല്ലാവരോടുമായി അറിയിച്ചത്. വഞ്ചനയും മോഷണവും ശിക്ഷിക്കപ്പെടേണ്ട കുറ്റങ്ങളാണ്.

താൻ ഒരു തെറ്റും ചെയ്തിട്ടില്ലെന്ന് ചക്കാല ആണ്ടവന്മാരെയെല്ലാം വാരിപ്പിടിച്ച് ആണയിട്ടു. വേനൽമഴയിൽ കുടിലിന്റെ മേൽക്കൂര ചോർന്നൊലിച്ചപ്പോൾ കൊപ്ര നനഞ്ഞു. അത് വീണ്ടുമുണക്കിയാണ് ആട്ടിയതെങ്കിലും എണ്ണ കേടായതാണ്. അളവും കുറഞ്ഞു പോയി.

എങ്കിൽ ഉടനടി മഠത്തിൽ അറിയിക്കാത്തതെന്ത് എന്നായി മല്ലൻപിള്ള.

ചക്കാലയ്ക്കും പെണ്ണിനും മറുപടിയില്ല.

കണ്ടൻനായർ ശിക്ഷ വിധിച്ചു. രണ്ട് കുറ്റങ്ങൾക്കും രണ്ടാണ് ശിക്ഷ. മൂക്കന് ചാട്ടവാർ കൊണ്ടുള്ള പത്തടിയും രണ്ട് പറ ഉപ്പ് അസ്തമയം വരെ ചുമടും. ഉപ്പുവട്ടി നിലത്തിട്ടാൽ ശിക്ഷ ഇരട്ടിയാവും.

ചക്കാലച്ചി മാറത്തലച്ചു കരഞ്ഞു.

ചക്കാലയ്ക്ക് കൂട്ടുനിന്നുവെന്ന കാരണത്താൽ നാല് നാഴികനേരം കൈവിരൽ നിലത്തു മുട്ടിച്ച് വളഞ്ഞു നിൽക്കാനായിരുന്നു അവളുടെ വിധി.

ക്രൂരമായ ആ പീഡനങ്ങൾ കണ്ടുനിൽക്കാൻ അളമുവിനാവില്ല. തന്റെ കൂലിയും വാങ്ങി അയാൾ പുരയിലേക്ക് നടന്നു. കുറച്ചുദൂരമെത്തിയപ്പോൾ ചക്കാലയുടെയും പെണ്ണിന്റെയും നിലവിളി കേട്ടു.

ഈ ദേശത്തിന് എന്നും ക്രൂരതയുടെ, ചിലപ്പോൾ മരണത്തിന്റെയും, മണമാണെന്ന് അയാൾക്ക് തോന്നാറുണ്ട്.

ഇടയ്ക്കിടെ ഉയർന്ന് കേൾക്കുന്ന രോദനങ്ങൾ. അങ്ങത്തെമാർ അംഗഭംഗം വരുത്തിയവരുടെ വികൃതരൂപങ്ങൾ.

തന്റെ അപ്പനമ്മമാരുടെ പ്രേതങ്ങളെ സ്വപ്നം കണ്ടുണരേണ്ടി

വന്നിട്ടുള്ള രാത്രികൾ!

അതിനുത്തരവാദികളായവർക്ക് നേരെ ഒരു ചെറുവിരലനക്കാൻ പോലും താൻ ശക്തനല്ലെന്ന ബോധം. അതുളവാക്കുന്ന നിസ്സാരത്വം, അപമാനം.

ചാന്നാർ ജാതി ക്ഷത്രിയകുലമാണെന്നും പണ്ടവർ നാടുവാഴികളായിരുന്നുവെന്നുമൊക്കെ ചുക്രിവൈദ്യൻ അവകാശപ്പെടുമ്പോൾ അളമുവിന് പുച്ഛമാണ് തോന്നാറ്.

നഷ്ടപ്പെട്ടുപോയ പ്രതാപം ചാന്നാന്മാർക്കിനിയും കൈവരുമെന്നാണ് വൈദ്യന്റെ ഉറച്ച വിശ്വാസം. അതിന് മാർഗമൊന്നേയുള്ളു: ചക്രമുണ്ടാക്കുക!

എങ്ങനെ ചക്രമുണ്ടാക്കാം എന്നതാണ് വൈദ്യനെ ഈയിടെയായി അലട്ടുന്ന ഏറ്റവും വലിയ പ്രശ്നം. ചികിത്സയുടെ പേരിൽ കുഞ്ചു പിള്ളയ്ക്ക് മാസാമാസം വായ്ക്കരിയിടണം. നിശ്ചിതമായൊരു തുകയല്ല അയാൾക്കാവശ്യം. എത്രപേർക്ക് ഏതെല്ലാം തരം ദീനങ്ങൾക്ക് മരുന്നു കൊടുത്തു എന്നതനുസരിച്ചാണ് അയാൾ തുക നിശ്ചയിക്കുക.

കുടിലിൽ പട്ടിണിയായാൽ കുറുമി ഓരോന്നും പറയാൻ തുടങ്ങും. കുറ്റമവളുടേതല്ല. രണ്ട് സന്തതികളെ തീറ്റിപ്പോറ്റണം. കഷായവും എണ്ണയുമുണ്ടാക്കാൻ അവൾ സഹായിക്കാൻകൂടും. പുറത്തുപോയി വേറെന്തെങ്കിലും തൊഴിൽ ചെയ്യാവുന്ന ആരോഗ്യസ്ഥിതിയല്ല അവളുടേത്. മല്ലുവിനെയും വൈദ്യം പഠിപ്പിക്കണമെന്നാണ് വൈദ്യന്റെ ആഗ്രഹം. കുറുമിയുടെ ഇളയമകൾ കോത അയാളുടെ സന്താനമല്ലാത്തതിനാൽ സ്നേഹക്കുറവുണ്ടെന്ന പരാതിയും കുറുമിക്കുണ്ട്.

ചക്രമില്ലാത്തതാണ് എല്ലാ പ്രശ്നങ്ങൾക്കും കാരണമായി വൈദ്യൻ കാണുന്നത്. അതിനുള്ള മാർഗങ്ങളെപ്പറ്റി തലപുകഞ്ഞാലോചിച്ചിരിക്കേ ഒരിക്കൽ അളമു ഒരുപായം പറഞ്ഞു കൊടുത്തു.

ചെമ്മണ്ണുവിളയുടെ തെക്കേ അറ്റത്തുള്ള ചതുപ്പിനപ്പുറം പണ്ടാരം വക ഭൂമിയാണ്. ചിതൽപ്പുറ്റുകൾ നിറച്ചുള്ളതിനാൽ അവിടെ നിറയെ പാമ്പുകളുണ്ടെന്നാണ് ആളുകളുടെ വിശ്വാസം. പാമ്പൻകുന്നെന്നാണവിടം അറിയപ്പെടുന്നതും. അവിടെ ചെറുതും വലുതുമായി നിറയെ പനകളുണ്ട്. കള്ളിന് വേണ്ടി ആ മരങ്ങൾ ചെത്താനുള്ള അവകാശം സമ്പാദിക്കണം. കള്ളു വിറ്റാൽ ചക്രമുണ്ടാവും.

വൈദ്യന് ആ ആശയം നന്നേ ബോധിച്ചു.

ചെമ്മണ്ണുവിളക്കാർക്ക് കള്ളുമോന്താൻ പെരുമുക്കിലെ ഈഴവരെ ആശ്രയിക്കുകയേ നിവൃത്തിയുള്ളൂ. അവിടെ കിട്ടുന്നത് തെങ്ങിൻ കള്ളാണ്. പണ്ടാരംവക പനകളിൽ ചിലർ രഹസ്യമായി അത്യാവശ്യത്തിന് കള്ളുണ്ടാക്കുമെങ്കിലും പിടിക്കപ്പെട്ടാൽ നല്ല ചാട്ടവാറടിയാവും പ്രതിഫലം.

ചുക്രിവൈദ്യൻ അടുത്ത ദിവസം തന്നെ അധികാരി പരമുപിള്ളയെ ചെന്നു കണ്ടു. അനുവാദം നൽകുമ്പോൾ അധികാരി കർശനമായി

പറഞ്ഞു.

"ഓരോ ഉപായവും പറഞ്ഞ് എന്നെ പറ്റിച്ചാലൊണ്ടല്ലോ. ഇവിടേയ്ക്കൊള്ളത് വെള്ളിച്ചക്രങ്ങളായിട്ട് വേണം കൊണ്ടുവരാൻ."

പ്രതിഫലം കുറയ്ക്കരുതെന്ന് സാരം.

മഠംവക പനകൾ കയറിക്കഴിഞ്ഞുള്ള നേരത്ത് അളമു കള്ള് ചെത്താൻ തുടങ്ങി. കാശായിട്ടാണ് കൂലി.

പാമ്പൻകുന്നിൽത്തന്നെ നിർമിച്ച കുടിലിൽ കള്ള് ഒഴിച്ചു വിൽക്കാനായി വൈദ്യൻ കോരുമൂപ്പനെ നിയോഗിച്ചു.

തന്നോട് അനുവാദം ചോദിക്കാതെ വൈദ്യൻ ഈ കച്ചവടം ഒപ്പിച്ചെടുത്തതിൽ തനിക്കുള്ള അമർഷം കുഞ്ചുപിള്ള ഒളിച്ചുവച്ചില്ല. എങ്കിലും പരമുപിള്ള അധികാരിയുടെ തീരുമാനത്തിന് എതിരു നിൽക്കുന്നില്ല എന്ന് മാത്രം അയാൾ പറഞ്ഞുവച്ചു.

പാമ്പൻകുന്നിൽ കള്ള് വിൽക്കുന്ന കുടിലൊഴികെ വേറെ പുരകളൊന്നുമില്ല. അവിടെ പതിവായി കള്ളു മോന്താനെത്തുന്ന ഒരുവൻ ആണ്ടിയാണ്. സ്വന്തം അപ്പനാണ് ഒഴിച്ചു വിൽക്കുന്നത് എന്നതിനാൽ കടം പറയാനും അയാൾക്കെളുപ്പമാണ്. അത് അവർക്കിടയിൽ ഇടയ്ക്കിടെ സംഘർഷാവസ്ഥയുണ്ടാക്കാറുണ്ട്. അപ്പനോട് വിടചൊല്ലി സ്വന്തം കുടിലിൽ പെണ്ണും കൊച്ചുങ്ങളുമായി താമസമായ ശേഷം അയാൾക്ക് കുടുംബവുമായി പറയത്തക്ക അടുപ്പമൊന്നുമില്ല. തങ്ങൾക്കെന്തെങ്കിലും സഹായം ചെയ്യേണ്ടിവരുമെന്ന ഭയം മൂലമാണ് അയാൾ തങ്ങളെ കാണാൻ വരാത്തതെന്ന് കോരുമൂപ്പനും പൊന്നിയും പറയാറുണ്ട്. അക്കാരണത്താൽ ആണ്ടിയുടെ പെണ്ണ് കൊങ്കമ്മാൾ ഒരുപാട് പഴി കേൾക്കേണ്ടതായും വന്നിട്ടുണ്ട്.

കള്ളുകടയിലെ മറ്റൊരു പതിവുകാരൻ ചിന്നനാണ്.

കള്ള് മോന്തുന്നതിനിടയിൽ തേവരുകുളത്തിന് വടക്കുള്ള കുന്നിൽ നിർമിച്ച പള്ളിയെക്കുറിച്ച് അവൻ പരാമർശിച്ചു:

"കെളക്കൻ ഊരുകളിലെല്ലാം സകലമാന ചാന്നാന്മാരും വേദത്തിലെ ചേർന്നതാം." അതിനുള്ള കാരണവും അവൻ വിശദീകരിച്ചു: "ത്വരമാര് ഒയർന്ത ശാതിക്കാരാക്കും. ചാന്നാനിക്കിട്ടെ അവങ്കള്ക്ക് അയിത്തം ഇല്ലാത്തത് ചാന്നാനും മേൽശാതി ആനതിനാലെയാക്കും. ചുമ്മാതെയല്ല അവങ്കള് ചാന്നാരെ വേദത്തില് ചേർക്കിറത്."

തർക്കിച്ചാൽ അതും, അൽപ്പം ലഹരിയുടെ പിൻബലമുണ്ടെങ്കിൽ, മറ്റൊന്നും വിട്ടുകൊടുക്കാൻ തയ്യാറല്ലാത്തവനാണ് ആണ്ടി.

"യാര് ശൊന്നത്?" അവൻ പറഞ്ഞു: "തൊറയിലെ മുക്കുവരും വേതക്കാരാച്ച്."

"കള്ളം." ചിന്നനും വിട്ടില്ല: "ചുത്ത കള്ളം."

അങ്ങനെ സംഭവിച്ചതിനുള്ള നിരവധി ഉദാഹരണങ്ങൾ ആണ്ടി എടുത്തുപറഞ്ഞു. പടിഞ്ഞാറ് പുല്ലുവിള മുതൽ കിഴക്ക് കൊളച്ചൽ വരെയുണ്ടായ സംഭവങ്ങൾ. അതിനപ്പുറം അയാൾ പോയിട്ടില്ല. എന്നാൽ അതൊ

ന്നും ചാന്നാന്റെയോ മുക്കുവന്റെയോ ജാതിമഹത്വം മൂലമല്ലെന്നും അയാൾ തീർത്തു പറഞ്ഞു. ധ്വരമാർ തൊലി വെളുത്തവരാണെങ്കിലും ഇവിടത്തുകാരല്ല. അതുകൊണ്ട് മുക്കുവനെയും ചാന്നാനെയും വിവേചിച്ചറിയേണ്ട ആവശ്യം അവർക്കില്ല. പക്ഷെ, ഒന്നുണ്ട്: വേദത്തിൽ ചേർന്ന മുക്കുവർക്കും ചാന്നാന്മാർക്കും വെവ്വേറെ പള്ളികളാണ് അവരുണ്ടാക്കിയത്!

"എങ്കെയൊക്കെയോ പെലയശാതിക്കുമൊണ്ട് പോലും വേതപ്പള്ളി." ഒന്നുനിർത്തി ആണ്ടി തുടർന്നു: "അതൊന്റും നമ്മ കാരിയമല്ല. നമ്മ പട്ടിണി തീരണമെങ്കി അങ്കത്തെമാര് കനിയണും. കൊലതൈവങ്കള് കാപ്പാത്തണും. അതിനാലെ ത്വരമാരെയും അവങ്ക വേതത്തെയും പാർക്കാതിരിക്ക്റത് നമ്മ രക്ഷ."

കോരുമൂപ്പനും അതിനോട് യോജിച്ചു.

മറിച്ചായിരുന്നുവെങ്കിൽ, കള്ള് ഒഴിച്ചുവിൽക്കുന്ന പണി തനിക്ക് ആര് തരുമായിരുന്നു എന്നാണ് അപ്പോഴയാൾ ചിന്തിച്ചത്.

ഇറക്കുമതി ചെയ്യപ്പെട്ട പുതിയ മതത്തെപ്പറ്റി കൂടുതൽ അറിയാതിരിക്കാനാണ് ചെമ്മണ്ണുവിളക്കാർക്ക് പൊതുവിൽ താൽപ്പര്യം. തങ്ങളുടെ ചുറ്റുവട്ടത്തിനപ്പുറം നിലനിൽക്കുന്ന ലോകത്തെക്കുറിച്ചുള്ള ചുക്രിവൈദ്യന്റെ വിവരണം കേട്ടിരിക്കാൻ പോലും ആളുകൾ വിമുഖത കാട്ടി. അമിതമായി ജാതിയിൽ അഭിമാനവും ആവേശവും കൊള്ളുന്നത് പലവട്ടം അപകടങ്ങളുണ്ടാക്കിയിട്ടുള്ള അനുഭവം അവർക്കുണ്ട്. അത് ശൂദ്രരുടെ പ്രകോപനത്തിന് കാരണമായിത്തീരാം. ഹൈന്ദവീയമല്ലാത്ത സകലതിനോടും ശത്രുതാമനോഭാവമാണ് അവർക്കുള്ളത്.

അതൊന്നുമല്ലെങ്കിൽ പോലും ചിന്തിക്കുന്നതും കൂടുതൽ അറിയുന്നതും ചെമ്മണ്ണുവിളക്കാരെ സംബന്ധിച്ചിടത്തോളം പാഴ്‌വേലയാണ്. അങ്ങത്തെമാരെ അനുസരിച്ച് അടങ്ങിയൊതുങ്ങി ജീവിക്കുന്നതിൽ കൂടുതലായ സുരക്ഷിതത്വം തങ്ങൾക്കുണ്ടാവാനില്ലെന്ന് കീഴ്ജാതിക്കാർ വിശ്വസിക്കുന്നു. അതിന് കാരണവുമുണ്ട്. പെരുവഴിയിൽ പിടിച്ചുനിർത്തി മേൽജാതിക്കാരൻ പ്രഹരിച്ചാൽ ഒരു ചാന്നാനെ സഹായിക്കാൻ മറ്റൊരു ചാന്നനോ ഒരു ഈഴവനെ സഹായിക്കാൻ മറ്റൊരു ഈഴവനോ അതുവഴി വരികയില്ല. അങ്ങത്തെമാരുടെ കൽപ്പനപ്രകാരം അവർണർ സ്വജാതിക്കാരെ വകവരുത്തിയതിന് അനേകം ഉദാഹരണങ്ങളുണ്ട്. അതിന് വിസമ്മതിച്ചാൽ പീഡിപ്പിക്കപ്പെടുകയോ കൊല്ലപ്പെടുകയോ ചെയ്യും എന്ന കാര്യം തീർച്ചയാണ്.

അസമയങ്ങളിൽ പരിസരത്തെങ്ങാനും തീപ്പന്തം കണ്ടാൽ ചെറുത്തുനിൽക്കാനല്ല മറിച്ച് അടുത്തുള്ള കാടുകളിലേക്ക് പലായനം ചെയ്യാനാണ് ചെമ്മണ്ണുവിളക്കാർ ശീലിച്ചിട്ടുള്ളത്.

വിരലിലെണ്ണാവുന്ന തദ്ദേശീയർ മാത്രമേ പള്ളിക്കുന്നിലെ വേദപള്ളിയുമായി എന്തെങ്കിലും ബന്ധമുള്ളവരായിട്ടുള്ളൂ. തേവരുകുളത്തെ ജന്മിയുടെ കുടിയാന്മാരായ ആരും അക്കൂട്ടത്തിലില്ല. എന്നാൽപ്പോലും,

നാട്ടിലെ എല്ലാ വിഭാഗക്കാരും വേദപ്പള്ളിയെ ശ്രദ്ധിക്കാൻ നിർബന്ധിതരായി.

ചാന്നാർ, ഈഴവർ, ശൂദ്രർ എന്ന ക്രമത്തിലാണ് തേവരുകുളത്തെ ജാതിതിരിച്ചുള്ള അംഗബലം. ആ മൂന്ന് വിഭാഗക്കാരെയും മൂന്ന് തരത്തിലാണ് പള്ളി സ്വാധീനിച്ചത്.

ഹിന്ദുമതം തങ്ങൾക്ക് ലഭ്യമാക്കിത്തന്നിട്ടുള്ള വിശേഷപ്പെട്ട അധികാരാവകാശങ്ങൾക്ക് പുതിയ മതം ഭീഷണിയായിത്തീർന്നേക്കാം എന്നതിനാൽ ശൂദ്രർ അതിനെ എതിർത്തു. കീഴ്ജാതിക്കാർ മതപരിവർത്തനം നടത്തുന്നത് ഹിന്ദുമതത്തിനും അതിലൂടെ തങ്ങൾക്ക് തന്നെയും ദോഷകരമാണെന്നവർ തിരിച്ചറിഞ്ഞു. അതുകൊണ്ട് തങ്ങളെ ആശ്രയിച്ച് കഴിയുന്നവരുടെ മതംമാറ്റത്തെയും അവർക്ക് അംഗീകരിക്കാനായില്ല.

ജാതിശ്രേണിയിൽ ചാന്നാർക്ക് തുല്യരാണെങ്കിലും ധ്വരമാർ കൊണ്ടുവന്ന വേദത്തിൽ ചേരാൻ ഈഴവർ മടിച്ചു. മഠത്തുകാർ അടിമപ്പുലയരെക്കൊണ്ട് വേലചെയ്യിക്കുന്നതിന്റെ പലമടങ്ങ് വയലുകൾ അവർ കരയിലെ ശൂദ്രർക്ക് പാട്ടത്തിന് കൊടുത്തിട്ടുണ്ട്. ആ വയലുകൾ മറുപാട്ടത്തിന് കൃഷി ചെയ്യുന്നത് ഈഴവരുമാണ്. ചാന്നാന്മാർക്ക് കിട്ടാത്തൊരു പരിഗണനയാണത്. അതുമൂലം തങ്ങൾ 'ശൂദ്രർക്ക് തൊട്ട് താഴെ, ചാന്നാർക്ക് തൊട്ട് മേലെ' എന്നൊരു ധാരണ ഈഴവർക്കുണ്ട്. ജാതിചിന്ത കൊണ്ടൊന്നുമല്ല, മറിച്ച്, വേദത്തിൽ ചേരുന്നതിലും ഭേദം മറുപാട്ടം കൃഷിയാണെന്ന് ചിന്തിക്കാൻ സ്വാഭാവികമായും അവർ പ്രേരിതരായി.

മാർഗംകൂടിയവരിൽ ഏറിയകുറും ചാന്നാന്മാരാണെന്നാണ് ചെമ്മണ്ണുവിളക്കാർ അറിഞ്ഞിട്ടുള്ളത്. തങ്ങൾക്ക് വേണ്ടി ഉണ്ടായിട്ടുള്ളതാണ് ക്രിസ്തുമതം എന്നൊരു തോന്നലും അതിലൂടെ ഉരുത്തിരിഞ്ഞു വന്നു. എങ്കിലും, ശൂദ്രരുടെ ദ്രോഹം ഭയന്ന് ആരുമത് പരസ്യമായി പ്രകടിപ്പിച്ചില്ല. ആയിടക്കൊരു ദിവസം വേദപ്പള്ളിയിലെ ഉപദേശിയും മറ്റു രണ്ട് ചാന്നാന്മാരും ചുക്രിവൈദ്യന്റെ പുര തിരക്കിയറിഞ്ഞ് അങ്ങോട്ട് കയറിച്ചെന്നു. പുരയുടെ ഉമ്മറത്തെ മൺതിട്ടയിലിരുന്ന അവരെ കാണാൻ ആളുകൾ കൂടി. സ്വയം പരിചയപ്പെടുത്തിക്കഴിഞ്ഞ് വേദത്തെയും പള്ളിയെയും കുറിച്ച് ഉപദേശി വിശദീകരിച്ചു. ധ്വരമാരുടെ വേദമത്രേ സത്യവേദം അഥവാ ക്രിസ്തുമതം. സത്യദൈവം ഒന്നേയുള്ളു. അത് വേദക്കാരുടെ ദൈവമാണ്!

അയാൾ തുടർന്നു: "എല്ലാ ഞാറാഴ്ചയും പള്ളീല് ജപമിരുക്ക്. ഒരു വേള ധ്വരയും മതാമ്മയും വരുവാങ്ക. ചെമ്മണ്ണുവെളേലൊള്ള സകല മാന ചാന്നാരും പള്ളിക്ക് വരണും. കണ്ടിപ്പാ സത്തിയവിശ്വാസികളാകണും."

വന്നുകൂടിയവർ പരസ്പരം മുഖത്ത് നോക്കി. ചിലർ അതൃപ്തി ഭാവിച്ച് പിൻവാങ്ങി.

എങ്കിലും അതൊന്നും ഉപദേശിയെ നിരാശനാക്കിയില്ല. വൈദ്യനെ പാട്ടിലാക്കുകയാണ് അയാളുടെ പ്രധാന ഉദ്ദേശ്യം. അയാൾ പറഞ്ഞു:

"വൈത്തിയരുക്ക് രൊമ്പ ലോകപരിചയവും അറിവുമിരുക്ക്."

ഇരുന്ന ഇരുപ്പിൽ തനിക്കൊരു മൂന്നാല് കോൽ പൊക്കം കൂടിയതു പോലെ തോന്നി ചുക്രിവൈദ്യന്. പ്രശംസിക്കപ്പെടുന്നത്, പ്രത്യേകിച്ചും മറ്റുള്ളവർക്ക് മുമ്പിൽ വച്ചാണെങ്കിൽ, അത്യധികം സുഖകരമാണ യാൾക്ക്. പെരുമയും അംഗീകാരവും ആരോടും ചോദിച്ചുവാങ്ങേണ്ടവയല്ല എന്നയാൾക്കറിയാം. മറ്റുള്ളവർ അറിഞ്ഞ് തരേണ്ടവയാണത്.

അയാൾ പ്രതികരിച്ചു: "അതെല്ലാം ചരി താൻ. പൂതപ്പാണ്ടിയിലെ മുത്തയ്യാ വൈത്തിയര് കൂടെ കൊഞ്ചകാലം നാൻ പാർത്തിരുക്ക്. നിസ്സാര ആളാ മുത്തയ്യാ വൈത്തിയര്? മാറാവ്യാതിയാനാൽ ഇത്തര നാഴിക ഇത്തര വിനാഴിക വ്യാതിക്കാരൻ ശത്തിടുവാൻ എന്റ് കണിശമാക ശൊല്ല അവാളുക്ക് മട്ടുംതാൻ കഴിയും. പിന്നെ ആരുവാമൊഴിയിലും തിരുനെൽവേലിയിലുമൊക്കെ നാൻ തങ്കിയിരുക്ക്. അങ്കെയെല്ലാം രൊമ്പ ആളുകളെ തെരിയും."

"നാനും ശൊന്നത് അത് താൻ." ഉപദേശിയും വിട്ടില്ല. "വെവരമൊള്ളവര് കൂടെ എടപെടത് തെന്നെ സന്തോഷം. ചെമ്മണ്ണുവെളേല് വൈത്യരെക്കാൾ കൂടുതല് അറിവ് യാരുക്കിരുക്ക്. അപ്പൊ സത്തിയതൈവം വേറെയൊണ്ടെന്ന് വൈത്തിയര് ചൊല്ലെട്ടും."

വിശ്വാസങ്ങളുടെ മർമത്തിലാണ് ഉപദേശിയുടെ പിടിത്തം. പക്ഷേ, വൈദ്യൻ വഴങ്ങിയില്ല: "എല്ലാ ദൈവങ്കളും സത്തിയം തേൻ."

"അതെപ്പടി വൈത്തിയരേ? കല്ലുക്കും മരത്ത്ക്കും സാത്താന്ക്കും സത്തിയമൊണ്ടോ? അതൊക്കെ തേവമ്മാരാകുമാ? അത് പോട്ട്, വൈത്തിയര് ചെല്ലണം, നമ്മള് ചാന്നാരു ഇന്ദുശാതിയാക്കുമാ?

വൈദ്യനതിന്റെ പൊരുൾ മനസിലായില്ല.

"ചൂത്തരമ്മാരുക്ക് മേലെയൊള്ളവര് ഇന്ദുക്കള്," ഉപദേശി വിശദീകരിച്ചു: "കീഴ്ചാതികൾ ഇന്ദുക്കളെന്ന് ചുമ്മാ ചൊല്ല്റത്. ഇന്ദുതേവമ്മാരെ പുശിക്കാൻ കീഴ്ചാതികളുക്ക് എന്ന അവകാശം? അവങ്ക കോവിലുകളുക്കുള്ളേ പോക നമ്മളുക്ക് മുടിയുമാ? അന്ത കോവില് പക്കത്തിലെ നമ്മ ചവിട്ടിനാൽ കോവിലെല്ലാം അചുത്തമായിടും."

അതെല്ലാം നേരാണെന്ന് വൈദ്യനും മറ്റെല്ലാവർക്കും നന്നായറിയാം. എന്നാലും താൻ ഹിന്ദുവായി അറിയപ്പെടാനാണ് വൈദ്യന് താൽപ്പര്യം. തന്റെ ഗുരുക്കൻമാർ ഹിന്ദുക്കളായിരുന്നു. അവർക്ക് പൂജിക്കാൻ കുടുംബദൈവങ്ങളുമുണ്ടായിരുന്നു.

"സത്തിയ തെയ്വം ഒന്റ് മട്ടും താൻ." ഉപദേശി തീർത്ത് പറഞ്ഞു: "അന്ത കടവുൾ ഒലകം മുഴുവതും നെറഞ്ചിരുക്കിറത്. തീയും കാറ്റും കടലും അന്ത കടവുളുക്ക് വഴക്കം. അന്ത കടവുളുക്ക് കുരുതികള് വേണ്ടാം. മനസുരുകി യാര് കൂപ്പിട്ടാലും സത്തിയമാന അന്ത കടവുൾ കേപ്പാർ."

കർമി ചാത്തുമൂപ്പൻ കൂടെയില്ലാത്തത് വൈദ്യനെ ആശ്വസിപ്പിച്ചു. അയാളിതൊക്കെ കേട്ടാൽ ഉപദേശിയെ വെറുതെ വിട്ടെന്ന് തന്നെ വരില്ല.

വൈദ്യൻ പറഞ്ഞു: "നമ്മ തേവമ്മാരും ചങ്കടങ്ങള് കേക്കും."

"എങ്കി ഉങ്ക ചങ്കടങ്കള് ഏൻ തീരാത്തത്?"

"നീങ്ക വേതത്ത്ലെ ചേർന്താ അതെല്ലാം തീരുമാ?"

ഉപദേശിക്ക് ഉത്തരം മുട്ടി.

"നാങ്കള് വേതത്തിലെ ചേർന്താൻ ചൂത്തരര് പ്രച്നമൊണ്ടാക്കിയിടുവാങ്ക." വൈദ്യൻ ചോദിച്ചു: "അപ്പോത് എങ്കളെ കാപ്പാറ്റ വേതപ്പള്ളിക്കാരങ്ക വരുമോ?"

മറുപടിയായി, ബൈബിളിലുള്ള ഒരു കഥ ഉപദേശി പറഞ്ഞു കേൾപ്പിച്ചു. ഈജിപ്റ്റിൽ അടിമകളായി കഴിയേണ്ടിവന്ന യഹൂദർ രക്ഷപ്പെട്ട കഥ. അവർക്കായി രണ്ടായി പിളർന്നു കൊടുത്ത അതേ കടൽ പിന്തുടർന്നു വന്ന ശത്രുക്കളെ മുഴുവൻ മൂടിക്കളഞ്ഞു!

കാരണം, യഹൂദർ മാത്രമായിരുന്നു സത്യദൈവത്തിന്റെ ജനം.

ആ ദൈവം ഇവിടത്തെ ചാന്നാന്മാരെയും തന്റെ ജനമായി അംഗീകരിക്കുമോ എന്ന സംശയം എന്നിട്ടും വൈദ്യനിൽ ബാക്കിനിന്നു.

ഉപദേശിയും കൂട്ടരും തിരിച്ചു പോയി..

ചെമ്മണ്ണുവിളയിൽ തിരിച്ചെത്തി ഒരുവർഷത്തോളമായിട്ടും മറ്റ് ചാന്നാന്മാർക്ക് അജ്ഞാതമായിരുന്ന തന്റെ മഹത്വം വെളിപ്പെട്ടതിൽ വൈദ്യൻ സംതൃപ്തനായി. ആദ്യാവസാനം കേഴ്‌വിക്കാരായി കുറച്ചു പേരേ ഉണ്ടായിരുന്നുള്ളൂ. എന്നാലും സാരമില്ല.

എല്ലാവരും പിരിഞ്ഞു പോയിട്ടും ചിന്നൻ മാത്രം മുറ്റത്ത് തറഞ്ഞിരുന്നു. വൈദ്യൻ കാരണം തിരക്കി.

"അവങ്ക പള്ളിക്കൊന്ന് പെയ്യാലോ." അവൻ പറഞ്ഞു.

"മണ്ടത്തരം കാട്ടാതെ." വൈദ്യൻ ഓർമിപ്പിച്ചു: "ചൂത്തരര് എല്ലാം ചുട്ട് ചാമ്പലാക്കിയിടുവാങ്കെ."

ഏതാനും നാഴികകൾക്ക് ശേഷം ചെമ്മണ്ണുവിളയിൽ ഒരു വാർത്ത പരന്നു. മടങ്ങിപ്പോകവേ കുന്നിനപ്പുറത്ത് വച്ച് മല്ലൻപിള്ളയും സംഘവും ഉപദേശിയെയും കൂടെയുള്ളവരെയും ആക്രമിച്ചു. ഉപദേശിയോടൊപ്പം ഒരുവൻ ഓടി രക്ഷപ്പെട്ടു. മൂന്നാമനെ ശൂദ്രർ പിടിച്ചുകൊണ്ടു പോയി.

സന്ധ്യയോടടുത്തപ്പോൾ ആ മൂന്നാമന്റെ നിലവിളി ആളുകൾ കേട്ടു.

സത്യദൈവം വെറും മിഥ്യയാവുന്ന നിമിഷങ്ങൾ!

ചുക്രിവൈദ്യൻ തന്റെ പുരയിലിരുന്ന് താടി ചൊറിഞ്ഞു.

ആറ്

ചേമയ്ക്ക് വയസ്സ് പതിനഞ്ചായി. ആ പ്രായമെത്തുമ്പോൾ പെൺകുട്ടികൾ മംഗല്യവതികളും അപൂർവമല്ലാതെ അമ്മമാരുമായിത്തീരുന്നതാണ് ചെമ്മണ്ണുവിളയിലെ നാട്ടുനടപ്പ്. അതുകൊണ്ടുതന്നെ തന്റെ മകളുടെ ഭാവിയിൽ പൊന്നിക്ക് ഉൽക്കണ്ഠയുമുണ്ട്.

നാലുപേരറിഞ്ഞ് ഭാര്യാഭർത്താക്കന്മാരാവുന്നതിന് പകരം അവൾ

എപ്പോഴും അളമുവിന്റെ പിന്നാലെ നടക്കുന്നതിലും എന്തോ പന്തികേടു പോലെ.

സ്വന്തം മനസ്സമാധാനത്തിന് വേണ്ടി ഒരുദിവസം ചുക്രിവൈദ്യനെ ക്കൊണ്ട് അവർ മകളുടെ കൈരേഖ നോക്കിച്ചു.

അയാൾ പറഞ്ഞു: "കൊഴന്തയ്ക്ക് മംകല്യപാക്കിയമൊണ്ട്. സന്താന സൗപാക്യവും സകല നർചെയ്തികളുമിരുക്ക്–"

നെൽക്കൃഷി ചെയ്യാൻ ഒരുതുണ്ട് വയൽ തിരക്കിനടപ്പാണ് ഇപ്പോഴും അളമു. അതിനായി കരയിലെ പല പാട്ടക്കാരെയും കണ്ടു. ശ്രമം ഫലിച്ചില്ലെന്നതോ പോട്ടെ, പലരും ദേഷ്യപ്പെടുകയും ചെയ്തു.

ചാന്നാൻ നെൽക്കൃഷിക്കാരനാവുകയോ?

അസംബന്ധം!

പെരുമുക്കിലെ ഈഴവരിൽ പ്രധാനി വേലുപ്പണിക്കനാണ്. തേവരുകുളം ഏലായിൽ ഏറ്റവും കൂടുതൽ മറുപാട്ടം കൃഷിയുള്ളത് അയാൾക്കാണ്. മാത്രമല്ല, ഈഴവരെ കൂട്ടേണ്ട ഊഴിയം പോലുള്ള പ്രധാനസംഗതികളെല്ലാം മഠത്തുകാർ അയാളെയാണ് പറഞ്ഞേൽപ്പിക്കുന്നത്.

ഒരുപക്ഷെ അയാൾ സഹായിച്ചേക്കുമെന്ന് അളമുവിന് തോന്നി.

ചാന്നാന്മാരുടേതിൽനിന്നും വ്യത്യസ്തമല്ലാത്ത കൊച്ചുപുരകളാണ് ഈഴവരുടേതും. പുല്ലുകൊണ്ടോ പനയോലകൊണ്ടോ മറച്ച മേൽക്കുരയും വശങ്ങളുമാണ് അവയ്ക്കുള്ളത്. മഠംവക തെങ്ങുകളിൽ നിന്നും നാളികേരമിടുന്നതും കള്ളുചെത്തുന്നതും ഈഴവർ തന്നെ. എങ്കിലും തെങ്ങോലകൊണ്ട് പുരമേയാൻ അവർക്കവകാശമില്ല.

ചാന്നാന്മാർ പെരുമുക്ക് വഴി ചന്തയിലേക്ക് പോവുന്നതുപോലെ തങ്ങളുടെ കൃഷിയിടങ്ങളിലേക്കും വയൽവേലകൾക്കും ഈഴവരും ചെമ്മണ്ണുവിളയിലൂടെയും കടന്നുപോവുന്നു. ഇരുകൂട്ടർക്കുമിടയിലെ ബന്ധം അവിടംകൊണ്ട് അവസാനിക്കുന്നു. അവർ അന്യോന്യം സ്പർശിച്ചുകൂടാ. കോരിച്ചൊരിയുന്ന പെരുമഴയത്ത് പോലും ഒരു ജാതിക്കാരൻ മറ്റേ ജാതിക്കാരന്റെ പുരയിൽ കയറി നിൽക്കുകയില്ല.

പരസ്പരം ഒരു ബന്ധം നിലനിർത്തേണ്ട ആവശ്യം അവർണ ജാതിക്കാർക്കിടയിലില്ല. ഊരിലെ സകല അയിത്തജാതിക്കാരും തങ്ങളുമായി മാത്രമേ നേരിട്ടിടപെടാവൂ എന്നാണ് ജന്മിയുടേയും നിർബന്ധം.

വേലുപ്പണിക്കനെ തിരക്കി പെരുമുക്കിലെത്തിയ അളമുവിനോട് അവിടത്തെ ഈഴവർ സൗഹൃദമൊന്നും കാണിച്ചില്ല. വെറുതെയൊരു സംശയം തോന്നിയാൽപ്പോലും ചാട്ടവാറുകൊണ്ട് പ്രഹരിക്കുന്ന അങ്ങത്തെമാരെ അവർക്ക് ഭയമാണ്.

വന്നകാര്യം പറഞ്ഞിട്ട് വേഗം സ്ഥലം വിടാൻ വേലുപ്പണിക്കൻ നിർദേശിച്ചു.

"പണിക്കര് സഹായിക്കണും" അളമു അപേക്ഷിച്ചു. "മറുപാട്ടത്തിന് ഒരുതുണ്ട് വയല് എനക്ക് വാങ്കിത്തരണും. അതുക്ക് വേണ്ടി ഒരുപാട് അങ്ങത്തെമാരെ നാൻ കണ്ട്. യാരും സഹായിക്കല്ലെ."

"ഞാനെവിടേന്ന് വാങ്ങിത്തരാൻ?" പണിക്കൻ ചോദിച്ചു.

"എല്ലാ വയലും ഈഴവരയ്ക്ക് കൊടുത്തെന്ന് അവര് പറയണ്."

"അതൊക്കെ വെറുതെ. ചെലപ്പോ ചാന്നാമ്മാര് വയല് കൃഷി ചെയ്യ ണ്ടാന്നാരിക്കും ചൂത്തരമ്മാരുടെ നിശ്ചയം. കൃഷിചെയ്യാതെ തരിശ് കെട ക്ക്ണ വയലുകള് ഇല്ലാത്തതുകൊണ്ടൊന്നുമല്ല അവര് അങ്ങനെ പറയ ണത്. പക്ഷെങ്കില് ഞാൻ ശിപാർച്ചയുമായി പെയ്യാല് എനിക്ക് ഇതിലെ ന്തര് കാരിയമെന്ന് അവര് കേക്കും. ചൂത്തരന്മാരുടെ സ്വഭാവം നെനക്ക റിയാമല്ലോ. അതുകൊണ്ട് കേക്കാനും പറയാനുമൊന്നും ഞാനില്ല."

എന്നിട്ടും മടങ്ങിപ്പോവാൻ മടിച്ചുനിന്ന അളമുവിനെ പണിക്കൻ ഉപ ദേശിച്ചു: "ആളുകള് വിചാരിക്കണത് പോലെയൊള്ള ആദായമൊന്നും മറുപാട്ടം കൃഷിക്കില്ല. ചെലവിന്റ അഞ്ചില് മൂന്ന് വീതം ജമ്മിക്ക്. ഒരു വീതം പാട്ടം പിടിച്ചിട്ടൊള്ള കരയില ചൂത്തരന്. പാടുപെട്ട് വേലചെയ്യ് ണവന് അഞ്ചിലൊന്ന് മാത്തരം. അതവാ കാലാവസ്ഥയൊന്ന് പെഴച്ചാ കുടിവെള്ളം പോലും മുട്ടിപ്പോവും. അപ്പഴും ജമ്മിയും പാട്ടക്കാരനും നമ്മളെ വെറുതെ വിടൂല്ല!"

"ആനാലും പണിക്കരേ,"

പണിക്കന് പെട്ടെന്ന് ദേഷ്യമാണുണ്ടായത്. എങ്കിലും അളമുവിന്റെ ദയനീയഭാവം അയാളിൽ മനസലിവുണ്ടാക്കി. അയാൾ പറഞ്ഞു: "പിന്നെ നെനക്കത്തര വാശിയാണെങ്കി ഒരു ഉപായം പറഞ്ഞുതരാം. ആരൊക്കെ ശിപാർച്ച ചെയ്താലും നല്ല വയലൊന്നും നെനക്കവര് തരൂല്ല. പിന്നെ ഒരുപാട് കൊല്ലമായിട്ട് കൃഷിയെറക്കാത്ത ഒരു കണ്ടം ഊഴിയം തോട്ടിന്റ തെക്കേക്കരയിലൊണ്ട്. അതിന്റയും അതിനടുത്തൊള്ള നാലഞ്ച് കണ്ടങ്ങളുടെയും പാട്ടക്കാരൻ കുമരക്കുറുപ്പാണ്. എല്ലാകൊല്ലവും വെള്ളം കേറണത് കൊണ്ട് ആരുമത് മറുപാട്ടത്തിന് എടുക്കൂല്ല. തോട്ടു വരമ്പ് നന്നാക്കിയെടുത്താ ചെലപ്പോ കൃഷിനാശമൊണ്ടാവൂല്ല. എന്തരാ യാലും നീതന്നെ കുറുപ്പിന്റടുത്ത് അതിനെപ്പറ്റി പറഞ്ഞുനോക്ക്. പക്ഷെങ്കില് ഒരു കാരിയം. നഷ്ടം വന്നാ എന്നെ പഴിക്കരുത്."

ഉദാരമായ വ്യവസ്ഥയിൽ ജന്മി പാട്ടത്തിന് നൽകിയിട്ടുള്ള കണ്ട ങ്ങളിൽ ഒന്നിനെപ്പറ്റിയാണ് പണിക്കൻ വിവരിച്ചത്. വർഷങ്ങൾക്ക് മുമ്പ് തെളിച്ചെടുത്തതാണെങ്കിലും അവിടെനിന്നും നേരാംവണ്ണം നെല്ലു കൊ യ്യാൻ ആർക്കും കഴിഞ്ഞിട്ടില്ല. നല്ല മഴക്കാലത്ത് തോട്ടിൽനിന്നും വെള്ളം കയറുമെന്ന് മാത്രമല്ല, മൂന്നുവശത്തുനിന്നും കുത്തിയൊലിച്ചിറങ്ങി വരമ്പ് ഭാഗികമായോ പൂർണമായോ ഒലിച്ചുപോവുകയും ചെയ്യും. ആദ്യമൊക്കെ അടിമപ്പുലയരെ ഉപയോഗിച്ച് പ്രതിവിധികൾ ചെയ്യാൻ മഠത്തുകാർ ശ്രമിച്ചുവെങ്കിലും പ്രയോജനം ചെയ്യുന്നില്ലെന്ന് ആവർത്തിച്ച് ബോധ്യ പ്പെട്ടപ്പോൾ അവർ ശ്രമം ഉപേക്ഷിച്ചു.

കഠിനാധ്വാനം ചെയ്യുന്നതോ ആദായമുണ്ടാവാതിരിക്കുന്നതോ അള മുവിനിപ്പോൾ പ്രശ്നമല്ല. കൃഷിക്കാരനാവുക എന്നതാണ് അയാളുടെ ഏറ്റവും വലിയ മോഹം. നെൽകൃഷിയെ മാത്രമേ നാട്ടിൽ 'കൃഷി' എ ന്ന അർഥത്തിൽ ആളുകൾ അംഗീകരിച്ചിട്ടുള്ളൂ.

യഥാർഥത്തിൽ ആ കണ്ടത്തെക്കുറിച്ച് വേലുപ്പണിക്കൻ പറയാൻ

കാരണം, അളമു അക്കാര്യത്തിൽനിന്നും പിന്തിരിയണമെന്ന ഉദ്ദേശ്യത്തോടെ തന്നെയായിരുന്നു. വയലെന്ന് പറയാറുണ്ടെങ്കിലും കാണുന്ന ഒരാൾക്കും അത് വയലായി തോന്നുകയില്ല. മൂന്നുവശങ്ങളും മണ്ണിടിഞ്ഞ് വീണ് നികന്നിരിക്കുന്നു. കീഴ്ഭാഗം തോട്ടിലേക്കിറങ്ങിയതുമാണ്. സാമാന്യബുദ്ധിയുള്ളവരാരും അതിൽ നെൽകൃഷി ചെയ്യാൻ ഒരുമ്പെടുകയില്ല എന്നതാണ് വാസ്തവം.

അളമുവിനും ആദ്യം അങ്ങനെയാണ് തോന്നിയതെങ്കിലും, പിന്തിരിയരുതെന്ന് അയാളുടെ നിശ്ചയദാർഢ്യം വിളിച്ചുപറഞ്ഞു കൊണ്ടേയിരുന്നു.

പാത്തും പതുങ്ങിയും പാമ്പൻകുന്നിൽ കള്ളുമോന്താനെത്തുന്ന അപൂർവം വിജാതീയരിലൊരുവനാണ് കുമരക്കുറുപ്പ്.

മുഖത്ത് നിറയെ വസൂരിക്കലകളുള്ള മൊശടൻ പ്രകൃതക്കാരനായ കുമരക്കുറുപ്പിനെ കരയിലെ മറ്റ് ശൂദ്രർക്ക് പൊതുവിൽ വെറുപ്പാണ്. എങ്കിലും അങ്ങത്തെമാരുടെ ജാതിക്കാരനായ അയാൾ കള്ള് മോന്താനെത്തുന്നത് ചുക്രിവൈദ്യന് നന്നേ ബോധിച്ചു. അയാളുള്ളപ്പോൾ ചാന്നാന്മാർ കുടിലിന് പുറത്ത് നിൽക്കണമെന്നാണ് വൈദ്യന്റെ നിയമം. അങ്ങത്തെയോടുള്ള ആദരവ്. അതിലുപരിയായി അയാളെ അശുദ്ധനാക്കാതിരിക്കാനുള്ള മുൻകരുതൽ. ഒഴിച്ചുകൊടുക്കുന്ന കോരുമൂപ്പനും വൈദ്യനും മാത്രം ആ നിയമം ബാധകമല്ല. പോരാത്തതിന്, കുറുപ്പിന് മാത്രം ഉപയോഗിക്കാൻ പ്രത്യേക മൺകോപ്പ പോലും അയാൾ വാങ്ങി സൂക്ഷിച്ചിട്ടുണ്ട്. ചാന്നാന്മാർക്ക് ചിരട്ടയാണ് പാനപാത്രം.

അളമുവിന്റെ അഭ്യർഥന മാനിച്ച് വയലിന്റെ കാര്യം അവതരിപ്പിച്ചത് ചുക്രിവൈദ്യനാണ്. എന്നാൽ, കേട്ടപാടെ കുറുപ്പ് ക്ഷോഭിച്ചു:

"ചാന്നാന് വയലോ? ചാന്നാൻ വയലില് നെൽകൃഷി ചെയ്താ എന്തരൊണ്ടാവുമെന്നറിയാമോ? ജമ്മി കോപിക്കും, കരക്കാര് കോപിക്കും. തേവര്കൊളത്തിലൊള്ള പകവതിയും കോപിക്കും. നീയൊരു കാരിയം ചെയ്യ്. കള്ള് ചെത്താൻ കൊറച്ച് പനകള് കൂടെ പാട്ടത്തിനെടുക്ക്. അങ്ങത്തെയ്ക്ക് കൊറച്ച് കള്ള് ദെവസേന ദാനമായിട്ട്താ. തേവമ്മാര് പ്രസാദിക്കുകേങ്കിലും ചെയ്യും!"

എങ്കിലും, വർഷങ്ങളായി കൃഷിയിറക്കാതെ തരിശായിക്കിടക്കുന്ന കണ്ടം കയ്യേൽക്കാൻ ആളില്ലെന്ന് ബോധമുണ്ടായപ്പോൾ, ദിവസങ്ങൾക്കു ശേഷം അയാൾ പറഞ്ഞു: "ജമ്മിയോട് ഞാൻ പറഞ്ഞ്, ചാന്നാന് വയല് കൊടുക്കണ്ടാന്ന് തെന്നെയാണ് അവിടത്തെയും അപിപ്രായം. എന്നാലും ഒരുവിതത്തില് ഞാൻ പറഞ്ഞ് സമ്മതിപ്പിച്ച്. പക്ഷെങ്കില് പാട്ടമെത്തര തരും?"

"അങ്ങത്തെ പറയു" വൈദ്യനാവശ്യപ്പെട്ടു.

"എല്ലാടത്തുമൊള്ളതുപോലെ അഞ്ചില് നാല്."

"ആരക്കും വേണ്ടാത്ത ആ കണ്ടത്തിനോ?" കോരുമൂപ്പൻ ഇടപെട്ടു. "അതിനെ വയലാക്കിയെടുക്കണമെങ്കി എത്തര വേല ചെയ്യണമെന്നറി

യുമോ?"

കുറുപ്പ് കള്ള് മോന്തി, ചിറിതുടച്ച്, ആലോചിക്കാമെന്ന് പറഞ്ഞ് സ്ഥലം വിട്ടു.

പിന്നെയും നാലഞ്ചുദിവസത്തെ വിലപേശലിന് ശേഷമാണ് ഒരു ധാരണയിലെത്തിയത്. അതനുസരിച്ച് ആദ്യത്തെ മൂന്നുകൊല്ലം പാതി വാരവും തുടർന്ന് മൂന്നുകൊല്ലക്കാലം അഞ്ചിൽ മൂന്നുമായി പാട്ടം നിശ്ചയിച്ചു.

പുറമെ അതൃപ്തി ഭാവിച്ചെങ്കിലും കുറുപ്പും ജന്മിയും ഉള്ളുകൊണ്ട് ചിരിച്ചു. ഇന്നത്തെ സ്ഥിതിയിൽ മറ്റാരും ആ കണ്ടത്തിൽ കൃഷിചെയ്യാൻ ഒരുമ്പെടുകയില്ല. പാടുപെട്ട് വയലാക്കിയെടുത്താൽ തന്നെ ദുർബലമായ കരകൾ എപ്പോൾ ഇടിയുമെന്നും വെള്ളം കയറുമെന്നും ആർക്കും പറയാനാവില്ല.

ചാന്നാൻ നെൽകൃഷിചെയ്യുന്നത് തേവരുകുളത്തെ കാരണവരെ സന്തോഷിപ്പിച്ചില്ല. കാര്യസ്ഥൻ കുഞ്ചുപിള്ള സമാധാനിച്ചു.

"അവിടന്ന് ഒട്ടും വെഷമിക്കണ്ട. ആ കണ്ടത്തില് കൃഷിയെറക്കീട്ടൊള്ള ഒരുത്തനും കൃഷിച്ചെലവ് പോലും മൊതലായിട്ടില്ല. ചാന്നാന്റെ ഗതിയും അത് തെന്നെ."

"പാട്ടക്കുടിശ്ശിക വരുത്തിയാ ചാന്നാന്റെ മുതുകില് കല്ല് കേറ്റണം." കണ്ടൻനായർ നിർദേശിച്ചു.

"അവന്റെ കാത് രണ്ടും മുറിച്ചുകളയാം."

അടുത്ത പ്രാവശ്യം കണ്ടപ്പോൾ വയൽ തെളിച്ചെടുക്കാനുള്ള മാർഗങ്ങൾ വേലുപ്പണിക്കൻ അളമുവിനോട് ഉപദേശിച്ചു. ഇടിഞ്ഞു കിടക്കുന്ന കളിമണ്ണുകൊണ്ട് തോട്ടുവക്കത്തെ വരമ്പ് ബലപ്പെടുത്തണം. അതിന് മറ്റ് ചാന്നാന്മാരെയും വേലയ്ക്ക് നിർത്തണം. അധ്വാനിച്ചാൽ മറ്റ് വയലുകളോടൊപ്പം ഞാറ് നടാം. എന്നാൽ, അതിനെല്ലാം മുമ്പ് അത്യാവശ്യമായി ചെയ്യേണ്ട മറ്റൊന്നുണ്ട്. കുറുപ്പിനെ വിശ്വസിച്ചുകൂടാ. ജന്മിയും അയാളുടെ പക്ഷത്തേ നിൽക്കൂ. ഒരു മധ്യസ്ഥനെ കൂടെനിർത്തി പാട്ടത്തിന്റെ തോത് പറഞ്ഞ് സമ്മതിപ്പിച്ചിട്ടേ പണി തുടങ്ങാവൂ.

അതിന് പറ്റിയ ഏറ്റവും നല്ല വ്യക്തിയെയും പണിക്കൻ നിർദേശിച്ചു. തേവരുകുളം മഠത്തിലെ രാമൻനായർ. കണ്ടൻനായരുടെ ഇളയ സഹോദരനാണെങ്കിലും രാമൻനായർ നീതിമാനാണ്.

രാമൻനായരെ മധ്യസ്ഥനാക്കുന്നതിൽ കുമരക്കുറുപ്പിന് വിമുഖതയുണ്ടായിരുന്നു. മറ്റാരായാലും വിരോധമില്ല. പക്ഷെ, രാമൻനായർ....

എന്നിട്ടും, അളമുവിന്റെയും ചുക്രിവൈദ്യന്റെയും നിർബന്ധവും പാഴായിക്കിടക്കുന്ന കണ്ടത്തിൽനിന്നും എന്തെങ്കിലും കിട്ടുമല്ലോയെന്ന ചിന്തയും ഇടയ്ക്കിടെ സൗജന്യമായി കിട്ടുന്ന കള്ളും, വഴങ്ങാൻ അയാളെ നിർബന്ധിതനാക്കി.

ഏഴ്

തേവരുകുളത്തെ കാരണവർ പിടിവാശിക്കാരനാണ്. കോപമുണ്ടായാൽ ഇന്നതേ ആകാവൂ എന്നൊന്നും അയാൾക്കില്ല.

കുടുംബവുമൊത്ത് പള്ളിയിൽ പോവാൻ ചിന്നൻ തീരുമാനിച്ചപ്പോൾ ചെമ്മണ്ണുവിളയിലെ തലമൂത്തവരെല്ലാം എതിർത്തു, ഉപദേശിച്ചു; അരുത്, അപകടം ക്ഷണിച്ചുവരുത്തരുത്.

ചിന്നൻ വഴങ്ങിയില്ല.

'ഹിന്ദു'വായി ജീവിച്ചിട്ട് മേൽഗതിയുണ്ടാവാത്തതാണത്രേ, അയാൾ വേദത്തിൽ ചേരാൻ തീരുമാനിച്ചതിന്റെ കാരണം. പോരാത്തതിന് ഒളിച്ചും പതുങ്ങിയും ഏതാനും ഞായറാഴ്ചകളിൽ പള്ളിക്കുന്നിൽ ഒറ്റയ്ക്ക് പോയതിലൂടെ വേദത്തിലെ ആണ്ടവന്റെ 'ശക്തി'യെപ്പറ്റി വളരെപ്പെട്ടെന്നുതന്നെ അന്ധമായൊരു വിശ്വാസവും അയാളിലുണ്ടായി. അതിനെക്കാൾ ശക്തരാണ് തേവരുകുളത്തെ ശൂദ്രരെന്ന് പറഞ്ഞവരെ അയാൾ മഠയന്മാരെന്ന് വിളിച്ചു.

പള്ളിയിലേയ്ക്ക് പോവുന്നത് കുറച്ചുകൂടെ കഴിഞ്ഞിട്ടാവാം എന്ന അനുനയരൂപത്തിലുള്ള ചുക്രിവൈദ്യന്റെ നിർദേശം ചിന്നന് സ്വീകാര്യമായില്ല. മാസത്തിൽ ഒരു ഞായറാഴ്ച മാത്രമേ ധ്വരയും മദാമ്മയും പള്ളിക്കുന്നിൽ വരൂ. ചിന്നൻ അവരെ കണ്ടിട്ടുണ്ട്. അവരുടെ നിറവും തേജസ്സും അനന്യസാധാരണമത്രേ! അവരെ അടുത്ത് കാണുകയെന്നത് ചിന്നന്റെ പെണ്ണ് തൊക്കിലിക്ക് ജീവിതസാഫല്യം കൈവരുന്നതിന് തുല്യമാണ്.

അടുത്ത ഞായറാഴ്ച നേരം പരപരാ വെളുത്തപ്പോൾ ചിന്നനും പെണ്ണും മക്കളെയും കൂട്ടി പള്ളിക്കുന്നിലേക്ക് പുറപ്പെട്ടു. ധ്വരയെയും മദാമ്മയെയും കൺകുളിർക്കെ കണ്ടു. അവരുടെ ബോധനം ശ്രവിച്ചു.

ഹിന്ദുമതം അജ്ഞാനികളുടെ മതമാണ്. അവർ കല്ലിനെയും മരത്തെയും പിശാചുക്കളെയും പൂജിക്കുന്നു. അവരാരും സ്വർഗത്തിലെത്തുകയില്ല. അണയാത്ത നരകത്തീയിൽ വെന്തുവെന്തു ജീവിക്കും. എന്നാൽ നമ്മുടെ ദൈവമായ യഹോവ സത്യവും നീതിയുമുള്ളവൻ. ആ ദൈവത്തിന്റെ ഏകമകനായ യേശുക്രിസ്തു അഗതികളെ രക്ഷിക്കാനായി ഭൂമിയിൽ വന്നു. നമ്മുടെ എല്ലാ പാപങ്ങളെയും ഏറ്റെടുത്ത് മരക്കുരിശിൽ മരിച്ചു. അവന്റെ തേജസ്സ് ഇപ്പോൾ ഈ നാട്ടിലെങ്ങും നിറഞ്ഞുനിൽക്കുന്നു. ദീനവും ദുരിതവും പീഡനവും സഹിക്കുന്ന ഇവിടത്തെ എല്ലാ പാവപ്പെട്ടവരെയും അവൻ വിളിക്കുന്നു: "മക്കളേ എനിക്കരികിലേക്ക് വരിക, ഞാൻ ജീവനും സത്യവുമാകുന്നു; ഞാൻ നിങ്ങളെ ആശ്വസിപ്പിക്കാം." അത് നിങ്ങൾ കേൾക്കുന്നില്ലേ? ഉണ്ട്, ഞാൻ കേൾക്കുന്നുണ്ട്. പൂർണമനസോടെ വിശ്വസിച്ചാൽ മാത്രമേ അത് കേൾക്കാൻ കഴിയൂ. വിശ്വസിക്കൂ, വിശ്വസിക്കൂ, യഹോവയിലും യേശുക്രിസ്തുവിലും മാത്രം വിശ്വസിക്കൂ!"

ചെമ്മണ്ണുവിളയിൽനിന്നും ആദ്യമായി 'സത്യവേദ'ത്തിൽ ചേർന്ന കുടുംബക്കാർക്ക് ധ്വര തന്നെ, തീണ്ടൽ ഭീതിയില്ലാതെ, തലയിൽ വെള്ളം

തളിച്ച് ജ്ഞാനസ്നാനം നൽകി. ചിന്നന്റെ മക്കൾക്കെല്ലാം ഓരോ ക്രിസ്ത്യാനിപ്പേരും നൽകി. അവന്റെ ആറേഴുവയസുള്ള മൂത്ത മകളുടെ പേര് 'എമിലി' എന്നായിത്തീർന്നു.

മധ്യാഹ്നം കഴിഞ്ഞപ്പോൾ അവർ ചെമ്മണ്ണുവിളയിൽ തിരിച്ചെത്തി. എന്തത്ഭുതം! എല്ലാം പൂർവസ്ഥിതിയിൽ തന്നെ. ഇവിടെ വിട്ട് പോയതെല്ലാം തല്ലിത്തകർക്കപ്പെടാതെ, കത്തിക്കരിയാതെ അങ്ങനെ തന്നെ നിലനിൽക്കുന്നതിൽ അവർ സർവശക്തന്റെ മഹത്വം കണ്ടു.

എങ്കിലും, പള്ളിയിലെ വിശേഷങ്ങളറിയാൻ അയൽക്കാർപോലും അവരുടെ കുടിലിലേക്ക് ചെന്നില്ല.

ചെമ്മണ്ണുവിള മ്ലാനമായി കിടന്നു. ഏതോ വലിയ ദുരന്തം വരാനിരിക്കുന്നതുപോലെ ഭയം ആളുകളെ കീഴടക്കി.

അങ്ങത്തെമാർ ഇതൊക്കെ അറിയാതിരിക്കുമോ? അറിഞ്ഞാൽ അവർ വെറുതെ ഇരിക്കുമോ? ആളുകൾ അങ്ങനെയൊക്കെ ചോദിച്ചു.

'ഇല്ല,' എന്നതാണ് ഇന്നോളമുള്ള ഉത്തരം.

നിർമാണഘട്ടത്തിൽത്തന്നെ പള്ളിയെ നശിപ്പിക്കണമെന്നും വേദത്തിൽ ചേരുന്നവരെ വകവരുത്തുകയോ അതിന് കഴിഞ്ഞില്ലെങ്കിൽ തുരത്തി ഓടിക്കുകയെങ്കിലുമോ വേണമെന്ന കലശലായ ഒരു മോഹം തേവരുകുളം മഠത്തിലെ കാരണവരായ കണ്ടൻനായർക്കുണ്ടായിരുന്നു.

അതിന് തടസം നിന്നത് രാമൻനായരാണ്.

പള്ളി തേവരുകുളത്തുകാരുടെ അധികാരപരിധിക്ക് പുറത്താണെന്നും പള്ളിയുണ്ടാക്കാൻ വേണ്ടിത്തന്നെ പണ്ടാരത്തിൽനിന്നും ഭൂമി പതിച്ചു കൊടുക്കുകയായിരുന്നുവെന്നും രാമൻനായർ കാരണവരെ പറഞ്ഞ് ബോധ്യപ്പെടുത്തി. അതിനെ നശിപ്പിക്കുന്നത് മഠത്തിന് മാനക്കേട് മാത്രമല്ല, മറ്റ് പല ദോഷങ്ങളും വരുത്തിവച്ചു കൂടെന്നുമില്ല. മഠത്തെ ആശ്രയിച്ച് കഴിയുന്നവർ വേദത്തിൽ ചേരാതെ നോക്കുകയാണ് തൽക്കാലം ചെയ്യാവുന്നത്. അയിത്തജാതിക്കാരോട് കുറച്ചുകൂടി മനുഷ്യത്വപരമായി പെരുമാറുന്നതാണ് അതിനുള്ള ഏറ്റവും നല്ല മാർഗമെന്നും രാമൻനായർ ഉപദേശിച്ചു.

അക്കാരണത്താലൊക്കെത്തന്നെ പള്ളിയെ വിസ്മരിക്കാൻ കണ്ടൻനായർ ശ്രമിച്ചു. തേവരുകുളം ദേശത്തിൽപ്പെടാത്ത കുറെ ചാന്നാന്മാർ വേദത്തിൽ ചേർന്നത് അദ്ദേഹത്തെ കഠിനമായി പ്രകോപിച്ചുമില്ല.

എന്നാൽ, ആ സ്ഥിതിക്കും മാറ്റമുണ്ടായി. തേവരുകുളത്തെ ജന്മിമാരുടെ ദയാദാക്ഷിണ്യങ്ങളെ മാത്രം ആശ്രയിച്ച് ജീവിക്കേണ്ട ഒരു ചാന്നാനും കുടുംബവും അവസാനം വേദക്കാരായിരിക്കുന്നു!

ഇതിൽപ്പരം കൊടിയ ധിക്കാരം ഒരു അവർണജാതിക്കാരനു ണ്ടാവാനില്ല.

കണ്ടൻനായർ പല മാർഗങ്ങളുമാലോചിച്ചു. ഇലയ്ക്കും മുള്ളിനും കേടില്ലാത്തൊരു പോംവഴി അദ്ദേഹത്തിന്റെ മുന്നിലില്ല. അത്തരമൊരു മാർഗമാരായാൻ അദ്ദേഹമൊരിക്കലും ശ്രമിച്ചിട്ടുമില്ല.

ഇനിയും വെറുതെയിരുന്നാൽ സമീപഭാവിയിൽ സകല ചാന്നാന്മാരും വേദത്തിൽ ചേർന്നേക്കുമെന്നയാൾ ഭയപ്പെട്ടു.

എന്നാൽ, ആരാലും ഉപേക്ഷിക്കപ്പെടേണ്ടതല്ല സനാതനമായ ഹിന്ദുമതം.

ഹൈന്ദവാചാരങ്ങൾ ഇന്നത്തെപ്പോലെ എക്കാലവും നിലനിർത്തേണ്ടത് സവർണന്റെ ധർമം മാത്രമല്ല, ആവശ്യവും കൂടിയാണ്.

കാരണവരുടെ ഭാവഭേദങ്ങൾ ശ്രദ്ധിച്ച്, കൽപ്പന കാത്ത് കുഞ്ചുപിള്ള അക്ഷമനായി നിന്നു.

കണ്ടൻ നായർ പറഞ്ഞു: "നമ്മളെ ധിക്കരിച്ച ചാന്നാൻ ഇനിമേലിൽ മഠംവക പനകളില് കേറണ്ട."

അതിന് വേണ്ടത് ചെയ്യാമെന്ന് കുഞ്ചുപിള്ള അറിയിച്ചു.

"അവൻ മേലില് ഈ ഊരില് ജീവിക്കുകയും വേണ്ടാ." കാരണവർ തുടർന്നു: "ഇന്ന് തന്നെ അവന്റ കുടിലിനെ ചാമ്പലാക്കണം. മറ്റൊള്ള ചാന്നാന്മാരക്കും ഒരു പാഠമാവുന്നതിലേക്കായി അടുത്തൊള്ള അഞ്ചാറു കുടിലിനെങ്കിലും തീ വയ്ക്കണം!"

"കൽപ്പനപോലെ."

"സഹായത്തിന് ചെറുമക്കളെയും കൂട്ടാം."

"ഓ."

അന്ന് അർധരാത്രി കഴിഞ്ഞപ്പോൾ ചെമ്മണ്ണുവിളയുടെ കിഴക്കു ഭാഗത്തുണ്ടായിരുന്ന കുടിലുകളിൽ തീ ആളിക്കത്തി. ചിന്നന്റേതും അതിനു ചുറ്റുമുള്ള കുടിലുകളുമാണവ. പക്കിത്തള്ളയുടെയും ചുക്രി വൈദ്യന്റെയും കുടിലുകളും കത്തിനശിച്ചു. ആകെ പതിനെട്ടെണ്ണം.

ചെമ്മണ്ണുവിള ദീർഘമായൊരു നിലവിളിയിലമർന്നു. പാമ്പൻ കുന്നിനപ്പുറമുള്ള കാടിനെ ലക്ഷ്യമാക്കി ആളുകൾ ഓടി.

പനമണ്ടകൾ കൊടുങ്കാറ്റിലെന്നപോലെ ഇളകി. വികലമായി, കുലദൈവമായ കരിങ്കാളിയെപ്പോലെ, പനയോലകൾ ചിരിച്ചു.

തേവരുകുളത്തെ കാരണവരുടെ പ്രതികാരാഗ്നി ചെമ്മണ്ണുവിളയിലെ ചാന്നാക്കുടിലുകളിൽ ആളിക്കത്തിയപ്പോൾ ജീവഹാനി സംഭവിച്ചത് ഒരാൾക്ക് മാത്രം. ഒരു കണ്ണും കാതും നഷ്ടപ്പെട്ട് പക്കിത്തള്ളയോടൊപ്പം കഴിഞ്ഞുവന്ന പനയൻ ദീനം പിടിപെട്ട് കിടപ്പിലായിരുന്നു. തള്ള നിലവിളിച്ചിട്ടും ആരും സഹായത്തിന് വന്നില്ല. ആളുകൾ പ്രാണഭയത്താൽ കൂട്ടത്തോടെ കാടിനെ ലക്ഷ്യമാക്കി ഓടുകയായിരുന്നു.

ദീനവും പൊള്ളലും പനയനെ കഥാവശേഷനാക്കി.

ചിന്നനും കുടുംബത്തിനും എന്ത് സംഭവിച്ചുവെന്ന് ആരുമറിഞ്ഞില്ല. അവർ ഇരുട്ടിൽ എവിടേക്കാണ് ഓടിപ്പോയതെന്ന് ആരും കണ്ടില്ല. എങ്കിലും അവരുടെ നിലവിളി കേട്ടാണ് മിക്ക കുടിലുകളിലും തീപിടിക്കും മുമ്പ് ആളുകൾക്ക് വലിയ അപകടം കൂടാതെ രക്ഷപ്പെടാൻ കഴിഞ്ഞത്.

പൊള്ളലേറ്റ രണ്ടുപേർ ചുക്രിവൈദ്യന്റെ പെണ്ണ് കുറുമിയും മകൾ കോതയുമാണ്. ആദ്യം പുറത്ത് കടന്ന കുറുമി കുടിലിനുള്ളിൽ ഉറങ്ങി

ക്കിടന്ന മകളെ രക്ഷിക്കാൻ പോയതായിരുന്നു. ഇരുവർക്കും ഗുരുതരമായി പൊള്ളലേറ്റു. കോരുമൂപ്പന്റെ കുടിലിൽ കഴിയുന്ന തന്റെ പെണ്ണും മകളും രക്ഷ പ്പെടുമെന്ന പൂർണവിശ്വാസം ചുക്രിവൈദ്യനില്ല.

പ്രഭാതം ചെമ്മണ്ണുവിളയ്ക്ക് ഏതാണ്ട് ഒരു ശവപ്പറമ്പിന്റെ പ്രതീതി നൽകി.

കാട്ടിലേക്ക് പലായനം ചെയ്യാതെ ചെമ്മണ്ണുവിളയിൽ അവശേഷിച്ച വർ ചുക്രിവൈദ്യനും മറ്റ് കുറച്ചുപേരുമാണ്. അവർ കോരുമൂപ്പന്റെ കുടിലിന് പുറത്ത് ഒന്നിച്ചുകൂടി. അമർഷമല്ല, നിസ്സഹായതയാണ് അവരുടെ ആകെത്തുക. ആരോടും പരാതിപ്പെടാനില്ല. തങ്ങൾക്ക് രക്ഷകരാരുമില്ല.

ഇനിയെന്തു ചെയ്യണം?

പനയന്റെ ജഡം മറവു ചെയ്യണം. കാട്ടിലൊളിച്ചവർ മടങ്ങിവരാൻ വൈകിയാൽ ജഡം നാറാൻ തുടങ്ങും.

വൈദ്യൻ പറഞ്ഞു; "കർമി കാട്ടിൽ ചെന്ന് ആളുകളെ വിളിച്ചോണ്ട് വരണും. നാൻ അതികാരിയെ ഒന്ന് കണ്ട് നോക്കാം."

അധികാരിയെ കാണുന്നതുകൊണ്ട് വലിയ മെച്ചമൊന്നുമില്ലെന്ന് മറ്റുള്ളവരെപ്പോലെ തന്നെ വൈദ്യനുമറിയാം. തേവരുകുളത്ത് മാത്തുകാരുമായി തുലനം ചെയ്താൽ അയാൾ നിസ്സാരനുമാണ്. പാരമ്പര്യമായി കിട്ടിയതാണ് അധികാരിസ്ഥാനം. അതിൽക്കടന്ന മഹത്വമൊന്നും ജന്മിമാർ അയാൾക്ക് വകവച്ചു കൊടുത്തിട്ടുമില്ല. ചുക്രിവൈദ്യൻ വടിയും കുത്തി വടക്കോട്ടും കർമി ചാത്തുമൂപ്പൻ തെക്കോട്ടും നടന്നു.

"ഞങ്ങള് അഗതികളാണങ്ങത്തേ" അധികാരി പരമുപിള്ളയ്ക്ക് മുമ്പിൽ തങ്ങളുടെ നിരാശ്രയത്വം വൈദ്യൻ വെളിപ്പെടുത്തി: "ഒരാള് ചെയ്ത കുറ്റത്തിന് എല്ലാരെയും ചിക്ഷിക്കണത് സങ്കടമാണ്."

അധികാരിക്കും താഴ്ന്നജാതിക്കാരോട് സഹാനുഭൂതിയൊന്നുമില്ല. അയാൾ പറഞ്ഞു: "തേവരുകുളത്ത്കാര്ടെ കാരുണ്യം കൊണ്ട് അവര് എല്ലാ കുടിലും തീവച്ചില്ല. ഇനിയെങ്കിലും അവരെ അനുസരിച്ച് ജീവിച്ചാ നിന്റ ജാതിക്കാരയ്ക്ക് നല്ലത്."

"ഓ."

ചിന്നനും പെണ്ണും മക്കളെയും കൂട്ടി പുലർച്ചെതന്നെ പള്ളിക്കുന്നിലെത്തിയിരുന്നു. ഓട്ടത്തിനിടയിൽ പലയിടത്തും തട്ടിത്തടഞ്ഞ് വീണ് നിസ്സാര പരിക്കുകളുണ്ടായതൊഴിച്ചാൽ, ആദ്യം തീവയ്ക്കപ്പെട്ട കുടിൽ അവരുടേതായിരുന്നിട്ടും, മറ്റപകടങ്ങളൊന്നുമുണ്ടായില്ല. ഒരു കുടിൽ വച്ചു കെട്ടാനുള്ള ഇടം പള്ളിപ്പറമ്പിൽ അവർക്ക് കിട്ടി.

പള്ളിക്കുന്നിൽ കുടിയേറിയ നാലാമത്തെ കുടുംബമാണ് അവരുടേത്.

പകൽ വളർന്നു.

കാട്ടിലൊളിച്ച എല്ലാവരും ചാത്തുമൂപ്പന്റെ കൂടെ തിരിച്ചുപോരാൻ തയാറായില്ല. മൂന്ന് കുടുംബക്കാർ കാടിറങ്ങി, രണ്ടുനാഴിക അകലെയുള്ള ചന്തയ്ക്കടുത്തെത്തി.

ചന്തയ്ക്ക് തെക്കായി ഒരുകൂട്ടം തുലുക്കർ താമസമുണ്ട്. വളരെക്കാലം മുമ്പ് തമിഴകത്ത്നിന്നും ഇവിടെയെത്തി സ്ഥിരതാമസമായവർ. കച്ചവടമാണ് അവരുടെ പ്രധാന തൊഴിൽ. അവരുടെ പുരകൾക്ക് കിഴക്കുമാറി പല കാലങ്ങളിലായി അഭയം തേടിയെത്തി ഇസ്ലാം മതാനുയായികളായിത്തീർന്ന തദ്ദേശീയരായ കുറെപ്പേരും അവിടെ താമസമുണ്ട്.

ചെമ്മണ്ണുവിളയിൽനിന്നും വന്നവരെ ഒരു തുലുക്കൻ അയാളുടെ സേട്ടുവിനുത്തേക്ക് കൂട്ടിക്കൊണ്ട് പോയി. അയാൾ സിൽക്കുടുപ്പും തലപ്പാവുമണിഞ്ഞിരുന്നു. ചെമ്മണ്ണുവിളക്കാർക്കുണ്ടായ കഷ്ടപ്പാടുകൾ കേട്ടിരുന്ന ശേഷം മയമില്ലാത്ത ശബ്ദത്തിൽ അയാൾ പറഞ്ഞു:

"നീങ്ക വന്ത എടത്ത്ക്ക് തിരുമ്പി പോങ്ക. നീങ്ക ഇങ്കെ ഇരുക്ക്തെന്തറിഞ്ചാ. ചൂത്തരര് പ്രച്നപണ്ണും. അവങ്കള്ക്കിട്ടെ മല്ലടിക്ക നമ്മളുക്കാകാത്."

"തിരുമ്പിപ്പോനാ അവങ്ക എങ്കളെ കൊല്ലും."ചാന്നാന്മാർ അപേക്ഷിച്ചു. "തയവ് ശെയ്ത് സേട്ട് കാപ്പാത്തണും."

സേട്ടു കുറച്ച് നേരം ആലോചിച്ചശേഷം പറഞ്ഞു: "മുടിയാത്. എങ്ക വേതത്തിലെ ശേർന്താ നീങ്ക സുന്നത്ത് ശെയ്യണും. തിനശരി അഞ്ച് വട്ടം നിസ്ക്കരിക്കണും. ഉങ്ക പേര് മാറ്റണും."

അയാൾ പറയുന്നതെന്താണെന്നോ എന്തിനാണെന്നോ ചെമ്മണ്ണുവിളക്കാർക്ക് മനസിലായില്ല. തിരിച്ചുപോവാനും അവർക്കാവില്ല. അതുകൊണ്ട് സേട്ടു പറയുന്നതൊക്കെയും അനുസരിച്ചു കൊള്ളാമെന്ന് അവർ ഉറപ്പ് നൽകി.

എന്നാൽ പ്രശ്നം അവിടംകൊണ്ടും അവസാനിച്ചില്ല. സേട്ടു ചോദിച്ചു: "നീങ്ക എന്ന വേല ശെയ്യും? എപ്പടി പശിമാറ്റും?"

"സേട്ടു താൻ ചൊല്ലത്തരണും."

"ലൊട്ടുലൊടുക്ക് കച്ചോടം പണ്ണണും. നെയ്യപ്പവും കളിയടക്കയും ഒണ്ടാക്കി വിയ്ക്കണും. അതുക്ക് പകരമാക കിട്ട്റതെല്ലാം വാങ്കണും. കടപ്പൊറം പെയ് മീൻ വാങ്കി വരണും. പച്ചയാ വിയ്ക്കാത്തത് ഒണക്കി വിയ്ക്കണും."

മുക്കുവരുടെ പണിയാണത്. അത് ചാന്നാന് വിധിച്ചിട്ടുള്ളതല്ല.

ഇസ്ലാമിൽ ജാതിയില്ലെന്നും സേട്ടു പറഞ്ഞുകൊടുത്തു. സകലരും ഒരൊറ്റ ജാതി: മുസൽമാൻ!

ചെമ്മണ്ണുവിളയിൽ നിന്നുമെത്തിയവർ അവിടെയും വഴങ്ങിക്കൊടുത്തു.

സേട്ടു ഒരു സഹായിയെ വിളിച്ച് ഓരോ കുടുംബത്തിനും ഓരോ കുടിലുണ്ടാക്കാനുള്ള ഇടം കാണിച്ചുകൊടുക്കാൻ നിർദേശിച്ചു. ഇസ്ലാമിൽ ചേർക്കാനും ഏർപ്പാടുചെയ്തു.

അങ്ങനെ ചന്തയ്ക്ക് കിഴക്കുള്ള തുലുക്കക്കുടിലുകളുടെ എണ്ണം മുന്നെണ്ണം കൂടിയായി വർധിച്ചു.

എട്ട്

ഏലായ്ക്ക് കിഴക്കുമാറി പാറക്കെട്ടുകൾ നിറച്ചുള്ള, അപ്പട്ടും കാര മുള്ളും സമൃദ്ധിയായി വളരുന്ന, പണ്ടാരക്കുന്നിൽ കൂരകളുണ്ടാക്കാൻ അടിമപ്പുലയർക്ക് അനുവാദം ലഭിച്ചത് കുറച്ചു കൊല്ലങ്ങൾക്ക് മുമ്പ് മാത്ര മായിരുന്നു. അതിലവർക്ക് അളവറ്റ കടപ്പാടുണ്ട്, ഉടയോരോട്.

ഉണങ്ങിയ നിലത്തൊന്ന് തലചായ്ക്കുന്നതിലെ സുഖം. മഴക്കാലങ്ങ ളിൽ തോട്ടിൽ വെള്ളം പൊങ്ങുമ്പോൾ കൊച്ചുങ്ങൾ ഒലിച്ചുപോവുമെന്ന ഭയം വേണ്ട. മുമ്പ് തോട്ടുവരമ്പിൽ താമസിച്ചിരുന്ന കാലത്ത് പലപ്പോഴു മങ്ങനെ സംഭവിച്ചിട്ടുണ്ട്.

മഞ്ഞുകാലമാണ്.

ചാത്തൻ ദൈവത്തെ കുടിയേറ്റിയ ചീളുകല്ലിന് ചുവട്ടിൽ വട്ടത്തിലി രുന്ന് തീകായുകയാണ് പുലയർ. നഗ്നത മറയ്ക്കാൻ അരയ്ക്ക് ചുറ്റും കെട്ടിത്തൂക്കിയ ഇലകളും ഉണങ്ങിയ കമുകിൻ പൂങ്കുലകളും പാളക്ക ഷ്ണങ്ങളുമൊഴിച്ചാൽ തണുപ്പകറ്റാൻ അവർക്ക് വസ്ത്രങ്ങളില്ല.

നൂറ്റാണ്ടുകളായി തേവരുകുളം മഠത്തുകാർക്ക് വേണ്ടി അടിമപ്പണി ചെയ്തിരുന്നത് അവരുടെ പാരമ്പര്യം.

അവരുടെ മൂപ്പനായ ഊളിക്ക് തന്റെ പ്രായത്തെക്കുറിച്ച് കൃത്യമായ ധാരണയൊന്നുമില്ല. പകലുകളിൽ ഉടയോരുടെ വയലുകളിൽ വേല, രാത്രികളിൽ വിളകാവൽ. ഓർമവച്ചകാലം മുതൽ ശീലിച്ചുപോന്ന ദിനചര്യകളാണവ.

താടിയും തലമുടിയും നരച്ച്, ജഡപിടിച്ച്, മെലിഞ്ഞുവളഞ്ഞ ശരീര പ്രകൃതമാണയാളുടേത്.

മൂത്ത പുലയനായതിനാൽ തന്റെ ജാതിക്കാർക്കെല്ലാം അയാൾ 'അയ്യാ' വാണ്. പാടത്തിറങ്ങി പണിയെടുക്കാൻ അയാൾക്ക് കഴിവില്ല. അനാരോഗ്യം മാത്രമല്ല, കാഴ്ചയും കുറവാണ്. ഊന്നാനൊരു വടിയി ല്ലെങ്കിൽ കാലുകൾ നേരെ നിൽക്കുകയില്ല. ഇതൊക്കെയാണെങ്കിലും, തനിക്ക് വിശപ്പടക്കാനുള്ള വക നൽകുന്ന ഉടയോരോടെ ഈശ്വരതുല്യ മായ ഭയ–ഭക്തി–ബഹുമാനങ്ങൾ അയാൾക്കുണ്ട്.

എന്നാൽപ്പോലും തന്റെ ആളുകൾ ചാന്നാക്കുടിലുകൾക്ക് തീവ ച്ചതിനോട് അയാൾക്കൊട്ടും യോജിക്കാനാവുന്നില്ല. ഉടയോർ അകലെ ഇരുട്ടിൽ മറഞ്ഞുനിന്ന് കൽപ്പിച്ചതേയുള്ളൂ. കർമം നിർവഹിച്ചത് പുല യരാണ്.

അതിനെക്കുറിച്ച് മുൻകൂട്ടി തന്നോടൊരു വാക്ക് പറയാതിരുന്നത് മൂത്ത പുലയനെ വല്ലാതെ അസ്വസ്ഥനാക്കി.

"കണ്ണും കാതും തെരിയൂല്ലാച്ചാലും മൂത്ത പെലയന് ഒര് നെലേം വെലേമൊണ്ടോ?" അയാൾ പരിഭവിച്ചു.

തീവയ്ക്കാൻ കൂടിയ മുരിക്കന് അതിനൊരു സമാധാനമുണ്ട്: "ഞങ്ങള് അഞ്ചാളുമല്ലാതെ പൊറത്തൊരു ചെവി അറിഞ്ഞുപോവരുതെ ന്നാരുന്നു ഒടയോരുടെ കൽപ്പന."

“ഒടയോര് എന്തര് കൽപ്പിച്ചാലും ചെയ്യാമോ?”

“ചെയ്യാണ്ടിരിക്കാൻ പാടൊണ്ടോ?”

“ഒന്നിനും പാങ്ങില്ലാത്ത മൂത്ത പെലയനെ കൊല്ലാൻ കൽപ്പിച്ചാ നീങ്കളത് ചെയ്യുമോ?”

ആരും മറുപടി പറഞ്ഞില്ല. അങ്ങനെ സംഭവിക്കാമെന്നോ അല്ലെന്നോ ആർക്കും തീർത്തുപറയാനാവില്ല. തേവരുകുളത്തുകാർക്ക് തങ്ങളിലാരെ വേണമെങ്കിലും കൊല്ലുകയോ ജീവിക്കാൻ അനുവദിക്കുകയോ ചെയ്യാം. അത് അവരുടെ മാത്രം അവകാശമാണ്.

ഊളിമൂപ്പൻ പറഞ്ഞു: “ചാന്നാമ്മാരും പാവങ്ങളല്ലിയോ?”

“അവമ്മാര് അടിമപൊലേരെപ്പോലെയാണോ?” മുരിക്കൻ ചോദിച്ചു.

“ഒടയോരെപ്പറ്റി പെഴക്കണവരല്ലിയോ”

“അതൊക്കെ നമ്മളെന്തരിന് നോക്കണും? പറയണത് കേട്ടില്ലെങ്കി ഒടയോര് നമ്മളെ ചുമ്മാവിടുമോ? അതൊക്കെ അയ്യാവിനറിയാമല്ലോ.”

തന്റെ ഭൂതകാലം ഒരു ദുർഭൂതംപോലെ വൃദ്ധന് മുമ്പിൽ ഉണർന്നെണീറ്റു. ഒരിക്കലും ഊഷ്മളതയുണ്ടാക്കാത്ത, തന്നത്താൻ ശപിക്കാൻ നിർബന്ധിതനായിത്തീർന്ന, ഒരുപാട് അനുഭവങ്ങൾ!

നാലര ചക്രം വിലയ്ക്ക് കോവളത്തെ ചന്തയിൽനിന്നും തന്നെ വിലയ്ക്ക് വാങ്ങിക്കൊണ്ട് വരുമ്പോൾ യൗവനമായിരുന്നു.

കാലിലണിഞ്ഞ ഇരുമ്പ് ചങ്ങലയുമായി ഒരുദിവസം മുഴുവൻ നടന്ന ഓർമ.

തേവരുകുളത്തെ അടിമയായി തിരിച്ചറിയാൻ വേണ്ടി ഇടത് വശത്തെ തോളെല്ലിന് പിന്നിൽ പഴുപ്പിച്ച ഇരുമ്പ് വളയംകൊണ്ട് പൊള്ളിച്ചുണ്ടാക്കിയ പാട് ഇപ്പോഴും ഇടയ്ക്കിടെ നീറ്റലുണ്ടാക്കാറുണ്ട്.

നുകത്തിന്റെ ഒരറ്റം പോത്തിന്റെയും മറ്റേയറ്റം തന്റെയും തോളത്ത് വച്ച് കെട്ടി ഉഴുത് വിതച്ചതാണ് തേവരുകുളം ഏലായിലെ പല വയലുകളും.

പോത്ത് പുല്ലും വയ്ക്കോലും കാടിവെള്ളവും ആഹരിക്കുന്നത്, വിശന്ന്, ആർത്തിയോടെ കണ്ടുനിൽക്കുമ്പോൾ തനിക്കൊരു നാൽക്കാലിയായി ജനിക്കാൻ ഭാഗ്യമില്ലാതെ പോയതിൽ സങ്കടം തോന്നിയിട്ടുണ്ട്.

വയലിനും തോടിനുമിടയിലെ വരമ്പിലായിരുന്നു അന്ന് തന്റെയും മറ്റ് പുലയരുടെയും മാടങ്ങൾ. അവയിലൊന്നിൽ തന്റെ കൂടെ അന്തിയുറങ്ങിയ പുലയിയെ ഊളിക്ക് മറക്കാനാവില്ല. അവൾ മൂന്ന് സന്തതികളെ പെറ്റു. അതിലൊന്ന് പെറ്റുവീണപ്പോൾ തന്നെ ചത്തുപോയി. ഒരു കുട്ടി മൂന്ന് വയസുള്ളപ്പോൾ, ഒരു മഴക്കാലത്ത്, തോട്ടിലെ കുത്തൊഴുക്കിൽ ഒലിച്ചുപോയി. തന്റെ പുലയി കരയിലെ ഒരു ശൂദ്രനോട് ‘അനുസരണക്കേട്’ കാട്ടിയെന്നാരോപിച്ച് മുലകുടി മാറാത്ത കുട്ടിയെയും അവളെയും ഉടയോർ മറ്റാർക്കോ വിറ്റുകളഞ്ഞു!

മല്ലൻപിള്ളയുടെ ചാട്ടവാറിന്റെ ശബ്ദം ഭീതിദമായൊരു ചൂളംവിളി പോലെ ഇപ്പോഴും കാതുകളിൽ തുളച്ചുകയറുന്നത് അയാളറിയുന്നു.

ഇതൊക്കെയാണെങ്കിലും, വൃദ്ധന്റെ ചത്ത കണ്ണുകളിൽ ഈർപ്പം പൊടിഞ്ഞില്ല. അയാൾ നിരാശനുമല്ല. ആശിക്കാനോ ആഹ്ലാദിക്കാനോ യാതൊന്നുമില്ലാത്ത ജീവിതത്തിൽ നിരാശയ്ക്ക് സ്ഥാനമെവിടെ?

പുലയർ ചാന്നാകുടിലുകൾക്ക് തീവച്ചത് ഒരാവശ്യമായിരുന്നുവെന്ന് ഊളി അറിഞ്ഞു. ധിക്കരിച്ചിരുന്നുവെങ്കിൽ പുലയരെയും പുലയികളെയും പീഡിപ്പിച്ചുകൊല്ലാനോ വെവ്വേറെയായി വിൽക്കാനോ ഉടയോർ തയാറാവില്ല എന്ന് എന്താണ് ഉറപ്പ്? അല്ലെങ്കിൽ പുലയർക്ക് ഇപ്പോൾ ലഭിക്കുന്ന ധാന്യങ്ങളും കിഴങ്ങുകളും നിഷേധിക്കപ്പെടാം. ഊളി അറിഞ്ഞിട്ടുള്ളതിൽ വച്ചേറ്റവും കൊടിയ ശിക്ഷ പട്ടിണികിടക്കുകയാണ്.

അന്തരീക്ഷത്തിൽ പരക്കുന്ന കൊതിപിടപ്പിക്കുന്ന മണം.

വൃദ്ധൻ മൂക്ക് വട്ടംപിടിച്ചു.

ഇറച്ചി വേവുന്നു!

വയറ്റിൽ ആളിപ്പടരുന്ന വിശപ്പെന്ന അഗ്നി.

അയാൾ വിഷയം മാറ്റി ആവശ്യപ്പെട്ടു: "അതൊക്കെ പോട്ട്. നിങ്ങക്ക് പോത്തിനെ കിട്ടിയ കഥ പറയിൻ."

പുലയർ ആ സംഭവം വിവരിച്ചു. ചാന്നാകുടിലുകൾക്ക് തീവച്ചതിലൂടെ പുലയർ കാണിച്ച ധീരതയിൽ ഉടയോർക്ക് പെരുത്ത് സന്തോഷം. പ്രതിഫലമായി അതിൽ പങ്കെടുത്ത ഓരോ പുലയനും അഞ്ച് നാഴിവീതം നെല്ല് നൽകാനായിരുന്നുവത്രേ അവിടത്തെ മുൻനിശ്ചയം. അപ്പോഴുണ്ട്, ദീനാവസ്ഥയിലായിരുന്ന ഒരു പോത്ത് ചത്തുകിടക്കുന്നു!

നെല്ലിന് പകരം ചത്തപോത്തിനെ കൊണ്ടുപൊയ്ക്കൊള്ളാൻ ഉടയോർ അനുവദിച്ചു. കുഴിച്ചിട്ട് ഇടം മെനക്കെടുത്തണ്ട. നെല്ല് ലാഭിക്കുകയും ചെയ്യാം.

പുലയർക്കാണെങ്കിലോ, സുഭിക്ഷമായ മാംസാഹാരവും!

ഒന്നോ രണ്ടോ ദിവസത്തെ ആവശ്യത്തിൽ കൂടുതലുള്ള ഇറച്ചി ചെറിയ മൺചട്ടികളിലാക്കി, വാഴയില വാട്ടി വായ്ത്തലകെട്ടി, പണ്ടാരക്കുന്നിലെ പാറക്കെട്ടുകൾക്കിടയിലെ വെള്ളം കെട്ടിക്കിടക്കുന്ന കുഴികളിൽ താഴ്ത്തിയിട്ടിരിപ്പുണ്ട്, കേടാവാതിരിക്കാൻ.

നായ്ക്കളും നരികളും അത് കവർന്നുകൊണ്ട് പോവാതിരിക്കാൻ കുറെ പുലയർ അവിടെ കാവലിരിപ്പുണ്ട്.

മറ്റുള്ളവർക്കൊപ്പമിരുന്ന് പല്ലില്ലാത്ത മോണകളാൽ ഇറച്ചി കടിച്ചുപറിക്കാൻ പാടുപെടുമ്പോൾ ഊളി ചിന്തിച്ചു: ഉടയോർ എത്ര നല്ലവർ. ഒരു മുഴുവൻ പോത്തിനെത്തന്നെ തന്നില്ലേ, പുലയർക്ക് ശാപ്പിടാൻ!

ഒമ്പത്

പുരകൾ കത്തി പൊള്ളലേറ്റതിന്റെ അഞ്ചാം നാൾ കുറുമിയും അതിനടുത്ത ദിവസം കോതയും മരിച്ചു. പ്രതീക്ഷിച്ചിരുന്നതിനാൽ

ആരിലും അത് നടുക്കമുണ്ടാക്കിയില്ല. അങ്ങത്തെമാർ ചെയ്യിച്ചതാണെങ്കിൽപ്പോലും അങ്ങനെ മരിക്കാനായിരുന്നു ഇരുവരുടെയും തലവിധി.

തലവിധിയെ ആർക്കും തടുക്കാനാവുകയില്ല.

അതിനപ്പുറം ചെമ്മണ്ണുവിള പൊതുവിൽ ശാന്തമായിരുന്നു. ആളുകൾ അന്നന്നത്തെ അന്നത്തിനുള്ള വഴി തേടാൻ നിർബന്ധിതരായി.

അളമു പനകളിൽ അക്കാനിയും കള്ളും ചെത്തി. ആളുകൾ പാമ്പൻകുന്നിൽ കള്ള് മോന്താനെത്തി.

ചാന്നാന്മാരിൽ ചിലർ വേദത്തിലും ഇസ്ലാമിലും ചേർന്ന് കഴിഞ്ഞെങ്കിലും പെട്ടെന്നുണ്ടായ പൊട്ടിത്തെറിക്കുശേഷം അത് പൊറുക്കാൻ മഠത്തുകാർ തയാറായി. അതുമാത്രമേ അവർക്ക് പോംവഴിയായുണ്ടായിരുന്നുള്ളൂ. പീഡനം താങ്ങാവുന്നതിനുമപ്പുറമായാൽ ചാന്നാന്മാരെല്ലാം അന്യമതങ്ങളിൽ ചേർന്നേക്കുമെന്ന് ന്യായമായുമവർ ഭയപ്പെട്ടു. അതിനാൽ കാര്യസ്ഥൻ കുഞ്ചുപിള്ള തലമൂത്ത ചാന്നാന്മാരെ വിളിച്ചു വരുത്തി അത്യാവശ്യം ബുദ്ധി ഉപദേശിച്ചു. കുലദൈവങ്ങൾ കോപിച്ചാലുണ്ടാകാവുന്ന അപകടങ്ങൾ, താഴ്ന്ന ജാതിക്കാർ അങ്ങത്തെമാരെ അനുസരിച്ചാലുണ്ടാവുന്ന നേട്ടങ്ങൾ. മാത്രമല്ല, പെരുമുക്കിലെ ഈഴവരെപ്പോലെ ചാന്നാന്മാർക്കും മഠം വക വയലുകളിൽ മറുപാട്ടം കൃഷിചെയ്യാവുന്നതാണെന്നും അയാളറിയിച്ചു.

കുമരക്കുറുപ്പിൽനിന്നും മറുപാട്ടത്തിനെടുത്ത കണ്ടത്തിന്റെ പരിസരത്തൊന്ന് പോവാൻപോലും അളമു ഭയപ്പെട്ടിരിക്കെയാണ് കുഞ്ചുപിള്ളയുടെ ആ അറിയിപ്പുണ്ടായത്. അതയാളെ അത്യധികം സന്തോഷിപ്പിച്ചു. അടുത്ത ദിവസം തന്നെ നിർത്തിവച്ചിരുന്ന പണി പുനരാരംഭിച്ചു.

ശൂദ്രർ തടസപ്പെടുത്താൻ വന്നില്ല. മാത്രമല്ല ഒരുദിവസം അതുവഴി വന്ന കുഞ്ചുപിള്ള കുറച്ച് നേരം അയാളുടെ പണി ശ്രദ്ധിച്ച് നിന്നശേഷം ചോദിച്ചു:

"വയല് പാട്ടത്തിനെടുത്തിട്ട് വരമ്പിലാണോടാ വേല ചെയ്യണത്?"

"വരമ്പ് നല്ലതല്ലെങ്കി കൃഷി പെഴയ്ക്കും അങ്ങത്തേ."

കുഞ്ചുപിള്ള പിന്നെയും കുറച്ച് നേരം അവിടെനിന്നു. വയലിനും തോടിനുമിടയിലെ വരമ്പിന് ഒന്നരക്കോലോളം ഉയരമുണ്ട്. മേൽപ്പരപ്പിന് നല്ല വീതിയും. തോട്ടുവരമ്പിലും, മണ്ണിടിച്ചിലുണ്ടാകാറുള്ള ഭാഗങ്ങളിലും കൈതക്കമ്പുകൾ കുത്തിനിർത്തി, പനയോലകെട്ടി സംരക്ഷിച്ചിട്ടുമുണ്ട്.

തന്റെ പണി കാര്യസ്ഥന് ഇഷ്ടപ്പെട്ടതായി അളമുവിന് തോന്നി. അയാൾ പറഞ്ഞു: "തെങ്ങിന്റയോ കമുന്റയോ തൈയൊണ്ടെങ്കി വരമ്പില് നടാം. തഴച്ച് വളരും. വരമ്പിന് ബലവും കിട്ടും."

"എന്നാര് പറഞ്ഞ്?" ശുണ്ഠിയെടുത്തെന്ന പോലെ കുഞ്ചുപിള്ള ചോദിച്ചു.

"ആരും പറഞ്ഞതല്ലേ. അങ്ങനെ തോന്നി."

"എന്നാല് ആ പുത്തിയൊന്നും ചാന്നാന് വേണ്ട."

"ഓ–"

"ങാ. നീ വരമ്പ് നേരെയാക്ക്. പെലയര് തൈകള് നടും."

"ഓ...."

"പിന്നെ, മറ്റൊള്ള വയലുകളില് വേലകള് കണ്ടല്ലോ. അതിന്റയൊക്കെ കൂടെ വിത്തിട്ടാലേ കൊണമൊണ്ടാവു. അതിനനുസരിച്ച് നെലമൊരുക്ക്."

"ഓ...."

നടന്നകലുന്ന കുഞ്ചുപിള്ളയെ നോക്കി നിന്നപ്പോൾ ജീവിതത്തിലാദ്യമായി അയാൾക്കുനേരെ അളമുവിന് കുറഞ്ഞൊരു ബഹുമാനം തോന്നി.

വയൽപ്പണിക്ക് വിളിച്ചപ്പോൾ ചെമ്മണ്ണുവിളയിലെ പലരും ചോദിക്കുകയുണ്ടായി: "കൂലികൊടുത്ത് വേല ചെയ്യിക്കാൻ അളമു ആര്, ചെമ്മിയോ?"

കരിമ്പന ചെത്തി കാലം കഴിക്കാൻ വിധിക്കപ്പെട്ട ഒരു ചാന്നാൻ നെൽകൃഷി ചെയ്യുകയെന്നത് ചെമ്മണ്ണുവിളക്കാരെ സംബന്ധിച്ചിടത്തോളം നിസ്സാരകാര്യമല്ല. എന്നാൽ തങ്ങളിലൊരാൾ അങ്ങനെയായിത്തീരുന്നതിൽ പലർക്കും സന്തോഷമല്ല, അസ്വസ്ഥതയാണുണ്ടായത്. അവർ അളമുവിന് നേരെ പാഞ്ഞു.

"നെന്റപ്പനും അപ്പന്റപ്പനുമൊക്കെ പനയേറികളാരുന്നു. അതാണ് ചാന്നാന്റെ കൊലത്തൊഴില്!"

കിട്ടിയ വയൽ കൃഷിയോഗ്യമല്ലെന്നും നഷ്ടം തീർച്ചയാണെന്നും പൊതുവിലെല്ലാവരും അഭിപ്രായപ്പെട്ടു. ആളുകൾ നിരുത്സാഹപ്പെടുത്തുന്തോറും അതൊരുതരം വാശിയായി അയാളിൽ വളരുകയാണുണ്ടായത്.

എന്നാൽ, വയൽ കിളയ്ക്കാനും കൊയ്യാനുമൊക്കെ കൂടിയിട്ടുണ്ടെന്നല്ലാതെ കൃഷിയിൽ അയാൾക്ക് മുൻപരിചയമൊന്നുമില്ല. ഉപദേശത്തിനായി വീണ്ടും വേലുപണിക്കനെ സമീപിച്ചു.

പണിക്കൻ പറഞ്ഞു: "ആളുകള് പലതും പറയും. അതിനൊക്കെ ചെവി കൊടുക്കാൻ നിന്നാ നീയൊരിക്കലും കൃഷിക്കാരനാവുല്ല. ഇപ്പോ തന്നെ കണ്ടത്തില് നീ കണ്ടമാനം വേല ചെയ്ത്, ഇതുപോലെ ഇനീം വേല ചെയ്താ നെനക്കൊരു നഷ്ടോം വരുല്ല, തീർച്ച."

അതിനിടയിലാണ് ചേമയുമായുള്ള കല്യാണം നടന്നത്.

കൃഷിപ്പണിയൊന്ന് കഴിയുന്നതുവരെ അത് നീട്ടിവയ്ക്കാനുള്ള ക്ഷമ പൊന്നിക്കുണ്ടായില്ല. ചേമയുടെയും അളമുവിന്റെയും പെരുമാറ്റം അത്ര ശരിയാണെന്ന് തോന്നാത്തതാണ് ഒരു കാരണം. പകൽ നേരങ്ങളിൽ മിക്കപ്പോഴും അവൾ അയാൾക്കൊപ്പമാണ്. പോരാത്തതിന് അവൾക്ക് മൂന്നാല് മാസമെങ്കിലും വയറ്റിലുണ്ടെന്നും അവർക്ക് മനസിലായി.

ദാമ്പത്യത്തിന് പുറത്ത് കുട്ടികൾ പിറക്കുന്നത് നാട്ടിൽ പുതുമയുള്ള കാര്യമൊന്നുമല്ല. എന്നാലും, പിറന്നുവീഴുന്ന കുട്ടിക്ക് ധൈര്യമായിട്ടൊരാളെ അപ്പനെന്ന് വിളിക്കാൻ കഴിയണമെന്നവർ ആഗ്രഹിക്കുന്നു.

പിന്നൊന്ന് ചേമയുടെ ഭാവി തന്നെ.

"കൃഷിക്കാരനായിട്ട് ചക്രവും അന്തസുമൊക്കെയായിക്കഴിയുമ്പം അവന് പെണ്ണിനെ വേണ്ടെന്ന് തോന്നിയാ നമ്മളെന്തര് ചെയ്യും?" ചുക്രി വൈദ്യന്റെ ചോദ്യമാണ്.

പല പെണ്ണുങ്ങളും അയാളെ വശീകരിക്കാൻ ശ്രമിക്കുന്നതായി പക്കിത്തള്ളയും പറഞ്ഞു. കാരണമുണ്ട്, ചെമ്മണ്ണുവിളയിൽ ഇത്രയധികം ആളുകളുണ്ടായിട്ടും നെൽകൃഷിക്കാരനാവുന്നത് അളമു മാത്രമാണ്.

"ഇനിയെന്തര് ആലോശിക്കാൻ" ചുക്രിവൈദ്യൻ നിർദേശിച്ചു; "അടുത്ത നല്ല മുകൂർത്തം നോക്കി പെണ്ണിനെ അവന് പിടിച്ച് കൊടുക്ക്."

മൂന്നാംനാൾ പ്രഭാതത്തിലെ മുഹൂർത്തം തിരക്കിയറിഞ്ഞ് വന്നതും വൈദ്യൻ തന്നെ.

ചെമ്മണ്ണുവിളയിലെ മംഗല്യങ്ങൾക്ക് ഔപചാരികത ഏറെയൊന്നുമില്ല. ക്ഷണിച്ചാലും ഇല്ലെങ്കിലും എല്ലാവരും വന്നുകൂടും. ഒരു നേരത്തെ സുഭിക്ഷമായ ആഹാരം കഴിച്ച് ദമ്പതികളെ അനുഗ്രഹിക്കേണ്ടത് പ്രായഭേദമെന്യെ അവരുടെ കടമയാണ്; അവകാശവുമാണ്. ഒപ്പം തങ്ങളാലാവുന്നത് ചക്രമായോ സാധനങ്ങളായോ സമ്മാനിക്കേണ്ടത് അവരുടെ ബാധ്യതയുമാണ്.

അളമുവും ചേമയും തങ്ങളുടെ ബന്ധത്തിന് സാധുതയുണ്ടാക്കുമ്പോഴും അത്രയുമേ സംഭവിച്ചുള്ളൂ.

അളമുവിന് തന്റെ പെണ്ണിനോടുള്ള സ്നേഹം അത്യഗാധമാണ്. എന്നാൽ ഇപ്പോൾ തന്റെ പാട്ടവയലിനാണോ പെണ്ണിനാണോ കൂടുതൽ പ്രാധാന്യമെന്ന് ചോദിച്ചാൽ പെട്ടെന്നൊരുത്തരം പറയാൻ അയാൾക്കാവില്ലെന്നതാണ് നേര്.

രാവിലത്തെ പനകയറ്റം കഴിഞ്ഞാൽ മൺവെട്ടിയുമായി അയാൾ വയലിലേക്ക് പുറപ്പെടും. നേരം പുലരുമ്പോൾ തന്നെ കോരുമൂപ്പൻ വയലിൽ ചെല്ലും. വെയിലുറയ്ക്കുമ്പോഴേ കള്ളുകടയിലേക്ക് ചെല്ലേണ്ടതുള്ളൂ. കൂലിക്കാരനെന്ന് പറയാവുന്നത് മൂപ്പന്റെ മൂത്തമകൻ ആണ്ടിയാണ്. മറ്റുള്ളവർ എന്തൊക്കെ പറഞ്ഞാലും, തന്റെ സഹോദരീ ഭർത്താവ് നെൽകൃഷി ചെയ്യുന്നത് ആണ്ടിക്ക് അഭിമാനമാണ്.

വേലുപ്പണിക്കൻ നെൽവിത്ത് വിലയ്ക്ക് നൽകി. ചാണകത്തിൽ കുഴച്ച് മുളപ്പിച്ച വിത്തിടുന്ന വിദ്യ പഠിച്ചത് പുലയിപ്പെണ്ണുങ്ങളിൽ നിന്നുമായിരുന്നു. എങ്കിലും അതിനായി സമീപിച്ചപ്പോൾ പുലയരും പരിഹസിച്ചു:

"ഈ പാഴ്വേല ചെയ്യാൻ ചാന്നാനെന്തര്, പ്രാന്തോ?"

നെൽകൃഷി ചെയ്ത് ചാന്നാനും ജന്മിയായിത്തീരുമോ എന്ന ഭയവും പുലയർക്കില്ലാതില്ല. എന്നാൽ, മൂത്ത പുലയൻ ഊളി തീർത്തു പറഞ്ഞു:

"ഇനീം പത്ത് ചെമ്മം പെറക്കണം ചാന്നാൻ ചെമ്മിയാവാൻ!"

ജന്മിയുടെ സന്തതി ജന്മിയാവും. അടിമയുടെ സന്തതി അടിമയായേ പറ്റൂ.

വിത്തിടുമ്പോൾ അളമുവിന് ഭയമായിരുന്നു. മുളകൾ ഒടിഞ്ഞ് പോകുമോ? തൈകൾ കിളുർക്കാതെ വരുമോ?

സന്ധ്യയോടടുത്ത നേരത്ത് പണി പൂർത്തിയാക്കി, വരമ്പത്ത് കയറി നിന്ന്, വടക്ക് ഭഗവതിക്ഷേത്രത്തിന് നേരെ മുഖം തിരിച്ചുനിന്ന് മനസിൽ ത്തട്ടി അയാൾ വിളിച്ചു:

"തായേ!"

ഒഴിഞ്ഞുപോയതായി കരുതിയിരുന്ന ദീനം കോരുമൂപ്പനെ വീണ്ടും പിടികൂടി. കാൽമുട്ടിന് താഴോട്ട് നീരും അവിടവിടെയായി വലിയ വ്രണ ങ്ങളുമുണ്ടായി. ഇക്കുറി വൈദ്യന്റെ മരുന്നും ഫലിക്കാതായി.

കുറുമിയുടെ മരണം ചുക്രിവൈദ്യനെ വളരെയൊന്നും ദു:ഖിപ്പിച്ചി ല്ലെങ്കിലും സ്വന്തമെന്ന് പറയാവുന്ന ഒരു പെണ്ണില്ലാത്തത് ഒരുപാട് അസൗകര്യങ്ങളുണ്ടാക്കി.

കോരുമൂപ്പന്റെ ദീനം കണക്കിലെടുത്ത്, കള്ള് ഒഴിച്ചു വിൽക്കുന്ന തിനായി വൈദ്യൻ വേറൊരാളെ കണ്ടെത്തി. കോങ്കണ്ണനായ തണയൻ.

മാത്രമല്ല, കള്ളുവിൽപ്പന പാമ്പൻകുന്നിൽനിന്നും ചതുപ്പിനിക്കരെ യുള്ള മറ്റൊരു കുടിലിലേക്ക് മാറ്റി. കുന്നിൽ കണ്ടമാനം പാമ്പുകളുണ്ടെ ന്നും, അതുകാരണം ഇരുട്ടിക്കഴിഞ്ഞാൽ ആളുകൾ അങ്ങോട്ടു ചെല്ലാൻ മടിക്കുന്നുവെന്നുമാണ് വൈദ്യനതിനു നൽകിയ ന്യായീകരണം.

തണയൻ തന്റെ പെണ്ണ് കാളിയുമൊത്ത് കള്ളു കടയിൽ താമ സമായി.

ആവശ്യപ്പെടാതെ തന്നെ വൈദ്യനും മകൻ മല്ലുവിനും ഭക്ഷണമു ണ്ടാക്കുന്ന പണി കാളി സ്വമേധയാ ഏറ്റെടുത്തു.

കാളി സുന്ദരിയും യുവതിയുമാണ്. ഇതവളുടെ മൂന്നാമത്തെ ദാമ്പ ത്യം. മുൻ ഭർത്താക്കന്മാരിൽ ഒരുവൻ അവളെ ഉപേക്ഷിച്ചു. രണ്ടാമനെ അവൾ വേണ്ടെന്ന് വച്ചു.

അവൾ പെറ്റിട്ടില്ല.

സ്ഥലവും വിൽപ്പനക്കാരനും മാറിയപ്പോൾ കള്ളുകച്ചവടം വർധിച്ചു. ആളുകൾ അങ്ങോട്ട് പോവുന്നത് കള്ള് മോന്താൻ മാത്രമല്ല, കാളിയെ കണ്ടിരിക്കാനും തരപ്പെട്ടാൽ ഇത്തിരി തമാശ പറയാനും കൂടിയാണ്.

ചാന്നാന്മാരെ കൂടാതെ പെരുമുക്കിലെ ഈഴവരും കള്ളുകടയിലെ ത്താൻ തുടങ്ങി. കാരണം പെരുമുക്കിലെ ഈഴവരുടേത് തെങ്ങിൻ കള്ളാ ണ്. പല ഈഴവർക്കും കൂടുതൽ പ്രിയം പനങ്കള്ളാണ്. അത് ഇരുട്ടി ക്കഴിഞ്ഞശേഷമാണ്. എന്നാൽ അവർ കുടിലിൽ കയറിയില്ല. പിൻ വശ ത്തുനിന്ന് കള്ള് മോന്തി സ്ഥലംവിട്ടു.

പക്ഷെ ഈ സംവിധാനത്തിന് ദീർഘായുസുണ്ടായില്ല. തന്നെ ഉപ യോഗിച്ച് വൈദ്യനും മുതലാക്കുകയാണെന്ന് വളരെ വേഗം കാളിക്കു മനസിലായി. കള്ള് കുടിക്കാനെത്തുന്നവരുടെ തമാശകളും തെറി പ്രയോ ഗങ്ങളും കേട്ടാൽ മാത്രം പോരാ, ചിലപ്പോഴവർ പിച്ചുകയും അവളുടെ ശരീരത്തിൽ തൊട്ടുഴിയുകയുമൊക്കെ ചെയ്തുവെന്നും വരും. വൈദ്യ

ന്റെ ആവശ്യങ്ങളും നിറവേറ്റിക്കൊടുക്കണം. ഒരുദിവസം അവൾ വൈദ്യന്റെ നേരെ വെട്ടിത്തുറന്ന് പറഞ്ഞു:

"എനക്ക് മതിയായി. കോങ്കണ്ണന്റോടെ ഇനീം പൊറുക്കാൻ വയ്യാ. വൈദ്യനെനക്ക് ഒരു കുടിലൊണ്ടാക്കിത്തരണും."

പലതുമാലോചിച്ചപ്പോൾ അതിന് വഴങ്ങുന്നതാണ് നല്ലതെന്ന് വൈദ്യനും തോന്നി. അതിൽ അരിശംമൂത്ത തണയൻ കള്ളുകടയ്ക്ക് തീകൊളുത്തി, ഇറങ്ങിപ്പോയി.

പച്ചപ്പരവതാനി വിരിച്ചപോലെ നെൽച്ചെടികൾ പാടത്തെ മൂടി. മറ്റുള്ളവയെ അപേക്ഷിച്ച് തന്റെ വയലിലെ നെൽച്ചെടികൾ കൂടുതൽ ആരോഗ്യമുള്ളവയാണെന്ന് അളമുവിന് തോന്നി. മറ്റുള്ളവരും അങ്ങനെയാണെന്ന് അഭിപ്രായപ്പെട്ടു. ഇതിനൊക്കെ കാരണം പരദേവതകളാണെന്ന് കർമി ചാത്തുമൂപ്പൻ കണ്ടെത്തി. അയാൾ പറഞ്ഞു:

"പെരുമഴേല് വരമ്പ് ഇടിഞ്ഞാലോ കൊടും വരൾച്ചയോ ഒണ്ടായാ എല്ലാം തീരുല്ലിയോ!"

കേട്ടുനിന്ന ചേമയ്ക്ക് എന്തെന്നില്ലാത്ത കോപം വന്നു. "കരിനാക്ക് പറയാതെ പോ മൂപ്പാ."

നല്ല വിളവുണ്ടായാൽ ഒരു കർമം കഴിക്കണമെന്ന് അവൾ മുമ്പ് തന്നെ നിശ്ചയിച്ചിട്ടുള്ളതാണ്.

ചെമ്മണ്ണുവിളയിൽ ഏറ്റവുമധികം ആളുകൾ വന്ന് പോവുന്നത് ചുക്രിവൈദ്യന്റെ പുരയിലാണ്. തണയൻ പിണങ്ങിപ്പോയ ശേഷം അയാൾ കള്ളുവിൽപ്പനയും സ്വന്തം താമസസ്ഥലത്താക്കിയിരിക്കുകയാണ്. ഒഴിച്ചു കൊടുക്കുന്നത് മകൻ മല്ലുവും. അവിടേയ്ക്കുള്ളത്രയുമില്ലെങ്കിലും തന്റെ പുരയിലേക്കും ഒരുപാടുപേർ വന്നുപോവുന്നത് ചേമ അറിഞ്ഞു. നെൽകൃഷി തുടങ്ങിയ ശേഷം മറ്റുള്ളവർക്കില്ലാത്ത ഒരന്തസ്സ് തങ്ങൾക്കുണ്ടായിട്ടുണ്ട്. കോരുമൂപ്പൻ അധികസമയവും ചേമയുടെ കുടിലിന്റെ തിണ്ണയിലും മുറ്റത്തുമായി കഴിച്ചുകൂട്ടുന്നു. അയലത്തെ പെണ്ണുങ്ങളും കുട്ടികളും എപ്പോഴും വരുന്നു, സ്നേഹം കൂടാൻ. മാസം തികയാറായ ഒരു പെണ്ണുള്ള വീട്ടിൽ എപ്പോഴും സഹായത്തിന് ആളുണ്ടാവണമെന്ന ന്യായമാണവർക്ക്.

അളമുവിന് രാത്രിനേരമൊഴിച്ചാൽ വിശ്രമമില്ല. ഏഴരവെളുപ്പിന് തുടങ്ങുന്ന അധ്വാനം ഇരുട്ടിക്കഴിഞ്ഞിട്ടേ അവസാനിക്കൂ. പന ചെത്തില്ലെങ്കിൽ അത്രയും നേരം കൂടെ അയാൾ വയലിലും വരമ്പിലുമായി കഴിച്ചുകൂട്ടും.

രാത്രികളിൽ അയാളുടെ കൈയിൽ തല വച്ചുകിടന്ന് ചേമ പറഞ്ഞു: "നീങ്കളൊരുപാട് ഒണങ്കിപ്പെയ്."

അയാളവളുടെ വീർത്ത വയറിൽ വിരലോടിച്ചു.

തന്റെ പെണ്ണിന്റെ ഉദരത്തിൽ തലോടുന്നതിന്റെ മൃദുത്വം അയാളറിയുന്ന വേറെയും നിമിഷങ്ങളുണ്ട്; നെൽച്ചെടികളുടെ തലപ്പുകളിൽ വാത്സല്യപൂർവം കൈത്തലമോടിക്കുമ്പോൾ. ഓമനത്തമുള്ള ശിശുക്കളെപ്പോലെയാണ് അപ്പോഴവ വളഞ്ഞുകൊടുക്കുക.

നെൽച്ചെടികൾ വളർന്ന് കതിരായത് അയാൾ നോക്കി നിൽക്കേയാണ്.

ആ ദിവസങ്ങളിലൊന്നിൽ സന്ധ്യയോടടുത്ത നേരത്ത് അളമു തോട്ടിൽ മേൽകഴുകാനിറങ്ങി. വരമ്പിലൂടെ വരികയായിരുന്ന കുഞ്ചുപിള്ളയെ അടുത്തെത്തിയപ്പോഴാണ് കണ്ടത്. സംഭ്രമിച്ച് തോടിനക്കരയിലേക്കയാൾ വലിഞ്ഞു കയറി.

വയൽവേലകൾ ചെയ്യാമെങ്കിലും താഴ്ന്ന ജാതിക്കാർക്ക് തോട്ടിലോ കുളത്തിലോ കുളിച്ചുകൂടാ. ആ ജലം ഒഴുകിയെത്തുന്നിടമെല്ലാം അശുദ്ധമാവും.

തോടിനെ അശുദ്ധമാക്കിയതിന് കുഞ്ചുപിള്ള ചീത്തപറയുകയോ തല്ലുകയോ ചെയ്തേക്കാമെന്നയാൾ ഭയപ്പെട്ടു.

എന്നാൽ കുഞ്ചുപിള്ളയുടെ ശ്രദ്ധ മുഴുവൻ വയലിലാണ്. മുഖത്ത് പതിവുള്ള ഗൗരവം. അയാൾ പറഞ്ഞു: "ചാന്നാൻ വേല ചെയ്താ ഇത്തരേം നെല്ല് പിടിക്കുമോ?"

കാലമാടൻ! അളമു മനസുകൊണ്ടയാളെ ശപിച്ചു. ചിലരുടെ കരിങ്കണ്ണിനും കരിനാക്കിനും പ്രതിവിധി ചെയ്യാൻ മുത്തകർമിക്ക് പോലും കഴിയുകയില്ല.

കുഞ്ചുപിള്ള പറഞ്ഞു: "ഇത് കണ്ടമാനം നെല്ലൊണ്ടാവുമല്ലോ."

നേർ പകുതി കുമരക്കുറുപ്പിന്. അതിൽനിന്നുമുള്ള പങ്ക് മാത്രമേ മഠത്തിലെത്തുകയുള്ളൂ.

രാമൻനായരെ കൂടെ നിർത്തി വാക്കുറപ്പിച്ചതിനാൽ കുറുപ്പിനെ അളമുവിന് ഭയമില്ല. എന്നാൽ കുഞ്ചുപിള്ള വീതം ചോദിച്ചാൽ കുഴങ്ങിയതു തന്നെ.

എന്തായാലും അതുണ്ടായില്ല. അയാൾ പറഞ്ഞു: "പാട്ടക്കുടിശിക വരുത്തിയാ നെന്റ മുതുകില് കല്ലുകേറ്റണമെന്നാണ് ഞാൻ വിചാരിക്കുന്നത്. അത് വേണ്ടിവരൂല്ല. അത് പോട്ട്, അടുത്ത പൂവില് ഇതിലും നല്ലൊരു വയല് ഞാൻ തരാം. കൃഷിചെയ്യാമോടാ?"

അളമുവിനുണ്ടായ ആനന്ദത്തിന് അതിരില്ല. വിനയപൂർവം അയാൾ കൈകൾ കൂപ്പി: "അങ്ങത്തെ പറയണ പോലെ."

"പിന്നെ.. നെനക്ക് ഏത്തവാഴ കൃഷിചെയ്യാമോ?"

"ഇതുവരെ ചെയ്തിട്ടില്ല, അങ്ങത്തേ."

"അതിനെന്തര്? അക്കരെ പെലയര് വേല ചെയ്യണത് കണ്ടിട്ടില്ലിയോ. നല്ല വേല ചെയ്താ നല്ല കൊലകളുണ്ടാവും."

അളമു ആകാമെന്നോ അല്ലന്നോ പറഞ്ഞില്ല.

തോടിനക്കരയിലേക്ക് വിരൽ ചൂണ്ടി കുഞ്ചുപിള്ള പറഞ്ഞു: "അത് കണ്ടോ. നല്ല ചെമന്ന മണ്ണ്. എന്തര് നട്ടാലും നല്ല ആദായം കിട്ടും. അഞ്ചാറ് പനകളൊഴിച്ചാ മരങ്ങള്ടെ ചോലയുമില്ല. പിന്നെ വേലക്കൂലിയായി നാലിലൊന്ന് നീയെടുത്തോ."

"അത് തീരെ കൊറവാണങ്ങത്തേ."

ഒടുവിൽ അളമുവിന്റെ വീതം മൂന്നിലൊന്നാക്കി നിശ്ചയിച്ചു. ആവശ്യമുള്ള തൈകൾ താൻ തരാമെന്നും, തന്റെ വീതം താൻ നേരിട്ടു വന്ന് മുറിച്ചെടുക്കുന്നതാണെന്നും കുഞ്ചുപിള്ള വെളിപ്പെടുത്തി.

നെൽവയലുകൾക്കേ നാട്ടിൽ ആവശ്യക്കാരുള്ളൂ. അതിനേ അന്തസ്സുമുള്ളൂ. എങ്കിലും കുഞ്ചുപിള്ള നിർബന്ധിച്ചപ്പോൾ വയ്യെന്നു പറയാൻ കഴിഞ്ഞില്ല.

അയാൾ തന്റെ പുരയ്ക്ക് നേരെ വലിച്ചു നടന്നു.

വിവരമറിഞ്ഞപ്പോൾ ആഹ്ളാദവും അഭിമാനവും നിയന്ത്രിക്കാനാവാതെ ചേമ പറഞ്ഞു: "എല്ലാം നമ്മള പിള്ളേടെ പാക്യം!"

എങ്കിലും ഇനി പനകയറ്റം നിർത്തണമെന്ന അവളുടെ ആവശ്യത്തോടയാൾ പ്രതികരിച്ചില്ല.

കുമരക്കുറുപ്പിന് ഇരിക്കപ്പൊറുതിയില്ല. മറ്റാരും കയ്യേൽക്കാനില്ലാത്തതുകൊണ്ടാണ് കുറഞ്ഞ പാട്ടത്തിന് കണ്ടം നൽകിയത് എന്നതൊക്കെ ശരി തന്നെ. തനിക്ക് വീതം കുറഞ്ഞുപോവുമെന്നതല്ല, മികച്ച വിളമൂലം ചാന്നാന് ആദായം കൂടുമെന്നതാണ് അയാളെ അസ്വസ്ഥനാക്കുന്നത്.

അളമു ചുക്രിവൈദ്യനടുത്തേക്കോടി. വൈദ്യൻ കുറുപ്പിനോട് പറഞ്ഞു, "അങ്ങത്തേന്റോട് പറഞ്ഞ വാക്ക് അളമു പാലിക്കും. തയവായി അതില് കൂടുതല് കേക്കരുത്."

കുറുപ്പിന് ദേഷ്യം വന്നു: "എന്തര് വാക്ക്? ചാന്നാൻ അങ്ങത്തെമാരക്ക് വാക്കിന്റെ അർത്തം പറഞ്ഞുകൊടുക്കാൻ വളർന്നോ?"

എന്ത് വന്നാലും ചാന്നാന്റെ 'ഇഷ്ടം പോലെ' പാട്ടമളക്കാൻ പറ്റില്ലെന്നയാൾ തീർത്തുപറഞ്ഞു. നാട്ടുനടപ്പനുസരിച്ച് മറുപാട്ടക്കാരന് അഞ്ചിലൊന്നേ കിട്ടാനർഹതയുള്ളൂ. എന്നാലും ഔദാര്യമെന്ന നിലയ്ക്ക് താനത് നാലിലൊന്നാക്കാം. അതിൽ കൂടുതൽ സാധ്യമല്ല.

കുഞ്ചുപിള്ളയും കുറുപ്പിന്റെ പക്ഷത്തായിരുന്നു: "ലോകത്തൊരെടത്തും മറുപാട്ടക്കാരന് വെളവിന്റെ പാതിക്കവകാശമില്ല."

പ്രശ്നം രാമൻ നായർക്കടുത്തെത്തി. അദ്ദേഹം ചോദിച്ചു,

"നമ്മള് പറഞ്ഞുറപ്പിച്ച വാക്ക് മാറുന്നത് ശരിയാണോ കുറുപ്പേ?"

കുറുപ്പ് പരുങ്ങലിലായി. ഇവിടത്തെ വയലുകൾ പാട്ടത്തിനെടുത്ത് കിട്ടുന്നതുകൊണ്ടാണ് തന്റെ വയറ്റുപിഴപ്പ് നടന്നുപോവുന്നതെന്നും, താഴ്ന്ന ജാതിക്കാരോട് വാക്കുപാലിക്കുന്ന പതിവ് ഇവിടത്തെ മേൽജാതിക്കാർക്കില്ലെന്നും അയാളറിയിച്ചു.

"അങ്ങനെയെങ്കില് നമുക്കൊരു കാര്യം ചെയ്യാം." രാമൻനായർ പറഞ്ഞു; "ഇപ്രാവശ്യം കുറുപ്പിന്റെ ഇഷ്ടപ്പടി പാട്ടമളക്കാം. അടുത്ത കൃഷി മുതൽ കുറുപ്പ് മഠംവക വയലുകളുടെ പാട്ടക്കാരനാവണ്ടാ."

"അയ്യോ, ചതിക്കരുതേ."

"എങ്കിൽ മുമ്പ് പറഞ്ഞ് സമ്മതിച്ചതനുസരിച്ച് തന്നെ കാര്യങ്ങള് ചെയ്യണം. ഈ ചാന്നാൻ തന്നെ ഇനിയുമവിടെ കൃഷിചെയ്യുകയും വേ

ണം. ആ കണ്ടത്തെ വയലാക്കിയെടുത്തത് അവനാണ്. അത് മറക്കരുത്."

വയൽ കൊയ്തു. മഠത്തിന്റെ കിഴക്കേ പടിപ്പുരമുറ്റത്തിട്ട് കറ്റകൾ മെതിച്ചു. മഠം വക വയലുകളിലെ മെതി അവിടെ വച്ചുതന്നെ വേണമെന്നാണ് നിയമം. മൂന്നോ നാലോ വയലുകളിലെ നെല്ല് ഒരേസമയം മെതിക്കാനുള്ളത്ര വിസ്താരം ആ മുറ്റത്തിനുണ്ട്. മാത്രമല്ല, വയ്ക്കോലിന്റെ അവകാശം ജന്മിക്കുമാണ്.

വീതത്തിലുള്ള വ്യത്യാസം ജന്മിക്കുള്ള നെല്ലിന്റെ അളവിൽ കുറവുണ്ടാക്കിയെങ്കിലും മറ്റ് വയലുകളിൽനിന്നും ലഭിക്കാറുള്ളതിൽ കൂടുതലായിരുന്നു കുമരക്കുറുപ്പിന് കിട്ടിയത്.

നെല്ലുനിറച്ച വലിയ പനയോല വട്ടികൾക്ക് മുമ്പിൽ നിന്നപ്പോൾ ഇന്നലെകളിലെ ഉറക്കമിളപ്പും ക്ഷീണവും അളമു വിസ്മരിച്ചു. പകലുകളിൽ പനകയറ്റവും രാത്രികളിൽ വിള കാവലുമായി കഴിഞ്ഞപ്പോൾ അൽപ്പമൊന്ന് വിശ്രമിക്കാൻ കൊതിതോന്നിയിട്ടുണ്ട്. തന്റെ വിളവിനും കൂടെ കാവലേൽക്കാനാവശ്യപ്പെട്ടപ്പോൾ പുലയരുടെ മറുപടി:

"ഒടയോരുട വെളയേ പെലയര് കാക്കൂ."

അതുകൊണ്ടൊരു ഗുണമുണ്ടായി. വിള കാക്കാനെത്തിയ ഈഴവരുമായി കുറഞ്ഞൊരു സൗഹൃദം സ്ഥാപിക്കാൻ അവസരമുണ്ടായി. പല ആചാരങ്ങളിലും സമാനതയുള്ളവർ തുല്യദു:ഖിതർ. പീഡിതർ. മോഹിക്കാനവകാശമില്ലാത്തവർ.

അളമുവിന്റെ വീതം നെല്ല് ചെമ്മണ്ണുവിളയിലേക്ക് കൊണ്ടു പോയത് ഒരു ചെറിയ ഘോഷയാത്രയുടെ മട്ടിലായിരുന്നു.

ആ കാഴ്ച ചേമയുടെ മനം കുളിർപ്പിച്ചു. ഇത്രയധികം നെല്ല് ഒന്നിച്ച് അവൾ ഇതിന് മുമ്പ് കണ്ടിട്ടില്ല.

വിശന്ന് തളർന്ന് ഉറങ്ങിയ നാളുകളിൽ വലിയ, ആകാശം മുട്ടുന്ന നെൽക്കൂമ്പാരങ്ങളെ സ്വപ്നം കണ്ടതവളോർത്തു.

നെല്ലെന്നാൽ അന്തസ്സാണ്–
നെല്ലെന്നാൽ ഐശ്വര്യമാണ്–
നെല്ലെന്നാൽ ചക്രമാണ്!

തന്റെ പുരയിലെ പരിമിതമായ സൗകര്യങ്ങൾ അവളിൽ വല്ലായ്മയുണ്ടാക്കി. ഇതൊരു മൺപുരയായിരുന്നെങ്കിൽ!

എന്നാൽ ശൂദ്രർക്ക് മാത്രമേ മൺപുരയുണ്ടാക്കാൻ പാടുള്ളു. അതാണ് നിയമം; അങ്ങത്തെമാരുടെ.

പത്ത്

ഒരു സന്ധ്യനേരത്ത് ചേമയ്ക്ക് പേറ്റുനോവ് തുടങ്ങി. പൊന്നിയുടെ നിർദേശപ്രകാരം അളമു വയറ്റാട്ടിയെ കൂട്ടിവരാൻ പുറപ്പെട്ടു.

മൂന്നാല് ഊരുകളിലെ ചാന്നാട്ടികൾക്ക് പേറെടുക്കാൻ വയറ്റാട്ടി ഒന്നേയുള്ളു. തേവരുകുളംദേശത്തിന് പടിഞ്ഞാറ് വയലുകളും കുന്നുകളും ഇറങ്ങിക്കടന്ന് മൂന്ന് നാഴികയോളം ദൂരം നടക്കണം, അവരുടെ പുരയിലെത്താൻ.

വാർധക്യത്തോടുത്ത വയറ്റാട്ടി അയൽപ്രദേശങ്ങളിലെ ചാന്നാർ ജാതിക്കാർക്ക് അമ്മച്ചിയാണ്. കാൽനൂറ്റാണ്ടിനിപ്പുറമെങ്കിലും പ്രായമുള്ള സകല ചാന്നാന്മാരും ചാന്നാട്ടികളും അവരുടെ കൈകളിലാണ് പെറ്റു വീണിട്ടുള്ളത്. പരസഹായമാവശ്യമില്ലാത്തതോ, വേദനിപ്പിക്കുന്നതോ മാരകമോ ആയ എല്ലാ പ്രസവങ്ങളും അവർക്കൊരു പോലെയാണ്. ബാക്കിയെല്ലാം തലവിധി പോലെയേ നടക്കൂ!

തന്നോടൊപ്പം പോരണമെന്ന് അളമു ആവശ്യപ്പെട്ടപ്പോൾ അവർ മറ്റൊന്നും ചോദിച്ചില്ല. മുറ്റത്തിറങ്ങി കിഴക്കോട്ട് മുഖം തിരിച്ച് അൽപ്പ നേരം നിന്നു. ഗൗളി ചിലയ്ക്കുന്നതും പട്ടി കുരയ്ക്കുന്നതും, അവ ഏതു ദിശയിലാണെന്നത് പോലും, അവർക്ക് ശുഭകരമോ അല്ലാത്തതോ ആയ ഓരോ ശകുനങ്ങളാണ്. പുറപ്പെട്ടു കഴിഞ്ഞാൽ പാതയിൽ എവിടെ വച്ച്, ഏതുതരത്തിലുള്ള വ്യക്തിയെ കണ്ടുമുട്ടുന്നു എന്നതുപോലും ഭാഗ്യ-ദൗർഭാഗ്യങ്ങൾക്ക് ഹേതുവാകും എന്നുമവർ വിശ്വസിക്കുന്നു.

ചെമ്മണ്ണുവിളയിലും പ്രാന്തങ്ങളിലും കാക്ക അമർത്തിക്കരയുന്നതും കുളിക്കുന്നത് കാണേണ്ടിവരുന്നതും മരണ ലക്ഷണമത്രേ! പാതയിൽ പൂച്ച കുറുകേ ചാടിയാൽ യാത്രയുടെ ഉദ്ദേശ്യം പിഴയ്ക്കാം. വികലാംഗനോ ദീനക്കാരനോ എതിരേ വരുന്നത് അശുഭലക്ഷണമാണ്.

വയറ്റാട്ടിക്ക് മാത്രമല്ല. ജാതിമത ഭേദമന്യേ നാട്ടിലെ സകലർക്കും ഇത്തരം ശകുനങ്ങളിൽ തികഞ്ഞ വിശ്വാസമാണ്.

വൃദ്ധ മുമ്പേ നടന്നു. കത്തിച്ച ചൂട്ടുവീശി വെളിച്ചമുണ്ടാക്കി അളമു പിന്നാലെയും.

പാതവക്കിലെ കുടിലുകളിൽനിന്നും പരിചയക്കാർ വിളിച്ചന്വേഷിച്ചു: "അമ്മച്ചീ ആരയ്ക്ക് പേറ്?"

"ചെമ്മണ്ണുവെളയില് കോരുവിന്റ മോക്ക്," അവരറിയിച്ചു.

"നെല്ല് കൃഷിചെയ്യണ ചാന്നാന്റ പെണ്ണിനോ?"

"ങാ."

നെൽകൃഷി നാട്ടുകാർക്കിടയിൽ തനിക്കുണ്ടാക്കിത്തന്ന അംഗീക്കാരത്തിൽ അളമുവിന് തന്നെ അത്ഭുതം തോന്നി .

എന്തായാലും ചേമയ്ക്ക് വയറ്റാട്ടിയുടെ സഹായം വേണ്ടിവന്നില്ല. അവരെത്തും മുമ്പുതന്നെ അവൾ ഒരാൺകുട്ടിയെ പ്രസവിച്ചു.

പുന്നക്കായെണ്ണയൊഴിച്ച് കത്തിച്ച വിളക്കിന്റെ തെളിച്ചം കുറഞ്ഞ പ്രകാശത്തിൽ അളമു നവജാത ശിശുവിനെ കണ്ടു. പിന്നിൽ ചുക്രിവൈദ്യന്റെ ശബ്ദമുണ്ടായി: "നീ പാക്കിയമൊള്ളവൻ അളമു. പരണി നാളാക്കും പിള്ളയ്ക്ക്. പെറന്ത നേരവും കൊള്ളാം. അവൻ പെരിയവനാവും!"

പനയോലകളിൽ കാറ്റുണർത്തുന്ന അരോചകമായ ശബ്ദം.

അളമു ചിന്തിച്ചു; തന്റെ മകൻ എത്രതന്നെ വളർന്നാലും ഒരു ചാന്നാനല്ലാതാവുകയില്ല.

വിധിയാണ് ആത്യന്തികമായ സത്യം.

ജനിച്ച സമയമോ നക്ഷത്രമോ വിധിയെ തോൽപ്പിച്ചിട്ടില്ല ഇന്നോളം.

എന്നാൽ യഥാർഥ വിധികർത്താവാരെന്നുമാത്രം അളമുവോ, മറ്റേതെങ്കിലുമൊരു ചെമ്മണ്ണുവിളക്കാരനോ ഒരിക്കലും അന്വേഷിച്ചിട്ടില്ല.

വിസ്തൃതമായ ഭൂസ്വത്തിന് ഉടയവരെങ്കിലും തേവരുകുളംമഠത്തിലെ അംഗസംഖ്യ താരതമ്യേന കുറവാണ്. ആണും പെണ്ണുമായി പല പ്രായക്കാരായ ഒന്നര ഡസനോളം പേർ. അറുപത്തഞ്ച് കഴിഞ്ഞ പാർവതിയമ്മയ്ക്കാണ് പ്രായക്കൂടുതലുള്ളത്. ശരാശരി പതിനഞ്ച് വർഷമാണ് രണ്ടു തലമുറകൾക്കിടയിലെ അന്തരം. ആ നിലയിൽ നാല് പിൻതലമുറകളെ കാണാനുള്ള ഭാഗ്യം പാർവതിയമ്മയ്ക്കുണ്ടായിട്ടുണ്ട്. മഠത്തിലെ കാരണവർ കണ്ടൻനായരും അനുജൻ രാമൻനായരും പാർവതിയമ്മയുടെ കൂടപ്പിറപ്പുകളാണെങ്കിലും പ്രായത്തിൽ രണ്ടു ദശകങ്ങളോളം അവർക്കിടയിൽ വ്യത്യാസമുണ്ട്.

പാർവതിയമ്മയുടെ മകളുടെ മകളാണ് ലക്ഷ്മിക്കുട്ടി, കൗമാരപ്രായമുള്ള അവൾക്കൊരു സംബന്ധക്കാരനുണ്ട്. കൊട്ടാരത്തിൽ ഉദ്യോഗമുള്ള ശരവണൻപോറ്റി.

പോറ്റിയെ കണ്ടൻനായർക്ക് വളരെ കാര്യമാണ്. അയാളുടെ കോമളത്തമോ ബുദ്ധിവൈഭവമോ ഒന്നുമല്ല അതിന് കാരണം. കൊട്ടാരം ജീവനമെന്നാൽ മഹാരാജാവ് തിരുമനസുമായി അടുപ്പവും അവിടത്തേക്കുമേൽ നല്ല സ്വാധീനവുമുണ്ടെന്നാണ് കാരണവരുടെ വിശ്വാസം. പോറ്റി പറഞ്ഞു ധരിപ്പിച്ചിട്ടുള്ളതും അങ്ങനെ തന്നെ.

മഠത്തിലെ അംഗങ്ങൾ അപ്രീതി ഭാവിച്ചിട്ടും വെറും പതിമൂന്നു വയസ്സ് മാത്രം പ്രായമുള്ള ലക്ഷ്മിക്കുട്ടിയെ അദ്ദേഹം പോറ്റിക്ക് നൽകിയതിന് കാരണവും മറ്റൊന്നല്ല.

കൊട്ടാരം സംബന്ധമായ കാര്യങ്ങൾക്കായി പത്മനാഭപുരത്തിനും തിരുവനന്തപുരത്തിനുമിടയ്ക്ക് പോറ്റി എപ്പോഴും യാത്ര ചെയ്യേണ്ടതായിട്ടുണ്ട്. ആ യാത്രകൾക്കിടയിലെ പല വിശ്രമസങ്കേതങ്ങളിൽ ഒന്നാണ് തേവരുകുളത്ത് മഠം.

മഠത്തിലെ മറ്റു പെണ്ണുങ്ങളുടെ സംബന്ധക്കാരിലധികവും ഇരവിപുരം ഗ്രാമത്തിലെ ബ്രാഹ്മണരാണ്. രാത്രികളിൽ അവർ ചൂട്ടും മിന്നിച്ച് കയറി വരുന്നതും പുലർച്ചെ മടങ്ങിപ്പോവുന്നതും പടിഞ്ഞാറേ പടിപ്പുര വാതിലിലൂടെ വേണം. എന്നാൽ ശരവണൻപോറ്റിക്ക് മാത്രം എപ്പോൾ വേണമെങ്കിലും പൂമുഖവാതിലിലൂടെ കയറിവരാം.

തന്നിൽനിന്നും കൊട്ടാരം വിശേഷങ്ങൾ കേട്ടിരിക്കാൻ കാരണവർക്ക് വളരെ ഇഷ്ടമാണെന്ന് മനസിലാക്കിയിട്ടുള്ള പോറ്റി, തരംപോലെ ഭാവനയിൽ അവ ചമച്ച് വിളമ്പാനും ബഹുസമർഥനാണ്.

എന്നാൽ ഇക്കുറി കണ്ടൻനായരെ മാത്രമല്ല, മഠത്തിലെ സകല

രെയും നടുക്കാൻ പര്യാപ്തമായ പ്രാധാന്യമേറിയൊരു വാർത്തയുമായി ട്ടാണ് അയാൾ വന്നത്. ഉമ്മറത്തെ കസാലയിൽ ആസനസ്ഥനായി കാര ണവർക്കുനേരെ പോറ്റി ഒരു ചോദ്യമെറിഞ്ഞു കൊടുത്തു:

"രാജവിളംബരത്തെപ്പറ്റി അറിഞ്ഞോ?"

മുമ്പ് അറിയാനിടയായിട്ടുള്ള അനേകം വിശേഷങ്ങളിലൊന്നാവില്ല പോറ്റി ഉദ്ദേശിക്കുന്നതെന്ന് തോന്നുകയാൽ കണ്ടൻനായർ പറഞ്ഞു:

"ഇല്ലല്ലോ."

"എങ്കിൽ കേട്ടുകൊള്ളണം." മനഃപാഠമാക്കിവച്ചിട്ടുള്ളതുപോലെ, ശബ്ദമുയർത്തി പോറ്റി വിളംബരം വിളിച്ചു പറഞ്ഞു:" "വഞ്ചിരാജ്യത്ത് അടിമവേല നിർത്തൽ ചെയ്തിരിക്കുന്നു! മേൽക്കൊണ്ട് വഞ്ചിരാജ്യത്ത് സ്വമനസാലെയല്ലാതെ അടിമകളുണ്ടായിരിക്കുന്നതല്ല. എന്നാൽ പ്രജകള് ഇപ്പോൾ കൈവശം വച്ചിരിക്കുന്ന അടിമകളായവർക്ക് ഈ വിളംബര ത്തെപ്പറ്റി അറിവുണ്ടാവാതിരിക്കുകയോ ഉടമസ്ഥരെ വിട്ടുപോവാൻ അവർക്ക് മനസ്സ് വരാതിരിക്കുകയോ ചെയ്യുന്ന പക്ഷം, ആ അടിമകളെ നിർബന്ധിച്ച് സ്വതന്ത്രരാക്കി വിടാൻ പാടില്ലാത്തതുമാകുന്നു. തിരുവി താംകോട് പണ്ടാരം വകയായുള്ള സകല അടിമകളെയും ഇതിനാൽ സ്വതന്ത്രരാക്കി വിടുകയും ചെയ്യുന്നു!"

പോറ്റി നിറുത്തി. ആയാസമേറിയൊരു കർത്തവ്യം നിർവഹിച്ചു കഴിഞ്ഞ ലാഘവത്തോടെ, വരാന്തയിലും അതിനപ്പുറത്ത് വാതിലുകൾ മറഞ്ഞും തെളിഞ്ഞും നിൽക്കുന്നവരെയും വിശാലമായൊന്നു നോക്കി.

മഹാരാജാവ് തിരുമനസിലെ ഇഷ്ടപ്രജകൾ!

എല്ലാവരും അന്തംവിട്ടു നിൽക്കുന്നു. ഒരാളൊഴികെ. രാമൻ നായ രിൽ മാത്രം പറയത്തക്ക ഭാവഭേദങ്ങളൊന്നുമില്ല.

പാർവതിയമ്മയ്ക്ക് തോന്നി, ഇങ്ങനെയൊക്കെ വിളിച്ചുകൂവാൻ പോറ്റിയെ ഏതോ ദുർഭൂതം ആവേശിച്ചിട്ടുണ്ട്; തീർച്ച.

കണ്ടൻനായർ ചോദിച്ചു: "ഈ കേട്ടതെല്ലാം നേരോ?"

"ഏഷണി പറച്ചിൽ സ്വാമിമാർക്ക് ചേർന്നതാണോ?" പോറ്റിയുടെ മറുചോദ്യം.

എങ്കിൽ, കണ്ടൻനായർ നിശ്ചയിച്ചു: തിരുമനസിന്റെ സമനിലതെറ്റി യത് തന്നെ!

അത് ഉറക്കെയൊന്ന് വിളിച്ചലറാൻ അദ്ദേഹം ആഗ്രഹിച്ചുവെങ്കിലും രാജനിന്ദ ഭയന്ന് നിയന്ത്രിച്ചു.

അടിമത്തം നിരോധിക്കുക!

ബുദ്ധിസ്ഥിരതയുള്ള ആർക്കാണത് ചിന്തിക്കാനാവുക?

രാജ്യത്തിലെ ബ്രാഹ്മണജന്മിമാരുമായി തുലനംചെയ്താൽ നായർ പ്രഭുക്കന്മാർക്ക് അടിമകൾ കുറച്ചേയുള്ളൂ. എങ്കിൽപ്പോലും ഇതൊരു കൊടുംചതിയാണ്.

രാജകൽപ്പന മൂലം അവതാളത്തിലായ അനേകരെപ്പറ്റി പോറ്റി വിവരിച്ചു. അവരാകട്ടെ, എല്ലാം ബ്രാഹ്മണരും.

ഇനി സ്വാമിമാരും അവരുടെ സ്ത്രീജനങ്ങളും മക്കളും വയലിലി റങ്ങി ചേറിൽക്കുളിച്ച് നീചജാതിക്കാരെപ്പോലെ വേലചെയ്യണമെന്നാണോ തിരുമനസ്സ് കൊണ്ട് ഉദ്ദേശിച്ചത്?

ബ്രാഹ്മണകോപം രാജ്യത്തിനും, മഹാരാജാവിന് പോലും, വിപത്തുണ്ടാക്കുമെന്ന് അവിടന്നും മനസിലാക്കാത്തത് മഹാകഷ്ടമായി പോയി.

ദേവസ്ഥാനങ്ങളുടെ പവിത്രത കാത്ത് ദേശത്തിന് ദേവപ്രീതിയുണ്ടാക്കാൻ പാടുപെടുന്ന സൽജനങ്ങളോട് ഈ കടുംകൈ കാട്ടിയത് മഹാപാതകമായിപ്പോയി!

തന്റെ ജാതിക്കാർക്ക് വന്നുപെട്ട അസൗകര്യങ്ങളിലേ ശരവണൻ പോറ്റിക്ക് കാര്യമായ ദുഃഖമുള്ളു. അയാളെ സംബന്ധിച്ചിടത്തോളം ശൂദ്ര ജാതിക്കാർ മേലനങ്ങി വേലചെയ്താലും അപകടമൊന്നുമുണ്ടാവാനില്ല. അങ്ങനെയല്ലല്ലോ ബ്രാഹ്മണർ. മറ്റെല്ലാ ജാതിക്കാരും പാദസേവ ചെയ്യേണ്ട ഭൂദേവന്മാരാണവർ!

"അല്ല, തിരുമനസിനെന്തര് പറ്റി?" കണ്ടൻനായർ ചോദിച്ചു: "അടിമകളില്ലെങ്കി കൃഷി ചെയ്യാനൊക്കൂല്ലെന്ന് അവിടത്തേയ്ക്ക് അറിയാത്തതാണോ? നെല്ല് വെളഞ്ഞില്ലെങ്കി ധർമരാജ്യത്തിന് ഐശ്വര്യമുണ്ടോ?"

"കലിയുടെ വിളയാട്ടം!" പോറ്റി കണ്ടെത്തി.

ഇതിനെല്ലാം കാരണക്കാർ ശീമക്കാരായ ക്രിസ്ത്യാനി മിഷനറിമാരാണെന്ന് പോറ്റി പറഞ്ഞു. ഒരു തത്വദീക്ഷയുമില്ലാതെ നീചജാതിക്കാരെപോലും അവർ അവരുടെ വേദത്തിൽ ചേർക്കുന്നു. അവർക്ക് അയിത്തം തീരെയില്ല. തുലുക്കരെപ്പോലെ തന്നെയാണ് ധ്വരജാതിയും. ചന്തയ്ക്ക് തെക്കായി കുടിലുകൾ കെട്ടി പാർക്കുന്ന തുലുക്കരിലധികവും പണ്ട് നീചജാതിക്കാരായിരുന്നുവെന്ന് അയാളോർമിപ്പിച്ചു. തുലുക്ക മതത്തിൽ ചേർന്നുകഴിഞ്ഞാൽ പിന്നെ ജാതിയില്ലത്രേ! ആർക്കും എന്ത് വേലയും ചെയ്യാൻ വിലക്കില്ല. പരശുരാമ ക്ഷേത്രത്തിലാണിതൊക്കെ നടക്കുന്നതെന്നോർക്കണം. ഈശ്വരന്മാർ ഇതൊക്കെ സഹിക്കുമോ! ഇല്ല. കലിയുടെ വിളയാട്ടം തന്നെ, കട്ടായം!

ഇന്നേരത്ത് വേലുത്തമ്പിയുണ്ടായിരുന്നുവെങ്കിൽ എന്ന് കണ്ടൻ നായർ ആത്മാർഥമായും ആഗ്രഹിച്ചു.

അനുസരണക്കേട് കാണിച്ച നാട്ടുകാരെ മാത്രമല്ല, ശീമക്കാരെപ്പോലും കുടുകുടെ വിറപ്പിച്ച വീരശൂരപരാക്രമി!

നിസ്സാരകുറ്റങ്ങൾക്ക് പോലും കയ്യോ കാലോ, വേണ്ടിവന്നാൽ തല പോലും, മുറിച്ചു കളയാൻ മടിക്കാത്ത നീതിനിഷ്ഠൻ!

നായർ പട്ടാളമുണ്ടാക്കി നാട് സംരക്ഷിച്ച ആദർശശാലി!

വേലുത്തമ്പിയെന്ന വീരപുരുഷനെപ്പറ്റി ചിന്തിച്ചാൽ കണ്ടൻനായരുടെ അഭിമാനം വാനോളം വിജ്രംഭിക്കും. അദ്ദേഹമുണ്ടായിരുന്നെങ്കിൽ അടിമത്തം നിർത്തൽ ചെയ്യാൻ ഒരു മഹാരാജാവിനും ധൈര്യമുണ്ടാവുമായിരുന്നില്ല.

"ഇനിയെന്താണൊരു പോംവഴി?" അദ്ദേഹം ചോദിച്ചു.

ശരവണൻപോറ്റി കൈമലർത്തി.

"ഒരു വഴിയുണ്ട്," വരാന്തയിൽനിന്ന കുഞ്ചുപിള്ള കാര്യസ്ഥന്റെ കൂർമബുദ്ധി പ്രവർത്തിച്ചു: "വെളംബരത്തില് പറഞ്ഞിട്ടൊണ്ടല്ലോ, അടിമകളായവർക്ക് വെളംബരത്തെപ്പറ്റി അറിഞ്ഞൂടെങ്കി ബലാല്ക്കാരമായിട്ട വരെ പറഞ്ഞുവിടണ്ടാന്ന്."

"ഓ."

"ഇവിടത്തെ ചെറുമക്കളോടും അത് പറയണ്ടാന്ന് വച്ചാമതി."

കാരണവർക്കതിഷ്ടപ്പെട്ടു: "തനിക്ക് ബുദ്ധിയൊണ്ടല്ലോ."

കുഞ്ചുപിള്ള നിന്ന നിൽപ്പിൽ ഒരടി പൊങ്ങി.

"എന്നാലും എത്രകാലം അവരതറിയാതിരിക്കും?" കണ്ടൻനായർക്കതാണ് വേവലാതി.

രാജകൽപ്പന അനുസരിക്കപ്പെടേണ്ടതാണ്. ഒരു കൽപ്പനയെ അസാധുവാക്കാൻ മറ്റൊരു കൽപ്പനയ്ക്ക് മാത്രമേ കഴിയൂ. എന്നാൽ അതിനുള്ള സാധ്യതയില്ലെന്നാണ് പോറ്റിയുടെ അറിവ്.

നാടുവാഴുന്ന പൊന്നുതമ്പുരാന് ഇഷ്ടംപോലെ ഭരിച്ചു കളയാമെന്ന സ്ഥിതിയൊക്കെ പോയി. സുപ്രധാനമായ ഏത് തീരുമാനത്തിനും ശീമത്തമ്പുരാന്മാരുടെ അറിവും അംഗീകാരവും കൂടിയേ തീരൂ. അവരുടെ മേൽക്കോയ്മ അംഗീകരിച്ച് ആണ്ടോടാണ്ട് ലക്ഷക്കണക്കിന് രൂപാ കപ്പമായി കൊടുക്കുകയും വേണം. മറിച്ചായാൽ തിരുവിതാംകോടിന് സ്വന്തം മേൽവിലാസംപോലും നഷ്ടപ്പെട്ടുപോവും!

അങ്ങനെ സംഭവിച്ചാൽ ഏറ്റവുമധികം നഷ്ടപ്പെടാനുള്ളത് തന്റെ ജാതിക്കാർക്കാണെന്ന് ശരവണൻപോറ്റിക്കറിയാം, ഊട്ടുപുരകളും മുറജപവും ബ്രാഹ്മണർക്ക് വേണ്ടിയുള്ളതാണ്. ധർമരാജ്യമെന്നാൽ ബ്രാഹ്മണസേവയുടെ പര്യായം മാത്രവുമാണ്.

എന്നാൽ ഇതൊന്നും കണ്ടൻനായരോടോ മറ്റേതെങ്കിലുമൊരു ശൂദ്രനോടോ പറയാവുന്നവയല്ല.

രാമൻനായരെ കാണുമ്പോഴെല്ലാം ശരവണൻപോറ്റിക്ക് അസ്വാസ്ഥ്യമുണ്ടാവാനുള്ള കാരണവും വേറൊന്നല്ല.

അയാൾക്ക് ലക്ഷ്മിക്കുട്ടിയെ പ്രാപിക്കാൻ മോഹമുദിച്ചു.

ചാരിയിട്ട വാതിലിനപ്പുറം അവളയാളെ പ്രതീക്ഷിച്ചുനിന്നു.

ശൂദ്രപ്പെണ്ണിന്റെ സാമീപ്യവും സ്പർശനവും ബ്രാഹ്മണർക്ക് അയിത്തമുണ്ടാക്കുന്നില്ല. പണ്ട് മനുമുനി തന്റെ സ്മൃതിയിൽ അങ്ങനെ പറഞ്ഞിട്ടുമില്ല.

ലക്ഷ്മിക്കുട്ടിയെ മാറത്തമർത്തി തളർന്നുകിടക്കുമ്പോൾ പോറ്റി ചിന്തിച്ചു; അടിമവേല നിർത്തൽ ചെയ്യരുതായിരുന്നു.

ബ്രാഹ്മണർക്ക് ശൂദ്രപ്പെണ്ണുങ്ങളുടെമേലുള്ള അവകാശം അടിമ–ഉടമ ബന്ധത്തിന്റെ ഒരു തലമാണ്.

നാളെയൊരിക്കൽ വിധിവൈപരീത്യത്താൽ ഏതെങ്കിലുമൊരു ധർമവിധ്വംസകൻ അധികാരത്തിന്റെ സോപാനത്തിൽ കയറിയിരുന്നു കൊ

ണ്ട്, മേലിൽ ബ്രാഹ്മണർ ശൂദ്രപ്പെണ്ണുങ്ങളെ സൗജന്യമായി കാമിച്ചു കൂടെന്ന് കൽപ്പിച്ചാൽ എന്താവും തന്നെപ്പോലുള്ളവരുടെ ഗതി?

തന്റെ ഇന്നത്തെ സംബന്ധക്കാരികൾക്ക് വേറെയും പുരുഷന്മാരെ കിട്ടും. എന്നാൽ തന്നെപ്പോലുള്ളവർക്ക് യഥേഷ്ടം വഴങ്ങിത്തരാൻ എത്ര പെണ്ണുങ്ങൾ തയാറാവും?

താഴേക്കിടയിലുള്ളവരെ കാലാകാലങ്ങളായി പറഞ്ഞ് വിശ്വസിപ്പിച്ച ബ്രാഹ്മണമാഹാത്മ്യം ഒരു നീർക്കുമിളയ്ക്ക് തുല്യം പൊട്ടിച്ചിതറുന്ന രംഗം ശരവണൻപോറ്റിയെ നടുക്കി. അതിന്റെ നാന്ദിയാണോ തനിക്കു നേരെ അവജ്ഞയോടെ മുഖം തിരിച്ചുകളയുന്ന തേവരുകുളത്തെ രാമൻ നായർ?

''വെശക്ക്ണുണ്ടോ?'' ലക്ഷ്മിക്കുട്ടി ചോദിച്ചു: ''കുറച്ചെന്തരെ ങ്കിലും?'' ശൂദ്രഭവനത്തിലെ അന്നം സ്വാമിമാർ ആഹരിച്ചുകൂടാ. അവ രിൽനിന്നും അരിസാമാനങ്ങൾ വാങ്ങി സ്വന്തമായി പാകപ്പെടുത്തിതിന്നു ന്നതിന് വിരോധമില്ല. എന്തിനേറെ, ശൂദ്രസ്ത്രീയിൽ തനിക്കുണ്ടാവുന്ന സന്തതിയെ ഒന്നു സ്പർശിച്ചാൽ മതി ബ്രാഹ്മണൻ അശുദ്ധനാവാൻ!

എന്നാൽ, ആചാരങ്ങളെ കൊഞ്ഞനം കുത്തുന്ന ചിലതൊക്കെ ലോകത്തിലുണ്ടെന്ന് പോറ്റിക്കറിയാം: വിശപ്പ്, ദാഹം, കാമം....

പോരാത്തതിന്, മുമ്പും ഒന്നിലേറെ തവണ ലക്ഷ്മിക്കുട്ടിയുടെ നിർ ബന്ധത്തിന് വഴങ്ങി അയാൾ 'ശൂദ്രനുണ്ടാക്കിയ അന്നം' ആഹരിച്ചിട്ടു ണ്ട്.

"എങ്കിൽ .. കുറച്ചുമതി," അയാൾ പറഞ്ഞു: "മറ്റാരും കാണണ്ട."

അവൾ ചിരിച്ചു.

ലക്ഷ്മിക്കുട്ടി കൊണ്ടുവന്ന ഭക്ഷണം കഴിച്ച് അയാൾ പിന്നെയും കിടക്കയിൽ കയറിക്കൂടി.

ബ്രാഹ്മണർ ശൂദ്രഭവനങ്ങളിലെത്തുന്നത് രാജ്യകാര്യങ്ങളോ ദേവ പ്രശ്നങ്ങളോ പറയാനും പരിഹരിക്കാനുമല്ല. സംഭോഗസുഖം അനുഭ വിച്ചറിയാൻവേണ്ടി മാത്രമാണ്. അടുത്ത പ്രഭാതത്തിൽ യാത്രയാവാൻ നേരത്ത് പോറ്റിക്ക് വഴിച്ചെലവിനുള്ള വക കാരണവർ കിഴിയിൽ കെട്ടി സമ്മാനിച്ചു. തേവരുകുളത്ത് മഠത്തിൽ അന്തിയുറങ്ങാനെത്തുന്ന മറ്റാർ ക്കുമില്ലാത്ത പരിഗണനയാണതും.

"വിശേഷിച്ചെന്തുണ്ടെങ്കിലും ഇവിടെ വന്നുപറയാൻ മറക്കരുത്," കണ്ടൻനായരുടെ അപേക്ഷ.

"ഞാൻ വരാതിരിക്കുമോ?" പോറ്റി നടന്നു.

പടിപ്പുരവാതിൽകടന്ന്, കുറേ ദൂരം കൂടെനടന്ന് അയാൾ പിന്നിലേ ക്കൊന്നു തിരിഞ്ഞുനോക്കി. മാളികമുകളിൽ രാമൻനായർ തന്റെ നേരെ നോക്കിനിൽക്കുന്നു!

ശകുനം പിഴച്ചുവോ?

അയാൾ വലിഞ്ഞു നടന്നു.

ചന്തയ്ക്ക് പിന്നിലെ ഇടുങ്ങിയ പാതയോരത്ത് ചാന്നാൻ പെരുക്കാ ലന് ചെറിയൊരു കച്ചവടമുണ്ട്. രാജവീഥിയുടെ പാർശ്വങ്ങളിൽ തുലു

ക്കരാണ് കച്ചവടക്കാർ. അവിടെ പീടിക നടത്തുന്നത് പോട്ടെ, രാജവീഥിയിലൂടെ സ്വതന്ത്രരായി നടന്നുതിരിയാനുള്ള അവകാശം പോലും താഴ്ന്ന ജാതിക്കാർക്കില്ല.

ചന്തകൂടുന്ന ദിവസങ്ങളിൽ വ്യത്യസ്തദേശക്കാരായ ചാന്നാന്മാർക്ക് കുടിക്കാനാൻ പറ്റിയൊരു താവളമാണ് പെരുക്കാലന്റെ പീടിക. അല്ലാത്തപ്പോഴും ദൂരെസ്ഥലങ്ങളിൽനിന്നും നടന്ന് ക്ഷീണിച്ചെത്തുന്ന ചാന്നാന്മാർ അവിടെ കയറും. മരച്ചീനിയും അരിയും പൊടിച്ചുണ്ടാക്കുന്ന ചിലതരം പലഹാരങ്ങളും, ചുക്കും കരുപ്പട്ടിയും കുരുമുളകുമിട്ട് തിളപ്പിച്ച വെള്ളവുമാണവിടത്തെ ഭക്ഷണപാനീയങ്ങൾ.

ദോശയും പുട്ടുമൊക്കെ കിട്ടുന്നതിനാൽ ആളുകളതിനെ തോശക്കടയെന്നും പുട്ടുകടയെന്നുമൊക്കെ വിളിച്ചു.

അടിമത്തം നിർത്തലാക്കികൊണ്ടുള്ള രാജവിളംബരത്തെക്കുറിച്ച് ബ്രാഹ്മണഗ്രാമങ്ങളിലും ജന്മിത്തറവാടുകളിലും അറിയാനിടയായെങ്കിലും നാട്ടിലെ മഹാഭൂരിപക്ഷം വരുന്ന താഴ്ന്നജാതിക്കാർ അതറിയാൻ പിന്നെയും വൈകി. അടിമകൾക്കാണെങ്കിൽ ഉടയോർ കൽപ്പിച്ചനുവദിച്ചിട്ടുള്ള പരിമിതമായ പ്രദേശത്തിന് പുറത്ത് സഞ്ചാരസ്വാതന്ത്ര്യമില്ല, ബന്ധങ്ങളുമില്ല.

തന്റെ ദീനക്കാർക്ക് കഷായവും എണ്ണയുമുണ്ടാക്കാനാവശ്യമായ അങ്ങാടിമരുന്നുകൾ വാങ്ങി മടങ്ങും വഴി ഒരുദിവസം ചുക്രിവൈദ്യനും തോശക്കടയിലേക്ക് കയറിച്ചെന്നു. പെരുക്കാലനെ പരിചയമുണ്ട്. ക്ഷീണമകറ്റാൻ ചുക്കുവെള്ളവും വേണം.

വൈദ്യൻ ചുക്കുവെള്ളം കുടിക്കവേ പെരുക്കാലന്റെ ശബ്ദം കേട്ടു: "ഈ പോക്ക് പെയ്യാ നമ്മളും പെലയരും ഒന്നു തെന്നെ."

വൈദ്യനൊന്നും മനസിലായില്ല.

"അടിമവേല നിറുത്തൽ ചെയ്തതറിഞ്ഞില്ലിയോ?"

"ങേ, ഇല്ല," വൈദ്യൻ ജിജ്ഞാസുവായി.

"അടിമവേലക്കാരെയെല്ലാം പറഞ്ഞുവിടാൻ രാജകൽപ്പനയൊണ്ട്."

"എന്നാര് പറഞ്ഞ്?"

"ഒരുപാടുപേര് വന്നു പോണ എടമല്ലിയോ ഈ തോശക്കട. വേതപ്പള്ളിയില് പ്രതാനപ്പെട്ട അറിയിപ്പും അതാണ് പോലും!"

എന്നിട്ടും വൈദ്യനൊന്നും മനസിലായില്ല. അടിമകൾക്ക് സ്വാതന്ത്ര്യം എന്ന ആശയത്തെക്കുറിച്ചുപോലും അയാൾക്കൊരെത്തും പിടിയും കിട്ടിയില്ല.

അയാളുടെ അറിവിൽ അടിമകളെന്നാൽ, പെണ്ണടിമകൾ പെറ്റ്, വയലിലെ കളകളെപ്പോലെ, അവയോടൊപ്പം വളർന്ന്, അന്നന്ന് ഉടയോർ ഔദാര്യപൂർവം നൽകുന്നത് വാങ്ങിത്തിന്ന്, നാൽക്കാലികളെപ്പോലെ കൃഷിയിടങ്ങളിൽ വേലചെയ്യുന്ന അറിവില്ലാത്ത ജന്തുക്കളാണ്. ആണ്ടവന്മാർ അങ്ങനെ സൃഷ്ടിച്ചതിനാൽ അവർ അടിമകളായി. അതിന് മാറ്റമുണ്ടാവുകയില്ല, ഉണ്ടായിക്കൂടാത്തതുമാണ്.

അതുകൊണ്ടുതന്നെ പെരുക്കാലൻ ഉറപ്പിച്ചു പറഞ്ഞിട്ടും വൈദ്യന് വിശ്വസിക്കാനായില്ല. കേട്ടത് നേരാണെങ്കിൽ പണ്ടാരക്കുന്നിലെ പുലയരും മോചിതരാവേണ്ടതാണല്ലോ. ഇതുവരെ അങ്ങനെ സംഭവിച്ചതായിട്ടറിവില്ല.

അല്ലെങ്കിൽ എവിടേക്കാണവർക്ക് പോകാനാവുക?

ഒരു ചാന്നാൻപോലും അവരെ സ്വീകരിക്കുകയില്ല. അടുത്തെത്താൻപോലും അനുവദിക്കുകയില്ല.

ഇലകളും ഉണങ്ങിക്കൊഴിയുന്ന കമുകിൻപാളയും പൂങ്കുലകളും കൊണ്ട് നഗ്നത മറയ്ക്കുന്ന അവരുടെ വികൃതവേഷം. ചുമ്മാടുപോലെ പരന്ന് ജഡപിടിച്ച അവരുടെ തലമുടി.

അടുത്തുവന്നാൽ അസഹ്യമാണുപോലും, അവരുടെ നാറ്റം!

വിശേഷാവസരങ്ങളിലല്ലാതെ അവർക്ക് കുളിക്കാനവകാശമില്ല. പണ്ടാരക്കുന്നിലെ പാറക്കെട്ടുകൾക്കിടയിലെ കൊച്ചുജലാശയങ്ങളിലാണ് അവിടത്തെ അടിമപ്പുലയർ കുളിക്കാറുള്ളത്. പുറംലോകത്തിനതറിഞ്ഞുകൂടാ. പുലയരോടുള്ള അയിത്തം അവർ ജീവിക്കുന്ന ചുറ്റുപാടുകളോടുപോലും പുലർത്തിപ്പോരുന്നവരാണ് മറ്റു ജാതിക്കാരെല്ലാം തന്നെ.

എന്തായാലും, കേട്ടതിന്റെ നിജസ്ഥിതിയറിയാൻ തുടർന്നുവന്ന ദിവസങ്ങളിൽ സന്ധ്യാനേരത്ത് വൈദ്യൻ വെറുതെ ഏലായിലേക്കിറങ്ങി. അകലെയുള്ള വയൽവരമ്പിൽ നിന്നുകൊണ്ട്, പ്രായഭേദമെന്യേ, പണ്ടാരക്കുന്നിലെ സകല പുലയരും പാളക്കഷണങ്ങളുമായി മഠത്തിനു തെക്കുള്ള വരമ്പിൽ ദിവസപ്പടി വാങ്ങാനെത്തിയത് അയാൾ കണ്ടു.

അനുകമ്പ തോന്നിയാലും ശൂദ്രൻ ചാന്നാനോടോ, ചാന്നാൻ പുലയനോടോ അത് പ്രകടിപ്പിച്ചുകൂടാ.

എന്നാൽ വളരെക്കഴിയും മുമ്പ് തന്നെ ചാന്നാന്മാരും ഈഴവരുമെല്ലാം രാജവിളംബരത്തെക്കുറിച്ച് അറിഞ്ഞു. തങ്ങളെ അത് എങ്ങനെയെല്ലാം ബാധിക്കുമെന്ന ആശങ്ക അവരെ അലട്ടാൻ തുടങ്ങി.

ഇതൊക്കെയായിട്ടും, പണ്ടാരക്കുന്നിലെ പുലയർ മാത്രം തങ്ങൾക്കവകാശപ്പെട്ട സ്വാതന്ത്ര്യത്തെ കുറിച്ചറിഞ്ഞില്ല. അതറിയിക്കാൻ വേദക്കാർ പോലും അങ്ങോട്ട് ചെന്നതുമില്ല.

കാരണങ്ങളുണ്ട്, കണ്ടൻനായരുടെ കൽപ്പന. അന്യമതക്കാർ തേവരുകുളം മഠത്തിന്റെ അധികാരപരിധിക്കുള്ളിൽ പ്രവേശിച്ചാൽ തല്ലാനോ കൊല്ലാനോ ആയിരുന്നു, അദ്ദേഹത്തിന്റെ നിർദേശം.

അതിൽ ഭയംതോന്നിയിട്ടോ പണ്ടാരക്കുന്നിലെ എണ്ണത്തിൽക്കുറഞ്ഞ 'അയിത്തജാതിക്കാരായ' പുലയരെ സത്യവേദത്തിൽ ചേർക്കേണ്ടത് ഒരാവശ്യമല്ലെന്ന് തോന്നുകയാലോ പള്ളിക്കാർ അവരെ അവഗണിച്ചു.

പുലയർ പള്ളിയുടെ പവിത്രതയും ചാന്നാന്റെ ജാതിശ്രേഷ്ഠതയും നശിപ്പിച്ചേക്കുമെന്നവർ ഭയന്നു.

പള്ളി ചാന്നാർക്കുള്ളതായിരുന്നു.

പതിനൊന്ന്

വിശ്രമമെന്തെന്നറിയാനാവുന്നില്ലെങ്കിലും രണ്ട് വയലുകളിലെ നെൽകൃഷിയും തോട്ടുവക്കത്തെ ഏത്തവാഴക്കൃഷിയും തന്നെ ഒരുപാട് വലുതാക്കിയതുപോലെ തോന്നി അളമുവിന്. കുമരക്കുറുപ്പുമായുള്ള പാതിവാരം ഇടപാട് രണ്ടാം വട്ടവും മെച്ചമായിരുന്നു. രണ്ടാമത്തെ വയലിന്റെ പാട്ടക്കാരൻ കാര്യസ്ഥനായ കുഞ്ചുപിള്ള തന്നെ. അവിടെ അളമുവിന്റെ വീതം അഞ്ചിലൊന്നാണ്. കിട്ടിയ നെല്ല് ഒരുപാടൊന്നുമില്ലെങ്കിലും പണിക്കൂലിയായി അതുമതിയെന്നയാൾ സമാധാനിച്ചു.

കള്ള്ചെത്തുണ്ട്. വെയിലുറയ്ക്കുംമുമ്പ് അത് കഴിയും. അതിനുശേഷമാണ് കൃഷിപ്പണികൾ. മറ്റുള്ളവരുടെ കണ്ണിൽ അയാൾ ഭാഗ്യവാനാണ്. അയാൾ കള്ള് ചെത്തുന്നതിൽനിന്നുമുള്ള വരുമാനം പോലുമില്ലാത്തവരാണ് ചെമ്മണ്ണുവിളയിലെ മിക്ക ചാന്നാന്മാരും.

വീണ്ടും കൃഷിയിറക്കി കഴിഞ്ഞപ്പോൾ മാത്രമാണ് എട്ടൊമ്പത് മാസം പ്രായമുള്ള മകനെ ലാളിക്കാൻ അളമുവിന് നേരെചൊവ്വേ സമയം കിട്ടിയത്.

മകനെപ്പറ്റി അയാൾക്ക് ഒരുപാട് പ്രതീക്ഷകളുണ്ട്. അവനെ മടിയിലിരുത്തി, അവനുണ്ടാവാൻ പോവുന്ന സൗഭാഗ്യങ്ങളെ അയാൾ അക്കമിട്ട് നിരത്തി.

കേട്ടിരുന്ന പൊന്നി വിലക്കി: "ഒരുപാട് കൊതി വേണ്ടാ. പിള്ളയ്ക്ക് ആയുസൊണ്ടായാ മതി."

അതിരുകടന്ന മോഹം അത്യാഗ്രഹമാണ്. അതുകൊണ്ടുള്ള ദോഷങ്ങൾ അവർ അനുഭവിച്ചറിഞ്ഞിട്ടുള്ളതാണ്. വെറുതെയൊന്ന് ആഗ്രഹിക്കാനുള്ള അവകാശംപോലും നിഷേധിക്കപ്പെട്ടവരാണ് തന്റെ ജാതിക്കാർ. മഹാത്ഭുതങ്ങൾ സംഭവിച്ചാൽപ്പോലും അങ്ങത്തെമാർ അംഗീകരിക്കാത്തിടത്തോളം കാലം അവ അപ്രസക്തങ്ങളാണ്.

സന്ധ്യമയങ്ങുന്നതോടെ ആഹാരം കഴിച്ച് ഉറങ്ങാൻ കിടക്കുന്നതാണ് ചെമ്മണ്ണുവിളക്കാരുടെ രീതി. വിളക്ക് കത്തിക്കാനുള്ള എണ്ണയുടെ ദൗർലഭ്യമാണ് അതിന് പ്രധാന കാരണം. ചക്രമുണ്ടായാൽ പോലും സുലഭമായൊരു വസ്തുവല്ല എണ്ണ.

ചേമയ്ക്ക് പ്രസവമടുത്തപ്പോഴാണ് പുരയിൽ വിളക്ക് അത്യാവശ്യമാണെന്ന് പൊന്നിക്ക് ബോധ്യമായത്. പുന്നക്കുരു ആട്ടി വേണം എണ്ണയുണ്ടാക്കാൻ. എന്നാലതും അത്ര എളുപ്പം കിട്ടാവുന്ന സാധനമല്ല. അതിന് പൊന്നി ഒരു ഉപായം കണ്ടെത്തി. അയലത്തെ ചാന്നാക്കുട്ടികളെ പുന്നക്കുരു ശേഖരിക്കാൻ അവർ പ്രേരിപ്പിച്ചു. അലഞ്ഞുനടന്ന്, അവർ ശേഖരിക്കുന്ന പുന്നക്കുരുവിന് പ്രതിഫലമായി തിന്നാനെന്തെങ്കിലും കിട്ടിയാൽ കുട്ടികൾ തൃപ്തരായിക്കൊള്ളും.

പുന്നക്കുരുവിന് പകരമായി എണ്ണ നൽകാൻ ചക്കാലയ്ക്ക് സമ്മതമാണ്. അതിലൂടെ തുച്ഛമായ ലാഭം അയാൾക്കുമുണ്ട്.

നാൽപ്പത്തഞ്ചോളം വയസ്സ് പ്രായമുണ്ട്, പൊന്നിക്ക്. നിവൃത്തിയുണ്ടെങ്കിൽ മഠത്തിൽ അക്കാനി കാച്ചുന്ന പണി മതിയാക്കണമെന്നവർ ആഗ്രഹിക്കുന്നു. അതവർ മറ്റൊരു രീതിയിൽ അവതരിപ്പിച്ചു:

"എനക്കെന്തരോ എടയ്ക്കെടെ, വല്ലാത്ത തലവലി. നെല്ല് കൃഷി ചെയ്യണ ചാന്നാന്റ അമ്മാവി കൂലിക്കെന്തരിന് വേല ചെയ്യണെന്ന് ആളുകളും കേക്കാൻ തൊടങ്ങി."

കേട്ടിരുന്ന അളമു പറഞ്ഞു: "എങ്കി ഇനിയത് ചെയ്യണ്ടാന്ന് വയ്ക്കണും."

"എന്നിട്ട് എന്തരെടുത്ത് തിന്നും?"

"ഇവിടെ ഒള്ളതില് പങ്ക്."

പൊന്നിയോ മൂപ്പനോ വെറുതേയിരുന്ന് ശീലിച്ചിട്ടുള്ളവരല്ല. സമയമുള്ളപ്പോഴെല്ലാം അളമുവിന്റെ വയൽപ്പണികളിൽ ഇരുവർക്കും സജീവപങ്കാളിത്തമുണ്ട്. അതിന്റെ അംഗീകാരമാണ്, ഇനി വേലയ്ക്ക് പോകണ്ടാ എന്ന് അളമു പറഞ്ഞതെന്ന് അവരറിഞ്ഞു.

കോട്ടിയെടുത്ത കമുകിൻപാളകളുമായി ഏത്തവാഴയ്ക്ക് നനയ്ക്കാൻ പുറപ്പെട്ട പൊന്നിക്ക് പിന്നാലെ പുറത്തേക്ക് നടന്ന കോരുമൂപ്പന് നേരെ ചേമ പറഞ്ഞു: "വയ്യാത്ത കാലും കൊണ്ട് അപ്പൻ വെള്ളംകോരാൻ പോണ്ടാ."

"അതൊക്കെ അപ്പടി ഇരുക്കും." മൂപ്പൻ പറഞ്ഞു: "നീ സന്തോഷമായിരിക്കണത് കണ്ട് വേണും ചാവാൻ. അതുക്ക് ചക്രം വേണും. ഒഴച്ചാലേ ചക്രമൊണ്ടാവൂ."

"ഒഴച്ചാ മാത്ത്റം പോരാ." പൊന്നി തിരുത്തി: "അതുക്ക് കൊറച്ച് പുത്തിയും പാക്കിയവുമൊക്കെ വേണും."

മറിച്ചായിരുന്നുവെങ്കിൽ ചെമ്മണ്ണുവിളയിലെ പലരും പണ്ടുതന്നെ ധനികരായിത്തീരുമായിരുന്നു എന്നുമവർ കൂട്ടിച്ചേർത്തു. പകലന്തിയോളം പാടുപെട്ടവർ. തലയിലേറ്റിയ ഭാരമൊന്നിറക്കിവയ്ക്കാൻ ചുമടുതാങ്ങിയന്വേഷിച്ച് നടന്ന്, അവസാനം ലക്ഷ്യം തന്നെ മറന്നു പോയവർ.

മഠത്തിലെ പണി മതിയാക്കിയെങ്കിലും വെറുതെയിരിക്കാൻ പൊന്നിക്കുദ്ദേശ്യമില്ല. ചക്രമാക്കി മാറ്റാവുന്നതോ, കൂടുതൽ ചക്രമുണ്ടാക്കാവുന്നതോ ആയി മറ്റ് പലതുമുണ്ടെന്നവർക്കറിയാം.

ഒരു ചില്ലറ കച്ചവടം തുടങ്ങണമെന്നവർ നിശ്ചയിച്ചു. ഒരു പരൽ ഉപ്പിനുപോലും അകലെയുള്ള ചന്തയെ ആശ്രയിക്കുകയോ, അയൽക്കാരിയോട് കടം കൊള്ളുകയോ മാത്രമേ ഇന്ന് ചെമ്മണ്ണുവിളക്കാർക്ക് മാർഗമായുള്ളൂ.

കുട്ടിയുടെ സംരക്ഷണവും കോരുമൂപ്പന്റെ അനാരോഗ്യവും കണക്കിലെടുത്ത് മൂപ്പനും പൊന്നിയും മകളുടെ പുരയിലേക്ക് താമസം മാറ്റി. അതിന്റെ വിസ്താരം വശങ്ങളിലേക്കും പിന്നിലേക്കും വലിച്ചു നീട്ടി പരമാവധിയാക്കി. എന്നിട്ടും ഒന്നിനും സൗകര്യം പോരാ.

അഞ്ച് പറ നെല്ല് വിത്തിനായിപ്പോലും സുരക്ഷിതമായി വയ്ക്കാനാവില്ല. വശങ്ങളിലെ പനയോല മാറ്റി കള്ളന്മാർ അതെടുത്ത് കൊണ്ടു

പോയാൽ അറിഞ്ഞെന്ന് തന്നെ വരില്ല. പോരാത്തതിന് മഴക്കാലമായാൽ നിലമാകെ ഈറനുമാവും.

ചെറുതെങ്കിലും ഒരു മൺപുര വേണം. അക്കാര്യത്തിൽ ചേമയ്ക്കാണ് ഏറെ നിർബന്ധം.

എന്നാൽ, കുഞ്ചുപിള്ളയോട് അതൊന്ന് സൂചിപ്പിക്കാൻ അളമുവിന് ഭയമാണ്. ഏതു കാര്യത്തെയും സൗകര്യംപോലെ വ്യാഖ്യാനിക്കുന്നതാണ് അയാളുടെ ശീലം. താഴ്ന്നജാതിക്കാരന്റെ ഏത് പ്രവൃത്തിയും ദുർവ്യാഖ്യാനം ചെയ്യപ്പെടാം. അവരൊന്ന് ചിരിച്ചാൽ ശൂദ്രനെ കളിയാക്കിയെന്നും, ചിരിക്കാതിരുന്നാൽ ശത്രുത ഭാവിച്ചെന്നും അവർ കണ്ടെത്തും. പട്ടിയെ കല്ലെറിഞ്ഞാലും അത് തന്നെ ഉന്നം വച്ചായിരുന്നുവെന്ന് ഒരു ശൂദ്രൻ പറഞ്ഞാൽ മല്ലൻപിള്ളയുടെ മർദനം ഉറപ്പാണ്!

ചെമ്മണ്ണുവിളയിൽ മല്ലൻപിള്ളയുടെ ദ്രോഹം സഹിക്കേണ്ടി വന്നിട്ടില്ലാത്ത അപൂർവം ആണുങ്ങളിലൊരാൾ അളമുവാണ്.

ഒരുദിവസം അളമു കരിയിലകൾകൊണ്ട് വാഴക്കുലകൾ പൊതിഞ്ഞുകെട്ടി നിൽക്കുമ്പോൾ കുഞ്ചുപിള്ള അവിടേയ്ക്ക് വന്നു.

വിളഞ്ഞു കഴിയുമ്പോൾ ഏതെല്ലാം കുലകളാവും അയാൾ മുറിച്ചെടുക്കുക എന്നാലോചിച്ച് അളമുവിന് ഉറക്കം നഷ്ടപ്പെടാറുണ്ട്. മണ്ണ് തന്റേതല്ലെങ്കിലും അവിടെ നാമ്പെടുത്ത ഓരോ തളിരിനും തന്റെ വിയർപ്പ് വളമായിത്തീർന്നിട്ടുണ്ട്.

എന്നാൽ കുഞ്ചുപിള്ളയുടെ കണ്ടെത്തൽ വ്യത്യസ്തമാണ്: "പുണ്യം ചെയ്തവരാണ് തേവരുകുളത്ത് മഠത്ത്കാര്. അവര്ട മണ്ണില് വേല ചെയ്യണോർക്ക് മേൽഗതിയൊണ്ടാവും."

എന്നാൽ അങ്ങനെയല്ല എന്നതാണ് വസ്തുത. ഇവിടത്തെ ഏറ്റവും വലിയ മറുപാട്ടം കൃഷിക്കാരനായ വേലുപണിക്കന് പോലും എത്ര ആദായമുണ്ടാവുമെന്നതല്ല, മറിച്ച് കൃഷിച്ചെലവ് മുതലാവുമോ എന്നതാണ് മിക്കപ്പോഴും വേവലാതി.

മറുപാട്ടം കൃഷിക്കാരെ ഒന്നടങ്കം കുഞ്ചുപിള്ള കള്ളന്മാരും അത്യാഗ്രഹികളുമെന്ന് വിളിച്ചു. ജന്മിയെ പറ്റിക്കാൻ ഏതടവും പ്രയോഗിക്കുന്നവരത്രേ, അക്കൂട്ടർ. ജന്മി നന്നായിരുന്നാലേ നാട്ടിന് ഐശ്വര്യമുണ്ടാവു എന്ന് ചിന്തിക്കാത്ത വിവരദോഷികളാണവർ!

തോട്ടത്തിൽ ചുറ്റിനടന്ന് വാഴക്കുലകൾ പരിശോധിച്ച അയാൾ തൃപ്തനാണെന്ന് മുഖഭാവം വ്യക്തമാക്കി. അയാൾ പറഞ്ഞു, "രണ്ടുമൂന്നാഴ്ചയ്ക്കകം കൊലകള് മുറിക്കാം."

ഇവിടെയും പാട്ടക്കാരൻ കുഞ്ചുപിള്ള തന്നെ. കരഭൂമിയായതിനാൽ പാട്ടത്തിന്റെ എത്ര ശതമാനം മഠത്തിലെത്തുമെന്ന് അളമുവിന് അറിഞ്ഞുകൂടാ. അല്ലെങ്കിൽത്തന്നെ, അയാൾ അതറിയേണ്ട ആവശ്യവുമില്ല.

കുഞ്ചുപിള്ള പറഞ്ഞു: "അടുത്ത വട്ടം നീയിതിന്റ എരട്ടി തൈകള് നട്ട് വേലചെയ്യണം."

"ഓ."

മൺപുരയുണ്ടാക്കുന്നതിനുള്ള അനുവാദം ചോദിക്കാൻ പറ്റിയ നേരമിതാണെന്ന് അളമുവിന് തോന്നി. എന്നാലത് കേട്ടപാടെ കുഞ്ചുപിള്ള ക്ഷോഭിച്ചു:

"ചാന്നാന് മൺപെരയോ? പിന്നെ ചാന്നാനും അങ്ങത്തെമാരുമായിട്ടെന്തരാണെടാ ഒരു വെത്യാസം?"

"അങ്ങത്തെ പൊറുക്കണും." അളമു വിനീതനായി ഉണർത്തിച്ചു: "വിത്തിനൊള്ള നെല്ല് തൂക്ഷിക്കാൻ പോലും പറ്റണില്ല."

തേവരുകുളത്തെ മതിൽക്കെട്ടിന് പുറത്ത് ദരിദ്രരായ പിള്ള, കുറുപ്പ് എന്നൊക്കെ അറിയപ്പെടുന്ന ശൂദ്രജാതിക്കാരുണ്ട്. അവരാണ് യഥാർഥത്തിൽ കരക്കാർ. നായരെന്ന് വിളിക്കപ്പെടാനുള്ള അവകാശം മഠത്ത്കാർക്ക് കുത്തകയാണ്. മഠത്തുകാരെപ്പോലെ തന്നെ, കായികാധ്വാനം ആവശ്യമുള്ള പണികൾ ചെയ്യുന്നത് കരക്കാർക്ക് കുറച്ചിലാണ്. അവിടത്തെ പെണ്ണുങ്ങൾ അധികവും ബ്രാഹ്മണ ഗൃഹങ്ങളിൽ വീട്ടുവേല ചെയ്യുന്നവരാണ്. കരയിലെ ആരോഗ്യമുള്ളവരോ, എഴുത്തും വായനയും പഠിച്ചവരോ ആയ ചെറുപ്പക്കാർ പട്ടാളത്തിലോ ഗുമസ്തപ്പണിയോ ശിപായിപ്പണിയോ ആയാലും വേണ്ടില്ല, ഒരുദ്യോഗത്തിൽ ചേരാൻ മോഹിച്ച് നടക്കുന്നവരാണ്. കുറച്ചാളുകൾ പാട്ടത്തിന് വയലുകൾ വാങ്ങി മറുപാട്ടം കൃഷിക്ക് നൽകി പിടിച്ചുനിൽക്കാൻ ശ്രമിക്കുന്നു. ഇതിലൊന്നും പെടാത്തവർ അലസരായി വെറുതെ ചുറ്റിത്തിരിഞ്ഞ് നടക്കുന്നു.

വീട് എന്നറിയപ്പെടുന്ന അവരുടെ മൺപുരകളിൽ നിലവറയും പത്തായങ്ങളുമില്ല. അവയ്ക്ക് ചുറ്റുമതിലുകളുമില്ല. സുരക്ഷിതമെന്ന് പറയാവുന്ന ഒരു മുറിപോലുമില്ലാത്തവയാണ് കരയിലെ മിക്ക വീടുകളും.

അവയെക്കാൾ മെച്ചപ്പെട്ടൊരു വാസസ്ഥലം അവർണനുണ്ടായാലും അതിനെ വീടെന്ന് വിളിച്ചുകൂടാ.

ശൂദ്രരുടേതുപോലെയോ, അതിലും മെച്ചപ്പെട്ടതോ ആയ ഒരു പുര ചെമ്മണ്ണുവിളയുടെ തെക്കേചെരിവിൽ ഉയർന്നുവരുന്നത് താനുൾപ്പെട്ട സവർണ്ണജാതിക്കാരുടെ അന്തസ്സിന്റെ പ്രശ്നമായി കണ്ടു, കുഞ്ചുപിള്ള. അതുകൊണ്ട് തന്നെ ഒറ്റ വാക്കിൽ "നടക്കൂല്ല" എന്ന് തീർത്തുപറഞ്ഞു.

നാലാഴ്ചകൾക്ക് ശേഷം ചുമട്ടുകാരുമൊത്ത് അയാൾ വീണ്ടും വാഴത്തോട്ടത്തിലെത്തി. അയാൾ കാട്ടിക്കൊടുത്തപടി മുന്തിയതരം കുലകൾ മുറിച്ചെടുക്കാൻ അളമുവും സഹായിച്ചു. തർക്കിച്ചുകൂടാ. ചാട്ടവാറുകൊണ്ടാവും മറുപടി.

അയാളുടെ അനുസരണയിൽ അവസാനം കുഞ്ചുപിള്ളയ്ക്ക് അൽപ്പം മനസലിവുണ്ടായി. ചുമട്ടുകാർ പോയിക്കഴിഞ്ഞപ്പോൾ അയാൾ പറഞ്ഞു:

"ചാന്നാനാണെങ്കിലും നീ അധ്വാനിയായ കൃഷിക്കാരൻ. മൺപുരയുണ്ടാക്കിക്കോ. പക്ഷെ, അരച്ചുവരേ പാടൊള്ളു. അതിനുമേലെ പനയോലകൊണ്ട് നിർബന്ധമായും മറച്ചിരിക്കണം. ചാന്നാന്റ പുരയാണെന്ന് ഒറ്റനോട്ടത്തില് ആർക്കും മനസിലാവാൻ പാകത്തില്!"

"ഓ." അളമു അയാളെ താണുവണങ്ങി.

ആ വാർത്ത കേട്ടപ്പോൾ ചുക്രിവൈദ്യൻ താടി ചൊറിഞ്ഞു, തനിക്കും കൃഷിചെയ്യാൻ ചെറുതെങ്കിലും ഒരുതുണ്ട് വയൽ വേണമെന്നൊരു മോഹം. പതിനാറോളം പ്രായമുള്ള മല്ലുവിന് ഒരാളുടെ വേലചെയ്യാൻ പോന്ന തടിമിടുക്കുണ്ട്. എങ്കിലും വൈദ്യന്റെ മനസിലിരിപ്പ് മനസിലാക്കി അവൻ പറഞ്ഞു:

"എനക്ക് വയ്യാ, അളമുവണ്ണനെപ്പോലെ രാപ്പകല് കെടന്ന് ചാവാൻ!"

കുറെനേരം അവനെ സൂക്ഷിച്ച് നോക്കിയിരുന്ന ശേഷം വൈദ്യൻ സമാധാനിച്ചു, കൃഷിക്കാരനെക്കാൾ അന്തസ്സ് വൈദ്യന് തന്നെ.

നെല്ലും വാഴക്കുലകളും വിറ്റ് കുറച്ച് ചക്രം കയ്യിലെത്തിയത് മുതൽ അളമുവിനോട് പനകയറ്റം മതിയാക്കാൻ ചേമ നിർബന്ധിച്ച് തുടങ്ങി. അത്രയും നേരം കൂടെ കൃഷിയിൽ ശ്രദ്ധിച്ചാൽ ആദായം കൂടുമെന്നവൾ പറഞ്ഞു. അയാളുടെ ആരോഗ്യമാണ് അവൾക്കിപ്പോൾ കൂടുതൽ പ്രധാനം. എന്നാൽ അളമു വഴങ്ങിയില്ല. മൺപുരയുണ്ടാക്കുകയാണ് അയാളുടെ അടിയന്തിരമായ ആവശ്യം. അതിന് കൂലികൊടുക്കാനും മറ്റും ചക്രം വേണം. അതൊക്കെ കഴിഞ്ഞിട്ടാവാം വിശ്രമം. പുരയ്ക്കാവശ്യമായ തടികൾ കാര്യസ്ഥനിൽനിന്നും വിലയ്ക്ക് വാങ്ങി. അയാളുടെ അനുവാദത്തോടെ തന്നെ കൂരയും വശങ്ങളും മറയ്ക്കാനാവശ്യമായ പനയോലകൾ വെട്ടിയെടുത്തു.

പുരയ്ക്ക് സ്ഥാനംകാണാൻ ആശാരി വേണമെന്ന് ചുക്രി വൈദ്യൻ നിർദേശിച്ചു. 'ലക്ഷണ'മൊത്ത പുര അതിൽ ജീവിക്കുന്നവരുടെ ആയുരാരോഗ്യങ്ങൾക്ക് വളരെ പ്രധാനപ്പെട്ട ഒന്നത്രേ!

എന്നാൽ അപേക്ഷിച്ചിട്ടും ചക്കുവിളയിൽ താമസിക്കുന്ന, നിത്യവൃത്തിക്കായി മഠത്തുകാരെയും കരക്കാരെയും മാത്രമാശ്രയിക്കുന്ന, ആശാരി അതിന് തയാറായില്ല. ശൂദ്രരതിനെ ധിക്കാരമായി കണ്ടേക്കുമെന്ന ഭയമാണ് അതിനൊരു കാരണം. മറ്റൊന്ന്, സ്വയം അയിത്തജാതിയാണെങ്കിലും ചാന്നാന്മാർക്ക് പുരയുണ്ടാക്കാൻ കൂടുന്നത് ആശാരി ജാതിക്ക് ഭൂഷണവുമല്ലത്രേ!

ഒടുവിൽ കുറെ തിരക്കി നടന്നശേഷം കിഴക്കെങ്ങോനിന്ന് പതിനഞ്ചു വയസോളം പ്രായം വരുന്ന ഒരാശാരിച്ചെറുക്കനെ വൈദ്യൻ തന്നെ കൂട്ടിക്കൊണ്ട് വന്നു. പുര എവിടെ, ഏത് രീതിയിൽ വേണമെന്നെല്ലാം വൈദ്യൻ വിശദീകരിച്ചു കൊടുത്തു. കിഴക്ക് ദർശനം. നീണ്ട ഒരു ഉമ്മറം. ഉമ്മറത്തിന്റെ ഒരറ്റത്തും അതിന് പിന്നിലുമായി രണ്ട് മുറികൾ. പിൻമുറിയോട് ചേർന്ന് അടുക്കള. ആശാരിച്ചെറുക്കൻ ദക്ഷിണ സ്വീകരിച്ച്, നിർദേശിച്ചിടത്ത് ചരടു കൊണ്ടളന്ന് മൂലകളിൽ നാലുകുറ്റികൾ അടിച്ചു നിർത്തി, സ്ഥലം വിട്ടു.

പുരയുടെ ആകൃതി ശരിയല്ലെന്ന് പറഞ്ഞവരോട് വൈദ്യൻ കയർത്തു. കിഴക്കൻ നാടുകളിലെ ചാന്നാന്മാരുടെ പുരകൾ ഇതുപോലെയാണത്രേ. തറവാടികളത്രേ, ആ ചാന്നാൻമാർ!

പുര പണിക്ക് മറ്റ് ചാന്നാന്മാർ സഹകരിച്ചു. കൂലികിട്ടുമെന്നതു മാത്രമല്ല അതിനു കാരണം. നാളെയൊരിക്കൽ അളമുവിനെക്കൊണ്ടൊരു ആവശ്യമുണ്ടാവില്ലെന്നാരു കണ്ടു?

അതൊരു ആറുകാൽ പുരയാണ്. തൂണുകൾ നാട്ടി കൂരയുണ്ടാക്കിക്കഴിഞ്ഞാണ് തറയുയർത്തി ചുവരുകളുണ്ടാക്കിയത്. വടക്ക് വശത്തായി ചെറിയൊരു ചായ്പ്പിറക്കി കെട്ടി, പൊന്നിക്ക് കച്ചവടം ചെയ്യാനുള്ള മുറിയും തയാറാക്കിക്കൊടുത്തു.

മുളയും ഈറയുമുപയോഗിച്ചുണ്ടാക്കിയ വാതിലുകൾ ഒരു മറയുടെ ഉപയോഗമേ ചെയ്യൂ. മരമുപയോഗിച്ച് കതകും കട്ടളയുമുണ്ടാക്കണ്ടാ എന്നായിരുന്നു കുഞ്ചുപിള്ളയുടെ നിശ്ചയം.

നേരിൽ കാണാതെ തന്നെ അധികാരി കരം നിശ്ചയിച്ചു. പുരയ്ക്ക് മൊത്തത്തിൽ ഒരു കരം. മേൽക്കൂരയെ താങ്ങി നിർത്തുന്ന തൂണുകൾക്കോരോന്നിനും കരം വെവ്വേറെയും!

തന്റെ പുരയുടെ മുറ്റത്തിറങ്ങിനിന്ന് അളമു നെടുതായൊന്ന് നിശ്വസിച്ചു. പിന്നെ വടക്കോട്ടു നോക്കി, താണുവണങ്ങി വിളിച്ചു: "തായേ, പകവതീ!"

അളമു അക്കാനിയും കള്ളും ചെത്തുന്നത് നിർത്തി.

കണ്ടമാനം ആദായമുള്ളതുകൊണ്ടാണ് അളമു പനകയറ്റം മതിയാക്കി കൃഷിപ്പണിയിൽ മുഴുകിയതെന്നാണ് ചെമ്മണ്ണുവിളയിലെ മറ്റ് ചാന്നാന്മാരുടെ വിശ്വാസം. അതുകൊണ്ട് തന്നെ നെൽകൃഷി ചെയ്യാൻ മോഹിച്ച് ഒരുപാട് പേർ വയലുകളന്വേഷിക്കാനും തുടങ്ങി. നെല്ലിന്റെ ഒരു തൈ എങ്കിലും നട്ടുനനച്ച് കൊയ്യാത്തവൻ മാന്യനല്ല എന്ന അബദ്ധധാരണയിൽനിന്നുമായിരുന്നു, അതിന്റെ തുടക്കം.

മഠത്തുകാരും അത് മനസിലാക്കാതിരുന്നില്ല. ഈ സവിശേഷ സാഹചര്യം പരമാവധി മുതലാക്കാൻ തന്നെ അവരും നിശ്ചയിച്ചു.

ചെമ്മണ്ണുവിളയ്ക്കും പാമ്പൻകുന്നിനുമിടയിലെ ചതുപ്പിന് പതിനഞ്ചേക്കറിലധികം വിസ്തീർണമുണ്ട്. അതിൽ ഒരാട്ടിൻകുട്ടിയെ കഴുകാൻ പോലും ആളുകൾക്ക് ഭയമാണ്. അവിടവിടെയെന്നല്ല, ഏറെക്കുറെ എല്ലായിടവും പുതഞ്ഞുതാഴുന്ന പരുവത്തിലുള്ളതാണ് ചതുപ്പ്. മഴക്കാലങ്ങളിൽ മൂന്നുവശങ്ങളിൽനിന്നും ഒലിച്ചിറങ്ങുന്ന വെള്ളം അവിടെ കെട്ടിനിൽക്കും. അതൊരു കുളമായിത്തീരും. പടിഞ്ഞാറേയറ്റത്ത് നാലഞ്ചു കോൽ ഉയരമുള്ള പാറക്കെട്ടുകൾ കവിഞ്ഞുവേണം ആ വെള്ളത്തിന് അതിനുമപ്പുറത്തെ തോട്ടിലേക്കൊഴുകാൻ.

ചതുപ്പിനെ കൃഷിയോഗ്യമായ വയലുകളാക്കി മാറ്റാമോയെന്ന് മഠത്തുകാർ ആലോചിച്ചു.

അതിന് ചതുപ്പിൽ വെള്ളം കെട്ടിനിൽക്കാത്ത സ്ഥിതിയുണ്ടാക്കണം. അത് പരിഹരിക്കാൻ രണ്ട് മാർഗങ്ങളാണുള്ളത്. പാറപൊട്ടിക്കാനുള്ള അസൗകര്യം കണക്കിലെടുത്ത്, അതിന് സമാന്തരമായി തോട്ടിലേക്ക് ആഴമുള്ളതും, ഇരുവശങ്ങളും ബലമുള്ളതുമായ ഒരു ചാലുണ്ടാ

ക്കുക. രണ്ടാമത്തേത് ചതുപ്പിനിരുവശത്തുകൂടെയും ഓരോ തോടുണ്ടാക്കുക.

ചുക്രിവൈദ്യനെയും വേലുപ്പണിക്കനെയും മഠത്തിലേക്ക് വിളിച്ചു വരുത്തി കുഞ്ചുപിള്ള പറഞ്ഞു: "മറ്റന്നാൾ പൊലർച്ചെ കൈകാൽ സാധീനമൊള്ള സകല ചാന്നാന്മാരും ഈഴവരും ചതുപ്പിന്റ വടക്കേക്കരയിലുള്ള പുളിച്ചിമാവിന്റെ മൂട്ടിലെത്തണും. ആണുങ്ങളില്ലാത്ത കുടിലുകളിലൊള്ള പെണ്ണുങ്ങള് വരണും. ഊഴിയവേലയുണ്ട്!"

മടങ്ങുംവഴി, തോട്ടുവരമ്പിൽ അവശനായി വൈദ്യൻ കുറേനേരമിരുന്നു. ഊഴിയത്തെപ്പറ്റി കേൾക്കുന്ന മാത്രയിൽ ആളുകൾ തന്റെ നേരെ കയർക്കുമെന്ന് തീർച്ച.

പക്ഷെ പോംവഴികൾ വേറെയില്ല.

അയാൾ എണീറ്റുനടന്നു. ആദ്യം കണ്ട കുടിലിന്റെ മുറ്റത്തെത്തി വിളിച്ചു: "തമ്പീ, ചെല്ലമണീ."

ചെല്ലമണി കുടിലിലില്ല. അവന്റെ പെണ്ണ് പുറത്തേക്ക് വന്നു.

വൈദ്യൻ പറഞ്ഞു: "മറ്റന്നാ ഊഴിയവേലയൊണ്ട്–"

"ഊഴിയമോ?" ദേഷ്യത്തോടെ തിരിച്ചു പോകവേ, അവൾ കൂട്ടിച്ചേർത്തു: "ചൂത്തരമ്മാരെ കാക്കപിടിച്ചിട്ട് വന്നിരിക്കണ്, ഊഴിയവും കൊണ്ട്."

ഓരോ കുടിലിന്റെ മുറ്റത്തും വിഷണ്ണനായി അയാൾ നിന്നു. ചിലർ കയർത്തു. ചിലർ ചീത്ത പറഞ്ഞു.

വരില്ലെന്ന് എല്ലാവരും തീർത്തു പറഞ്ഞു.

വൈദ്യൻ നിർബന്ധിച്ചില്ല. അതൊരാവശ്യവുമല്ല. ധിക്കരിക്കാൻ ആർക്കും കഴിയില്ലെന്നയാൾക്കറിയാം.

മൂന്നാം നാൾ പ്രഭാതത്തിൽ, കുഞ്ചുപിള്ള നിർദേശിച്ചയിടത്ത് ചാന്നാന്മാരും ഈഴവരും എത്തിച്ചേർന്നു. ആണും പെണ്ണും അവരിലുണ്ട്. ആകെ പത്തിരുന്നൂറിലധികം പേർ!

കണ്ടൻനായരും അധികാരിയും കുഞ്ചുപിള്ളയും എത്തിയിട്ടുണ്ട്.

കള്ളൻമാർ ഓടിക്കളയാതിരിക്കാൻ കാവലെന്നപോലെ മല്ലൻപിള്ളയും കൂട്ടരും അൽപ്പം മാറി രംഗം വീക്ഷിച്ചുനിന്നു.

അധികാരി ആവശ്യമായതെല്ലാം വിവരിച്ചുപറഞ്ഞു. തോടിനാവശ്യമായ ആഴം, വരമ്പുകളുടെ വീതി, പടിഞ്ഞാറേ അറ്റത്തുള്ള പാറക്കെട്ടുകൾ പൊട്ടിക്കാൻ എളുപ്പമല്ലാത്തതിനാൽ, സമാന്തരമായുള്ള ചാലിന് ആവശ്യമായ ആഴവും വീതിയും.

ആവശ്യമായ പണിയായുധങ്ങൾ മഠത്തിൽനിന്നും കിട്ടും. കല്ലുകൾ ഉരുട്ടിമാറ്റാനുള്ള ഉരുളൻ തടികൾ കാട്ടിൽനിന്നും വെട്ടിയെടുക്കണം.

ആളുകൾ അന്യോന്യം നോക്കി. അലസതയോ കൊടിയ വിശപ്പോ ആർക്കും തുണയാവില്ലെന്ന് അവർക്കറിയാം. അങ്ങത്തെമാർക്ക് തൃപ്തിയായാൽ മാത്രമേ വേല അവസാനിക്കൂ. ഇന്ന് മുഴുമിപ്പിക്കാനാവാത്തത് തുടരാൻ നാളെയെന്നൊരു ദിവസമുണ്ട്. അതിനപ്പുറം പിന്നെയും നാളെകളുണ്ട്.

ജാതീയമായ ഉച്ചനീചത്വങ്ങളുണ്ടെങ്കിലും പീഡിതർക്ക് അന്യോന്യമുള്ള സ്പർധയ്ക്ക് ആഴം കുറവാണുള്ളത്. ഊഴിയവേലയ്ക്കായി എത്തിയ രണ്ട് ജാതിക്കാർക്കുമിടയിൽ ഉച്ചനീചത്വങ്ങളില്ല. അവർക്ക് അടുത്തുചെല്ലാം. എന്നാൽ അബദ്ധത്തിലെങ്കിലും ഒന്ന് തൊട്ടുപോയാൽ ഇരുകൂട്ടരും അശുദ്ധരാവും. അക്കാര്യത്തിൽ ഈഴവർക്കും ചാന്നാന്മാർക്കുമില്ലാത്ത നിഷ്കർഷ ശൂദ്രർക്കുണ്ട്.

മല്ലൻപിള്ള ചാട്ടവാറുമായി ചുറ്റിപ്പറ്റി നടന്നു. അനുസരിപ്പിക്കാൻ; ധർമം പരിപാലിക്കാൻ.

പന്ത്രണ്ട്

തലമുറകൾ തനിക്ക് മുമ്പിലൂടെ കടന്നുപോവുന്നത് കണ്ടുനിന്ന, സ്വന്തം വിശപ്പിനോടുള്ളതിലധികം ഉത്തരവാദിത്വം ആരോടും ഒന്നിനോടുമില്ലാതായിത്തീർന്ന, പക്കിത്തള്ള ഒടുവിലൊരുദിവസം ചുക്രി വൈദ്യന്റെ കുടിലിന്റെ വരാന്തയിൽ ചുരുണ്ടുകൂടി.

കാളിയുടെ പരാതിയും ശകാരവും കേൾക്കേണ്ടിവന്നെങ്കിലും തള്ളയെ അവിടുന്നുമിറക്കിവിടാൻ വൈദ്യൻ കൂട്ടാക്കിയില്ല. മരിക്കുംമുമ്പ് ഒരിറ്റു വെള്ളം കിട്ടുമെന്ന പ്രതീക്ഷയാവാം അവരെ തന്റെ മുമ്പിലെത്തിച്ചതെന്ന് അയാൾ വിശ്വസിച്ചു.

വലിച്ചുവലിച്ചു കിടന്ന് നാലാംനാൾ തള്ള മരിച്ചു.

അതിനടുത്ത ദിവസം പുലർച്ചെ കരിങ്കാളിക്ക് കർമം നടത്തിക്കാൻ കർമിയെ തിരക്കിച്ചെന്നവർ കണ്ടത് തന്റെ കുടിലിൽ ചാത്തുമൂപ്പൻ മരിച്ചുകിടക്കുന്നതാണ്. കർമിയുടെ മരണത്തിൽ ഏറെ ദു:ഖിച്ചത് കാളിയാണ്. ഇനിയും അയാൾ 'കുരുതിക്കോഴി' കറിവയ്ക്കാൻ കൊണ്ടുവരില്ലല്ലോ.

എന്നാൽ ചാത്തുമൂപ്പന്റെ സഹായിയായിരുന്ന ചുപ്പുവിന് പെരുത്ത് സന്തോഷമായി. വളരെയായി മൂപ്പൻ ചത്തുതുലയാത്തതിലുള്ള അമർഷമടക്കി കഴിയുകയായിരുന്നു അയാൾ. കർമത്തിൽ സഹായിക്കുന്നതിന് പ്രതിഫലമായി കിട്ടിയിരുന്ന ചെമ്പുതുട്ടുകളിൽ ഒരുഭാഗം ചുപ്പുവിന് കൊടുക്കുമെങ്കിലും, കർമത്തിനുപയോഗിക്കുന്ന കോഴിയും ചാരായവും മുഴുവനായും മൂപ്പൻ കൊണ്ടുപോവുകയായിരുന്നു, പതിവ്.

ഇനി താനാണ് കർമിയെന്ന് ഒരുതരം അവകാശാധികാരങ്ങളുടെ ഗർവോടെ തന്നെ ചുപ്പു ആളുകളോട് പറഞ്ഞു; "കർമിയാവണവന്റ വയസെത്തരയായാലും അവൻ മൂപ്പൻ തെന്നെ."

പക്കിത്തള്ളയുടെയോ ചാത്തുമൂപ്പന്റെയോ മരണത്തിൽ ദു:ഖിക്കാനും അവരുടെ ഗുണഗണങ്ങൾ വർണിക്കാനും ചെമ്മണ്ണുവിളക്കാർക്ക് കൂടുതൽ സമയം ലഭിച്ചില്ല. അതിനകം തന്നെ തേവരുകുളം മഠത്തിൽ ഒരു വൻ ദുരന്തം സംഭവിച്ചു.

കുഞ്ചുപിള്ളയുമൊന്നിച്ച് നടക്കാനിറങ്ങിയ കണ്ടൻനായരെ പാമ്പുകടിച്ചു. മഠത്തിന് പിന്നിലെ കുറ്റിക്കാടിനിടയിലൂടെയുള്ള വഴിയിൽ വച്ചാ

യിരുന്നു അത് ഉണ്ടായത്. വില്ലുവണ്ടിയിൽ കയറ്റി വിഷവൈദ്യനടുത്തെത്തുമ്പോഴേയ്ക്കും അന്ത്യം സംഭവിച്ചു കഴിഞ്ഞിരുന്നു.

വിവരമറിഞ്ഞ് കരക്കാരും അയൽദേശങ്ങളിലെ പ്രമാണിമാരും വന്നു. വയലിൽ വേല ചെയ്യുകയായിരുന്ന പുലയർ വരമ്പത്ത് കയറിനിന്ന് മാറത്തലച്ച് നിലവിളിച്ചു.

മഠത്തിലെ കാരണവർ മരിച്ചാൽ അങ്ങനെ ചെയ്യാൻ അടിമപ്പുലയർക്ക് ബാധ്യതയുണ്ട്. ദുഃഖമോ ബഹുമാനമോ അല്ല അതിന് കാരണം. കാലാകാലങ്ങളായുള്ള ആചാരവും നിയമവുമാണത്.

അടിമകൾ ഒച്ചവയ്ക്കേണ്ടത് ഒരാവശ്യം കൂടിയാണ്. മറ്റുള്ള താഴ്ന്ന ജാതിക്കാരെ വെവ്വേറെയായി മരണവൃത്താന്തമറിയിക്കുന്ന പതിവില്ല. അടിമകളുടെ നിലവിളി കേട്ടുവേണം അക്കൂട്ടരെല്ലാം കാര്യം ഗ്രഹിച്ചുകൊള്ളാൻ. കണ്ടൻനായരുടെ അന്ത്യത്തിൽ ഈഴവരോ ചാന്നാന്മാരോ ദുഃഖിച്ചില്ല. അവർ പ്രതികരിച്ചു:

“ദ്രോഹി. എത്രയെണ്ണത്തെ വകവരുത്തി. എത്രപേരുടെ കയ്യും കാലുമൊടിച്ചു. ഒരുപാട് മുമ്പേ പാമ്പ് കടിക്കേണ്ടതായിരുന്നു!”

ശൂദ്രരൊഴിച്ചുള്ള ആരുമദ്ദേഹത്തെ രക്ഷകനായി കണ്ടിട്ടില്ല.

പുലയരുടെ നിലവിളിയുടെ ഒച്ചയും ദൈർഘ്യവും കുറഞ്ഞുവന്നു. ഒച്ചയുണ്ടാക്കി അവരും തളർന്നു. എങ്കിലും മഠത്തിലെ ഏതെങ്കിലുമൊരാളെ കണ്ടാലുടൻ അവരുടെ നിലവിളിക്ക് ആക്കം കൂടും.

നാഴി നെല്ലിനായുള്ള വിലാപം!

മരണം ദുഃഖമാണെങ്കിലും ആർത്തലയ്ക്കാനും പരേതന്റെ ചെയ്തികളെ വാഴ്ത്താനും മഠത്തിലുള്ളവരോ വന്നുകൂടിയവരോ അധികമൊന്നും മിനക്കെട്ടില്ല. എന്നാൽ, അത്യഗാധദുഃഖമുള്ള ഒരാൾ അവിടെയുണ്ടായിരുന്നു: കുഞ്ചുപിള്ള കാര്യസ്ഥൻ.

കാരണവർ തനിക്ക് ഒരുപാട് ഉപകാരങ്ങൾ ചെയ്തിട്ടുണ്ട്. എങ്കിലും നേടാനിനിയും ബാക്കിയുണ്ടെന്ന തോന്നൽ.

അടുത്ത കാരണവർ രാമൻനായരാണെന്ന ബോധം അയാളുടെ മനസ്സിൽ വിഭ്രാന്തി മാത്രമുണ്ടാക്കി.

രാമൻനായർ ഇന്നോളം തന്നോടൊന്നും കൽപ്പിച്ചിട്ടില്ല. കൽപ്പിച്ചിരുന്നെങ്കിൽ മാനിക്കപ്പെടുമായിരുന്നുവോ എന്നത് മറ്റൊരു വശം. അയാളെ ഭയപ്പെടുത്തുന്നത് വേറെ ചിലതാണ്. കാര്യപ്രാപ്തിയും തന്റേടവുമുള്ള ആളെന്ന് സകലരാലും പ്രകീർത്തിക്കപ്പെട്ടപ്പോഴും, ഒരു നല്ല വാക്ക് പറയാനോ, ഒരിക്കലെങ്കിലും തന്റെ അഭിപ്രായമാരായാനോ രാമൻനായർ മുതിർന്നിട്ടില്ല.

പരിഹാസപൂർവം രാമൻനായർ തനിക്കിട്ട പേര് ‘കീചകൻപിള്ള’ എന്നായിരുന്നു!

രാമൻനായർ എന്നും വ്യത്യസ്തനായിരുന്നു.

കുട്ടിക്കാലത്തുതന്നെ, തനിക്കുചുറ്റും കാണുന്ന പലതിനോടും അദ്ദേഹത്തിന് വിദ്വേഷവും സംശയവുമായിരുന്നു.

രാത്രികാലങ്ങളിൽ പൂണൂലിട്ട അപരിചിതർ ചൂട്ടും മിന്നിച്ച് കയറി വരുന്നതും പെണ്ണുങ്ങളുടെ മുറികളിൽ കയറി വാതിലടയ്ക്കുന്നതും സുഖകരമായ കാഴ്ചയായിരുന്നില്ല.

ഒരിക്കൽ, ഒരുനോക്കെങ്കിലും കാണാൻ അത്യധികമായി കൊതിക്കുകയും പ്രായമായപ്പോൾ പാടെ മറക്കാനും വെറുക്കാനും ശ്രമിക്കുകയും ചെയ്ത സുബ്രഹ്മണ്യശർമ്മ എന്ന് പേരുള്ള 'ഏതോ' ഒരു തന്ത!

നിസ്സാര കുറ്റങ്ങൾക്ക് പോലും ചാട്ടവാറുകൊണ്ടുള്ള പ്രഹരമേൽക്കാൻ അനുസരണയോടെ നിന്നുകൊടുക്കുന്ന അയിത്തജാതിക്കാർ.

കന്നുകാലികൾക്കുള്ളത്രയും വിലപോലുമില്ലാത്തവരാണ് അവർണർ എന്ന അറിവ്.

സകലതിനും കാരണഭൂതനായ ഈശ്വരൻ സവർണനും അവർണനും, ഉടമയ്ക്കും അടിമയ്ക്കും, ഒരേ ശരീരപ്രകൃതി തന്നെ നൽകിയതെന്തിനാണെന്ന് അന്ന് തീരെ മനസിലായില്ല.

പുരാണങ്ങളിലെയും പഴങ്കഥകളിലെയും വിശുദ്ധിയിൽ ചാലിച്ചെടുത്ത ചതിയും ക്രൂരതയും സാമാന്യബുദ്ധിക്ക് നിരക്കുന്നതായിരുന്നില്ല.

എന്നാൽ, ഇളമുറക്കാരുടെ ഒരു ധിക്കാരവും വച്ചുപൊറുപ്പിക്കാത്തൊരു അമ്മാവന്റെ നിഴലിൽ തന്റെ സംശയങ്ങൾ സ്വന്തം അമ്മയോട് ചോദിക്കാൻപോലും രാമൻനായർ ഭയപ്പെട്ടു.

ഗുരുകുല സമ്പ്രദായത്തിലുള്ള വിദ്യാഭ്യാസമാണ് അദ്ദേഹത്തിന് ലഭിച്ചത്. പത്തുപതിനഞ്ചു നാഴിക അകലെയുള്ള ഗുരുവിന്റെ ഭവനത്തിൽ കഴിച്ചുകൂട്ടിയ ആ വർഷങ്ങൾ രാമൻനായരെ സംബന്ധിച്ചിടത്തോളം ഒരു സുവർണകാലമാണ്. മഹാരാജ ഭക്തനായ ഗുരുവിൽ നിന്നുമാണ് വഞ്ചിരാജ്യത്തിന് പുറത്തും ഒരു ലോകം നിലനിൽക്കുന്നുണ്ടെന്നും, അവിടെ കൂടുതലും മ്ലേച്ഛജാതിക്കാരാണെന്നും പഠിച്ചത്.

ഗുരുവിന്റെ പേരമകൾ വസുന്ധരയെ നിത്യേന കണ്ടു. സുദീർഘമായൊരു ബന്ധത്തിന് അതൊരു തുടക്കമായി.

അമ്മാവന്റെ മരണശേഷം തേവരുകുളത്തെ യാഥാർഥ്യം രാമൻനായരുടെ ജ്യേഷ്ഠസഹോദരനായ കണ്ടൻനായരെന്ന പുതിയ കാരണവരിലൂടെ മുന്നോട്ടു പോയി. അദ്ദേഹത്തിന്റെ ഏതാജ്ഞയും ശിരസ്സാ വഹിക്കാൻ, ബദ്ധശ്രദ്ധനായി, കുഞ്ചുപിള്ള കാര്യസ്ഥൻ നിന്നു.

ഒരു മല്ലൻപിള്ള വൃദ്ധനായപ്പോൾ മറ്റൊരു മല്ലൻപിള്ള ആ സ്ഥാനത്ത് അവരോധിതനായി.

അവർക്കെല്ലാം മുമ്പിൽ അടിമകളായ പുലയരും ആശ്രിതരായ മറ്റ് അവർണജാതിക്കാരും, പാട്ടക്കാരായ കരക്കാർ ശൂദ്രർ പോലും, വിറപൂണ്ട് നിൽക്കുന്ന കാഴ്ച രാമൻനായരെ വല്ലാതെ അസ്വസ്ഥനാക്കി.

കണ്ടൻനായരുടെ പുലകുളി അടിയന്തിരത്തിനെത്തിയവർ സുഭിക്ഷമായി സദ്യയുണ്ട്, പുതിയ കാരണവരെ മുഖം കാണിച്ച്, യാത്രയായി. തലമുറകളോളമായി പൂമുഖത്ത് സ്ഥിരമായി പ്രതിഷ്ഠിക്കപ്പെട്ടിരുന്നതും, അഞ്ചാറ് കാരണവന്മാരെങ്കിലും പൃഷ്ഠമുറപ്പിച്ചിരുന്ന് 'ഭരണം' നടത്തി

യതുമായ ചിത്രപ്പണികളുള്ള വലിയ മരക്കസേര രാമൻനായർ നീക്കം ചെയ്തു.

കോലായയിലിരുന്നാൽ വടക്കുവശത്തെ പ്രധാനപ്പെട്ട പടിപ്പുരവാതിലിനപ്പുറം വീതിയുള്ള ചെമ്മൺപാത വളരെ ദൂരത്തോളം കാണാം.

പലവട്ടമായി ഊഴിയവേലയിലൂടെ അവർണർ നിർമ്മിച്ച പാതയാണത്.

വരാന്തയിൽ വല്ലാത്ത വീർപ്പുമുട്ടലോടെ കുഞ്ചുപിള്ള നിന്നു. അയാൾക്ക് ഒരുപാടു കാര്യങ്ങൾ പറയണമെന്നുണ്ട്. പക്ഷെ, കഴിയുന്നില്ല.

പുറമേക്ക് പക്വമതിയും സൗമ്യനുമെങ്കിലും നിർബന്ധബുദ്ധിക്കാരനാണ് രാമൻ നായരെന്നറിയാം.

കണ്ടൻനായർ അങ്ങനെയായിരുന്നില്ല. കോപമുണ്ടായാൽ കടിക്കാൻ വരുന്ന പട്ടിയെപ്പോലെ പല്ലിളിച്ചുനിൽക്കും. വളരെ നിസ്സാര കാരണങ്ങൾ മതി, കോപം വരാൻ.

അദ്ദേഹമൊരു വിഡ്ഢിയായിരുന്നുവെന്ന് ഇപ്പോൾ കുഞ്ചുപിള്ളക്ക് തോന്നി.

കണ്ടൻനായരുടെ അമ്മാവൻ മഠത്തിലെ കാരണവരായിരുന്ന കാലത്ത്, വൃദ്ധനായ കാര്യസ്ഥന്റെ സഹായിയായിട്ടാണ് കുഞ്ചുപിള്ള ഇവിടെയെത്തുന്നത്. ചില വർഷങ്ങൾക്കുശേഷം, വൃദ്ധനെ പുറത്താക്കി ആ പണി സ്വന്തമാക്കാൻ അയാൾക്ക് ബുദ്ധിമുട്ടുണ്ടായില്ല.

അതിനിടെ അടുത്ത കരകളിൽ അയാൾക്ക് ബന്ധങ്ങളുണ്ടായി. എന്നാൽ, ആ ബന്ധങ്ങളിൽ പിറന്ന കുട്ടികളുടെ തന്ത കുഞ്ചുപിള്ളയാണെന്ന് പറയാൻ പെണ്ണുങ്ങൾ മടിച്ചു.

ബ്രാഹ്മണരിലും ആഭിജാത നായന്മാരിലും സ്വന്തം മക്കളുടെ പിതൃത്വം കെട്ടിവയ്ക്കുന്നത് ശൂദ്രപ്പെണ്ണുങ്ങൾക്ക് അന്തസ്സാണ്.

എന്നാൽ, കുറച്ചുകൂടെ കഴിഞ്ഞപ്പോൾ, നെല്ലും നാളികേരവും പുളിയും കരുപ്പട്ടിയും വിൽക്കുന്ന ചുമതല കുഞ്ചുപിള്ളയ്ക്കായപ്പോൾ, പാട്ടക്കാർ അനുസരിക്കാനും അത്യാവശ്യം കൈക്കൂലിയായെന്തെങ്കിലുമൊക്കെ നൽകാനും തുടങ്ങിയപ്പോൾ, അവയ്ക്കെല്ലാമുപരി, തന്റെ സേവനങ്ങൾക്ക് പ്രതിഫലമായി ഒരുകണ്ടം വയൽ കാരണവരിൽ നിന്നും ചാർത്തി വാങ്ങിയപ്പോൾ കുഞ്ചുപിള്ളയ്ക്കും കൈവന്നു, അനൽപ്പമായ ആഭിജാത്യം. സന്തതികളുടെ സൃഷ്ടിയിലെ അയാളുടെ പങ്കിനെ പാടെ നിഷേധിക്കാൻ അപ്പോൾ പെണ്ണുങ്ങൾക്ക് കഴിയാതെ വന്നു.

അഞ്ഞാഴി നെല്ലോ, ഇടയ്ക്കെല്ലാം അരച്ചക്രമോ ഒരു തോർത്തുമുണ്ടോ കിട്ടുന്നത് അവർക്കത്ര നിസ്സാരകാര്യമല്ല. അവരിൽ ഒരുവൾ ഒരു മുണ്ട് സ്വീകരിച്ച് അയാളുടെ പുരയിൽ ചേക്കേറാനും മടിച്ചില്ല.

അവളുടെ പേര് പാറുക്കുട്ടി എന്നായിരുന്നു.

സംബന്ധം ചെയ്തും ചെയ്യപ്പെട്ടും മാത്രം ശീലിച്ചുപോന്നിട്ടുള്ള തേവരുകുളത്തുകാർക്ക് കുഞ്ചുപിള്ളയും പാറുക്കുട്ടിയും ഒരേ പുരയിൽ

ഒന്നിച്ച് ജീവിക്കുന്നതിൽ പന്തികേട് തോന്നാതിരുന്നില്ല. എന്നാൽ, അതിൽ അപാകതയില്ലെന്ന് കാരണവർ വിധിച്ചപ്പോൾ നീരസമടക്കാൻ അവർ നിർബന്ധിതരായി.

പാറുക്കുട്ടി വന്നത് നല്ല പ്രായത്തിൽ നിരവധി പുരുഷൻമാർക്ക് കിടക്കയൊരുക്കിയ ശേഷമാണ്. ആ കിടക്കകളിൽ നിരന്തരം വിയർപ്പും മുല്ലപ്പൂമണവും ഇഴുകിച്ചേർന്നു. തുടർന്നും ആ കിടക്ക ഉപയോഗിക്കാനാവില്ലെന്ന് ബോധ്യമായിരുന്ന അവൾ ഒപ്പം മൂന്ന് സന്തതികളെയും കൂട്ടിയിരുന്നു.

തുടക്കത്തിൽ പിന്തിരിപ്പിക്കാനായൊരു സമീപനമായിരുന്നു കുഞ്ചുപിള്ളയ്ക്ക് അവളുടെ നേരെ. അയാൾ പറഞ്ഞുകൊടുത്തു: "ബ്രാഹ്മണന്റെ അന്നമുണ്ടാണ് ഞാൻ വളർന്നത്. ബ്രാഹ്മണൻ നാട്ടിലെ സകല പെണ്ണുങ്ങളുടെയും ചൂടും ചൂരുമറിഞ്ഞാലും അപായമില്ല. അതില് ദേവന്മാർ കൂടുതൽ പ്രസാദിക്കുകേം ചെയ്യും. എന്നാലവരുടെ പെണ്ണുങ്ങളെ പരപുരുഷൻമാരൊന്ന് കാണുന്നതുപോലും മഹാപാപമാണ്. പക്ഷേങ്കില് പാറു, നീ വെറുമൊരു ചൂത്തരപ്പെണ്ണാണ്. ബ്രാഹ്മണസേവ ചെയ്തിരുന്ന എന്റ കൂടെ, എന്നെമാത്രം പൂജിച്ച് നീ കാലം കഴിച്ചോളണും."

പണ്ട്, കുട്ടിക്കാലത്ത്, അനന്തപുരിയിലെ ഒരു പട്ടത്തിയമ്മ വേവിച്ച് വാഴയിലകളിൽ പൊതിഞ്ഞുകൊടുക്കുന്ന 'തൈര്സാദം' വിൽക്കുകയായിരുന്നു, കുഞ്ചുപിള്ള.

ബ്രാഹ്മണർക്ക് ഊട്ടുപുരകളുണ്ട്. പട്ടണത്തിലെത്തുന്ന മറ്റ് പ്രഭുക്കന്മാർക്ക് ആതിഥേയരുണ്ടാവും. അല്ലെങ്കിൽ തങ്ങൾക്കും പരിവാരങ്ങൾക്കും ആഹാരത്തിനുള്ള ചട്ടവട്ടങ്ങളുമായിട്ടാവും അവരെത്തുക. പൊതുഭോജന ശാലയെന്ന് വിളിക്കാവുന്നവയൊന്നും പട്ടണത്തിലില്ല. അതിനാൽ സാധാരണക്കാർക്ക് കൂടെ കരുതുന്ന ഭക്ഷണ സാധനങ്ങളോ അല്ലെങ്കിൽ ഇത്തരം പൊതിച്ചോറോ ആണ് ആശ്രയം.

കുഞ്ചുപിള്ളയോട് പാറുക്കുട്ടി തർക്കിച്ചില്ല, തർക്കിക്കാൻ അവൾക്കൊട്ട് അറിഞ്ഞും കൂടാ. പഴയ കാര്യങ്ങളോർത്ത് കുറ്റബോധം തോന്നാൻ അവളൊരു തെറ്റും ചെയ്തിട്ടില്ല. നാട്ടുനടപ്പനുസരിച്ച് ജീവിച്ചു. അവ അനുസരിക്കാതിരുന്നാൽ മനുഷ്യർ മാത്രമല്ല, ഈശ്വരന്മാർ പോലും ശിക്ഷിച്ചു കളയും!

വിശന്നാൽ നാഴിയരിക്ക് അവൾക്ക് വഴിയില്ല. സംരക്ഷിക്കാൻ അമ്മാവന്മാരോ ആങ്ങളമാരോ ഇല്ല. അവൾ പറഞ്ഞു: "എന്നേം എന്റ കൊച്ചുങ്ങളേം പട്ടിണിക്കിടരുതെന്നേ എനിക്ക് പ്രാർഥനയൊള്ളു."

പ്രാർഥന കേട്ടതായി കുഞ്ചുപിള്ള അറിയിച്ചു.

പോയകാലങ്ങളെ മറക്കാനവൾക്ക് കഴിയുകയില്ല.

ഉഷ്ണവും വിയർപ്പിന്റെ ഗന്ധവും അസ്വസ്ഥതയുണ്ടാക്കുന്ന വേനൽക്കാലങ്ങൾ. വർഷകാലങ്ങളിൽ പ്രപഞ്ചം നിറയുന്ന മാക്രികളുടെ കൂട്ടവിലാപം.

തന്നിൽ പറ്റിച്ചേർന്ന് കിടക്കുന്ന പുരുഷനോടവൾ എത്രയോ വട്ടം അപേക്ഷിച്ചു:

"ഈശ്വരനാണെ സത്തിയം, ഒടുവിലത്തെ കൊച്ച് നിങ്ങക്കൊണ്ടായത്. അതിന് തിന്നാനൊള്ള വകയെങ്കിലും തരണും."

അങ്ങനെയാവാമെന്ന് ഉറപ്പ് ലഭിച്ചതെത്രയോ വട്ടം.

എന്നാൽ, ചുടാറിത്തണുത്തപ്പോൾ, അടുത്ത പ്രഭാതത്തിലെ കുളിരിൽ ആ ഉറപ്പുകൾ അലിഞ്ഞില്ലാതായി.

അവരിൽ നിന്നൊക്കെ വ്യത്യസ്തനാണ് കുഞ്ചുപിള്ള എന്ന വിശ്വാസമൊന്നും പാറുക്കുട്ടിക്കുണ്ടായില്ല. ഒരുപാട് പെണ്ണുങ്ങൾക്ക് അയാളും 'ഉറപ്പ്' കൊടുത്തിട്ടുണ്ടാവാം.

അതിനാലവൾ പറഞ്ഞു: "എനിക്കും കൊച്ചുങ്ങക്കും ചെലവിന് തര്ണ കാലം വരെ ഞാൻ നിങ്ങള മാത്രമാരിക്കും, തീർച്ച."

ആ വാക്ക് അവൾ പാലിച്ചുവെങ്കിലും തെറ്റിക്കാൻ നിർബന്ധിച്ചത് കുഞ്ചുപിള്ള തന്നെ.

തേവരുകുളത്തെ കണ്ടൻനായരുടെ അമ്മാവനായ കാരണവർ സപ്തതി കഴിഞ്ഞ്, തറവാട്ടുകാരണവരെന്ന അഹങ്കാരവും, അയവില്ലാത്ത മുഷ്കും സമ്പത്തിന്മേലുള്ള അധികാരവുമൊഴികെ മറ്റൊന്നുമില്ലാതെ വാഴുന്ന കാലം. അദ്ദേഹത്തിന്റെ തളർന്ന നാഡീ ഞരമ്പുകൾക്ക് ഉത്തേജനമേകാൻ, രാത്രികളിൽ മഠം ഉറങ്ങിക്കഴിഞ്ഞപ്പോൾ, പാറുക്കുട്ടി എത്തി.

പുറത്ത് കുഞ്ചുപിള്ള കാവലിരുന്നു. ആ വകയിൽ ഒരു തുണ്ട് വയൽ കൂടെ അയാൾക്ക് സ്വന്തമായി.

വൃദ്ധൻ മരിച്ചപ്പോൾ കണ്ടൻ നായർ കാരണവരായി. സ്ത്രീ വിഷയത്തിൽ അദ്ദേഹവും വ്യത്യസ്തനായിരുന്നില്ല.

പാറുക്കുട്ടിക്ക് വെള്ളിയും കുതിരപ്പവനുംകൊണ്ടുള്ള ആഭരണങ്ങളുണ്ടായി. അവൾ കണ്ഠത്തിലണിഞ്ഞ കാശുമാലയും കാതുകളിലെ തോടയും കണ്ട് മറ്റ് പെണ്ണുങ്ങൾ അസൂയപ്പെട്ടു:

"മഠത്തുകാരെ മണ്ണുതീറ്റിച്ചിട്ടേ ഇനി പാറു അടങ്ങൂ!"

പുറമേ കാണാത്ത കണ്ടമാനം ധനം പണമായിട്ടും പൊന്നായിട്ടും അവളുടെ പക്കലുണ്ടെന്നും ആളുകൾ വിശ്വസിച്ചു.

അവൾക്ക് മറുപടിയുണ്ടായിരുന്നു: "ഞങ്ങക്കുമൊണ്ടല്ലോ നെല്ല് വെളയണ വയലുകള്. കഷ്ടപ്പെട്ടാലേ പൊന്നും ചക്രവുമൊണ്ടാവൂ!"

കുഞ്ചുപിള്ള ഗൂഢമായി ചിരിച്ചു.

തേവരുകുളത്തെ കാരണവന്മാരോട് ഈശ്വരതുല്യമായ സ്നേഹ-ബഹുമാനങ്ങളായിരുന്നു കുഞ്ചുപിള്ളയ്ക്ക്. മഠത്തുകാർ ഒന്നിന്റേയും കണക്കു ചോദിച്ചില്ല. തികഞ്ഞ സത്യസന്ധനാണെന്നും, അയാൾ കാരണം മഠത്തിന് കൂടുതൽ സമ്പൽസമൃദ്ധിയുണ്ടായിട്ടുണ്ടെന്നും അവരും വിശ്വസിച്ചു.

ശർക്കരക്കലത്തിൽ കയ്യിട്ടാൽ വിരലൊന്ന് നക്കിപ്പോവുക സ്വാഭാവികം. കുഞ്ചുപിള്ളയും അതേ ചെയ്തിട്ടുള്ളൂ.

അഞ്ച് മന്ന് കരുപ്പട്ടി വിൽക്കാനെടുക്കുമ്പോൾ തൂക്കത്തിൽ ഒരു മന്ന് കൂടുതലുണ്ടാവും. നെല്ലളന്നാലും അങ്ങനെ തന്നെ. അധികമളക്കുന്നതിന്റെ വില ചക്രമായിട്ടുതന്നെ കുഞ്ചുപിള്ളയുടെ കയ്യിലെത്തി.

എന്നാൽ അതുകൊണ്ടൊന്നും തറവാട് ക്ഷയിച്ചില്ല. ഒരുപക്ഷെ കുഞ്ചുപിള്ളയ്ക്ക് തോന്നി; തനിക്ക് പണ്ടുണ്ടായിരുന്ന ബ്രാഹ്മണ സേവ യാവാം, അതിന് കാരണം.

കണ്ടൻനായരുടെ രുചിക്ക് ഇടയ്ക്കിടെ വ്യത്യാസം വന്നു. അദ്ദേഹത്തിന് താരതമ്യേന പ്രായക്കുറവുണ്ട്. നല്ല ആരോഗ്യവും. പെണ്ണ് അദ്ദേഹത്തിന്റെ ബലഹീനതയായിരുന്നു.

കാരണവർക്ക് വേണ്ടി വടിവൊത്ത കന്യകമാരെ കണ്ടെത്തേണ്ടതും കുഞ്ചുപിള്ളയുടെ ചുമതലയായിത്തീർന്നു.

മഠത്തിലെ അംഗങ്ങളുടെ അപ്രീതിയൊന്നും കണ്ടൻനായർക്ക് പ്രശ്നമായിരുന്നില്ല. പതിനഞ്ചും പതിനാറും വയസ്സ് പ്രായമുള്ള പെൺകുട്ടികളെ മഠത്തിൽ കൂടെ പാർപ്പിക്കുന്നത് അദ്ദേഹം പതിവാക്കി. ആയിടയ്ക്കൊരു ദിവസം കുളക്കരയിൽ വച്ച് രാമൻനായരും കുഞ്ചുപിള്ളയും 'മുഖാമുഖം' കണ്ടു.

"നാണംകെട്ടവന്റെ ആസനത്തില് ആലുകിളുർത്താലത്തെ കഥ പറഞ്ഞു കേട്ടിട്ടേയുള്ളു." രാമൻ നായർ രൂക്ഷമായി പറഞ്ഞു: "തനിക്ക് നാണമില്ലെങ്കിലും മഠത്തിലുള്ളവർക്ക് കുറച്ച് നാണവും മാനവുമൊക്കെയുണ്ട്. അത് മറക്കണ്ടാ."

അന്ന് കുഞ്ചുപിള്ള അതത്ര കാര്യമായെടുത്തില്ല.എന്നാൽ കണ്ടൻനായർ മരിച്ച് ഏറെക്കഴിയും മുമ്പ്, ഇപ്പോൾ, ജീവിതത്തിലെ ഏറ്റവും വലിയ അഗ്നിപരീക്ഷയെ താൻ അഭിമുഖീകരിക്കുകയാണെന്ന് അയാളറിഞ്ഞു.

രാമൻ നായർ ഒന്നും ശബ്ദിക്കുന്നില്ല. ആ മുഖത്തെ നിശ്ചയദാർഢ്യത്തിന് അയവ് വന്നിട്ടുമില്ല.

കുഞ്ചുപിള്ള തന്റെ പഴയ ബ്രാഹ്മണസേവയെ ഓർത്തു. എല്ലാപിടിത്തവും അയയുമ്പോൾ ഈശ്വരൻ ഇറങ്ങിവന്ന് താങ്ങുമെന്ന് സ്വാമി പറഞ്ഞു തന്നിട്ടുണ്ട്.

അതിന് എപ്പോഴും മനസിൽ ബ്രാഹ്മണനെ സ്മരിക്കുക!

എന്നാലതൊന്നും അംഗീകരിക്കുന്ന പ്രകൃതക്കാരനല്ല, രാമൻനായർ.

ഒരൊറ്റക്കാര്യത്തിലേ തങ്ങൾക്കിടയിൽ സമാനതയുള്ളു എന്ന് കുഞ്ചുപിള്ള അറിഞ്ഞു. പാറുക്കുട്ടി വന്നശേഷം അപൂർവമല്ലാതെ പരസ്ത്രീഗമനമുണ്ടായിട്ടുണ്ടെങ്കിലും താൻ ഏകപത്നീവ്രതക്കാരനാണ്. രാമൻനായരും ഏകപത്നീവ്രതക്കാരനത്രേ. സംബന്ധക്കാരിയായ വസുന്ധരയിൽ നാല് മക്കളാണ് അദ്ദേഹത്തിനുള്ളത്.

പഴയ കാരണവന്മാർ വീണിടത്ത് രാമൻനായരെ വീഴ്ത്താൻ തനിക്കാവില്ലെന്ന അറിവ് കുഞ്ചുപിള്ളയെ വല്ലാതെ തളർത്തി.

തറവാട്ട് മുതൽ മോഷ്ടിച്ചുവെന്ന് തന്റെ മുഖത്ത് നോക്കി പറയാൻ ആർക്കുമാവില്ല. അതിനും വേണ്ടി കൃത്യമായൊരു കണക്കുണ്ടാക്കുകയോ ഉണ്ടാക്കിയ കണക്ക് സൂക്ഷിക്കുകയോ ചെയ്തിട്ടില്ല.

എന്നാലും കുഞ്ചുപിള്ള ഇത്രയേറെ ധനവാനായതെങ്ങനെ എന്ന് ചോദിച്ചാൽ എന്തുത്തരം പറയും?

മൂന്ന് വയലുകൾ, സാമാന്യം വലിപ്പമുള്ള പുര, പാറുക്കുട്ടി ക്കണിയാൻ ആവശ്യത്തിലധികം പൊന്ന്. അയാൾക്കുണ്ടായ രണ്ടു മക്കൾ കുടിപ്പള്ളിക്കൂടത്തിൽ പഠിക്കുന്നു.

അയാൾ സകല ഈശ്വരന്മാരെയും മനസിൽ ധ്യാനിച്ചു. തേവരുകുളത്തമ്മയ്ക്കും പത്മനാഭ സ്വാമിക്കും പൊൻപണം നേർന്നു: ഒരുവട്ടം തുണയ്ക്കണം; ഇനിയൊരിക്കലും, ഒരിക്കലും, കുഞ്ചുപിള്ള മണ്ടത്തരം കാണിക്കുകയില്ല.

നേരം വൈകുന്നു. രാമൻ നായർ നാഴികകളോളമായി നിശ്ചലനായി ഇരിക്കുന്നു. താൻ വരാന്തയിൽനിന്ന് കാലുകൾ തരിക്കുന്നു. ഒളിഞ്ഞും തെളിഞ്ഞും മുഖം കാണിക്കുന്ന പെണ്ണുങ്ങളിൽ പരിഹാസം.

ഇതാണ് യഥാർത്ഥത്തിൽ ശിക്ഷ. ഇന്നോളമറിഞ്ഞിട്ടുള്ളവയിൽ വച്ചേറ്റവും കടുത്ത ശിക്ഷ!

വളഞ്ഞ മുതുകിൽ ഭാരമുള്ള കല്ലുമേറ്റി നാഴികകളോളം എരിവെയിലിൽ നിൽക്കേണ്ടിവന്നവരോട് എന്നിട്ടും കുഞ്ചുപിള്ളയ്ക്ക് അനുതാപം തോന്നിയില്ല. എന്തെന്നാൽ, അവരാരും തന്നെപ്പോലെ ഉൽക്കൃഷ്ടരായിരുന്നില്ലല്ലോ.

ഇനിയുമിങ്ങനെ നിന്നാൽ താൻ കുഴഞ്ഞ് വീണേക്കുമെന്ന് അയാൾ ഭയപ്പെട്ടു. അതിനാൽ രണ്ടും കൽപ്പിച്ച് ശബ്ദിച്ചു:

"ഒരു കാര്യം അറിയിക്കാനൊണ്ടാരുന്നു."

"വേണ്ടാ."

"ഓ."

ഒരുനിമിഷം കഴിഞ്ഞ് അദ്ദേഹം പറഞ്ഞു: "ഇപ്പോൾ കുഞ്ചുപിള്ള പൊയ്ക്കോളൂ. നാളെ പുലർച്ചെ വന്ന് എന്നെ കാണണം."

ഒഴിഞ്ഞുപോവാത്ത അനിശ്ചിതത്വം.

പടിയിറങ്ങുമ്പോൾ അയാൾ സ്വയം ശപിച്ചു: "മഹാപാപീ!"

പതിമൂന്ന്

അധികാരം അഹന്തയ്ക്കും ക്രൂരതയ്ക്കും വഴിവയ്ക്കാറുണ്ട്. അവയുടെ പിൻബലമില്ലാതെ അധികാരം കയ്യാളുന്നവന് ചിലപ്പോഴെങ്കിലും നിലനിൽപ്പുണ്ടായെന്നും വരില്ല. വീരാപദാനങ്ങൾ വാഴ്ത്തപ്പെടുമ്പോൾ ഓരോ സമൂഹവും തങ്ങളുടെ നായകന്മാരുടെ മനുഷ്യത്വരഹിതമായ ചെയ്തികളെ വിസ്മരിക്കേണ്ടതുമുണ്ട്.

തേവരുകുളത്തെ പഴയ കാരണവന്മാരും ആ പാതയിൽനിന്നും വ്യതിചലിച്ചിട്ടില്ല. മറിച്ചായാൽ അതൊരു കഴിവുകേടായി വ്യാഖ്യാനിക്കപ്പെടുമെന്നവർ കരുതിയിരുന്നു.

രാമൻനായരെ ഏറെ അസ്വസ്ഥനാക്കിയതും അത്തരം ചിന്തകളാണ്. ഉരുക്കുമുഷ്ടി ഉപയോഗിച്ച് മാത്രമേ തറവാട്ടിനുള്ളിലും പുറത്തും അനുസരിപ്പിക്കാനാവൂ എന്ന പഴയ ധാരണ തിരുത്തപ്പെടേണ്ടതാണെ

ന്നദ്ദേഹം വിശ്വസിച്ചു. അതേസമയം, അപരിമിതവും നിയന്ത്രണമില്ലാത്തതുമായ സ്വാതന്ത്ര്യം ദുരുപയോഗം ചെയ്യപ്പെടാമെന്നും അദ്ദേഹത്തിനറിയാമായിരുന്നു.

രാവിലെ തന്നെ, തന്നെ കാണാനെത്തിയ കുഞ്ചുപിള്ളയോട് പഴയ അപരാധങ്ങൾ അക്കമിട്ടുനിരത്തി അദ്ദേഹം കയർത്തില്ല. പകരം പറഞ്ഞു: "കുഞ്ചുപിള്ളയ്ക്കിപ്പോൾ വലിയൊരു ഉത്തരവാദിത്വമാണുള്ളത്."

അസ്തമിച്ച പ്രതീക്ഷകൾ വീണ്ടും ഉയർത്തെണീക്കാൻ തുടങ്ങി, കാര്യസ്ഥനിൽ. എഴുതാപ്പുറങ്ങൾ വായിച്ച് ഉറക്കം നഷ്ടപ്പെടുത്തിയത് വെറുതെ. മഠത്തിലെ കാര്യസ്ഥൻ താൻ തന്നെയാണിപ്പോഴും.

രാമൻനായർ തുടർന്നു: "കാലവും നാട്ടുനടപ്പുകളുമൊക്കെ മാറി. നാടോടുമ്പോൾ നടുവേ ഓടണമെന്നാണല്ലോ പ്രമാണം. അതുകൊണ്ട് കുഞ്ചുപിള്ള ആദ്യം ചെറുമക്കളെ ചെന്നു കാണണം. മേലിൽ അവർ മഠത്തിലെ അടിമകളല്ലെന്ന് പറഞ്ഞുമനസിലാക്കുകയും വേണം."

"അയ്യോ, അരുത്." വായ പൊത്തി കുഞ്ചുപിള്ള വിലക്കി: "അടിമകളില്ലെങ്കി വയലില് വേലചെയ്യാനൊക്കുല്ല. കൂലികൊടുത്താല് കൃഷി മൊതലാവുകേമില്ല."

കൂടുതലെന്തോ പറയാൻ ഭാവിച്ച കുഞ്ചുപിള്ളയെ രാമൻനായർ തടഞ്ഞു: "തൽക്കാലം പറയുന്നതനുസരിച്ചാൽ മതി."

പഴയകാരണവന്മാർ ശുണ്ഠിക്കാരായിരുന്നെങ്കിലും കാര്യസ്ഥനുമായി ആലോചിച്ചിട്ടേ സുപ്രധാനമായ തീരുമാനങ്ങൾ കൈക്കൊണ്ടിരുന്നുള്ളു.

കുഞ്ചുപിള്ള യാത്രയായിക്കഴിഞ്ഞപ്പോൾ വരാന്തയിലേക്ക് വന്ന പാർവതിയമ്മ പറഞ്ഞു: "രാമൻ ഇന്നലെ പറഞ്ഞതൊക്കെ ഓർമയൊണ്ട്. എന്നാലും ഒറ്റയടിക്ക് അതൊക്കെ ചെയ്താ കരക്കാര് പഴിക്കൂല്ലിയോ. മറ്റ് തറവാട്ടുകാരുയ്ക്ക് ശത്രുത തോന്നൂല്ലിയോ?"

"തുടക്കത്തിൽ ചെറിയ പ്രശ്നങ്ങളൊക്കെ ഉണ്ടായെന്ന് വരും." രാമൻനായർ അറിയിച്ചു: "അയൽദേശങ്ങളിലെ പല ജന്മിമാരും അടിമവേല നിർത്തി. ബാക്കിയുള്ളവരും വൈകാതെ അത് ചെയ്യേണ്ടിവരും. നാട്ടിലെ രീതികൾക്കെല്ലാം ഒരുപാട് മാറ്റം വന്നിട്ടുണ്ട്. നമ്മള് മാത്രം അതൊന്നും കണ്ടില്ലെന്ന് നടിക്കണത് ശരിയാണോ?"

തറവാട്ട് ഭരണത്തെപ്പറ്റിയും അദ്ദേഹം പ്രധാനപ്പെട്ട ചില തീരുമാനങ്ങളെടുത്തിട്ടുണ്ട്. പ്രായപൂർത്തിയായ അനന്തിരവന്മാർ നീലകണ്ഠൻനായരും അനന്തൻനായരുമാണ്. മഠംവക കരഭൂമികളുടെ ചുമതല നീലകണ്ഠൻനായർക്കും വയലുകളുടേത് അനന്തൻനായർക്കുമായിട്ടദ്ദേഹം വീതിച്ചു നൽകി.

തികച്ചും പുതുമയുള്ള ഒരു തുടക്കമാണത്. തറവാട്ടിലെ ആണുങ്ങൾ ഇന്നോളം ഉപയോഗമുള്ള പ്രവൃത്തികൾ ചെയ്തിട്ടില്ല. ഉണ്ണുക, ഉറങ്ങുക, സംബന്ധം കൂടുക എന്നിത്യാദികളായിരുന്നു ഇതുവരെ അവരുടെ ഉത്തരവാദിത്വങ്ങൾ.

മറ്റുള്ളവർ എങ്ങനെ പ്രതികരിക്കുമെന്ന ഭയമൊഴിച്ചാൽ രാമൻനായരുടെ പരിഷ്കരണങ്ങൾ മഠത്തിലെ എല്ലാവർക്കും ഇഷ്ടപ്പെട്ടു.

അതിലുപരി, തങ്ങളിലോരോരുത്തരും ഓരോ വ്യക്തികളാണെന്ന് അവർ ആദ്യമായി അറിയുകയാണ്.

അടിമപ്പുലയർക്ക് 'സ്വാതന്ത്ര്യം നൽകി' തിരിച്ചെത്തിയ കുഞ്ചുപിള്ളയ്ക്ക് പടിപ്പുര കടന്ന് അകത്ത് കയറാൻ യോഗമുണ്ടായില്ല.

തന്റെ സേവനങ്ങൾക്ക് പ്രതിഫലം ചോദിക്കാൻ അയാൾ ശ്രമിച്ചില്ല. ധാന്യപ്പുരയിൽ നെല്ല് കുറച്ചേയുള്ളൂവെന്നറിയാം. കരുപ്പട്ടിയും പുളിയും ഏറെക്കുറെ തീർന്നിരിക്കുന്നു. അതിന്റെയെല്ലാം കണക്ക് ചോദിക്കാത്തതിൽ അയാൾ ദൈവങ്ങൾക്ക് നന്ദി പറഞ്ഞു.

പരന്ന പാറപ്പുറത്തിരുന്ന് വെയിൽകായുകയായിരുന്നു മൂത്ത പുലയൻ ഊളി. കുറച്ചകലെയായി കുടിലുകളിൽനിന്നും പുലയരുടെ ശബ്ദം അവ്യക്തമായി കേൾക്കാം. കാഴ്ചയില്ലാത്ത മിഴികൾ തുറന്നുപിടിച്ച് ആ ദിശയിലേക്ക് മുഖം തിരിച്ചിരിക്കുമ്പോൾ ഓർമയിൽത്തെളിയുന്ന അനേകം ദൃശ്യങ്ങൾ.

കലപ്പയ്ക്ക് പിന്നാലെ ഉഴവുചാലിൽ ചെളിക്കട്ടകൾ ഇടിഞ്ഞു വീഴുന്നതിന്റെ ഭംഗി.

പോത്തിന്റെ മുതുകിൽ ആടിയാടി സവാരി ചെയ്യുന്ന വെള്ളക്കൊറ്റി. നെൽച്ചെടികൾക്കിടയിലെ തെളിഞ്ഞ വെള്ളത്തിൽ നീന്തിക്കളിക്കുന്ന മാനത്തുകണ്ണികൾ.

അധികം ദൂരെയല്ലാതെ ഏതോ മനുഷ്യന്റെ ചുമകേട്ടു. അങ്ങോട്ട് മുഖം തിരിച്ച് വൃദ്ധൻ ചോദിച്ചു: "ആരത്?"

"മഠത്തില കാര്യസ്ഥൻ ഉടയോര്," മറുപടിയുണ്ടായി.

ഊളി ശബ്ദം തിരിച്ചറിഞ്ഞ് തപ്പിപ്പിടഞ്ഞെഴുന്നേറ്റു.

കുഞ്ചുപിള്ള പറഞ്ഞു: "പെലയനോടൊരു കാരിയം പറയാനൊണ്ട്. അടിമവേലയില്നിന്നും നിങ്ങക്കെല്ലാം വിടുതല് തരാൻ നിശ്ചയിച്ചിരിയ്ക്കണ്."

"എന്റ പൊന്നൊടയോനെ," വൃദ്ധൻ ദയനീയമായി വിളിച്ചു: "ഈ പെലയനൊന്നും പുടികിട്ട്ണില്ലേ."

ഈ കടുംകൈയ്ക്ക് തന്നെ പറഞ്ഞയച്ചതിൽ കുഞ്ചുപിള്ളയ്ക്ക് കടുത്ത പകയുണ്ട്. അയാൾ കോപത്തോടെ പറഞ്ഞു:

"ഇതുവരെ പെലയരെല്ലാം മഠം വക അടിമകളാരുന്നു."

"ഓ"

"ഇനി മൊതല് മഠത്തുകാരിക്ക് അടിമകളെ വേണ്ടാ!" മറ്റൊന്നും പറയാതെ കുഞ്ചുപിള്ള നടന്നകലുകയാണെന്ന് ഊളി അറിഞ്ഞു.

കാര്യസ്ഥനെന്ന നാട്യത്തിൽ തന്നെയാരെങ്കിലും കബളിപ്പിച്ചതാണോയെന്ന് വൃദ്ധൻ സംശയിച്ചു.

തന്റേയും മറ്റ് പുലയരുടേയും കഷ്ടകാലം തുടങ്ങുകയാണോ?

ഉടയോരില്ലെങ്കിൽ ഇനി തിന്നാനുള്ള വക ആര് തരും?

വെയിലിന്റെ ചൂട് അനുഭവപ്പെടുന്നില്ല. അതിനെക്കാൾ രൂക്ഷമാണ് ചൂടായി വയറ്റിലാളിപ്പടരുന്ന വിശപ്പ്.

കുഞ്ചുപിള്ള തിരിച്ച് പോവുന്നത് കണ്ട മറ്റ് പുലയർ വിവരമറിയാൻ വൃദ്ധനടുത്തെത്തി.

ഇനി മേലിൽ പുലയർ അടിമകളല്ലെന്ന അറിവ് അവരെയും പരിഭ്രമിപ്പിച്ചു. ഉടയോർ തരുന്ന ദിവസപ്പടിയില്ലെങ്കിൽ തങ്ങൾക്ക് നിലനിൽപ്പുണ്ടോ? തിന്നാനുള്ള വക തരാതെ തങ്ങളെ പട്ടിണിക്കിട്ടു കൊല്ലാൻ പോന്ന ഒരപരാധവും ചെയ്തതായി അവർക്കറിയില്ല.

അവരുടെ ചോദ്യങ്ങൾക്കൊന്നും ഉത്തരം പറയാൻ മൂത്തപുലയനായില്ല. അയാളുടെ അവശത കണ്ട ഒരു കൊച്ചുക്കുട്ടി ചോദിച്ചു: "അയ്യാവിന് എന്തരിന്റ കേട്?"

കേട്!

അതെന്താണെന്ന് ഊളിക്കറിഞ്ഞുകൂടാ. നിത്യവും ഇരുട്ടാറാവുമ്പോൾ തോട്ടുവരമ്പത്ത് നിരത്തിവച്ച കമുകിൻപാളകളിൽ ഏതോ ഉടയോൻ ഇട്ടുതരുന്ന ധാന്യമോ കിഴങ്ങോ വേവിച്ച് തിന്ന് വിശപ്പ് മാറുമ്പോഴുള്ള ആലസ്യമാണോ ഈ കേടിനടിസ്ഥാനം?

ഹ്രസ്വകാലത്തേക്ക് തന്നോടൊപ്പം ഉറങ്ങിയുണരാറുണ്ടായിരുന്ന പെണ്ണിന്റെ മണമോർത്താൽ ഇന്നും തന്നിലുയിർ കൊള്ളാറുള്ള അനുഭൂതിയാണോ, അതിന് കാരണം?

ദീനം അടിമപ്പുലയർക്ക് വിധിച്ചിട്ടുള്ളതല്ല. ദീനമായാലും ഇല്ലെങ്കിലും ഉടയോൻ കൽപ്പിക്കുന്ന വേല ചെയ്യാൻ അവർ ബാധ്യസ്ഥരാണ്. വിളിപ്പാടകലെ നിന്നുകൊണ്ട് കാട്ടിക്കൊടുക്കാവുന്ന ഒന്നല്ല, പുലയരുടെ ആരോഗ്യസ്ഥിതി.

അടിമയായിരിക്കുന്നതോ അതല്ലാതാവുന്നതോ ഏതാണ് കൂടുതൽ സുഖകരമെന്ന് ജീവിതത്തിൽ ആദ്യമായി ചിന്തിക്കാൻ ഊളി നിർബന്ധിതനായി.

താൻ പിറന്നതെവിടെയാണെന്നോ, പിറവി തന്നതാരെന്നോ അയാൾക്കറിഞ്ഞുകൂടാ. ഏതോ വയലിലെ ചേറിൽ കളകൾക്കൊപ്പം മുളച്ചുപൊന്തിയതാവുമെന്ന് പണ്ട് തോന്നിയിട്ടുണ്ട്.

വിദൂരതയിലേയ്ക്ക് വ്യാപിച്ചുകിടക്കുന്ന ഒരു പാടശേഖരം അയാളുടെ ഓർമയിൽ തെളിഞ്ഞുവന്നു. അതിന്റെ കരയിൽ കൻമതിൽ ക്കെട്ടിനുള്ളിലെ പലതട്ടുകളുള്ള കൂറ്റൻ മാളിക ഉടയോരുടേതായിരുന്നു. അതിനകലെയായി തോട്ടുവരമ്പിലെ ഏറുമാടത്തിനടിയിലും വേനൽക്കാലങ്ങളിൽ തുറസ്സായ വരമ്പിലും കിടന്നുറങ്ങിയത് മുതൽ ഊളിയുടെ ജീവിതം ആരംഭിക്കുന്നു.

രാത്രികളിൽ വിള കാക്കാൻ പ്രായമായവരോടൊപ്പം ഉണർന്നിരുന്നു. ഉറങ്ങിപ്പോവാതിരിക്കൻ സംഘം ചേർന്ന് വിതപ്പാട്ടുകളും കൊയ്ത്തുപാട്ടുകളും പാടി.

പണ്ടാരക്കുന്നിലെ പുലയർക്ക് ആ പാട്ടുകളറിഞ്ഞുകൂടാ. പാടാതിരുന്ന് താനും അവയെല്ലാം മറന്നു പോയിരിക്കുന്നു.

അന്ന് വേലയ്ക്ക് തന്നെ കൂട്ടിക്കൊണ്ട് പോയിരുന്നത് വയസനായ മൂത്ത പുലയനായിരുന്നു. പുലയരുടെ ഭൂതകാലത്തെക്കുറിച്ച് അയാൾക്കൊരുപാട് കഥകളറിയാമായിരുന്നു.

പുലയരുടെ മുതുമുത്തശ്ശിയായ പെരുമാട്ടുകാളിക്ക് ശൈശവാവസ്ഥയിലുള്ള അനന്തപത്മനാഭൻ ദർശനം നൽകിയതും, അവിടെ അവർ അമ്പലം പണിതതും, ആ അമ്പലത്തിന് പകരമായി നാട്ടരചൻ തൊണ്ണൂറേക്കർ പുത്തരിക്കണ്ടം കരമൊഴിവാക്കി പതിച്ചു കൊടുത്തതും മൂപ്പൻ പറഞ്ഞറിഞ്ഞിട്ടുള്ള കഥയാണ്.

പുലയനാർകോട്ടയിലെ പുലയ മഹാരാജാവും, കൊക്കോതമംഗലത്തെ കോതറാണിയും അയാളുടെ കഥകളിലുണ്ടായിരുന്നു.

ആ കഥകൾ പറയുമ്പോഴും തങ്ങളുടെ വർത്തമാനകാലസ്ഥിതിയിൽ മൂത്തപുലയൻ ദുഃഖിതനായിരുന്നില്ല. മേൽജാതിക്കാരെ പുലയർ ധിക്കരിച്ചുകൂടെന്ന് അയാൾ വിശ്വസിച്ചിരുന്നു.

ഒരു മഴക്കാലത്ത് പൊടുന്നനെ പടുവൃദ്ധനായി പനി പിടിച്ച് അയാൾ മരിച്ചു.

മൂത്തപുലയന്റെ മരണം ഊളിയെ വല്ലാതെ മഥിച്ചു. അനുസരിയ്ക്കുമ്പോൾ പോലും സ്വയം അവജ്ഞയും മറ്റുള്ളവരോട് വെറുപ്പും പകയും അയാളിലങ്കുരിച്ചു.

ധിക്കരിക്കാനുള്ള ഒരു വാഞ്ഛ.

ഒരുദിവസം ഊളി വേലയ്ക്ക് പോയില്ല, ദീനം നടിച്ച് കിടന്നു. രണ്ടാം നാൾ ശിക്ഷയെന്ന നിലയിൽ ദിവസപ്പടി കിട്ടിയില്ല. അതിനടുത്ത ദിവസം കറുത്തുതടിച്ച ഒരു മല്ലൻപിള്ള അയാളുടെ കൈകാലുകൾ ബന്ധിക്കാൻ മറ്റ് പുലയരോടാജ്ഞാപിച്ചു.

അടിമകൾ അനുസരിച്ചേ പറ്റൂ.

അന്ന് ചാട്ടവാറുകൊണ്ടുള്ള അടിയേറ്റ് പുളഞ്ഞ ഓർമ്മ.

കാലിലണിഞ്ഞ ചങ്ങലയുമായി ഒരു രാത്രിമുഴുവൻ നടന്നു, അടിമച്ചന്തയിലേക്ക്.

വീണ്ടുമൊരു പകൽ മുഴുവനും നീണ്ട നടത്തയ്ക്കുശേഷം തേവരുകുളത്ത് മഠത്തിന്റെ കിഴക്കേപടിപ്പുര മുറ്റത്തുവച്ച് ഇരുമ്പ് വളയം പഴുപ്പിച്ച് തന്റെ തോളെല്ലിന് പിന്നിൽ 'മുദ്ര' പതിപ്പിച്ച കൊല്ലനെ ഓർക്കാനാവുന്നു.

കാലം കടന്നു പോയപ്പോൾ നീറ്റലും വേദനയും നിത്യജീവിത ത്തിന്റെ തന്നെ ഒരു ഭാഗമായി മാറിയപ്പോൾ, ഇപ്പോൾ സ്വയം ചോദിക്കുന്നു: ഏത് ഉടയോന്റെ കാരുണ്യം കാത്ത്, ഏത് തോട്ടുവരമ്പിൽ പാളക്കഷണവുമായി ഇനി കാത്തുനിൽക്കും?

പണ്ടാരക്കുന്നിലെ പുലയർക്ക് ആഘോഷങ്ങളുണ്ടെന്ന് പറയുകവയ്യ. ചില ദിക്കുകളിൽ ജനനം, തീണ്ടാരി, വിവാഹം, മരണം തുടങ്ങിയവ ചിലതരം അനുഷ്ഠാനങ്ങളോടെ ആഘോഷിയ്ക്കാറുണ്ടെന്ന് കേട്ടിട്ടുള്ള മൂത്തപുലയന് പോലും അതത്ര വിശ്വസനീയമായി തോന്നിയിട്ടില്ല.

എന്തെന്നാൽ, പിറന്നു വീഴുന്ന നിമിഷം തൊട്ട് പുലയൻ ഉടയോരുടെയും പ്രകൃതിയുടെ നിർദയത്വത്തിന്റെയും അടിമയാണ്. മരണത്തോളമവനെ പിന്തുടരാൻ വിശപ്പും ദീനങ്ങളും പീഡനങ്ങളുമേയുള്ളൂ.

ഒരടിമ പീഡിപ്പിക്കപ്പെടുമ്പോൾ കണ്ടുനിൽക്കുന്ന മറ്റൊരടിമയ്ക്ക് മനം നൊന്ത് ഒന്ന് വിലപിക്കാനുള്ള അവകാശംപോലും ഉടയോർ നൽകിയിട്ടില്ല.

ഇതൊക്കെയാണെങ്കിലും, സ്വതന്ത്രരായിക്കൊള്ളാനുള്ള അനുവാദം പണ്ടാരക്കുന്നിലെ പുലയരെ ആഹ്ലാദിപ്പിച്ചില്ല. സ്വാതന്ത്ര്യം എന്നാലെന്തെന്ന് അവർക്കറിഞ്ഞുകൂടാ എന്നതാണ് പരമാർഥം.

നേരം വൈകി. കടുത്ത അനിശ്ചിതത്വവും അവരിൽ നിറഞ്ഞു.

ഇനി മുതൽ വേല ഇല്ലെങ്കിലും, പടിവാങ്ങാൻ പാളയുമായി തോട്ടുവരമ്പിലേക്ക് ചെല്ലാനൊക്കുകയില്ല.

ചാത്തൻ ദൈവമെന്ന ചീളുകല്ലിന് ചുവട്ടിൽ തീകൂട്ടി ചുറ്റും വളഞ്ഞിരുന്ന് അവരോരോരുത്തരും സ്വയം ചോദിച്ചു: 'ഇനിയെന്തു ചെയ്യും?' തണുപ്പിൽ നിന്നും കൊതുക് കടിയിൽ നിന്നും രക്ഷപ്പെടുക എന്നതിൽക്കടന്ന പ്രാധാന്യമൊന്നും തീ കായുന്നതിനില്ല. വയലിലെ ചെളിയുടെ മയത്തെപ്പറ്റിയോ നെൽച്ചെടികൾക്കിടയിൽ കണ്ട നീർക്കോലിയുടെ വണ്ണത്തെപ്പറ്റിയോ ഒക്കെ ഇടയ്ക്കവർ പരാമർശിച്ചുവെന്ന് വരും. വയലും ഉടയോരും തങ്ങളും മാത്രമായിരുന്നു, ഇതുവരെ അവരുടെ ലോകം. എന്നിട്ടും....

കടുത്ത വിഷാദത്തോടെ ഊളി പറഞ്ഞു: "ഒടുവില് ഒടയോരും പെലയരെ കൈവിട്ട്. ഇന്നി പട്ടിണി കെടന്ന് ചാവാനാരിക്കും നമ്മക്ക് വിതി."

ഇന്നലെകളിൽ, തികഞ്ഞ പ്രതികൂലാവസ്ഥകളിൽപ്പോലും നിലനിൽപ്പിന് ഏതാണ്ടൊരു സ്ഥിരതയുണ്ടായിരുന്നു. നാളെകളെപ്പറ്റി ആശങ്കയുണ്ടായിരുന്നില്ല. ഭാവി ശൂന്യവുമായിരുന്നില്ല.

എന്നാലിപ്പോൾ തങ്ങൾ സംരക്ഷിക്കാനാരുമില്ലാത്ത അനാഥരായിരിക്കുന്നു!

മൂകത മടുപ്പുണ്ടാക്കിയിട്ടെന്ന പോലെ ഒരു കുട്ടി ചോദിച്ചു: "അടിമകളല്ലെങ്കിപ്പിന്നെ പെലയരൊക്കെ എന്തരാവും?"

ആർക്കുമത് തീർച്ചയില്ല. എന്നാലും ഒന്നറിയാം. ഉടയോരോ ചാന്നാരോ ഈഴവരോ തങ്ങളെ അവരുടെ ജാതിയിൽ കൂട്ടുകയില്ല; അടുപ്പിക്കുക പോലുമില്ല.

രാത്രി പിന്നെയും വൈകി. വിശപ്പും ക്ഷീണവും അവരിൽ ഉറക്കമുണ്ടാക്കി. ചിലർ കുടിലുകളിലേക്ക് പോയി. മറ്റുള്ളവർ ഇരുന്നിടത്തു തന്നെ ചരിഞ്ഞു.

അടുത്ത പ്രഭാതത്തിൽ ഒരുപാടൊന്നും ആലോചിക്കാതെ പുലയർ യാത്രയായി. മഠത്തിന് കിഴക്കുള്ള തോട്ടുവരമ്പിൽ നിന്നു. നിർദേശങ്ങൾക്ക് കാത്തുനിൽക്കാതെ വേലയ്ക്കിറങ്ങുന്നതായിരുന്നു മുമ്പൊക്കെ പതിവ്. ഇന്നത് പാടില്ല.

അവരെ കാണാൻ രാമൻനായർ അങ്ങോട്ടു ചെന്നു. ഒപ്പം അനന്തിരവന്മാരുമുണ്ടായിരുന്നു.

പുലയരവരെ താണു വണങ്ങി.

രാമൻനായർ പറഞ്ഞു: "മഠം വക കൃഷിയെടങ്ങളില് വേല ചെയ്യാൻ ഞങ്ങക്കിനിയും പെലയരെ വേണം. എല്ലാ ദെവസവും എല്ലാവർക്കും വേലയൊണ്ടായെന്ന് വരൂല്ല. മഠത്തിലേക്ക് ആവശ്യമില്ലാത്തപ്പോൾ മറ്റൊള്ളവർക്ക് നിങ്ങള് വേല ചെയ്യണം. പിന്നെ അടിമകളല്ലാതായ സ്ഥിതിക്ക് ഇനി ദെവസപ്പടി തരൂല്ല. അതിന് പകരം വേല ചെയ്യുന്നവർക്ക് അതിനുള്ള കൂലി കിട്ടും."

അദ്ദേഹം കൂലിയുടെ നിരക്ക് വെളിപ്പെടുത്തി. ഒരു ചെറുമനു കിട്ടുന്നതിന്റെ പകുതിയാണ് ചെറുമിക്ക്. കുട്ടികൾക്കത് മൂന്നിലൊന്നായിരിക്കും. അത് ചക്രമായിട്ടോ, ആ വിലവരാവുന്ന ധാന്യമോ കിഴങ്ങോ ആയിട്ടായിരിക്കും നൽകുക.

അന്നോളം പുലയർ ഒരു നാണയത്തുട്ട് കണ്ടിട്ടില്ല.

ഇനി കൃഷിപ്പണികൾ ചെയ്യുന്നത് നീലകണ്ഠൻനായരും അനന്തൻനായരും ആയിരിക്കുമെന്നും രാമൻനായർ അറിയിച്ചു.

ആ നേരമെല്ലാം വരമ്പിൽ തളർന്നിരിക്കുകയായിരുന്ന ഊളി മാറത്തലച്ചു യാചിച്ചു; "ഈ കുരുടൻ മൂത്ത പെലയനെ പട്ടിണിക്കിടരുതേ, എന്റ പൊന്നൊടയോനേ!"

അയാൾക്കുമാത്രം തുടർന്നും ഇതുവരെ നൽകിയിരുന്ന പടി നൽകാമെന്ന് കാരണവർ സമ്മതിച്ചു.

പല പ്രായക്കാരായ നാലഞ്ച് ഡസൻ പുലയരുണ്ട്. അനന്തൻനായരുടെ നിർദേശപ്രകാരം അവർ വയലുകളിലേക്കിറങ്ങി.

ഊളിമാത്രം വരമ്പിലിരുന്നു; വൈകുന്നേരം പടിയും വാങ്ങി മടങ്ങാം.

പതിനാല്

വളരെക്കാലം മുമ്പ്, തേവരുകുളത്തു മഠത്തുകാർ മണ്ണിൽ അധികാരം ഉറപ്പിക്കുമ്പോൾ കരക്കാരുമായി ഒരു ധാരണയിലെത്തിയിരുന്നു.

സാമാന്യം വലിയ രണ്ട് പാടശേഖരങ്ങളും അവയോട് ചേർന്നുള്ള വിസ്തൃതമായ കരപ്രദേശവുമാണ് മഠം വക വസ്തുക്കൾ. അടിമപ്പുലയരെക്കൊണ്ട് വയലുകൾ മുഴുവൻ കൃഷിചെയ്യിക്കാൻ സാധ്യമല്ല. അതിന് പാട്ടക്കാരെ ആശ്രയിച്ചേ പറ്റൂ. വയലുകളുടെ ഒരു നിശ്ചിത വീതം കരയിലെ ശൂദ്രർക്ക് പാട്ടത്തിന് വീതിച്ചുനൽകണമെന്നായിരുന്നു അന്നത്തെ ധാരണ.

പകരമായി, മഠത്തിലെ കാരണവരെ കരക്കാർ തങ്ങളുടെയും നാഥനായി അംഗീകരിച്ചു. അതിലൂടെ അദ്ദേഹത്തിന്റെ നിലപാടുകളെ അംഗീകരിക്കാനും അവർ നിർബന്ധിതരായി. തറവാട്ടിനോ സമുദായത്തിനോ നേരെയുണ്ടാവുന്ന ഭീഷണികളെ അതിജീവിക്കാൻ ജന്മിക്കും അതാ

വശ്യമായിരുന്നു. മാത്രമല്ല, രാജ്യത്ത് അധികാര വടംവലിയും യുദ്ധവുമുണ്ടാവുമ്പോൾ ജന്മി തീരുമാനിക്കുന്ന പക്ഷത്തെ പിന്തുണയ്ക്കാൻ ഒരു നിശ്ചിത അംഗസംഖ്യയുള്ളു ഒരു ചെറു സൈന്യത്തെ നിലനിർത്താനും അതിലൂടെ സാധ്യമായി.

കാലാന്തരത്തിൽ അംഗബലം കുറഞ്ഞ്, സൈന്യം മല്ലൻപിള്ളയെ ചുറ്റിയുള്ള ഏതാനും പേരിൽ ഒതുങ്ങി.

വയലിലെ ചെളിയിലിറങ്ങി അന്തസ്സ് നഷ്ടപ്പെടുത്താതെ തന്നെ, ആരാന്റെ വയലിൽ ആരാനും വേല ചെയ്തുണ്ടാക്കുന്ന വിളവിന്റെ ഒരു വീതത്തിന് അവകാശികളാവുന്ന കരയിലെ പാട്ടക്കാർക്ക് കണ്ടൻ നായരുടെ മരണം അങ്കലാപ്പുണ്ടാക്കുന്ന അനിശ്ചിതത്വമുണ്ടാക്കി.

രാമൻനായർക്ക് താഴ്ന്ന ജാതിക്കാരോടുള്ള സഹാനുഭൂതി ഒരു രഹസ്യമല്ല. കുഞ്ചുപിള്ളയെ അദ്ദേഹം പറഞ്ഞുവിട്ടതും, വളരെക്കാലമായി കെട്ടിമേയാതെ കിടന്നിരുന്ന ഇരുട്ടറയുടെ കൽച്ചുമരുകൾ പൊളിച്ചു കളഞ്ഞതും കരക്കാർ സംശയത്തോടെ വീക്ഷിച്ചു.

കൃഷിഭൂമികളുടെ ചുമതലക്കാരായിത്തീർന്ന മഠത്തിലെ പക്വതയെത്താത്ത അനന്തിരവന്മാരെ ഈഴവരും ചാന്നാന്മാരും സ്വാധീനിച്ച് കളയുമോ എന്നുമവർ ഭയപ്പെട്ടു. ഇരുകൂട്ടരും നെൽക്കൃഷി ചെയ്യാനുള്ള വയലുകൾക്കായി മത്സരത്തിലാണ്. അഞ്ചിൽ നാലു വീതവും തങ്ങൾക്കിരിക്കട്ടെ എന്ന രീതിയിൽ ജന്മി അവർക്ക് നേരിട്ട് വയലുകൾ നൽകിയാൽ കരക്കാർ അവതാളത്തിലായതുതന്നെ.

അവർ രാമൻനായരെ കണ്ട് തങ്ങളുടെ വിഷമസ്ഥിതി അറിയിച്ചു

എല്ലാം കേട്ടിരുന്നശേഷം അദ്ദേഹം പറഞ്ഞു, "മഠത്തിനും കരക്കാർക്കുമിടയിൽ ഇതുവരെയുണ്ടായിരുന്ന ബന്ധം കുറച്ചുകാലം കൂടി തുടരും. അതിലാർക്കും സംശയം വേണ്ടാ."

ആ കൂടിക്കാഴ്ചയിൽ അദ്ദേഹം മറ്റൊരു കാര്യം കൂടെ വെളുപ്പെടുത്തി. ചെമ്മണ്ണുവിളയ്ക്ക് തെക്കുള്ള ചതുപ്പ് വയലാക്കി മാറ്റണമെന്നുണ്ട്. എന്നാൽ മഠത്തിൽ അതിനുള്ള ആളും അർഥവും പോരാ. കരക്കാരോ അല്ലെങ്കിൽ കൃഷിചെയ്യാൻ തയ്യാറുള്ള മറ്റു ജാതിക്കാരോ വേണം ആ ഉത്തരവാദിത്വം ഏറ്റെടുക്കാൻ. അതിന് വേണ്ടിവരുന്ന ചെലവ് പരിഗണിച്ച് ആദ്യത്തെ രണ്ടുകൊല്ലം പാട്ടം വേണ്ടാ.

പാട്ടക്കാർ ചതുപ്പ് നന്നാക്കി കൃഷിചെയ്യാൻ ആളെ തിരക്കിയിറങ്ങി.

വയലുകൾക്കായി നെട്ടോട്ടമോടിയവർ തണുത്തു. മലകുഴിച്ച് കടലുണ്ടാക്കുന്നത് പോലുള്ള പാഴ്പണിയാണിതെന്ന് പലരും തീർത്തു പറഞ്ഞു.

ഒരു ചെറിയ കണ്ടം നന്നാക്കിയെടുത്ത് ഒന്ന് ശ്രമിച്ചു നോക്കാമെന്ന് അളമു കരുതിയതാണ്. എന്നാൽ, വേലുപ്പണിക്കൻ അയാളെ തടഞ്ഞു. ചതുപ്പിനെ കൃഷിയോഗ്യമാക്കുന്നത് നിസ്സാരപണിയല്ല. ചുവട്ടിലൂടെ തോടുണ്ടാക്കി എന്നത് ശരിതന്നെ. കുറച്ച് വെള്ളം അതിലൂടെ ഒഴുകിപ്പോയിട്ടുണ്ട്. അതുകൊണ്ട് മാത്രം ആയില്ല. അവിടവിടെയായി ആഴമുള്ള കുഴികളും മൺതിട്ടകളും അതിലുണ്ട്.

നിലവിലുള്ള പാട്ടത്തിന്റെ രീതിയിൽ വേലുപ്പണിക്കന് തൃപ്തി പോരാ. അതിനൊരു മാറ്റമുണ്ടാവുകയും വേണം.

"ചാന്നാൻ സമാധാനിക്ക്," അയാൾ പറഞ്ഞു: "ഒന്നുകില് ജന്മി ചതുപ്പിനെ വയലാക്കി തരണം. അല്ലെങ്കി നമ്മക്കത് ചെയ്യാം, ചൂത്തരമ്മാരെ പാട്ടത്തിന്റെ ഏർപ്പാടീന്നും ഒഴിവാക്കി ന്യായമായ പാട്ടം തീരുമാനിക്കട്ട്."

"അതൊക്കെ നടക്കുമോ?" അളമുവിന് സംശയമാണ്.

"നടക്കും. കൂടുതല് സ്ഥലം വയലാക്ക്ണതുകൊണ്ട് മഠത്തു കാർക്ക് തെന്നെ നേട്ടം. കരക്കാരെ ഒഴിവാക്കിത്തന്നാൽ ശ്രമിച്ചു നോക്കാമെന്ന് ഞാൻ കാരണവരെക്കണ്ട് പറയാം. എങ്കിലേ നമ്മക്ക് വേലക്കൂലി കിട്ടൂ."

ഈഴവരും ചാന്നാന്മാരും സഹകരിക്കാത്തതിലുള്ള നൈരാശ്യവുമായി കരക്കാർ വീണ്ടും രാമൻനായർക്കടുത്തെത്തി. പുതിയൊരു നിർദേശം അവർ മുമ്പോട്ടുവച്ചു. ഒരു ഊഴിയം കൂടെ നടത്തുക.

"അത് വേണ്ടാ," രാമൻനായർ തീർത്തു പറഞ്ഞു: "നിലം നന്നാക്കാൻ കഴിവുള്ളവർ അവിടെ പാട്ടക്കാരാവട്ടെ. അതാണെന്റെ നിശ്ചയം."

ഇതൊരു പാഴ്പണിയാണെന്നും, ആരുമതിന് തുനിയുകയില്ലെന്നും കരക്കാർ തീർച്ചയാക്കി. ഒരുപക്ഷെ, തങ്ങളുടെ ആയുഷ്കാലത്തിലൊരിക്കലും ചതുപ്പ് വയലാവുകയില്ലെന്നും അവർ സമാധാനിച്ചു.

കരക്കാർ കയ്യൊഴിഞ്ഞെങ്കിലും, കണ്ടങ്ങൾക്ക് വേണ്ടി ഒരുപാടു പേരൊന്നും മുന്നോട്ടുവന്നില്ല. എങ്കിലും അളമു ചെറിയൊരു കണ്ടം ഏറ്റെടുത്തു. അതിനടുത്തായി ഒരു കണ്ടം ചുക്രിവൈദ്യനും വാങ്ങി, മല്ലുവിന് വേണ്ടി. ഏതാനും കണ്ടങ്ങളിൽ കൃഷിചെയ്യാമെന്ന് ഈഴവരും ഏറ്റു. രണ്ടുവർഷത്തെ കരമൊഴിവിന് ശേഷം കൃഷിക്കാരന് വിളവിന്റെ അഞ്ചിൽ മൂന്ന് എന്നാണ് വ്യവസ്ഥ ചെയ്തത്.

ആദ്യമായി കൈക്കോട്ടുമായി ചതുപ്പിലിറങ്ങിയതും അളമു തന്നെ. സഹായിക്കാൻ ആണ്ടിയുമുണ്ടാവും. മൺതിട്ടകൾ വെട്ടിയിടിച്ച് കുഴികൾ നികത്തുകയും വരമ്പ് പിടിക്കുകയുമാണ് ആദ്യം ചെയ്യേണ്ടത്.

ആയിടയ്ക്കൊരു ദിവസം രാമൻനായർ ആ വഴി വന്നു. അളമുവിന്റെ പണി ശ്രദ്ധിച്ച് അൽപ്പനേരം നിന്ന അദ്ദേഹം പറഞ്ഞു: "ഈ കണ്ടം നേരെയാക്കിയിട്ട് മറ്റൊരു കണ്ടം കൂടെ നീ പാട്ടത്തിനെടുക്കണം. ഇത് വേണ്ടെന്നുവച്ച മടിയന്മാര് നിന്നെ കണ്ട് അസൂയപ്പെടണം."

അളമുവിന് അങ്ങത്തെമാരെ ധിക്കരിക്കാനറിഞ്ഞുകൂടാ. അവരോട് കീഴ്ജാതിക്കാർ ന്യായവും അന്യായവും പറഞ്ഞുകൂടാ എന്നയാൾ വിശ്വസിക്കുന്നു. അതിനാൽ അങ്ങനെ ചെയ്യാമെന്നയാൾ അറിയിച്ചു.

രാമൻനായരുടെ നീതിനിഷ്ഠയിൽ അയാൾക്ക് തികഞ്ഞ വിശ്വാസമാണ്. കുഞ്ചുപിള്ളയ്ക്ക് കാര്യസ്ഥന്റെ പണി പോയശേഷം ഏത്തവാഴക്കുലകൾ മുറിക്കാൻ അനന്തൻനായരോടൊപ്പം രാമൻനായരും വന്നു. ആകെയുള്ള വാഴകൾ എണ്ണി, ഒരറ്റത്തുനിന്നും മൂന്നിൽ രണ്ടുഭാഗം കുല

കൾ മുറിക്കാനാണ് അദ്ദേഹം പണിക്കാരോട് പറഞ്ഞത്. നേരെമറിച്ച്, കുഞ്ചുപിള്ള തോട്ടം മുഴുവൻ ചുറ്റിനടന്ന് മുന്തിയതരം കുലകളാണ് മുറിച്ചുകൊണ്ടുപോയത്.

കരയിൽ, മണ്ണിൽ കളിക്കുന്ന കുട്ടി രാമൻനായരുടെ ശ്രദ്ധയിൽപ്പെട്ടു. നാല് വയസോളം അവന് പ്രായമുണ്ട്. ഇത്രയും ആരോഗ്യമുള്ള കുട്ടികൾ ചാന്നാന്മാർക്കിടയിൽ സാധാരണമല്ല.

"ഏതാണാ കൊച്ച്?" അദ്ദേഹം ചോദിച്ചു.

"എന്റ സന്തതിയാണേ," അളമു പറഞ്ഞു.

"എന്താണവന്റ പേര്?"

"പേര്," അളമു ഒന്നറച്ചു: "അങ്ങത്തെ തേഷ്യപ്പെടരുത്. അവന്റ അമ്മച്ചിയും അപ്പച്ചിയും പെരുമാനെന്ന് വിളിക്കണു"

"നീയെന്തു വിളിക്കും?"

"അങ്ങത്തെമാര് പറയാതെ താഴ്ന്ന ജാതിക്കാര് കൊച്ചുങ്ങക്ക് പേരു വിളിച്ചൂടാ."

ഇത്രയേറെ വിനയവും ബഹുമാനവും കീഴ്ജാതിക്കാർക്ക് തോന്നുന്നത് യഥാർത്ഥത്തിൽ പന്തികേടായി തോന്നി രാമൻനായർക്ക്. അദ്ദേഹം പറഞ്ഞു: "അതാണിഷ്ടമെങ്കിൽ ഇനി നീയും അവനെ ആ പേര് വിളിച്ചോ."

അളമുവിനുണ്ടായ ആഹ്ളാദം നിസ്സീമമാണ്. അദ്ദേഹം പോയിക്കഴിഞ്ഞപ്പോൾ അയാൾ മകനെയുമെടുത്ത് പുരയിലേയ്ക്കോടി.

ചുമരുകൾക്ക് ഉയരം കുറവാണെങ്കിലും, മൺപുരയിൽ ജീവിക്കുന്നു എന്നത് ഒരന്തസാണ്. എന്നാൽ വിശപ്പടക്കാനുള്ള വകയുണ്ടായാൽ മാത്രം ജീവിച്ചുപോവാം എന്ന സ്ഥിതിയല്ല. അളമുവിന്റെ പുരയിൽ ചെലവുകൾ വേറെ പലതുമുണ്ട്. കൃഷിപ്പണികളെല്ലാം ഒറ്റയ്ക്ക് ചെയ്യാനാവില്ല. ചേമയ്ക്കാണെങ്കിൽ വയറൊഴിഞ്ഞ നേരമില്ല എന്ന് പറഞ്ഞപോലെയാണ്.

പെരുമാന് താഴെയുണ്ടായ രണ്ടുകുട്ടികളിൽ ഒന്ന് പ്രസവത്തോടെയും മറ്റൊന്ന് നാലഞ്ചുമാസങ്ങൾക്കകവും മരിച്ചു. ഗർഭകാലത്തെ പരിചരണം ശരിയാവാത്തതാണ് അതിന് കാരണമെന്ന് പൊന്നി വിശ്വസിക്കുന്നു. ഇക്കുറി പ്രസവരക്ഷയ്ക്ക് ഒരു ലേഹ്യം ചുക്രിവൈദ്യൻ ഉണ്ടാക്കിക്കൊടുത്തിട്ടുണ്ട്. അതിന് വിലയും കൂടുതലാണ്.

എന്നിട്ടും വലിയ പ്രയാസങ്ങളില്ലാതെ കഴിഞ്ഞ് പോവുന്നത് പൊന്നിക്ക് കച്ചവടമുള്ളതുകൊണ്ടാണ്.

നെല്ല് വറുത്ത് കല്ലിൽ ചതച്ച് ഉമികളഞ്ഞ് അരിയാക്കുകയാണ് ചെമ്മണ്ണുവിളക്കാരുടെ പതിവ്. നെല്ല് വേവിച്ചുണക്കി കുത്തിയെടുക്കുന്ന അരിയാണ് പൊന്നി വിൽക്കുന്നത്. അത് ആളുകൾ കൂടുതൽ ഇഷ്ടപ്പെട്ടു. അതിനൊപ്പം അരിഞ്ഞുണക്കിയ മരച്ചീനിയും ഉപ്പും മുളകും ഉപ്പിട്ടുണക്കിയ മീനുമൊക്കെ അവർ വിറ്റു.

ചെമ്മണ്ണുവിളക്കാർ മാത്രമല്ല പണ്ടാരക്കുന്നിലെ പുലയരും സാധനങ്ങൾ വാങ്ങാനെത്തി. പുലയർ പീടികയോളം വരില്ല. ദൂരെ നിന്നു

കൊണ്ട് തങ്ങളുടെ സാന്നിധ്യം വിളിച്ചറിയിക്കുകയേയുള്ളു. പൊന്നി അങ്ങോട്ടു ചെന്ന് നെല്ലോ ചക്രമോ സ്വീകരിച്ച് പകരമായി അവർക്കാവശ്യമായ സാധനങ്ങൾ നൽകും. ചാന്നാന്മാരിൽ നിന്നും ചക്രത്തിന് പകരം പെട്ടെന്ന് കേടാവാത്തതും തനിക്ക് ആദായമുണ്ടാകാവുന്നതുമായ എന്തും അവർ സ്വീകരിക്കും. തിന്നാവുന്ന ഏത് സാധനത്തിനും ചെമ്മണ്ണുവിളയിൽ ആവശ്യക്കാരുണ്ട്.

അവർ കണ്ടമാനം ലാഭമുണ്ടാക്കുന്നുവെന്നാണ് ചെമ്മണ്ണുവിളക്കാരുടെ വിശ്വാസം. പലർക്കും അതുപോലൊന്ന് തുടങ്ങിയാൽ കൊള്ളാമെന്നുണ്ട്. എന്നാൽ അന്നന്നത്തെ വിശപ്പ് മാറിയിട്ടുവേണമല്ലോ കച്ചവടത്തിനുള്ള മുതലുണ്ടാക്കാൻ.

എന്തായാലും, പൊന്നിയുടെ കച്ചവടം മെച്ചപ്പെടുന്നുവെന്ന് കണ്ട ചിലരെങ്കിലും ചുക്രിവൈദ്യനെ കളിയാക്കി: "കൊറച്ച് എണ്ണയൊണ്ടാക്കി വച്ച് ഈച്ചയാട്ട്ണതു കൊണ്ടൊന്നും പ്രയോജനമില്ല വൈത്യരേ. പത്ത് ചക്രമൊണ്ടാക്കണെമെങ്കി പൊന്നിയക്കനെ കണ്ടു പഠിക്ക്."

സൗമ്യനായി വൈദ്യൻ തിരിച്ചടിച്ചു: "തേച്ചാലും മാച്ചാലും പോണതല്ല തമ്പീ, തലവിതി. ഇതവരക്ക് നല്ലകാലം. ഞാൻ ഈച്ചയാട്ട്ണതും നീ എരപ്പനെപ്പോലെ തെണ്ടിത്തിരിയണതും തലവിതി അതായതു കൊണ്ടാണ്!"

അളമു മറ്റു കൃഷിപ്പണികൾക്കിടയിൽ കണ്ടെത്തുന്ന നേരം വേണം ചതുപ്പിൽ ചെലവാക്കാൻ. അഞ്ചാറ് മാസങ്ങളോളം വേണ്ടിവന്നു, അതൊരു വയലായി തീരാൻ. എന്നാൽ ചുക്രിവൈദ്യൻ മകന് വേണ്ടി ഏറ്റെടുത്ത കണ്ടത്തിൽ ആരും ഒരു വട്ടം ഒന്നെത്തി നോക്കുക പോലും ചെയ്തിട്ടില്ല. അങ്ങനെ അതും അളമുവിന്റെ ചുമലിലായി.

ഇക്കുറി പുലയരെക്കൊണ്ട് ചതുപ്പിലെ കണ്ടത്തിൽ വേല ചെയ്യിക്കണമെന്ന് കോരുമൂപ്പൻ നിർദേശിച്ചു. പുലയനെന്നാൽ വയലും, വയലെന്നാൽ പുലയനുമത്രേ! അവന്റെ ചവിട്ടേറ്റാൽ വയലിലെ മണ്ണിന് മയമേറും. കൈപ്പുണ്യമുള്ളവരത്രേ, ഞാറു നടുന്ന പുലയികൾ!

ഉടയോരെപ്പോലെ കൂലി തരുമെങ്കിൽ ആർക്ക് വേല ചെയ്താലും തങ്ങൾക്കൊരു ചേതവുമില്ലെന്ന തലത്തോളം വളർന്നു, പുലയരുടെ ബോധം. എന്നാലും, അവർക്കൊരു നിർബന്ധമുണ്ട്; ഉടയോരുടെ വേലകൾ കഴിഞ്ഞിട്ടേ ചാന്നാന്റെ വയലിലിറങ്ങൂ.

ചാണകത്തിൽ കുഴച്ച് മുളപ്പിച്ച വിത്തിടുന്നതായിരുന്നു അതുവരെ അളമു ചെയ്തിരുന്നത്. എന്നാൽ ഞാറു നടുന്നതാണ് കൂടുതൽ നല്ലതെന്ന് രാമൻനായർ ഉപദേശിച്ചു. വിത്തുപാകി മുളപ്പിക്കാൻ അദ്ദേഹമൊരു ചെറിയ കണ്ടം വയലും നൽകി.

വേലകൾ പുലയരെ ഏൽപ്പിച്ച് അളമു വരമ്പിലൂടെ അങ്ങോട്ടുമിങ്ങോട്ടും നടന്നു. പുലയർക്ക് ചാന്നാൻ മേൽജാതിയാണ്. അക്കാരണത്താൽ രണ്ട് ജാതിക്കാരും ഒന്നിച്ച് വയലിലിറങ്ങി വേല ചെയ്യാൻ പാടില്ല.

ചാന്നാനത് കുറച്ചിലാണെന്ന് മാത്രമല്ല, അബദ്ധത്തിലെങ്കിലും ഒന്ന് തീണ്ടിപ്പോയാൽ അപകടവുമാണ്.

ഏഴുകുളത്തിൽ മുങ്ങികുളിച്ചാലും തീരാത്ത അശുദ്ധി!

കുളത്തിൽ മുങ്ങാൻ ചാന്നാനെ ശൂദ്രർ അനുവദിക്കില്ലെന്നത് വേറെ കാര്യം.

അളമു വരമ്പിലൊരിടത്ത് കുത്തിയിരുന്നു.

അയാളുടെ ചിന്തകൾ വയലിലെ ചെളിവെള്ളത്തിലിളകുന്ന നിഴലുകളെപ്പോലെ നീണ്ടും വളഞ്ഞും കുറുകിയും ചാഞ്ചാടി.

ഇപ്രാവശ്യം എത്ര മേനി നെല്ല് വിളയും? ചതുപ്പിലെ വിളവിന് രണ്ടു കൊല്ലം പാട്ടം കൊടുക്കേണ്ടതില്ല.

ഇനിയത്തെ വിളവെടുപ്പ് കഴിഞ്ഞാൽ എന്തൊക്കെ ചെയ്യണമെന്ന് അയാൾ നിശ്ചയിച്ചിട്ടുണ്ട്. അങ്ങത്തെമാർ അനുവദിച്ചാൽ കരയിലെ ശൂദ്രരുടേതുപോലെ തന്റെ പുരയുടേയും ചുമരുകൾ ഉയർത്തി, മേൽക്കൂര തെങ്ങോലകൊണ്ട് മേയണം.

ചേമയ്ക്ക് പൊന്നിൽ തീർത്ത ഒരു മാലയുണ്ടാക്കിക്കൊടുക്കണമെന്ന് അയാൾക്കാഗ്രഹമുണ്ട്. എന്നാൽ ചാന്നാട്ടികൾ പൊന്നാഭരണങ്ങൾ അണിഞ്ഞുകൂടാ എന്നാണ് ഇപ്പോഴും തേവരു കുളത്തെ നിയമം.

വയലിലെ ചെളി തട്ടിനിരപ്പാക്കുന്ന പുലയർ. അവരത് ചെയ്യുന്നത് വാത്സല്യപൂർവമാണെന്ന് തോന്നും. അവരുടെ ചലനങ്ങൾക്ക് ഒരു പ്രത്യേക ചിട്ടയും താളവുമുണ്ട്.

കോർത്തുകെട്ടിയ പാളക്കഷണങ്ങൾ അവർ അരയിൽ ധരിച്ചിരുന്നു. ചില പെണ്ണുങ്ങൾ പാളക്കഷണങ്ങൾക്ക് പുറത്ത് ഉണങ്ങിയ കമുകിൻ പൂങ്കുലകൾ തൂക്കിയിരിക്കുന്നു.

"ചാന്നാൻ വരമ്പത്തിരുന്ന് കിനാവ് കാണണോ?" അയാൾക്ക് മുമ്പിൽ ഇരു കരങ്ങളിലും ഞാറിന്റെ കെട്ടുകളും തൂക്കി നിൽക്കുന്ന പുലയിപ്പെണ്ണ് ചോദിക്കുന്നു.

വർഷങ്ങൾക്കുശേഷവും അവളുടെ പേര് അയാളോർക്കുന്നു ചാമര!

അവളുടെ തിളക്കമുള്ള വെളുത്ത പല്ലുകൾ, ചന്തമുള്ള മുഖം, ജഡ പിടിക്കാത്ത തലമുടി, തൂങ്ങാത്ത ചെറിയ മുലകൾ.

"വരിൻ," അവൾ ക്ഷണിച്ചു: "ഞാറുനടാം."

അയാൾ ചിരിച്ചതേയുള്ളൂ.

"അറിഞ്ഞൂടെങ്കി ഞാൻ പടിപ്പിച്ചുതരാം." അവൾ പറഞ്ഞു.

അവൾ അയാൾക്ക് ഗുരു.

പണ്ട് തുറുമിയുമായുള്ള ലോഹ്യം ഗാഢമാവുന്നതിന് മുമ്പായിരുന്നു, അത്. ഒരിക്കൽ പനയിൽ നിന്നിറങ്ങുമ്പോൾ ഒരു ചോദ്യം കേട്ടു: "ഒരു കവിള് അക്കാനി തരുമോ?"

കൗമാരം പിന്നിട്ടൊരു പുലയിപ്പെണ്ണ്!

കറുത്ത്, കടഞ്ഞെടുത്തപോലെ കനം കുറഞ്ഞ ശരീരം.

അന്നുമവൾ കമുകിൻപാളയും പൂങ്കുലയുംകൊണ്ട് അരക്കെട്ട് മറച്ചിരുന്നു. കണ്ഠത്തിലണിഞ്ഞ മാല വെള്ളാരങ്കല്ലുകളും കാട്ടു കായ്കളും കോർത്തിണക്കിയതുമായിരുന്നു.

അക്കാനി തരില്ലെന്ന് പറയാൻ അയാൾക്കായില്ല.

അവളുടെ പേര് ചാമരയെന്നായിരുന്നു.

പിറ്റേന്നും അതേ നേരത്ത് അതേ പനയുടെ ചുവട്ടിൽ അവളെത്തി. അത് തുടർന്നു പോയി. അവൾ വൈകിയാൽ കാത്തുനിൽക്കാൻ അയാളും ശീലിച്ചു. പണ്ടാരക്കുന്നിലെ പരുക്കൻ പാറകളുടെ നിസ്സംഗതയെയും നിശ്ചലാവസ്ഥയെയും സാക്ഷിനിർത്തി അവളതിന് പ്രത്യുപകാരം ചെയ്തു.

അവൾ കന്യകയായിരുന്നില്ല. ലൈംഗികതയുടെ ബാലപാഠങ്ങൾ അളമുവിനെ പഠിപ്പിച്ചത് ചാമരയാണ്.

ഇരുവർക്കും പരസ്പരം ഇഷ്ടമായിരുന്നു.

എന്നാൽ സ്വന്തം കുടിലിലേക്കവളെ കൂട്ടിക്കൊണ്ട് പോവാൻ അയാൾക്കാവുമായിരുന്നില്ല. സമൂഹം അതൊരിക്കലും അംഗീകരിക്കുകയുമില്ല.

അയിത്തം!

അവളെയും കൂട്ടി ഓടിപ്പോവാൻ തീരെ ചെറുതായിരുന്നു അയാളുടെ ലോകം.

തുറുമിയുമൊന്നിച്ച് ജീവിക്കാൻ തുടങ്ങിയ ശേഷവും ചാമരയുമായുള്ള ബന്ധം തുടർന്നു. ഒരിക്കൽ മടങ്ങും വഴി കർമിയായിരുന്ന ചാത്തുമൂപ്പനെ അവിചാരിതമായി കണ്ടുമുട്ടി. തുറിച്ച് നോക്കി, വിറയാർന്ന ശബ്ദത്തിൽ മൂപ്പനെന്തോ മുരണ്ടു.

അന്ന് ചാമരയുമായുള്ള ബന്ധം മുറിഞ്ഞു.

"വരണ്ല്ലിയോ?" അവൾ ക്ഷണിക്കുന്നു: "എല്ലാ വിത്യകളും പടിപ്പിച്ചു തരാം."

മതിയായി. അയാളെണീറ്റു.

അവൾ പറഞ്ഞു; "എനക്ക് കരുനാക്കൊണ്ടെന്നാണ് എല്ലാരും പറയ്ണത്..... ഇപ്രാവശ്യം ചാന്നാന്റെ വയലില് കനകം വെളയും, കണ്ടോ!"

അവളങ്ങനെ പറഞ്ഞതിനാലോ, കാലാവസ്ഥയും വളവും മെച്ചമായതിനാലോ നെൽച്ചെടികൾ പതിവില്ലാത്ത പുഷ്ടിയോടെ വളർന്നു. കതിരിടുകയും ചെയ്തു. എന്നാലതിന്റെ ഫലമനുഭവിക്കും മുമ്പുതന്നെ നാട് ഒരു കൊടുങ്കാറ്റിലമരുകയായിരുന്നു.

വളരെക്കാലമായി പുകയുകയായിരുന്ന മേൽമുണ്ട് കലാപം പൊടുന്നനെ ആളിക്കത്തി.

പതിനഞ്ച്

എരിതീയിലേക്ക് എടുത്തെറിയപ്പെട്ടതുപോലെയായി അളമുവിന് ജീവിതം. പടുത്തുയർത്തിയ പ്രതീക്ഷകളെല്ലാം മണ്ണടിയുന്നതായി അയാൾക്ക് തോന്നി. നെൽവയലിലും വാഴത്തോട്ടത്തിലുമൊന്നും അയാ

ളെ കണ്ടുപോവരുതെന്ന് ചില ശൂദ്രർ താക്കീത് നൽകി. അവിടെ അവർക്കു പറയത്തക്ക അവകാശാധികാരങ്ങളൊന്നുമില്ലെങ്കിലും ജാതിയിൽ കൂടിയവരാകയാൽ അനുസരിക്കുകയും ഭയപ്പെടുകയും വേണം.

അയൽപ്രദേശങ്ങളിലൊക്കെ പ്രശ്നമാണ്. ചില ചാന്നാട്ടിമാർ മേൽമുണ്ട് ധരിച്ചത് സവർണർക്കിഷ്ടമായില്ല. അവർ സംഘം ചേർന്ന് ചാന്നാന്മാരെ ആക്രമിക്കുന്നു. അവരുടെ ഗ്രാമങ്ങളെ കൊള്ളയടിക്കുകയും കുടിലുകൾക്ക് തീവയ്ക്കുകയും ചെയ്യുന്നു. ചാന്നാട്ടികളെ ധിക്കരിക്കാൻ പ്രേരിപ്പിച്ചത് ക്രിസ്ത്യാനി മിഷണറിമാരാണത്രേ. അതുകൊണ്ട് തന്നെ നാട്ടിലെ പള്ളികൾ തീവയ്ക്കപ്പെട്ടു. പള്ളിക്കുന്നിലും അതുതന്നെ സംഭവിച്ചു. നാഗരുകോവിലിലെ സെമിനാരിയും അവിടെയുണ്ടായിരുന്ന ധ്വരമാർപോലും ആക്രമണവിധേയരായെന്നാണ് കേൾവി.

ചില സ്ഥലങ്ങളിൽ ശൂദ്രരെ തുണയ്ക്കാൻ പുലയരുമുണ്ടത്രേ, ഒപ്പം!

ആ വാർത്തകൾ ചെമ്മണ്ണുവിളക്കാരുടെയും ഉറക്കം കെടുത്തി. എങ്കിലും അവർ ഭയപ്പെട്ടപോലൊന്നും സംഭവിച്ചില്ല. മുഖാമുഖം കണ്ടുമുട്ടിയാൽ ശൂദ്രർ ചീത്തപറയുകയോ വിരട്ടിയോടിക്കുകയോ ഒക്കെ ചെയ്തെന്നുവരും. അത് മുമ്പും അപൂർവമായിരുന്നില്ല.

കരക്കാർ ഭീഷണിപ്പെടുത്തിയ ശേഷം ഒരിക്കൽ അളമു രാമൻ നായരെ ചെന്നുകണ്ടു. തന്റെ നിസ്സഹായാവസ്ഥ അറിയിച്ചു. കൃഷിചെയ്യാൻ അവസരം ഉണ്ടാക്കിത്തരണം എന്നപേക്ഷിച്ചു.

അയാൾ പറഞ്ഞു: "അങ്ങത്തെമാരയ്ക്ക് ഇഷ്ടപ്പെടാത്ത ഒന്നും ചെമ്മണ്ണുവെളക്കാർ ചെയ്യൂല്ല."

"അതുകൊണ്ട് തന്നെയാണ് നിങ്ങളെ ആരും ഉപദ്രവിക്കാത്തതും." അദ്ദേഹം വെളിപ്പെടുത്തി; "സത്യമെന്തായാലും എല്ലായിടത്തും ശൂദ്രരെ ചാന്നാന്മാർ ദ്രോഹിക്കുന്നുവെന്നാണ് ആളുകള് പറഞ്ഞ് പരത്തുന്നത്. ഇതൊക്കെ കേട്ടാല് ഇവിടത്തെ കരക്കാര് വെറുതെയിരിക്കുമോ?" ഒന്നു നിർത്തി, അദ്ദേഹം ഉപദേശിച്ചു: "തൽക്കാലം നീ വയലിലും തോട്ടത്തിലും ചെല്ലണ്ടാ. അതിൽ നീ ഒരുപാട് അധ്വാനിച്ചിട്ടുണ്ടെന്നറിയാം. അതിനുള്ള പ്രതിഫലം നിനക്ക് ഞാൻ തരും. ആളുകൾ കുറച്ചൊന്ന് ശാന്തരാവട്ടെ."

ഒരുമാസം കഴിഞ്ഞപ്പോൾ വയലുകൾ കൊയ്തു. നല്ല വിളവായിരുന്നുവെന്നും അയാളുടെ വീതം കൂടെ ജന്മിതന്നെ എടുത്തതായും വൈകാതെ അയാൾ കേട്ടു.

ആ അനിശ്ചിതത്വത്തിന്റെ നടുവിൽ കോരുമൂപ്പൻ മരിച്ചു. ചുടുകാടിന്റെ കിഴക്കേയരികിൽ ജഡം മറവുചെയ്തു.

പനചെത്ത് നിർത്തിയത് വലിയൊരു ചതിയായിപ്പോയെന്ന് അളമുവിന് തോന്നി. കൃഷിപ്പണികൾ ഇല്ലാതായതോടെ തികഞ്ഞ ശൂന്യതാബോധം അയാൾക്കനുഭവപ്പെട്ടു തുടങ്ങി. കൂടെ, മറ്റുള്ളവരുടെ പരിഹാസവും. കുലത്തൊഴിൽ വേണ്ടെന്നുവച്ചത് തലമറന്ന് എണ്ണ തേയ്ക്കു

ന്നതുപോലെയാണെന്നാണ് അവരുടെ ആക്ഷേപം. പോരാത്തതിന് പുരയിൽ ദാരിദ്ര്യവുമുണ്ട്.

ആയിടയ്ക്കൊരു ദിവസം രാമൻനായർ അയാളെ ആളയച്ച് വിളിപ്പിച്ചു. കിഴക്കേ പടിപ്പുരമുറ്റത്ത് വിനീതനായി നിന്ന അയാളോട് അദ്ദേഹം പറഞ്ഞു: "പ്രതീക്ഷിച്ചതിലും നല്ല വിളവായിരുന്നു, വയലുകളിൽ. വാഴക്കുലകളും നന്നായിരുന്നു. അതിൽ നിന്റെ വീതം ഇവിടെ ചക്രമായി സൂക്ഷിച്ചിട്ടുണ്ട്."

അയാൾ ഒരു നിമിഷം ആലോചിച്ചു. ഇപ്പോഴത് വാങ്ങിക്കൊണ്ട് പോയാൽ വളരെ വേഗം ചെലവായിപ്പോവുമെന്ന് അയാളറിഞ്ഞു. അദ്ദേഹം തരുന്നത് ഒരു നല്ല കാര്യത്തിനായി വിനിയോഗിക്കണമെന്ന് പെട്ടെന്നൊരു തോന്നൽ. അയാൾ പറഞ്ഞു:

"ഞാൻ പറയ്ണത് തെറ്റാണെങ്കി അങ്ങത്തെ പൊറുക്കണം. എനക്ക് സ്വന്തമായി മണ്ണില്ല. ആ ചക്രം കൊണ്ട്......"

ഒരു നിമിഷനേരം അയാളെ ഉറ്റുനോക്കിനിന്ന ശേഷം രാമൻനായർ പറഞ്ഞു: "നിനക്കൊരു തുണ്ട് ഭൂമി വേണം. പക്ഷെ ഈ പണം കൊണ്ട് തെകയുല്ലല്ലോ."

"ബാക്കി കൂടെ ഞാൻ തന്ന് തീക്കുമ്പോ മതി."

"നിന്റെ ആഗ്രഹം പോലെ."

തിരിച്ചുപോരുമ്പോൾ മുമ്പൊരിക്കലും തന്റെ ബോധത്തിൽ കടന്നെത്താത്ത ഭൂമിയെക്കുറിച്ചുള്ള ചിന്ത എങ്ങനെ ഇപ്പോഴുണ്ടായി എന്ന് അളമു അത്ഭുതപ്പെട്ടു.

സ്വന്തമായി മണ്ണുള്ളവൻ ജന്മിയാണെന്നയാളറിഞ്ഞു. താൻ സ്വന്തം മണ്ണിൽ വേല ചെയ്യുന്ന ആ ദിവസത്തെ അവിശ്വസനീയതയോടെ അയാൾ അകലെയല്ലാതെ കണ്ടു.

പുരയിൽ ദാരിദ്ര്യമുണ്ടെങ്കിലും, പൊന്നിയുടെ കച്ചവടം വലിയൊരു സഹായമായിത്തീർന്നു. നാട്ടിൽ അസ്വസ്ഥതകൾ ആരംഭിച്ചശേഷം അവർ ചന്തയിൽ പോകാറില്ല. ആ പണി അളമു ഏറ്റെടുത്തു. സാധനങ്ങൾ തലച്ചുമടാക്കി, നേർവഴിയേ മൂന്ന് നാഴിക നടക്കേണ്ടതിന് പകരം അഞ്ചാറ് നാഴിക ദൂരം കാട്ടുപാതയിലൂടെ ചുറ്റിക്കറങ്ങിയാണ് അയാൾ ചെമ്മണ്ണുവിളയിലെത്തുക.

അത്തരം യാത്രകളിലൊന്നിൽ പാതയിൽ ചുമടിറക്കി വിശ്രമിക്കുമ്പോഴാണ് അതുവഴി വന്ന ചിന്നനെ കണ്ടത്. ചെമ്മണ്ണുവിളയിൽ നിന്നും ഓടിപ്പോയ ശേഷം ആദ്യമായി കാണുകയാണ്. ഏതാനും കൊല്ലങ്ങൾ കൊണ്ട് അയാളുടെ കോലം തന്നെ മാറിപ്പോയിരിക്കുന്നു. അയാൾ അവശനും രോഗിയുമായതുപോലെ.

അളമുവിനരുകിൽ മരത്തണലിലിരുന്ന്, ചുമടിലേക്ക് നോക്കി ചിന്നൻ പറഞ്ഞു: "ഒരുപാട് സാമാനങ്ങളൊക്കെയൊണ്ടല്ലോ."

"ങാ..... അമ്മാവിക്ക് ചെറിയൊരു കച്ചോടമൊണ്ട്."

"നാനുമത് കേട്ട്. പിന്നെ, ചെമ്മണ്ണുവെളേല് ചുത്തരരെക്കൊണ്ട് ഉപത്രവമൊണ്ടോ?"

"ഇതുവരെയില്ല."

അയാളുമായി ചങ്ങാത്തം കൂടുന്നത് അപകടമാണെന്ന് അളമുവിന് അറിയാത്തതല്ല. എങ്കിലും ശത്രുത നടിക്കാൻ മനസ്സ് വന്നില്ല.

ചിന്നൻ, അളമുവിന്റെ കുടുംബവിശേഷങ്ങൾ തിരക്കി. അയാൾക്കാണെങ്കിൽ ഇപ്പോൾ രണ്ടു സന്തതികളേയുള്ളൂ. ചെമ്മണ്ണുവിളയിൽ നിന്നും യാത്രയാവുമ്പോൾ നാലുപേരുണ്ടായിരുന്നു.

"നിങ്ങളിപ്പം എവിടെ താമസിക്ക്ണ്?" അളമു തിരക്കി.

"പള്ളിപ്പറമ്പിത്തെന്നെ."

"പള്ളിക്കും അതിനകത്തൊള്ള കുടിലുകളുക്കും ചൂത്തരമ്മാര് തീ വച്ചില്ലയോ?"

"അതൊക്കെ ഞങ്ങള് പിന്നേം കെട്ടിയൊണ്ടാക്കി."

പള്ളിയെപ്പറ്റി കൂടുതലറിയാൻ അളമുവിന് താൽപ്പര്യമില്ല. ലോകമുണ്ടായ കാലം തൊട്ടേ തന്റെ പൂർവികരെല്ലാം ഹിന്ദുക്കളായിരുന്നുവെന്നും അവരുടെ കുലദൈവങ്ങൾ മാടനും കരിങ്കാളിയുമായിരുന്നുവെന്നും അയാൾ വിശ്വസിക്കുന്നു.

എന്നിട്ടും ചിന്നൻ പള്ളിയെപ്പറ്റിയും അവിടത്തെ ദേവനെപ്പറ്റിയും പറഞ്ഞു. കോഴിയും ചാരായവും തുള്ളിമറിയാൻ കർമിയും ആവശ്യമില്ലാത്ത ദേവനത്രേ, അത്.

ദൈവത്തിന്റെ അരുളപ്പാടനുസരിച്ച് കന്യകയായ മറിയം ദൈവപുത്രനായ യേശുദേവനെ പ്രസവിച്ച അത്ഭുത കഥ ചിന്നൻ വിവരിച്ചു പറഞ്ഞു. എന്നാൽ കാലിത്തൊഴുത്തിൽ ദൈവത്തിന്റെ പുത്രൻ മനുഷ്യരൂപത്തിൽ പിറക്കുന്ന അവസ്ഥ അളമുവിന് ഉൾക്കൊള്ളാനായില്ല.

ദേവന്മാർ രൂപംകൊണ്ടോ ഭാവംകൊണ്ടോ മനുഷ്യരെപ്പോലെയാണെന്നയാൾ വിശ്വസിക്കുന്നില്ല. അവയവങ്ങളുടെ എണ്ണത്തിൽ ഏറ്റക്കുറച്ചിലോടെ മനുഷ്യരൂപമുള്ള ശിശുക്കളെ മനുഷ്യസ്ത്രീകൾ പ്രസവിച്ച കഥകൾ നാട്ടിൽ പ്രചാരത്തിലുണ്ടെങ്കിലും അവ ഇന്നും ജീവിച്ചിരിപ്പുള്ളതായി അയാൾക്കറിയില്ല.

അതിലേറെ അളമുവിനെ അവിശ്വസിപ്പിച്ചത് യേശുദേവന്റെ കുരിശുമരണമാണ്. ദേവീദേവന്മാർക്ക് വിധിച്ചിട്ടുള്ളതല്ല, മരണം. അക്കൂട്ടർക്ക് ആദിയില്ലാത്ത പോലെ തന്നെ അന്ത്യവും ഉണ്ടാവാൻ പാടുള്ളതല്ല. മറിച്ചായാൽ പോലും ചിന്നന്റെ ദേവൻ എന്തിനിത്ര വേദനിച്ച് മരിച്ചു?

ചിന്നൻ പറഞ്ഞു: "മനുഷ്യകൊലത്തിന്റെ പാപം പോക്കാൻ!"

അളമുവിന് മനസിലായില്ല: "പാപമെന്നുവച്ചാ എന്തര്?"

"നമ്മ ചെയ്യണ തപ്പുകള്."

"നമ്മളതിന് തപ്പൊന്നും ചെയ്യണില്ലല്ലോ."

ചിന്നന് ഉത്തരം മുട്ടി.

ദരിദ്രരായ ചാന്നാന്മാർ തെറ്റുചെയ്യുന്നവരാണെന്ന് ചിന്നനും തോന്നിയിട്ടില്ല. ഗതിയില്ലാത്തതിനാൽ, വിശപ്പടക്കാൻ വേണ്ടി, ചെറുപ്രാണികളെ കൊല്ലുന്നതോ, ചെറിയ കളവ് പറയുന്നതോ പ്രവർത്തിക്കുന്നതോ പാപ

മാണെന്ന് പള്ളിയിൽ ഞായറാഴ്ച പ്രസംഗത്തിനിടെ ഉപദേശിപോലും പറഞ്ഞുകേട്ടിട്ടില്ല. പാപമെന്നാൽ പാവങ്ങളെ ചാട്ടവാറു കൊണ്ടടിക്കുന്നതും മുതുകിൽ കല്ലുകയറ്റി വെയിലത്ത് നിർത്തുന്നതും കുടിലുകൾക്ക് തീവയ്ക്കുന്നതും അവയവങ്ങൾ ഛേദിക്കുന്നതുമൊക്കെയാണ്. അങ്ങനെ നോക്കുമ്പോൾ തേവരുകുളത്തെ ശൂദ്രർ മഹാപാപികളാണ്. സത്യവേദത്തിൽ ചേർന്ന് മാനസാന്തരപ്പെട്ടാൽപോലും അവരുടെ പാപം തീരുകയില്ല. എന്നാൽപ്പോലും, മനുഷ്യകുലത്തിൽ പിറന്നവരെല്ലാം ഒരുനാൾ സത്യവേദക്കാരായി തീരുമെന്ന് ചിന്നൻ വിശ്വസിക്കുന്നു. അങ്ങ് വടക്കൻ നാട്ടിൽ ബ്രാഹ്മണ ജാതിക്കാരാണത്രേ, സത്യവേദത്തിൽ ചേർന്നത്. എന്നിട്ടാണോ ശൂദ്രർ!

സ്വർഗരാജ്യത്തിലെത്താൻ അവർക്ക് വേറെ മാർഗമില്ല.

അയാൾ അഭിമാനത്തോടെ പറഞ്ഞു, “പള്ളീല് ഞാനും ടീക്കനാണ്.”

“മുന്തിയ വേലയാണോ അത്?” അളമു ചോദിച്ചു.

“പിന്നല്ലാതെ? ടീക്കനെന്നുവെച്ചാ പ്രമാണിയാണ്!”

പള്ളിപ്പറമ്പിൽ കുടിയേറിയ ആറ് കുടുംബങ്ങളിലേയും തലമൂത്ത ആണുങ്ങൾ ടീക്കരാണെന്ന വസ്തുത അയാൾ വെളിപ്പെടുത്തിയില്ല. പകരം അളമുവിനെയും പള്ളിയിലേക്ക് ക്ഷണിച്ചു.

ചെമ്മണ്ണുവിളയെയും അവിടത്തെ മൺപുരയെയും താൻ സ്വന്തമാക്കാൻ പോവുന്ന മണ്ണിനെയുമുപേക്ഷിച്ച് പള്ളിപ്പറമ്പിൽ കുടിൽ കെട്ടിക്കഴിയാനുള്ള ക്ഷണം!

“ഇല്ല.” അളമു പറഞ്ഞു: “എനക്കിപ്പടി കഴിഞ്ചാ മതി.”

“വന്നാ നെനക്കും ടീക്കനാവാം.”

ചെമ്മണ്ണുവിളയിലെ ഒരു ‘അജ്ഞാനി’ കൂടെ വാഗ്ദത്തം കിട്ടിയ സ്വർഗരാജ്യം മാത്രമല്ല, പള്ളിയിലെ ടീക്കൻ സ്ഥാനവും വേണ്ടെന്ന് വച്ചത് ചിന്നനെ നിരാശപ്പെടുത്തി.

ചിന്നൻ ചോദിച്ചു: “ലഹള കാരണം നെനക്കിപ്പോകൃഷിയൊന്നുമില്ലെന്നറിഞ്ഞ്. ഇന്നി തൊടങ്ങണില്ലിയോ?”

“തൊടങ്ങും” അളമു പറഞ്ഞു: “ലഹള തീരട്ട്.”

“അപ്പോ നാനും വരട്ടോ വേലതരുമോ?”

അയാളുടെ ദൈന്യാവസ്ഥയിൽ സഹതാപമുണ്ടെങ്കിലും പെട്ടെന്നെന്തെങ്കിലും ഉറപ്പ് പറയുന്നത് ബുദ്ധിയല്ലെന്ന് അളമുവിന് തോന്നി. അതുകൊണ്ട് ആവശ്യമുള്ളപ്പോൾ താനങ്ങോട്ട് ചെല്ലാമെന്ന് അളമു അറിയിച്ചു.

അയാൾ ചുമടുമേറ്റി യാത്രയാവുമ്പോഴും ചിന്നൻ വൃക്ഷത്തണലിൽ നിന്നുമെണീറ്റില്ല.

രണ്ടുകൊല്ലങ്ങളോളം നീണ്ടുനിന്ന വ്യാപകമായ അക്രമത്തിലും തീവയ്പ്പിലും ബലാൽസംഗത്തിലും സവർണ മേൽക്കോയ്മയുടെ അന്തസത്ത കണ്ടെത്തിയവർ അവസാനം അടങ്ങി. നീതിനടത്തിപ്പിനെന്ന പേരിൽ അവരെ സഹായിക്കാനെത്തിയ പട്ടാളക്കാർ തിരിച്ചുപോയി.

ഈ പ്രാകൃതത്വം അവസാനിപ്പിച്ചില്ലെങ്കൽ തോക്കുപയോഗിച്ച് തിരുവിതാംകൂറിൽ 'സംസ്കാരം' സ്ഥാപിക്കുമെന്ന ഇംഗ്ലീഷുകാരുടെ ഭീഷണിക്ക് മുമ്പിൽ മഹാരാജാവ് വിരണ്ടു. അദ്ദേഹത്തിന്റെ പ്രജാവാത്സല്യവും മഹാമനസ്കതയും അവർണജാതിയായ ചാന്നാനോടും അലിവുള്ളതായിത്തീർന്നു. അവിടുന്നും കൽപ്പിച്ചു; 'ചാന്നാട്ടികൾ ഒരുകഷണം ശീലത്തുണി തോളത്തിട്ടോട്ടെ!'

കലാപവുമായി ബന്ധപ്പെട്ട് തേവരുകുളംദേശത്ത് ഉണ്ടായ അനിഷ്ടസംഭവം പരന്തൻ തുരത്തിയോടിക്കപ്പെട്ടതാണ്. കരക്കാർ ചാന്നാകുടിലുകൾ തീവയ്ക്കാൻ വട്ടം കൂട്ടുകയാണെന്ന് വിളിച്ചുകൂവി നടന്ന അവനെ ഒരു ദിവസം തോട്ടുവരമ്പിൽ വച്ച് അനന്തൻനായർ പിടികൂടി.

"നീയാണോടാ പരന്തൻ ചാന്നാൻ?"

"ആണ്, അങ്ങത്തേ."

"നിന്റ കുടിലിന് കരക്കാര് തീവച്ചോടാ?"

"ഇല്ല, അങ്ങത്തേ."

"വേറേതെങ്കിലും കുടിലിന് തീവച്ചോടാ?"

"ഇല്ല, അങ്ങത്തേ."

അനന്തൻനായർ കോപത്തോടെ പരന്തന്റെ പള്ളയ്ക്കിട്ടൊരു ചവിട്ടുകൊടുത്തു. തോട്ടിലേക്കുരുണ്ടുവീണ അവനുനേരെ അനന്തൻനായർ രൂക്ഷമായി പറഞ്ഞു;

"ഇന്നിയും ഏഷണി പറഞ്ഞാ നിന്നെ കൊന്നുകളയും. ഇനി നിന്നെയീ ഊരില് കണ്ടുപോകരുത്. ഓടിക്കോ."

ഓട്ടത്തിന്റെ അന്ത്യത്തിൽ പരന്തൻ പള്ളിക്കുന്നിലെത്തി. അവിടൊരു കുടിലുണ്ടാക്കി താമസം തുടങ്ങിയ അവന് കൂട്ടായി അവന്റെ പെണ്ണും കൊച്ചുങ്ങളുമവിടെയെത്തി.

കലാപമവസാനിച്ച് അഞ്ചാറുമാസങ്ങൾ പിന്നെയും കഴിഞ്ഞു. അളമുവിന് നാല് ആൺസന്തതികളായി. ഒടുക്കത്തെ രണ്ടും ഇരട്ടക്കുട്ടികൾ.

തേവരുകുളം ഏലായിൽ അയാൾക്ക് കൃഷി തുടങ്ങാനായില്ല. കലാപക്കാലത്ത് അവിടെ കൃഷിചെയ്തിരുന്ന ഈഴവരെ ഒഴിവാക്കാൻ പാട്ടക്കാർ തയ്യാറായില്ല. അക്കാരണത്താൽ ചതുപ്പിലെ മൂന്ന് കണ്ടങ്ങളിൽ അളമു കൃഷിയിറക്കി. ചതുപ്പ് മുഴുവൻ ചെറുതുണ്ടങ്ങളാക്കി ആളുകൾ പാട്ടത്തിനെടുത്തിരിക്കുന്നു. അങ്ങനെ ചെമ്മണ്ണുവിളയിലെ മറ്റ് ചില ചാന്നാന്മാരും നെൽകൃഷിക്കാരായി.

അതിനിടെ കോരുമൂപ്പന്റെ ആദ്യഭാര്യയിലെ മകൻ ആണ്ടി വിഷം തിന്ന് ചത്തു. അവന്റെ പെണ്ണ് മറ്റൊരുവന്റെ ഒപ്പം ഇറങ്ങിപ്പോയതായിരുന്നു, അതിന് കാരണം.

നാട്ടിൽ 'നിധി' കണ്ടമാനമുണ്ടത്രേ!

പണ്ട് ജീവിച്ചിരുന്നവർ തനിത്തങ്കം അമ്മിക്കുഴവിയുടെയും കുമ്പളങ്ങയുടെമൊക്കെ ആകൃതിയിൽ ഉരുക്കി സൂക്ഷിച്ചിരുന്നവയാണുപോലും, ആ നിധി. കള്ളന്മാരെ ഭയന്ന് അവരത് സുരക്ഷിതമെന്ന് തോന്നിയ

ഇടങ്ങളിൽ കുഴിച്ചിട്ടു. കാലാന്തരത്തിൽ പലരും അത് വിസ്മരിക്കുകയോ, മറ്റുള്ളവരെ അറിയിക്കാതെ മരിച്ചുപോവുകയോ ചെയ്തു. അക്കാരണത്താൽ തുടർന്നുവന്ന തലമുറകൾക്ക് കുഴിച്ചിട്ട നിക്ഷേപം അജ്ഞാതമായി. അനേകമാണ്ടുകൾക്ക് ശേഷം, ഭൂപ്രകൃതിയ്ക്ക് വ്യത്യാസം വന്നപ്പോൾ, പുതിയ ഓടകളും തോടുകളും രൂപപ്പെട്ടപ്പോൾ അവ നിധിയായി പുറത്തു വന്നു. എന്നാലൊരു പ്രശ്നമുണ്ടത്രേ. അത്യപൂർവമായി, മഹാഭാഗ്യശാലികൾക്ക് മാത്രമേ അവ കാണാനോ, കണ്ടാൽത്തന്നെ, സ്വന്തമാക്കാനോ ആവു.

ഒരാൾ പെട്ടെന്ന് സമ്പന്നനായിത്തീർന്നാൽ, അതിന് കാരണം നിധി കിട്ടിയതാണെന്ന് ആളുകൾ വിശ്വസിക്കും, തീർപ്പു കൽപ്പിക്കുകയും ചെയ്യും.

ചെമ്മണ്ണുവിളക്കാരും വ്യത്യസ്തരായിരുന്നില്ല.

അളമുവിനും കിട്ടിയിട്ടുണ്ട്, നിധി!

അയാൾ ഉടുതുണിയിൽ പൊതിഞ്ഞ് അമ്മിക്കുഴവിയോ കുമ്പളങ്ങയോ കൊണ്ടുപോവുന്നത് ആരും കണ്ടിട്ടില്ല. എന്നാലും, കുറഞ്ഞ വർഷങ്ങൾക്കകം അയാളിത്രത്തോളം സമ്പന്നനാവണമെങ്കിൽ, പ്രത്യേകിച്ചും കലാപകാലത്ത് നെൽകൃഷിയില്ലാതിരുന്നിട്ട് പോലും, നിധിയൊഴികെ മറ്റൊന്നും അവരുടെ സാമാന്യബുദ്ധിയിൽ തെളിയുന്നില്ല.

വയൽ കിളച്ചപ്പോഴോ പെരുമഴയത്ത് തോട്ടിൽ ഒലിച്ചു വന്നപ്പോഴോ ആവാം, അയാളത് കൈക്കലാക്കിയതെന്ന് ആളുകൾ അന്യോന്യം പറഞ്ഞു. അങ്ങനെ വിചാരിക്കാൻ അവർക്ക് മതിയായ കാരണങ്ങളുണ്ടായിരുന്നു. ചെമ്മണ്ണുവിളയിലെ മറ്റുള്ളവരിൽ നിന്നും അയാൾ വ്യത്യസ്തനായിരുന്നത്, സ്വന്തം ജാതിക്കാരിൽ നിന്നുപോലും ആവുന്നത്ര അവജ്ഞ ഏറ്റുവാങ്ങി, നാഥനില്ലാതെ വളർന്നു എന്നതിലാണ്. വിശന്നപ്പോൾ മറ്റുള്ളവർ കൊടുത്തത് അയാൾ വാങ്ങിത്തിന്നു. പനചെത്തുന്ന ഉഴക്കൻ മൂപ്പനെ സഹായിക്കാൻ കൂടി. അല്ലാത്തപ്പോൾ ഞണ്ടും മീനും പെരുച്ചാഴിയുമൊക്കെ പിടിച്ചു. പ്രായമായപ്പോൾ മറ്റുള്ളവരെപ്പോലെ പനകൾ ചെത്തി. കൂലിയ്ക്കും അല്ലാതെയും പണിയെടുത്തു.

അതിലൊന്നും അസ്വാഭാവികതയില്ല.

മറുപാട്ടത്തിന് നെല്ലും ഏത്തവാഴയും കൃഷിചെയ്താൽ മാത്രം ആരും ധനികരായിത്തീരുമെന്ന് ചെമ്മണ്ണുവിളക്കാർ കരുതുന്നില്ല. മറിച്ചായിരുന്നുവെങ്കിൽ ഈഴവരിൽ പലരും എത്രയോ മുമ്പ് സമ്പന്നരാവുമായിരുന്നു. ചതുപ്പിന്റെ തെക്കേക്കരയിൽ മുളയും മുൾച്ചെടികളും കരിമ്പനകളും സമൃദ്ധമായി വളരുന്ന കരഭൂമി അളമുവിന് വിലയ്ക്ക് പതിച്ചു കിട്ടി. അഞ്ചേക്കറെന്നാണ് രേഖകളിൽ!

ആ വാർത്തയിൽ ചെമ്മണ്ണുവിളക്കാർ സന്തോഷിച്ചില്ലെന്ന് വ്യക്തം. തങ്ങളിലൊരാൾ ഭൂവുടമയാവുന്നതിലെ അസ്വാസ്ഥ്യം.

തന്നെക്കാണാനെത്തിയ അളമുവിന് നേരെ രാമൻനായർ പറഞ്ഞു: “നീ ആഗ്രഹിച്ചപോലെ നിനക്ക് ഞാൻ മണ്ണുണ്ടാക്കിത്തന്നു. വേലചെ

യ്താൽ കരയിലും സ്വർണം വിളയിക്കാം. വയലുണ്ടാവുന്നത് അന്തസി ന്റെ പ്രശ്നമാണ്. ശ്രമിച്ചാൽ നാളെയൊരിക്കൽ നിനക്കതും ഉണ്ടാവും."

ഈ മണ്ണ്, രാമൻനായരുടെ കാൽപ്പാടുകൾ പതിഞ്ഞ മണ്ണ്, പുണ്യ ഭൂമിയാണെന്ന് അളമുവിന് തോന്നി. ആഹ്ളാദത്താലും നന്ദിയാലും അയാൾ വിതുമ്പി.

പതിനാറ്

ചുക്രിവൈദ്യൻ ഏകപത്നീ വ്രതക്കാരനായിരുന്നിട്ടില്ല, ഒരിക്കലും. അംഗവൈകല്യത്തിന് പുറമെ കൊടിയ ദാരിദ്ര്യമുണ്ടായിരുന്ന കാലത്തും, ആദ്യ ഭാര്യയായിരുന്ന കുറുമി ജീവിച്ചിരുന്നപ്പോൾ പോലും, അയാൾക്ക് വേറെ ചില ബന്ധങ്ങൾ ഉണ്ടായിരുന്നു. അതിനെച്ചൊല്ലി അവർ ഇടയ്ക്കിടെ കലഹിച്ചിരുന്നു.

പിന്നീട് തൊട്ടയലത്ത് കുടിലുണ്ടാക്കി കാളിയെ പാർപ്പിച്ചിട്ടും വൈദ്യന്റെ തൃഷ്ണ ശമിച്ചില്ല. അടുത്തകാലത്ത് വിധവയായിത്തീർന്ന കുഞ്ചിയാണ് ഇക്കുറി അയാളുടെ ജീവിതത്തിലേക്ക് കടന്നുവന്നത്.

ചെമ്മണ്ണുവിളയുടെ പടിഞ്ഞാറേ ചരിവിൽ പാർക്കുന്ന കുഞ്ചിയ്ക്ക് കൂട്ടായി ആറേഴ് വയസ്സുള്ള മകൾ നല്ലമ്മാളുമുണ്ട്. അവരുടെ നിത്യവൃത്തി പരുങ്ങലിലാണ്. അയാളുമായി അടുക്കാനവളെ പ്രേരിപ്പിച്ച മറ്റൊരു കാരണം വൈദ്യന്റെ പെണ്ണെന്ന് പറയുന്നതിലെ അന്തസ്സുമാണ്.

നാട്ടിൽ പുതുമയുള്ളതോ അസാധാരണമോ അല്ല, ബഹു ഭാര്യാത്വം. ഒരുവന് ഒന്നിലധികം ഭാര്യമാരുണ്ടാവുന്നത് ഒരന്തസ്സാണ്. ആ നിലയിൽ മൂന്ന് ഭാര്യമാരുള്ള അഴകനാണ് ചെമ്മണ്ണുവിളയിൽ ഏറെ 'ബഹുമാന്യൻ.' രണ്ടു ഭാര്യമാരും അഞ്ചാറ് സന്തതികളും ഒരു കുടിലിലാണ് താമസം. ചെറുപ്പക്കാരിയായ മൂന്നാംഭാര്യ ആ കുടിൽ പങ്കിടാൻ തയ്യാറല്ലാത്തതിനാൽ മറ്റൊരു കുടിലിൽ കഴിയുന്നു. മൂന്നു ഭാര്യമാരെയും അവരുടെ സന്തതികളെയും തീറ്റിപ്പോറ്റേണ്ട ബാധ്യതയൊന്നും അഴകനില്ല. അയാൾ പനചെത്തി കിട്ടുന്നതുകൊണ്ട് അതിനൊന്നും തികയുകയുമില്ല. പെണ്ണുങ്ങൾ തങ്ങളാലാവുന്ന കൂലിവേലകൾ ചെയ്യും. വേലകളില്ലെങ്കിൽ മൂവരും ഒന്നിച്ച് സമീപത്തുള്ള കാട്ടിലേക്കു പോവും. ചക്കയോ മാങ്ങയോ ആഹരിക്കാവുന്നതോ വിൽക്കാവുന്നതോ ആയ മറ്റെന്ത് കിട്ടിയാലും ശേഖരിച്ച് മടങ്ങും.

അഴകൻ അഴകേറിയവനെപ്പോലെ കള്ളുമോന്തി ചെമ്മണ്ണു വിളയിൽ ഞെളിഞ്ഞു നടന്നു. അതു നോക്കിയിരുന്ന് മറ്റുള്ളവർ അസൂയപ്പെട്ടു:

"മൂന്നു പെണ്ടാട്ടിമാരും ചേർന്ന് തീറ്റ കൊടുത്ത് വളർത്ത്ണു. എന്നിട്ടും കൊതിയടങ്ങാതെ പെണ്ണുപിടിയ്ക്കാനെറങ്ങീരിയ്ക്കണു, ഗജ പോക്കിരി!"

അവനത് കേട്ടതായി ഭാവിച്ചില്ല.

എന്നാൽ രണ്ടു ഭാര്യമാർ വീതമുള്ള മറ്റു പലരും അത്രത്തോളം ഭാഗ്യവാന്മാരായിരുന്നില്ല. അവരുടെ പെണ്ണുങ്ങൾ തൊട്ടതിനും പിടിച്ചതിനുമെല്ലാം അന്യോന്യം പയറ്റി, തെറി വിളിച്ചു, ഭീഷണിപ്പെടുത്തി. അങ്ങനെ ചെമ്മണ്ണുവിളയുടെ താരതമ്യേന ശാന്തമായ അന്തരീക്ഷത്തെ ശബ്ദായമാനമാക്കി.

കുഞ്ചിയെ പ്രണയിച്ചതിലൂടെ അവരിലൊരാളായിത്തീർന്നു, ചുക്രി വൈദ്യൻ. അവളും മകളും വൈദ്യന്റെ കുടിലിൽ ചേക്കേറുന്നതിനെ കാളി എതിർത്തു. എന്നാൽ വൈദ്യന് ന്യായമുണ്ടായിരുന്നു:

"നീ കേട്ട പടി നാനൊരു കുടിലുണ്ടാക്കിത്തന്ന്. കുഞ്ചിയ്ക്ക് എന്റ കുടില് മതി. നാനത് തമ്മസിച്ച്. ഒള്ളത് തിന്ന് അടങ്ങിയൊതുങ്ങി കഴിയ്ണതാണ് ഇന്നി നെനക്ക് നല്ലത്."

തൽക്കാലത്തേക്കെങ്കിലും വേറെ പോംവഴികളില്ലെന്ന് കാളി അറിഞ്ഞു. എന്നാൽ, ഏറെ കുഴങ്ങിപ്പോയത് വൈദ്യന്റെ മകൻ മല്ലുവാണ്. കുടിലിന്റെ വശത്തേക്കൊരു ചായ്പിറക്കി കെട്ടാമെന്ന വൈദ്യന്റെ നിർദേശം മല്ലു നിരാകരിച്ചു; "അപ്പൻ ചെയ്യണതിന്റ ശരീം തപ്പും എനക്കറിഞ്ഞൂടാ," മല്ലു പറഞ്ഞു; "നാനും സ്വന്തമായൊരു കുടിലൊണ്ടാക്കാൻ പോണ്."

മല്ലുവിന്റെ അയവില്ലാത്ത നിലപാട് വൈദ്യനെ അങ്കലാപ്പിലാക്കി. കഴിഞ്ഞ ഏതാനും കൊല്ലങ്ങളായി ദീനക്കാരെ പരിശോധിച്ച് ചികിത്സ നിശ്ചയിക്കുന്നതാണയാളുടെ പണി. പച്ചമരുന്നുകൾ ശേഖരിക്കുന്നതും എണ്ണകളും കുഴമ്പുകളുമൊക്കെ ഉണ്ടാക്കുന്നതും മല്ലുവാണ്.

കുഞ്ചി വൈദ്യന്റെ തുണയ്ക്കെത്തി. പറഞ്ഞു തന്നാൽ മല്ലു ചെയ്യുന്നതെന്തും തനിക്കും കഴിയുമെന്നായി അവൾ.

യഥാർഥത്തിൽ, വൈദ്യനെ ഭയപ്പെടുത്തിയത് മറ്റൊന്നാണ്. വൈദ്യ സംബന്ധിയായി ഏറെക്കുറെ തനിക്ക് അറിയുന്നത്രയും മല്ലുവിനുമറിയാം എന്നാണയാളുടെ കണക്കുകൂട്ടൽ. അതാകട്ടെ, തനിക്ക് കാര്യമായിട്ടൊന്നും അറിഞ്ഞുകൂടെന്ന തിരിച്ചറിവിൽ നിന്നും ഉടലെടുത്തതുമാണ്. അതിനാൽ തൽക്കാലത്തേക്കെങ്കിലും വൈദ്യത്തിൽ നിന്നുമവനെ പിന്തിരിപ്പിക്കേണ്ടത് തന്റെ നിലനിൽപ്പിനും ആവശ്യമാണ്. അയാൾ അനുനയസ്വരത്തിൽ മകനോട് പറഞ്ഞു:

"ആണ്ടവമ്മാര് പാരമ്പരിയമായിട്ട് അറിഞ്ഞ് തര്ണതാണ് സിത്ത വൈത്യം. അപ്പൻ ചത്താ അത് മോന് കിട്ടും. അവൻ കഴിഞ്ഞാ അവന്റ മോന്. നീയിനീം ഒരുപട് പടിയ്ക്കാനിരുക്ക്ത്. എനക്കറിയുന്നതൊക്കെ നാൻ പറഞ്ഞു തരാം. എന്നിട്ടുവേണം നീ സിത്തവൈത്തിയം തൊടങ്ങാൻ."

"അതുവരെ നാൻ പട്ടിണികെടക്കണമാ?" അവൻ ചോദിച്ചു.

ദീർഘമായ വിലപേശലിന് ശേഷം, പൂർണമനസ്സോടെയല്ലെങ്കിലും കള്ള് വിൽപ്പനയിൽ നിന്നുമുള്ള ആദായത്തിന്റെ പകുതി മല്ലുവിന് നൽകാമെന്ന് വൈദ്യൻ സമ്മതിച്ചു. അതുകൊണ്ട് തട്ടിമുട്ടി ജീവിച്ചു പോവാ

മെന്ന് തോന്നിയ മല്ലു, കുറച്ചകലെ നടപ്പാതവക്കിൽ കാട്ടുകമ്പുകൾ കുത്തി നിർത്തി, പനയോലയാൽ വശങ്ങളും മേൽക്കുരയും മറച്ച് സ്വന്ത മായൊരു കുടിലുണ്ടാക്കി.

സ്വതവേ തന്നെ ശരീരമിളകി പണിയെടുക്കുന്നതിൽ വിമുഖനായി രുന്ന മല്ലുവിനെ ഈ വരുമാനമാർഗം കൂടുതൽ അലസനാക്കി. മുഴുവൻ പകൽനേരങ്ങളിലും അയാൾ ചെമ്മണ്ണുവിളയിലും അയൽ പ്രദേശ ങ്ങളിലും ചുറ്റിത്തിരിഞ്ഞു.

എന്നാൽ, ആദായം വീതിക്കുന്ന രീതി കഷ്ടിച്ച് കുറെമാസങ്ങളി ലധികം നീണ്ടില്ല. ചുക്രിവൈദ്യനും കാളിയും കുഞ്ചിയും ഒറ്റക്കെട്ടായി. സന്ധ്യകളിൽ തന്റെ വീതം വാങ്ങാനെത്തുന്ന മല്ലു വെറും കൈയോടെ മടങ്ങി. ഒരു ദിവസം അരിശം മൂത്തപ്പോൾ മരുന്ന് കാച്ചുന്ന ഏതാനും ചട്ടികളും അവിടെയുണ്ടായിരുന്ന മൺഭരണികളും മല്ലു എടുത്തുകൊ ണ്ടുപോയി.

തന്നോട് ഈ ചതി കാട്ടിയ അപ്പനെയും അങ്ങോരുടെ പൊണ്ടാട്ടി മാരെയും ഒരു പാഠം പഠിപ്പിക്കണമെന്നവൻ നിശ്ചയിച്ചു. ആഹാരത്തിനും മാർഗമുണ്ടാക്കണം. അതിനൊരെളുപ്പമാർഗം കണ്ടെത്തി: അരിഷ്ടമുണ്ടാ ക്കുക!

ശുദ്ധമായ അരിഷ്ടം ഔഷധമാണ്. എന്നാൽ ചെമ്മണ്ണുവിളക്കാർ ക്കതാവശ്യമില്ലെന്നയാൾ കണ്ടെത്തി. അതിനാൽ അരിഷ്ടവും അതിൽ കലർത്താൻ ചാരായവുമുണ്ടാക്കി.

രണ്ടും കൂട്ടികലർത്തി സേവിച്ചവർ പറഞ്ഞു: “നഞ്ചെന്തരിന് നാനാഴി എന്ന് പഴംപേച്ച്. വൈത്യന്റ ഒരു കൊടം കള്ളും മല്ലുവിന്റ ഒരു ചെരട്ട അരിഷ്ടവും സമാസമം!”

മദ്യം വിറ്റ് പത്ത് ചക്രമുണ്ടായപ്പോൾ, പതിനേഴാം വയസ്സിൽ തനി ക്കുമൊരു പെണ്ണ് വേണമെന്ന് മല്ലുവിന് തോന്നി. മൂന്നാലു നാഴിക അകലെ, മറ്റൊരു ഗ്രാമത്തിൽ ഒരു പെണ്ണിനെയും കണ്ടെത്തി: അവി ടത്തെ സാമാന്യം അറിയപ്പെടുന്ന ഒരു വൈദ്യന്റെ മകളായ വള്ളിയെ.

ചെമ്മണ്ണുവിളക്കാർ മറ്റു ഗ്രാമങ്ങളിലേക്ക് ഇണകളെ തേടി ചെല്ലുന്ന പതിവുണ്ടായിട്ടില്ല, മുമ്പൊരിക്കലും. എന്നിട്ടും ചുക്രിവൈദ്യൻ എതിരൊ ന്നും പറഞ്ഞില്ല. അയാൾ തന്നെ നിശ്ചയിച്ച നല്ല നേരം നോക്കി മല്ലു വിനൊപ്പം രണ്ടു ഡസനോളം ചെമ്മണ്ണുവിളക്കാർ വള്ളിയുടെ ഗ്രാമ ത്തിലേക്ക് മംഗല്യത്തിന് പോയി. കനം കുറഞ്ഞ വെള്ളി ലോക്കറ്റ് കഴു ത്തിൽ കെട്ടി മല്ലു അവളെ ഭാര്യയാക്കി.

തുടക്കത്തിൽ തന്നെ മല്ലുവിന്റെ അരിഷ്ടക്കച്ചവടം വള്ളിക്കിഷ്ട മായില്ല. ഒരു വൈദ്യന്റെ മകനും മറ്റൊരു ‘പെരിയവൈദ്യന്റെ’ മരുമക നുമായ തന്റെ പുരുഷനും വൈദ്യം ചെയ്യണമെന്നവൾ ശഠിച്ചു. വഴങ്ങാൻ മല്ലു നിർബന്ധിതനായി. അയാൾക്കറിയാത്ത ദീനങ്ങൾ ചികിത്സിക്കാൻ വള്ളിയുടെ അപ്പനും ഇടയ്ക്കെല്ലാം ചെമ്മണ്ണുവിളയിലേക്ക് വന്നു.

ചുക്രിവൈദ്യന്റെ ചങ്കിൽ ഞെക്കിപ്പിടിച്ചപോലായിരുന്നു അത്.

ഇടയ്ക്കുണ്ടാവാറുള്ള സൗന്ദര്യപ്പിണക്കങ്ങൾക്കിടയിൽ കുഞ്ചി അക്കാര്യവും എടുത്തിട്ടു:

"വൈത്യനാണ് പോലും!" അവൾ ദേഷ്യത്തോടെ ചോദിച്ചു; "നിങ്ങളെന്തര് വൈത്യനാണ്. ചുമ്മാ, വൈത്യനോ? വെളുത്താലിരുട്ട്ണത് വരെ കുടിലില് ഇരുന്നും കെടന്നും നേരം പോക്കണ നിങ്ങളെത്തേടി ഒരു പട്ടിയെങ്കിലും വര്ണുണ്ടോ?"

അവൾ തന്റെ സിദ്ധിയിൽ കേറിപ്പിടിച്ചത് വൈദ്യനിഷ്ടപ്പെട്ടില്ല. എന്നാലവൾ പറയുന്നതിലെ നേര് അംഗീകരിക്കാതിരിക്കാനും വയ്യാ.

അവൾ തുടർന്നു; "തൂണും ചാരി നിന്നവൻ പെണ്ണിനേം കൊണ്ടു പെയ്യെന്ന് പറഞ്ഞപോലെ, മല്ലുവിപ്പം വൈത്യം ചെയ്ത് ചക്രമൊണ്ടാക്കണ്. നിങ്ങളിവിടെ മൂത്ത വൈത്യനായിട്ട് വായിലും നോക്കിയിരിക്കണ്!"

"നാൻ വേറെന്തര് ചെയ്യാൻ?" വൈദ്യൻ ചോദിച്ചു: "തീനക്കാര് വരാതെ നാനാക്ക് മരുന്ത് കൊടുക്കും?"

"നിങ്കള്ക്ക് പുത്തിയില്ല. തീനക്കാര് ഇങ്കോട്ട് വര്ണില്ലെങ്കി അവരെ അങ്കോട്ടു പെയ് പാക്ക്ണതാണ് കഴിവ്"

അവളുടെ ആശയം ഒന്നു പ്രയോഗിച്ചു നോക്കാൻ വൈദ്യൻ നിശ്ചയിച്ചു.

കുശലം പറഞ്ഞ് തങ്ങളുടെ കുടിലിലേക്ക് കയറിവരുന്ന വൈദ്യനെ ആർക്കും അവഗണിക്കാനാവുമായിരുന്നില്ല. ഓരോന്നും സംസാരിച്ചിരിക്കുന്നതിനിടയിൽ കുടിലിന്റെ മൂലയിൽ ചുരുണ്ടു കിടക്കുന്ന, അല്ലെങ്കിൽ, മുറ്റത്ത് വെയിൽ കായുന്ന കുട്ടി വൈദ്യന്റെ കണ്ണിൽപ്പെട്ടു. കുട്ടിയെ അരികിൽ വിളിച്ചു നിർത്തി, കൺപോളകൾ മലർക്കെത്തുറന്ന്, എല്ലിൻകൂട് പോലുള്ള നെഞ്ചത്ത് കൈവച്ച്, വയറ്റത്ത് വിരലുകൊണ്ടമർത്തി നാഡിമിടിപ്പ് പരിശോധിച്ച് ആകാംക്ഷയോടെ എല്ലാം വീക്ഷിച്ചുനിൽക്കുന്ന അമ്മമാർക്ക് നേരെ അയാൾ പറഞ്ഞു:

"പിള്ളയ്ക്ക് കാരിയപ്പെട്ട തീനമൊണ്ട്. ഇപ്പമെങ്കിലും അറിഞ്ചത് കൊള്ളാം."

"അതിനെന്തര് ചെയ്യാൻ പറ്റും വൈത്തിയരേ?"

"നല്ല ശോത്യം. തീനക്കാരന് എന്തര് വേണും, മരുന്തല്ലാതെ?"

കിഴക്കൻ നാടുകളിലെ പുകഴ്പെറ്റ വൈദ്യന്മാരെക്കുറിച്ച് അയാൾ വർണിച്ച് കേൾപ്പിച്ചു. അവരുടെ ചികിത്സാരീതികളെ പറ്റിയും. അവരുടെ മരുന്നുകൾകൊണ്ട് മാറാത്തതായി ലോകത്തിലൊരു ദീനവുമില്ല. പക്ഷേ സമയംപിടിക്കും. ചെലവ് കൂടും.

"വൈത്തിയന്റ കയ്യില് അതുപോലത്തെ മരുന്തുകളൊണ്ടോ?"

"ഒണ്ടോ എന്ന് കേട്ടാ ഒണ്ട് അല്ലെങ്കി ഒണ്ടാക്കാം. അതിന് അങ്ങാടി മരുന്തുകളും ചെറുതേനും പശുവിന്റ നെയ്യും കദളിക്കൊലയുമൊക്കെ വാങ്കണും."

"എല്ലാം കൂടെ എത്ത്റ ചെലവ് വരും?"

അൽപ്പനേരത്തെ ആലോചനയ്ക്ക് ശേഷം വൈദ്യൻ കണിശമായൊരു തുക പറഞ്ഞു

ഇരുപത്തൊന്നു ദിവസം അല്ലെങ്കിൽ നാൽപ്പത്തൊന്നു ദിവസം രാവിലെയും വൈകിട്ടും സേവിക്കണം. കേടെല്ലാം തീർന്ന് ശരീരം പുഷ്ടിപ്പെടും. പഥ്യാഹാരവും കഴിക്കണം.

കൊടിയ വിശപ്പും ദാരിദ്ര്യവുമാണ്. എന്നാലും മക്കളുടെ ആയുരാരോഗ്യത്തെക്കാൾ പ്രധാനമല്ല അമ്മമാർക്ക് തങ്ങളുടെ ദാരിദ്ര്യം. അവർ ഒന്നുകൂടെ വയർ ഇറുക്കിക്കെട്ടാൻ നിർബന്ധിതരായി. അടുപ്പിൻചുവട്ടിലും മേൽക്കൂരയിലും ഒളിച്ചുവച്ചിരുന്ന ചെമ്പുനാണയങ്ങൾ അവർ പുറത്തെടുത്തു.

ബാക്കിയുള്ളത് മരുന്നു കൊണ്ടുവരുമ്പോൾ കൊടുത്താൽ മതി.

ചുക്രിവൈദ്യൻ അടുത്ത ദീനക്കാരനെ തേടിയിറങ്ങി.

തുടർച്ചയായി വൈദ്യന്റെ മരുന്ന് സേവിച്ചതിന്റെ ഗുണഫലങ്ങൾ പലരും അനുഭവിച്ചറിഞ്ഞു.

"ആളൊണ്ടെങ്കിലേ അർത്തമൊണ്ടായിട്ട് കാരിയമൊള്ളേ." വൈദ്യനവരെ നിരന്തരം ഓർമിപ്പിച്ചു.

ഒറ്റയ്ക്കിരുന്നപ്പോൾ ചെമ്മണ്ണുവിളയിലെ തന്റെ സാന്നിധ്യത്തെ അയാൾ കൂടുതൽ തെളിമയോടെ കണ്ടു. ഈ ആശയം അഞ്ചാറ് വർഷങ്ങൾക്ക് മുമ്പ് തന്റെ ബോധത്തിൽ മുളയ്ക്കാതിരുന്നതിന് അയാൾ തന്നത്താൻ പ്രാകി. കുഞ്ചിയോടുള്ള മമത കൂടുതൽ അർഥവ്യാപ്തിയുള്ളതുമായി. അപ്രതീക്ഷിതമല്ലാത്ത ചിന്നന്റെ മരണവും, അതുളവാക്കിയ അനാഥത്വവും പട്ടിണിയും തീർത്തുമവശയാക്കിയപ്പോഴാണ് തെക്കിലി ചെമ്മണ്ണുവിളയിലേക്കു മടങ്ങാൻ നിർബന്ധിതയായത്. അവളോടൊപ്പം ബാക്കിയായത് പതിനഞ്ചുകാരിയായ എമിലി മാത്രമാണ്.

ആദ്യത്തെ ഞായറാഴ്ച ധ്വര സായിപ്പ് തന്നെ അവൾക്ക് നൽകിയ പേരാണത്.

ചിന്നൻ മരിക്കുവോളം കുടുംബം അരപ്പട്ടിണിയും മുഴുപ്പട്ടിണിയുമൊക്കെയായി കഴിഞ്ഞു. അതിനുശേഷം അവരെ തീറ്റിപ്പോറ്റാൻ പള്ളിക്ക് കഴിയുമായിരുന്നില്ല. പള്ളിക്കും പരാധീനതകളാണേറെയും. പള്ളിയോട് ചേർന്നുള്ള അല്പം ഭൂമിയാണ് പള്ളിക്കാരുടെ ആസ്തി. പല കാലങ്ങളിലായി അവിടെ അഭയം പ്രാപിച്ച കുറെ ചാന്നാന്മാർ. പള്ളിനടത്തിപ്പും അതിലെ ബാധ്യതകളും.

തെക്കിലിയും മകളും അങ്ങനെ ചെമ്മണ്ണുവിളയിൽ തിരിച്ചെത്തി.

കയറിച്ചെല്ലാൻ അവർ ആദ്യം തെരഞ്ഞെടുത്തത് അളമുവിന്റെ പുരയാണ്. എന്നാൽ മുറ്റത്തെത്തും മുമ്പ് പൊന്നി തടഞ്ഞു. ഒരിക്കൽ ചെമ്മണ്ണുവിളക്കാരെ മുഴുവൻ ദുരിതത്തിലാഴ്ത്തിയവർ. എത്ര ദിവസം ആളുകൾ ഭയവിഹ്വലരായി ജീവിക്കേണ്ടിവന്നു. മൂന്ന് മനുഷ്യരുടെ മരണത്തിനവർ ഉത്തരവാദികളായി. വെണ്ണയും തേനും ആഹരിക്കാമെന്ന് മോഹിച്ചിട്ടാണല്ലോ അവരിവിടം വിട്ടു പോയത്. എന്നിട്ടോ?

തെക്കിലിയുടെ വേദത്തെയോ ആണ്ടവനെയോ പൊന്നി ഒരിക്കലും ഇഷ്ടപ്പെട്ടിരുന്നില്ല. ഹൈന്ദവീയമല്ലാത്തതെല്ലാം അവർക്ക് വർജ്യമാണ്.

പൊള്ളയായ കുറേ സങ്കൽപ്പങ്ങളിൽ ചുവടുറപ്പിച്ചുനിന്നു കൊണ്ട് ഹൈന്ദവീയതയുടെ കനത്ത മതിൽ കെട്ടിനകത്തേക്ക് ഒന്നെത്തി നോക്കാൻ പോലും തനിക്കാവില്ല എന്നറിയാത്ത പൊന്നി.

ചുക്രിവൈദ്യന്റെ കുടിലിന് പുറത്ത് തെക്കിലിയും മകളും തളർന്നിരുന്നു. ചെമ്മണ്ണുവിളക്കാർ സസന്തോഷം ഇരുകരങ്ങളും നീട്ടി തങ്ങളെ സ്വീകരിച്ചേക്കും എന്ന വ്യാമോഹമൊന്നും അവർക്കുണ്ടായിരുന്നില്ല. എന്തിന്, വേണ്ടപ്പെട്ടവരെന്ന് നിനച്ചിരുന്നവർ പോലും, സഹായിക്കാൻ മനസുണ്ടെങ്കിൽ കൂടെ, ശൂദ്രരെ ഭയന്ന് കണ്ടഭാവം നടിക്കാതെ കടന്നു പോയി.

എന്നിട്ടും വൈദ്യന് അവരെ അവഗണിക്കാൻ കഴിഞ്ഞില്ല. നെൽകൃഷിയും ഭൂസ്വത്തുമില്ലെങ്കിലും മറ്റുള്ളവരെക്കാൾ കൂടുതൽ ഉത്തരവാദിത്വം സ്വന്തം ജാതിക്കാരോട് തനിക്കുണ്ടെന്നൊരു തോന്നൽ.

അയാൾ ഇടവഴിയിലൂടെ തെക്കോട്ട് നടന്നു. തെക്കേചതുപ്പ് ഏലായിൽ അളമുവിനെ കണ്ടു. തെക്കിലിയുടെയും മകളുടെയും സ്ഥിതി വിവരിച്ചു. എന്നിട്ട് പറഞ്ഞു: "നമ്മളെന്തരെങ്കിലും ചെയ്യണും, അളമൂ."

അവരെ സഹായിക്കുന്നത് വിനയാവുമോ എന്ന് അളമു ഭയപ്പെട്ടു; "ഇപ്പോ നാനെന്തര് ചെയ്യണുമെന്ന്?"

"നീ എന്റെ കൂടെ വരണും" വൈദ്യൻ പറഞ്ഞു; "നമ്മക്ക് രാമൻ നായരങ്ങത്തയെ കാണാം. നിന്നെ അദ്ദ്യത്തിന് വലിയ കാരിയമാണ്. ചെമ്മണ്ണുവെളയില് അവരെ താമസിപ്പിക്കണ്ടാ. അക്കരയില് നീ പതിച്ചു വാങ്ങിയ കണ്ടത്തിനടുത്തൊള്ള കാട്ടില് ഒരു കുടിലൊണ്ടാക്കി അവരെ പാർപ്പിക്കാനൊള്ള സമ്മതം മായിക്കണും. ഒരു കണക്കില് നെനക്കും അത് നല്ലത് തെന്നെ. അവിടത്ത വെളവിന് നെനക്കൊരു കാവലുമാവും"

ഇരുവരും ചേർന്ന് രാമൻനായരെ ചെന്ന് കണ്ടു. വൈദ്യന്റെ വിശദീകരണം കേട്ടുനിന്നശേഷം അദ്ദേഹം ചോദിച്ചു: "അവരിപ്പോഴും വേദക്കാരാണോ?"

"അറിഞ്ഞൂടാ, അങ്ങത്തെ."

"അവരിവിടെ താമസിച്ച് മറ്റുള്ള ചാന്നാമ്മാരെ വഴി തെറ്റിച്ചാലോ?"

"അങ്ങനെയൊണ്ടാവൂല്ല," വൈദ്യൻ പറഞ്ഞു: "ചെമ്മണ്ണുവെള ക്കാരക്ക് അവരോടിപ്പഴും പയങ്കര തേച്ചിയം തെന്നെ."

സുദീർഘമായ ആലോചനയ്ക്ക് ശേഷം അങ്ങനെ ചെയ്തു കൊള്ളാൻ രാമൻനായർ അനുവദിച്ചു.

കുന്നിന്റെ വടക്കേചരിവിൽ പകുതിയോളം സ്ഥലം അളമുവിനുണ്ട്. അതിനടുത്തായി ഏതാണ്ട് മധ്യഭാഗത്ത് അളമുവും വൈദ്യനും ചേർന്ന് തെക്കിലിയ്ക്കും മകൾക്കുമായി ഒരു കുടിൽ നിർമിച്ചുനൽകി. ആവശ്യപ്പെട്ടിട്ടും മറ്റാരും സഹായത്തിനെത്തിയില്ല

അവർ കുടിയേറുമ്പേൾ വൈദ്യൻ പറഞ്ഞു: "ചെമ്മണ്ണുവെളക്കാര് പെട്ടെന്നൊന്നും കൂട്ടുകൂടുമെന്ന് വിശാരിക്കണ്ടാ. പിന്നെ വേദം, പള്ളി എന്നൊക്കെ ചൊല്ലി ഇന്നിയും പ്രയാസമൊണ്ടാക്കാതിരിന്നാ നിങ്കളുക്കും എങ്കളുക്കും കൊള്ളാം."

അങ്ങനെയാവാമെന്നോ അല്ലെന്നോ തെക്കിലി പറഞ്ഞില്ല.

എങ്കിലും പെൺകുട്ടി പാരാതിപ്പെട്ടു: "ഒരയൽവക്കമെന്ന് ചൊല്ലാൻ ഞങ്കളുക്കാരുമില്ല."

"ഒണ്ടല്ലോ" അളമു ചിരിച്ചു കൊണ്ടറിയിച്ചു; "ഈ കാണ്ണ തറ എന്റത് തെന്നെ. അതിന്റ തൊട്ടു താഴെ മൂന്ന് വയലുകളില് നാൻ നെൽ കൃഷി ചെയ്യണ്. പകൽനേരത്ത് നാനിവിടെത്തെന്നെ കാണും. മതിയോ?"

എമിലിയുടെ പുഞ്ചിരിയിൽ കളങ്കമേശാത്ത നന്ദി. നാണവും.

പതിനേഴ്

മഴക്കാലമായാൽ പണ്ടാരക്കുന്നിലെ പുലയരുടെ ജീവിതം തികച്ചും ദുരിതപൂർണമാണ്. സുഖമെന്നാൽ എന്താണെന്ന് അനുഭവിച്ചറിയാൻ അവർക്കൊരിക്കലും അവസരമുണ്ടായിട്ടില്ല എന്നത് വേറെ കാര്യം.

ഇക്കുറി മഴയ്ക്ക് പതിവില്ലാത്തത്ര രൂക്ഷതയാണ്. മേടത്തിൽ തുടങ്ങിയതാണ്. കർക്കടകമായപ്പോൾ അതടച്ചുപെയ്യാൻ തുടങ്ങി. ഇട യ്ക്കെങ്കിലും മാനമൊന്ന് തെളിയുന്നു പോലുമില്ല.

ആറ്റിലെ ജലനിരപ്പ് ക്രമാതീതമായി ഉയർന്നതുമൂലം അതിനിരുപുറവും നാഴികകളോളം താഴ്ന്നപ്രദേശങ്ങൾ വെള്ളത്തിനടിയിലായി. തേവരുകുളം ഏലായിലെയും, ചതുപ്പിലെയും ഏതാണ്ടെല്ലാ വയലുകളും വെള്ളത്തിനടിയിലാണ്.

കുടിലിനുള്ളിൽ കുളിർന്ന് വിറച്ച് മൂത്തപുലയൻ ഊളികുനിക്കുടിയിരുന്നു. കൊല്ലങ്ങൾ പലതുകഴിഞ്ഞിട്ടും തന്റെ ആളുകൾ കാണിച്ച അപരാധമോർത്ത് അയാൾ മനസ്താപപ്പെടുന്നു. മഠത്തുകാരുടെ അടിമകളായി തുടരാൻ അന്നവർക്ക് മനസ്സുവന്നില്ലെന്നും, അപേക്ഷിച്ചിരുന്നെങ്കിൽ ഉടയോരത് സമ്മതിക്കുമായിരുന്നുവെന്നും അയാളിപ്പോഴും വിശ്വസിക്കുന്നു. എല്ലുമുറിയെ വേലചെയ്ത് പല്ലുമുറിയെ തിന്നാമെന്നായിരുന്നു, അന്നവരുടെ വ്യാമോഹം.

എന്നിട്ടോ?

ഉടയോർ തനിക്കുമാത്രം കനിഞ്ഞനുവദിച്ച ദിവസപ്പടിപോലും കുറെക്കഴിഞ്ഞപ്പോൾ നേരെചൊവ്വേ കിട്ടാതായി. പോരാത്തതിന് തോട്ടുവരമ്പുവരെ ചെന്ന് അത് സ്വീകരിക്കാനുള്ള ആരോഗ്യം തനിക്കില്ലാതായി.

കുടിലുകളെല്ലാം ചോർന്നൊലിച്ചിട്ട് ഒന്ന് കുത്തിയിരിക്കാൻ പോലും നിവൃത്തിയില്ല. കൂര മേയാനുള്ള പുല്ല് അടുത്തൊന്നും കിട്ടാനില്ല. പള്ളിക്കുന്നിന്റെ അങ്ങേച്ചരിവിൽ മുമ്പൊക്കെ പുല്ല് കിട്ടിയിരുന്നു. കഴിഞ്ഞ വേനൽക്കാലത്ത് ആരോ അതിന് തീ വച്ചതുകാരണം മുഴുവനും കത്തി നശിച്ചു. പനയോല ചോദിച്ച് ഉടയോരെ സമീപിച്ചുവെങ്കിലും വില കൊടുക്കാൻ കഴിയാതിരുന്നതു കൊണ്ട് അതും കിട്ടിയില്ല. പുലയർ എവിടെ, എങ്ങനെ കഴിഞ്ഞാലും ആർക്കും ചേതമില്ലെന്നായിരിക്കുന്നു.

കുലദൈവങ്ങളിതൊന്നും കാണുന്നുണ്ടാവില്ലേ?

ചീളുകല്ലിൽ കുടിയേറിയ ചാത്തൻദൈവം കാലാവസ്ഥ അനുയോജ്യമല്ലെന്ന് തോന്നുമ്പോൾ മൂടുംതട്ടി സ്ഥലം വിടുന്നുണ്ടാവുമോ? അങ്ങനെയും വൃദ്ധന് സംശയമില്ലാതില്ല. വിശക്കുന്നു. എന്നാൽ ആരോട് പറയാൻ? ചുറ്റും ദ്രവിച്ചുപൊളിഞ്ഞ് തുടങ്ങിയ മേൽക്കൂരകൾക്ക് ചുവട്ടിൽ തന്നെപ്പോലെ നിസ്സഹായരായ കുറെ പാവങ്ങൾ. ഒരുപക്ഷെ, ചെയ്തുപോയ അപരാധമോർത്ത് അവരും പശ്ചാത്തപിക്കുന്നുണ്ടാവാം.

എട്ടുംപൊട്ടും തിരിയാത്ത പല പ്രായക്കാരായ കുറെ കുട്ടികളുണ്ട്. അവരെവിടൊക്കെയാണെന്ന് വൃദ്ധനറിഞ്ഞുകൂടാ.

അയാൾ വിളിച്ചു: “മുരുക്കാ.”

പെരുമഴ. മറുപടി വന്നില്ല.

കുറെക്കൂടി ശബ്ദമുയർത്തി വിളിച്ചു: “എടാ, പൊക്കാ.”

അപ്പുറത്തെ കുടിലിൽ നിന്നും ഇറങ്ങിയോടി പൊക്കൻ വൃദ്ധനടുത്തെത്തി: “വിളിച്ചോ?”

“ങാ.”

“എന്തര് വേണും?”

എന്തുവേണമെന്നയാൾ പറയും? എന്തുകിട്ടിയാലും മതിയാവില്ല. തിന്നാൻ. തണുപ്പുമാറ്റാൻ. ഉണങ്ങിയ നിലത്തൊന്ന് തലചായ്ക്കാൻ.

എന്നാൽ പ്രായക്കുറവുണ്ടെന്നല്ലാതെ പൊക്കനും ഒന്നും ചെയ്യാനാവില്ല.

“കൊച്ചുങ്ങളൊക്കെ എവിടെ?”

“എവിടങ്കിലുമൊക്കെ കാണും.”

ഊളി ചോദിച്ചു: “മഴ മാറണ കോളൊണ്ടോ?”

പൊക്കൻ പടിഞ്ഞാറോട്ടു നോക്കി. അവിടെല്ലാം ഇരുട്ടും പെരുമഴയും മാത്രം.

ഏതോ പ്രതികാരം തീർക്കാനെന്നോണം ഇരച്ചുപെയ്യുന്ന മഴ പുലയരുടെ പകലിന്റെയും രാത്രിയുടെയും അതിർരേഖകളെയും ഉച്ചയുടെ അടയാളത്തെയും മായ്ച്ചുകളഞ്ഞു. അതുകൊണ്ടുതന്നെ നേരത്തെപ്പറ്റി ശരിയായൊരു ധാരണ പൊക്കനുമില്ല. ചിലപ്പോൾ ദിവസങ്ങളോളം ഇങ്ങനെ തുടരാനും മതി.

വൃദ്ധൻ ചോദിച്ചു: “ഉടയോരോട് കേട്ടാ കിട്ടുമോ, തിന്നാനെന്തരെങ്കിലും?”

“കേക്കാൻ ഞാനെന്തരായാലും അങ്ങ് പോണില്ല.”

പൊക്കനതിന് കാരണമുണ്ട്. പോയാലും കിട്ടുകയില്ല. കഴിഞ്ഞ ദിവസങ്ങളിൽ വരമ്പിൽ കാവലിരുന്ന് വെറുംകയ്യോടെ തിരിച്ചു പോന്നതാണ്.

മഠത്തിലും പഞ്ഞമാണത്രേ! പിന്നെങ്ങനെ പുലയർക്ക് ദാനം ചെയ്യുമെന്നാണവർ ചോദിക്കുന്നത്.

സ്വതന്ത്രരായിക്കഴിഞ്ഞ ശേഷമാണ് കടം എന്നാലെന്താണെന്ന് പുലയർ അറിയുന്നത്. ഒരിക്കൽ വാങ്ങുന്നത് പിന്നീട് അതായിട്ടോ,

തത്തുല്യമായ വിലയ്ക്കുള്ള മറ്റെന്തെങ്കിലുമായിട്ടോ മടക്കിക്കൊടുക്കുക! പണ്ട് അങ്ങനെ ഒരേർപ്പാടുണ്ടായിരുന്നില്ല. ഉടയോർ പാളക്കഷണത്തിലിട്ടു കൊടുക്കുന്നതെന്തും സ്വീകരിച്ച് ശബ്ദിക്കാതെ തിരിച്ചു പോന്നാൽ മതിയായിരുന്നു. ഒരിക്കലും ഉടയോര് അത് തിരികെ ആവശ്യപ്പെട്ടിട്ടില്ല.

കടം കൊള്ളുന്നതും മടക്കികൊടുക്കുന്നതും, മിക്കപ്പോഴും കടമായിട്ടൊന്നും കിട്ടാതിരിക്കുന്നതുമായി, പണ്ടാരക്കുന്നിലെ ചെറുമക്കളുടെ സ്വാതന്ത്ര്യം.

കടം ചോദിച്ച് ചെല്ലാവുന്ന മറ്റൊരിടമാണ് ചെമ്മണ്ണുവിളയിലെ പൊന്നിയുടെ പീടിക. പിന്നീട് പണിയെടുത്ത് കടം വീട്ടണമെന്ന വ്യവസ്ഥയിൽ രണ്ടു മൂന്ന് ദിവസം പൊന്നി സാമാനങ്ങൾ നൽകി. കടമായിട്ടായതുകൊണ്ട് മാത്രമല്ല, ആവശ്യാനുസരണം സാധനങ്ങൾ ഇല്ലാത്തതുകൊണ്ടും പിന്നെ അവരുമത് നിർത്തി.

നേരം വൈകുന്നു. ഇനിയും വെറുതെയിരുന്നാൽ മുഴുപട്ടിണിയാവുമെന്ന് പൊക്കന് തോന്നി. മഴയുടെ ശക്തി കുറയുന്ന ലക്ഷണമൊന്നും കാണാനുമില്ല. അയാൾ പുറത്തിറങ്ങി തന്റെ പെണ്ണിനെ വിളിച്ചു;

"എടീ ചുണ്ടത്തിയേ, ചേമ്പു പറിക്കാൻ വാ."

അവൾ പുറത്തിറങ്ങി മറ്റുള്ളവരെയും കൂട്ടിന് വിളിച്ചു.

തോട്ടുവരമ്പിലും, കൃഷിയില്ലാത്ത ചതുപ്പ് നിലങ്ങളിലും സമൃദ്ധമായി കാട്ടുചേമ്പ് വളരുന്നുണ്ട്. അതിന്റെ കിഴങ്ങുകൾ വേരുപോലെ നീണ്ട് അറ്റം മറ്റൊരു തൈയായി പരിണമിക്കും. കിഴങ്ങ് മാത്രമല്ല, ചേമ്പിന്റെ കനമുള്ള മൂടും പഞ്ഞകാലത്ത് പുലയർക്കും മറ്റ് താഴ്ന്നജാതിക്കാർക്കും ആഹാരമാണ്, നാവ് ചൊറിയുമെങ്കിലും ഒരളവുവരെ വിശപ്പ് മാറിക്കഴിഞ്ഞിട്ടേ അതവർ അറിയുകയുള്ളൂ.

ചേമ്പുപറിക്കാൻ കുറെ പുലയർ ചതുപ്പുകണ്ടങ്ങളിലേക്കിറങ്ങി. മറ്റൊരു കൂട്ടർ ഞണ്ടുപിടിക്കാൻ വയലുകളിലേക്കും.

സദാനേരവും ഗൃഹനിർമാണ പ്രക്രിയയിലേർപ്പെടുമെങ്കിലും തരപ്പെടുമ്പോഴെല്ലാം പൂമുഖത്ത് തന്നെ താനുണ്ടാവണമെന്ന് നിർബന്ധമുള്ള അസാധാരണ വ്യക്തിത്വമാണ്, ഞണ്ടിന്റേത്. തേവരുകുളത്തെ ഞണ്ടുകളും അതിൽ മാറ്റം വരുത്തിയിട്ടില്ല. മഴയുടെ ഗതി നിരീക്ഷിക്കാനെന്നോണം മാളങ്ങളുടെ മുഖങ്ങളിൽ നിലയുറപ്പിച്ച അവ പുലയർ അടുത്ത് വരുന്നത് കണ്ട് അകത്തേക്കോടിയൊളിച്ചു.

പണ്ടാരക്കുന്നിലെ പുലയർക്ക് ഞണ്ടിനെ കെണിയിൽപ്പെടുത്താൻ ചില എളുപ്പവിദ്യകളുണ്ട്. നീളമുള്ള രണ്ട് പച്ച ഈർക്കിൽ വേണമെന്നേയുള്ളൂ. അവ ഒന്നിച്ച് ചേർത്തുപിടിച്ച്, കനം കുറഞ്ഞ അറ്റം മാളത്തിനകത്തു കടത്തി വേഗത്തിൽ അവർ അങ്ങോട്ടുമിങ്ങോട്ടും തിരിക്കുന്നു. കുറച്ച് നേരം ഈർക്കിലിന്റെ വികൃതി ഞണ്ടിനെ ഇക്കിളിപ്പെടുത്തും. പിന്നെയതിന് ദേഷ്യം വരും. പെരുങ്കാലുകൾ കൊണ്ടത് ഈർക്കിലിൽ കയറിപ്പിടിക്കും. പിന്നെ അതുതന്നെ ഞണ്ടിനൊരു ബന്ധനമാവുകയും ചെയ്യും. മെല്ലെ വലിച്ച് പുറത്തെടുത്താൽ മതി. കിട്ടിയ

ഞണ്ടുകളുടെ കാലുകളൊടിച്ച് പുലയർ പാളകളിലാക്കി. ഉപ്പും കാന്താരിമുളകും ചേർത്ത് വേവിച്ചാൽ കുറച്ച് നേരം കടിച്ച് ചവയ്ക്കാനുള്ള വക. വെള്ളം കെട്ടിക്കിടക്കുന്ന കുഴിയോട് ചേർന്നുള്ള മാളത്തിലൊളിച്ച വലിയൊരു മീനിനെ പിടിക്കാൻ ഒരുവൻ മാളത്തിനകത്തേക്ക് കൈ കടത്തി. വിരലുകളിൽ പൊതിരെ കടി കിട്ടി. കടിച്ചത് മീനോ നീർക്കോലിയോ എന്ന് നിശ്ചയമില്ലാതെ അവർ മടങ്ങി.

ചോർച്ച കുറഞ്ഞൊരു കുടിലിൽ വട്ടത്തിലിരുന്ന് വേവിച്ച ഞണ്ടിൻ കഷണങ്ങൾ കടിച്ചുപറിച്ച്, കാട്ടുചേമ്പിന്റെ കിഴങ്ങ് തിന്നുമ്പോൾ മാളത്തിനുള്ളിൽ നിന്നും കടിയേറ്റവൻ അത് ആർത്തിയോടെ നോക്കിയിരുന്നു.

നീർക്കോലി കടിച്ചാൽ ഒറ്റമൂലിയുണ്ട്: ഒരുദിവസത്തെ മുഴുപട്ടിണി!

ഒരുവൻ പറഞ്ഞു, “ചേമ്പ് തിന്ന് നാക്ക് ചൊറിയണു.”

മറ്റൊരുവൻ പറഞ്ഞു; “ഞണ്ടും ചൊറിയണു.”

അത് ഫലിതമായിരുന്നില്ല.

ആ മഴക്കാലം കഴിയും മുമ്പ് കൊടുംപട്ടിണിയും ദീനവും തണുപ്പും ഊളിയെന്ന തലപ്പുലയനെ കഥാവശേഷനാക്കി. നനഞ്ഞൊരു പ്രഭാതത്തിൽ, മഴയിൽ കുതിർന്ന മണ്ണിൽ അയാൾ നിശ്ചലനായി വിറുങ്ങലിച്ചു കിടന്നു.

മഴ മാറി, മാനം തെളിഞ്ഞപ്പോൾ പുലയരെ വേലയ്ക്ക് വിളിക്കാൻ മഠത്തിൽ നിന്നും ആള് വന്നു. മിക്ക വയലുകളിലും കൃഷിനശിച്ചുവെന്ന് മാത്രമല്ല, വരമ്പുകൾ തകർന്ന് കൃഷിയോഗ്യമല്ലാതാവുകയും ചെയ്തിട്ടുണ്ട്. എല്ലാം എത്രയും വേഗം നേരെയാക്കണം.

എത്രയും വേഗം വേല തുടങ്ങണമെന്നത് ജന്മിയെപ്പോലെത്തന്നെ പുലയരുടെയും ആവശ്യമാണ്. എങ്കിലേ അടുപ്പിൽ തീ പുകയു. കൊച്ചുങ്ങൾ വയറിളകി ചാവാതിരിക്കു.

പക്ഷെ....

പൊക്കൻ പറഞ്ഞു: “ഉടയോരക്ക് പോതിച്ചപോലെ എല്ലാ വേലകളും ഞങ്ങള് ചെയ്യാം. ഒരപേക്ഷയൊണ്ട്. കൂലി സൊൽപ്പം കൂട്ടിത്തരണം.”

അവരെ വിളിക്കാനെത്തിയ ശൂദ്രന് അതിഷ്ടമായില്ല: “കൂലി കൂട്ടാനോ?”

“ഒടയോരയ്ക്ക് മനസ്സലിവൊണ്ടാവണും. പെലയരുടെ കുടിലുകളൊക്കെ പൊളിഞ്ഞുപൊയ്. അതെല്ലാം കെട്ടിമേയണും. മഴക്കാലത്ത് കടം കിട്ടിയത് തിരിച്ചുകൊടുക്കണും. പെലയരുടെ കട്ടപ്പാട് ഒടയോരും അറിയണും.”

ആ ശ്രമം ഫലിച്ചു. കൂലിയിൽ രണ്ട് ചെമ്പുകാശിന്റെ വർധനവുണ്ടായി. ആണുങ്ങൾക്ക് മാത്രമേയുള്ളു. പെണ്ണുങ്ങൾക്കും കൊച്ചുങ്ങൾക്കും പഴയ നിരക്കുതന്നെ. എന്നാൽപ്പോലും നിസ്സാരമായിരുന്നില്ല, ആ നേട്ടം.

പതിച്ചുവാങ്ങിയ ഭൂമി ഒരു കാരണവശാലും തരിശിട്ടുകൂടെന്ന് അളമുവിന് നിർബന്ധമുണ്ടായത് മഴക്കാലത്താണ്. ചെമ്മണ്ണുവിളയിൽ വ്യാപകമായി അനുഭവപ്പെട്ട ഭക്ഷ്യദൗർലഭ്യം അളമുവിന് നേട്ടമുണ്ടാക്കിക്കൊടുത്തു. അയാളുടെ കണ്ടത്തിലുണ്ടായതും പൊന്നി ഉണക്കിസൂക്ഷിച്ചിരുന്നതുമായ മരച്ചീനിയായിരുന്നു അപ്പോൾ ആളുകൾക്ക് ആശ്രയമായിത്തീർന്നത്. അതുണ്ടാക്കിക്കൊടുത്ത ആദായം കണ്ടം മുഴുവൻ എന്തെങ്കിലുമൊക്കെ കൃഷിചെയ്യാൻ അളമുവിന് പ്രചോദനം നൽകി.

പുലർന്നാലിരുട്ടും വരെ അയാൾ കൃഷിയിടങ്ങളിലാണ്. മൂത്തമക്കളായ പെരുമാനും കുഞ്ചനും മിക്ക നേരങ്ങളിലും അയാൾക്കൊപ്പമുണ്ടാവും. മിക്കദിവസങ്ങളിലും കൂലിക്കാരുമുണ്ടായിരിക്കും.

എന്നാൽ ആളുകൾക്കിപ്പോൾ കൂടുതൽ ശ്രദ്ധ അയാളുടെ ഭൂമിയിലല്ല. അതിനടുത്ത് താമസിക്കുന്ന തെക്കിലിക്കും മകൾ എമിലിക്കും ചെമ്മണ്ണുവിളക്കാരെക്കൊണ്ട് ഉപകാരങ്ങളില്ല. എന്നാലും അവരിലെന്തെങ്കിലും കുറ്റം കണ്ടെത്താനാണ് നാട്ടുകാർക്ക് കൂടുതൽ ഉത്സാഹം.

കടുത്ത പ്രതിസന്ധികളുണ്ടെങ്കിൽപ്പോലും ക്രിസ്തുമതത്തിലുള്ള അവരുടെ വിശ്വാസം നശിച്ചില്ല. ചെമ്മണ്ണുവിളക്കാരുടെ കണ്ണിൽപ്പെടാതെ, കുന്നിന്റെ അങ്ങേച്ചരിവിറങ്ങി ഇടവഴികളും തോട്ടുവരമ്പുകളും താണ്ടി ഇരുവരും പള്ളിയിൽ പോയി.

അടുത്ത കണ്ടത്തിന്റെ ഉടമയും, നിത്യേന കണ്ടുമുട്ടുന്നയാളുമായ അളമുവാണവർക്ക് ഏറ്റവുമടുത്ത ബന്ധു. അയാൾ കണ്ടത്തിലെത്തിയാൽ രണ്ട് പെണ്ണുങ്ങളും ഒരുമിച്ചോ വെവ്വേറെയോ അയാളെ കാണാൻ ചെല്ലും. ആവശ്യപ്പെട്ടില്ലെങ്കിലും കണ്ടത്തിലെ ഏത്തവാഴകൾക്ക് വളത്തിനായി ഇലച്ചെടികൾ അവർ അരിഞ്ഞുകൊടുത്തു. വെറുതെ ബുദ്ധിമുട്ടണ്ടാ എന്നയാൾ പറഞ്ഞപ്പോൾ അവർ ചോദിച്ചു:

"അല്ലെങ്കി എങ്കള്ക്കിങ്കേ വേറെയെന്തര് വേല?"

വേനൽക്കാലമായപ്പോൾ വാഴകൾക്ക് നനയ്ക്കുന്ന പണി എമിലി അയാളോട് ചോദിച്ചുവാങ്ങി. കൂലിയെന്ത് വേണമെന്നയാൾ ആരാഞ്ഞു.

"മനസ്സൊള്ളത് തന്നാ മതി. വെറുതെയിരുന്ന് മടുത്ത്." ശബ്ദം പോലെ തന്നെ അനുകമ്പാർഹമാണ് അവളുടെ ഭാവവും.

ഇടയ്ക്കെല്ലാം എന്തെങ്കിലും തീറ്റസാധനങ്ങൾ നൽകുന്ന തൊഴിച്ചാൽ കൂടുതലായി അയാളവരെ പരിഗണിച്ചിരുന്നില്ല. എന്നാൽ കൃഷിയിൽ സഹായിക്കാൻ തുടങ്ങിയശേഷം അവരെ, പ്രത്യേകിച്ചും എമിലിയെ, കൂടുതൽ ശ്രദ്ധിക്കാൻ അയാൾ നിർബന്ധിതനായി. പഴയ മൺകലങ്ങളും തോർത്തുമുണ്ടിന്റെ പൊക്കണവും തൂക്കി ചെമ്മണ്ണു വിളയിൽ തിരിച്ചെത്തിയ വിളറി മെലിഞ്ഞ പെണ്ണല്ല ഇന്നവൾ. ക്ഷീണിതമെങ്കിലും അവളുടെ കണ്ണുകൾക്ക് തിളക്കവും പുഞ്ചിരിക്ക് വശ്യതയുമുണ്ട്. അവരുടെ സഹായത്തിന് പ്രതിഫലമായി പുരയ്ക്കടുത്തുള്ള അഞ്ച് പനമരങ്ങളിൽ നിന്നുമുള്ള അക്കാനി അവർക്ക് നൽകാനയാൾ നിശ്ചയിച്ചു. അതിനൊക്കെ മുമ്പുതന്നെ നാട്ടിൽ കഥകൾ പലതും പ്രചരിക്കാൻ തുട

ങ്ങിയിരുന്നു. അതൊന്നും ചേമ അത്ര കാര്യമാക്കിയില്ലെങ്കിലും കൃത്യമായും അക്കാനി കൊടുക്കാനുള്ള തീരുമാനം അവളെ ചൊടിപ്പിച്ചു. എന്നാലത് കൂലി മാത്രമാണെന്ന് പറഞ്ഞ് അളമു നിസ്സംഗത പാലിച്ചു.

അൽപ്പം കൂടെ കഴിഞ്ഞപ്പോൾ, എമിലിയുമായുള്ള അടുപ്പം ലൈംഗിക ബന്ധത്തോളമെത്തിയപ്പോൾ, ചേമ പൊട്ടിത്തെറിച്ചു: "ആണ്ടവമ്മാരെ മറന്ന് കളിച്ചാലൊണ്ടല്ലോ."

എന്തെങ്കിലും സംഭവിക്കുമെന്നോ ഇല്ലെന്നോ അയാൾ പറഞ്ഞില്ല. അവളുടെ ഭീഷണിയെ അവഗണിക്കുന്നതാണ് ഉത്തമമെന്നയാൾ കരുതി.

ചുറ്റുപാടുകൾ അടിച്ചേൽപ്പിച്ച ദൗർബല്യങ്ങളുമായി, വിങ്ങിപ്പൊട്ടലുകൾക്കും വിലാപങ്ങൾക്കും ശേഷം യാഥാർഥ്യത്തെ അംഗീകരിക്കാൻ ചേമ നിർബന്ധിതയായി.

അളമുവുമായി അടുക്കുന്നതിൽ നിന്നും എമിലിയെ പിന്തിരിപ്പിക്കാൻ തെക്കിലിയും ശ്രമിക്കാതിരുന്നില്ല. പ്രായത്തിലെ അന്തരം. വേറെ പെണ്ണും കൊച്ചുങ്ങളുമുള്ളവൻ. വിശ്വാസംകൊണ്ടാണെങ്കിലോ, 'അജ്ഞാനി'യും.

അവർ പറയുന്നതെല്ലാം എമിലി അംഗീകരിച്ചു. പക്ഷെ.....

അവൾ ചോദിച്ചു: "പട്ടിണികെടന്ന് ചത്താലും വേറെ ആരെങ്കിലും വരുമോ സഹായിക്കാൻ? പിന്നെ എന്തരൊക്കെ കൊറവൊണ്ടെങ്കിലും സൊന്തമായി മണ്ണൊള്ള ആളാണല്ലോ."

മണ്ണ് ധനമാണെന്ന് എമിലിയെപ്പോലെ തെക്കിലിയും അറിഞ്ഞു.

ധനമുള്ളവന്റെ ഇച്ഛകളേ എവിടെയും മാനിക്കപ്പെടൂ.

തന്റെ പുരുഷനെ മറ്റൊരു പെണ്ണുമായി പങ്കുവയ്ക്കുക എന്ന ആഘാതത്തിൽ നിന്നും ചേമ മോചിതയാവും മുമ്പ് പൊന്നിയുടെ അന്ത്യമുണ്ടായി. അവർക്ക് കാര്യമായ ദീനങ്ങളൊന്നുമുണ്ടായിരുന്നില്ല. പതിവുപോലെ സന്ധ്യയായപ്പോൾ കച്ചവടസാമാനങ്ങളെല്ലാം ഒതുക്കിവച്ച്, വിറ്റുകിട്ടിയ ചക്രമെണ്ണി, ലാഭം തിട്ടപ്പെടുത്തി, അതിന്റെ പകുതി മൺകുടുക്കയിൽ നിക്ഷേപിച്ച്, അടുത്തദിവസം ചന്തയിലേക്ക് കൊണ്ടുപോവാനുള്ള പനയോലവട്ടികൾ തയ്യാറാക്കിവച്ച് ഉറങ്ങാൻ കിടന്നതാണ്.

പിന്നീടവർ എണീറ്റില്ല.

ശ്മശാനത്തിൽ കോരുമൂപ്പന്റെ ചുടലയ്ക്കരികിലായി അവരുടെ ജഡവും മറവുചെയ്തു.

ആളുകൾ പിരിഞ്ഞുപോയി. പുരയ്ക്കുള്ളിൽ തളർന്നുകിടന്ന ചേമയെ സമാശ്വസിപ്പിക്കാൻ ഏതാനും പെണ്ണുങ്ങൾ ഒപ്പമുണ്ട്. വരാന്തയിലെ മൺതിട്ടയിലിരുന്ന് വെറ്റിലപാക്ക് മുറുക്കി, പരേതയുടെ ഗുണഗണങ്ങൾ വർണ്ണിക്കവേ ചുക്രിവൈദ്യൻ പറഞ്ഞു; "ഇന്നി പൊന്നിയക്കാള്ക്ക് മോച്ചം കെടൈക്കിറ കാരിയങ്കള് നാം ശെയ്യണും."

മോക്ഷം!

ആ വാക്ക് തന്റെ നാവിലെങ്ങനെ വന്നുപെട്ടുവെന്ന് അയാൾ അത്ഭുതപ്പെട്ടു. അതയാൾ ചിന്തിച്ചിട്ടേയുണ്ടായിരുന്നില്ല. ഒരുപക്ഷേ, പൊന്നി

യുടെ ആത്മാവ് തന്നെക്കൊണ്ടത് പറയിച്ചതാവുമോ? അല്ലെങ്കിൽ, ചാന്നാന് മോക്ഷം കിട്ടിക്കൂടെന്നുണ്ടോ? കിഴക്കൻ നാടുകളിലെ ചാന്നാന്മാർ പുലയും ചടങ്ങുകളും ആചരിക്കുന്നത് മറ്റെന്തിനായിട്ടാണ്?

മെച്ചപ്പെട്ട ജീവിതസാഹചര്യങ്ങളും അജ്ഞതയും ഒന്നായി ചേരുന്നിടത്ത് ആചാരങ്ങൾക്ക് വൈപുല്യമേറുന്നു. അവയുടെ ആവിർഭാവമാകട്ടെ, വ്യക്തിയുടെയോ വ്യക്തികളുടെയോ സ്വാർഥതയിലും പൊങ്ങച്ചത്തിൽനിന്നുമായിരുന്നു. കുറെ വർഷങ്ങളിലെ അലഞ്ഞുതിരിയലിൽ കണ്ടതും കേട്ടതുമൊക്കെ വെറുതെ അയവിറക്കി കഴിയാനേ ഇതുവരെ ചുക്രിവൈദ്യന് സാധിച്ചിരുന്നുള്ളു. അവയെല്ലാം ഒന്നവതരിപ്പിച്ച് കഴിഞ്ഞപ്പോൾ അനുകൂലമായൊരു സാഹചര്യം പൊന്നിയുടെ മരണത്തോടെ അയാൾക്കുണ്ടായി. അതിനാൽ അവരുടെ ആത്മാവിനു മോക്ഷം നേടിക്കൊടുക്കാനയാൾ നിശ്ചയിച്ചു. അയാളാ വർത്തിച്ചു:

"അളമൂ, നെന്റെ അമ്മാവിക്കും മോച്ചം കെടയ്ക്കണും."

ചാന്നാന് മോക്ഷമോ? അളമുവും ആദ്യമായി കേൾക്കുകയാണ്.

ചെയ്യേണ്ടത് ചെയ്താൽ എല്ലാ ജാതികൾക്കും മോക്ഷം കിട്ടുമെന്ന് വൈദ്യൻ തീർത്തുപറഞ്ഞു. അതിൽ പ്രധാനപ്പെട്ടൊരിനമത്രേ, പുലയാചരണം.

ശൂദ്രർ പുലയാചരിക്കാറുണ്ടെന്നറിയാം. എന്നാൽ ചാന്നാൻ അതാചരിക്കാൻ പാടുണ്ടോ?

ദൈവങ്ങൾ കോപിക്കുകയില്ലേ?

വൈദ്യൻ പറഞ്ഞു, "ചാന്നാൻ കൊറഞ്ഞ ശാതിയാണെന്നൊന്നും വിശാരിക്കണ്ടാ. പണ്ട് നാട് വാണ ക്ഷത്രിയശാതിയാണ് ചാന്നാൻ. കിഴക്കൻനാട്ടിലൊക്കെ കണ്ടിപ്പാ പെലവേണും. ഇങ്കെയൊള്ളവര് അപ്പടിയൊന്നും ശെയ്യാത്തത് അവങ്ക അറിവില്ലായ്മ. പിന്നെ താരിത്തിരിയവും കൊണ്ട്."

പുലയെക്കുറിച്ചുള്ള തന്റെ സങ്കൽപ്പം അയാൾ വെളിപ്പെടുത്തി. മരിച്ച വ്യക്തിയുടെ അടുത്ത ബന്ധുക്കൾ പതിനാറ് ദിവസം പുലയാചരിക്കണം. ആ കാലയളവിൽ വിവാഹാദി വിശേഷങ്ങൾ ഉണ്ടായിക്കൂടാ. മണ്ണാൻ മാറിയുടുക്കാൻ തരുന്ന വസ്ത്രം ധരിക്കണം. പതിനാറാം ദിവസം സ്വന്തക്കാരെയും അയൽക്കാരെയും വിളിച്ചുകൂട്ടി സദ്യ നൽകണം. മുറ്റത്ത് പന്തലിട്ട് പരേതനും വിളമ്പണം, സദ്യ!

കൗതുകകരമായി തോന്നിയെങ്കിലും അതിനൊക്കെ പണച്ചെലവുണ്ടെന്ന് മനസിലായപ്പോൾ അളമുവിന് താൽപ്പര്യം നശിച്ചു. അതുകൊണ്ട് തനിക്കതിനാവില്ലെന്നയാൾ അറിയിച്ചു.

എന്നാൽ അയാളുടെ നിഷേധാർഥത്തിലുള്ള ആ പെരുമാറ്റം ചേമയെ ചൊടിപ്പിച്ചു. എമിലിയുമായുള്ള അയാളുടെ ബന്ധത്തിനൊരു തിരിച്ചടിയെന്നോണം അവൾ പറഞ്ഞു!

"എന്തരൊക്കെ വേണമെന്ന് വച്ചാ ചെയ്യണും വൈത്തിയരേ. അതുക്കുള്ള ചക്കറം നാൻ ശെലവാക്കലാം."

അതിനവളെ പ്രേരിപ്പിച്ചത് പല കാര്യങ്ങളായിരുന്നു. ഈ കുടുംബത്തിന്റെ നന്മയ്ക്കുവേണ്ടി പൊന്നി കുറച്ചധികം കഷ്ടപ്പെട്ടിട്ടുണ്ട്. അത്യാവശ്യമുള്ള ചടങ്ങുകളനുഷ്ഠിക്കുന്നതിലൂടെ കുടുംബത്തിന് ഐശ്വര്യമുണ്ടാവുമെന്നും, മറിച്ചായാൽ അവരുടെ ആത്മാവ് വിട്ടൊഴിയാതെ നിന്ന്, ചിലപ്പോൾ ഉപദ്രവിക്കുകപോലും ചെയ്തേക്കുമെന്നുമാണ് വൈദ്യന്റെ കണ്ടുപിടിത്തം. ചില സ്ഥലങ്ങളിൽ പുലയാചരണം നടപ്പുണ്ടെന്ന് വള്ളിയും പറഞ്ഞപ്പോൾ അതിന് ആധികാരികതയുമുണ്ടായി.

പല നിലകളിലും തന്റെ തീരുമാനം ചേമയെ ആശ്വസിപ്പിച്ചുവെങ്കിലും അളമുവിനോടുള്ള അരിശം തീരുന്നില്ല. എമിലി അയാൾക്ക് കൈവിഷം കൊടുത്തതാണെന്നാണ് ആളുകൾ പറയുന്നത്. അത് വാങ്ങി ശാപ്പിടാൻ അയാളെന്തിന് അങ്ങോട്ടുപോയി എന്നവൾക്കിപ്പോഴും മനസിലാവുന്നില്ല.

അളമുവിൽ നിന്നും പ്രതീക്ഷിച്ചിരുന്ന സുരക്ഷിതത്വത്തെപ്പറ്റി ഇന്നവൾക്ക് അത്ര തീർച്ച പോരാ. മക്കളെ വളർത്തി വലുതാക്കുകയാണ് അവൾക്കിന്ന് പ്രധാനം. അതിന് ജീവിച്ചിരിക്കുന്നവരെപ്പോലെ മരിച്ചവർക്കും പലതും ചെയ്യാനാവുമെന്ന് അവൾ വിശ്വസിക്കുന്നു.

“വൈത്തിയര് ശൊന്നപോലെ ചെയ്യലാം.” അവളാവർത്തിച്ചു: “ചക്കറം ചെലവായാലും എനക്ക അമ്മയ്ക്ക് മോച്ചം കിട്ടും.”

“ഒനക്ക് പുത്തിയിരുക്ക്.” ചുക്രിവൈദ്യൻ ഗൂഢമായി ചിരിച്ചു.

മല്ലു, വള്ളിയെ കല്യാണം കഴിച്ചു കൊണ്ടുവന്നിട്ട് വർഷം രണ്ടു കഴിഞ്ഞുവെങ്കിലും എല്ലാ നിലയ്ക്കും അതുമായി സഹകരിച്ചുവെങ്കിലും ചുക്രിവൈദ്യനുമായി പഴയ രീതിയിലുള്ള അടുപ്പം മല്ലുവിന് ഇനിയുമുണ്ടായിട്ടില്ല. ദീനക്കാരെ ആകർഷിച്ചു നിർത്താൻ വൈദ്യൻ പല അടവുകളും പയറ്റിനോക്കുന്നുണ്ടെങ്കിലും ‘പെരിയ വൈദ്യനെ’ന്ന മേൽവിലാസത്തോടെയുള്ള വള്ളിയുടെ അപ്പന്റെ കടന്നുവരവ് അയാൾക്ക് പ്രശ്നമുണ്ടാക്കിക്കൊണ്ടേയിരുന്നു.

പൊന്നിയുടെ മരണം മല്ലുവിനും വൈദ്യനുമിടയിലെ സംഘർഷത്തിന് കുറഞ്ഞൊരയവുണ്ടാക്കി. ചാന്നാന്മാരെന്ന കാരണത്താൽ പൊന്നിയുടെ പുലയാവശ്യങ്ങളോട് സഹകരിക്കാൻ മത്തുകാരുടെ മണ്ണാനും മണ്ണാത്തിയും വിസമ്മതിച്ചു.

ഈ പ്രതിസന്ധിയിൽ നിന്നും വൈദ്യന് തുണയായെത്തിയത് മല്ലുവാണ്. വള്ളിയുടെ നാട്ടിലെ മണ്ണാനെ അയാൾ കൂട്ടിക്കൊണ്ട് വന്നു.

ചെമ്മണ്ണുവിളയിലെ ഭൂരിപക്ഷം പെണ്ണുങ്ങൾക്കും മാറിയുടുക്കാൻ രണ്ടാമതൊരു മുണ്ടില്ലെന്നതാണ് സ്ഥിതി. വള്ളിക്ക് മാത്രമേ അഞ്ച് മുഴം നീളമുള്ള ചേലയുള്ളൂ. മറ്റുള്ളവർ കട്ടിയുള്ള ഒറ്റമുണ്ടുകൊണ്ട് മാറിടം വരെയെത്തുന്ന ശരീരഭാഗം മറയ്ക്കുന്നു. പുരുഷന്മാരിൽ അപൂർവം പേർക്കൊഴികെ തോർത്തോ കോണകമോ തന്നെയാണാശ്രയം.

അവിടേക്കാണ് വൈദ്യൻ മണ്ണാനെ കൂട്ടിക്കൊണ്ടുവന്നത്.

മണ്ണാനെ മാത്രമല്ല, കാവതിയെയും അയാൾ വിളിച്ചുവരുത്തി. എങ്കിലേ ചടങ്ങുകൾ പൂർണമാവൂ.

അമ്പട്ടൻ ശൂദ്രർക്ക് ക്ഷുരകനാണ്. ആ ബന്ധമാണ് ചാന്നാനും കാവതിയും തമ്മിലുള്ളത്. തീണ്ടാരി, കല്യാണം, പ്രസവം, മരണം എന്നിത്യാദികൾക്കെല്ലാം കാവതിയോ കാവതിച്ചിയോ, രണ്ടാളുമോ നിർബന്ധമാണ്. കിഴക്കൻനാടുകളിൽ അങ്ങനെയത്രേ!

പൊന്നിയുടെ മരണാനന്തര കർമങ്ങൾ വൈദ്യനുദ്ദേശിച്ചപോലെ തന്നെ കഴിഞ്ഞുവെങ്കിലും മണ്ണാനും കാവതിയും ചെമ്മണ്ണുവിളയെ പൂർണമായും ഉപേക്ഷിച്ചുപോയില്ല. അതിനവർക്ക് കഴിയുകയുമില്ല. കാരണം മണ്ണാനും കാവതിയും വേറെയുമുണ്ടാവും. എന്നാൽ ചെമ്മണ്ണുവിള ഒന്നേയുള്ളു. അവിടെ അവകാശം സ്ഥാപിച്ചെടുക്കേണ്ടത് ഇരുകൂട്ടരുടെയും ആവശ്യമാണ്.

കാവതിയുടെ അവസ്ഥയും അവകാശങ്ങളും വൈദ്യൻ തന്റെ ജാതിക്കാർക്ക് വിവരിച്ചുകൊടുത്തു.

കാവതി ചാന്നാന്മാരുടെ പുരയ്ക്കകത്ത് കയറിക്കൂടാ.

ക്ഷൗരം, മുടിമുറിക്കൽ എന്നിവയ്ക്കല്ലാതെ കാവതിതൊട്ടാൽ ചാന്നാൻ അശുദ്ധനാവും. മരണവൃത്താന്തം ബന്ധുക്കളെ അറിയിക്കേണ്ടതും സദ്യകളിൽ എച്ചിലില പെറുക്കേണ്ടതും കാവതിയോ അവന്റെ പെണ്ണോ ആണ്.

സംശയം പ്രകടിപ്പിച്ചവരോട് വൈദ്യൻ കയർത്തു:

"ചാന്നാരിലെ മുന്തിയവരാക്കും കെഴക്കൻ ചാന്നാര്. അവങ്ക നടപ്പുകള് തപ്പെന്ന് ശൊല്ലറത്ക്ക് ചെമ്മണ്ണുവിളക്കാര്വളന്താച്ചാ?"

എന്നാൽ 'കാവതിജാതി' ചാന്നാന്റെ ഒരവാന്തിരവിഭാഗമാണെന്ന വസ്തുത മാത്രം അയാൾ പുറത്തുപറഞ്ഞില്ല.

വിശേഷാവസരങ്ങളിൽ കാവതിയും പെണ്ണും വെള്ളം ചോരാത്ത പനയോലവട്ടികളുമായി ചെമ്മണ്ണുവിളയിലേക്ക് വന്നു. സദ്യയ്ക്കുശേഷം, ഭക്ഷണപദാർഥങ്ങളുടെ ചെറിയൊരു വീതം സ്വന്തം കുടിലിലേക്ക് കൊണ്ടുപോകാനുള്ള പാത്രമാണ്, പല അറകളുള്ള ആ വട്ടി.

ചക്രമുള്ളവർക്ക് മാത്രമല്ല, ദരിദ്രർക്കും ഒഴിച്ചുകൂടാനാവാത്തൊരു ഘടകമായിത്തീർന്നു, ക്രമേണ കാവതി. അവന്റെ സേവനം അത്യന്താപേക്ഷിതമായിരുന്നതുകൊണ്ടല്ല, മറിച്ച്, തികഞ്ഞ ഇല്ലായ്മയിലും സ്വന്തം ജാതിമഹത്വത്തിൽ അഭിമാനം കൊള്ളാനുള്ള ഒരു പഴുതാണത്. പ്രതിഫലമായി, അവനവന്റെ സാമ്പത്തികസ്ഥിതിക്കനുസൃതമായി ധാന്യമോ നാണയത്തുട്ടുകളോ, അതൊന്നുമില്ലാത്തപ്പോൾ, ഭക്ഷണപദാർഥങ്ങളോ 'പടി'യായി നൽകി.

കിട്ടുന്നതുവാങ്ങി, പരാതിയോ പരിഭവമോ ഇല്ലാതെ മടങ്ങിപ്പോവുന്നതാണ് കാവതിയുടെ പ്രകൃതം. അവന് പ്രതിഷേധിക്കാനും അവകാശമില്ല.

പുതുതായെത്തിച്ചേർന്ന ഈ സേവകർക്ക് ചെമ്മണ്ണുവിളയിൽ വ്യക്തികളെന്ന നിലയിൽ സ്വന്തമായി പേരുകളുണ്ടായിരുന്നില്ല. പ്രത്യേക പേര് പറഞ്ഞ് അവരെ വിളിക്കാൻ ആരും കൂട്ടാക്കിയുമില്ല. അവർ കേവലം

കാവതിയും കാവുതിച്ചിയും, മണ്ണാനും മണ്ണാത്തിയുമായി അറിയപ്പെട്ടു. ഒരു കാവതി മരിച്ചാൽ അയാളുടെ ഇളമുറക്കാരൻ പനയോലവട്ടിയുമായിട്ടിറങ്ങും; അവകാശം സ്ഥാപിക്കാൻ, നിലനിർത്താൻ.

പതിനെട്ട്

ചേമയ്ക്ക് തനിച്ച് ചെയ്യാവുന്നതിലധികം പണികൾ പുരയിലുണ്ട്. ഏറ്റവും ഇളയകുട്ടി നാണിക്ക് അഞ്ചാറുമാസമേ പ്രായമായിട്ടുള്ളൂ. അതിന് മുകളിലെ ഇരട്ടക്കുട്ടികൾക്ക് ഏതുനേരത്തും തമ്മിൽ തല്ലുന്നതാണ് ഇഷ്ട വിനോദം.

പകൽനേരം മുഴുവനും അളമു കൃഷിയിടത്താണ്. എമിലിയുമായുള്ള അയാളുടെ അടുപ്പം കാരണം ആകാവുന്നിടത്തോളം അയാളെ ആശ്രയിക്കാതിരിക്കാനും ചേമ ശ്രമിച്ചു.

അയലത്തെ പെണ്ണുങ്ങൾ സഹായിക്കാൻ വരാറുണ്ട്. പതിച്ചുവാങ്ങിയ ഭൂമിയിലെ പനകളിൽ നിന്നുമുള്ള അക്കാനി കാച്ചിക്കുറുക്കി കരുപ്പട്ടിയാക്കണം. നെല്ല് വേവിച്ചുണക്കി കുത്തി അരിയാക്കണം. പൊന്നിയുടെ മരണശേഷം കച്ചവടം അരിയിൽ മാത്രമായൊതുക്കി. അവളുടെ പുരയിൽ മാത്രമേ ഉരലുള്ളൂ. മറ്റുള്ളവർ ഇപ്പോഴും നെല്ല് വറുത്ത് കല്ലിൽ ചതച്ച് ഉമികളയുകയാണ് പതിവ്. തന്നെ സഹായിക്കുന്നതിന് ചേമവർക്ക് ഭക്ഷ്യവസ്തുക്കളോ ചിലപ്പോൾ ചെമ്പുതുട്ടുകളോ പ്രതിഫലമായി നൽകി. ഏതുനേരത്തും അവിടേക്ക് വരുന്ന വള്ളിക്ക് അന്യദേശക്കാരിയാണെങ്കിലും ധനികന്റെ മകളെന്ന ഭാവമാണ്. തന്റെ നിലയ്ക്കൊത്തതായി അവൾ ചെമ്മണ്ണുവിളയിൽ കണ്ടിട്ടുള്ളത് ചേമയെ മാത്രമാണ്. ആയിടയ്ക്ക്, ഒരുച്ചതിരിഞ്ഞ നേരത്ത് ഏതാനും അപരിചിത സ്ത്രീകൾ ചെമ്മണ്ണുവിളയിലേക്ക് വന്നു.

നല്ലപൊക്കവും വെളുത്തു ചുവന്ന നിറവുമുള്ള ഒരു ചെമ്പൻ തലമുടിക്കാരിയാണ് മുമ്പിൽ. അകമ്പടിയെന്നോണം മുണ്ടും ജമ്പറും തോൾശീലയും ധരിച്ച ചെറുപ്പക്കാരികളായ മൂന്ന് ചാന്നാട്ടികളും.

അവർക്കും പത്തിരുപത് വാര പിന്നിലായി, തങ്ങൾക്ക് മുമ്പിലെ മഹാത്ഭുതം വിസ്മയപൂർവം നോക്കിക്കാണുന്ന മട്ടിൽ, കോണാനുടുത്തവരും അല്ലാത്തവരുമായ ചെമ്മണ്ണുവിളയിലെ കുറെ ചാന്നാ ക്കുട്ടികൾ!

മദാമ്മയും പെണ്ണുങ്ങളും നേരെ, ചേമയുടെ പുരയിലേക്ക് തന്നെ കയറിച്ചെന്നു. ഉമ്മറത്ത് വള്ളിയോട് വർത്തമാനം പറഞ്ഞിരിക്കുകയായിരുന്ന ചേമ ചാടിയെണീറ്റു. നെല്ല് കുത്തുകയായിരുന്ന പെണ്ണുങ്ങളും അങ്ങോട്ടു ചെന്നു.

എല്ലാവർക്കും അമ്പരപ്പും അവിശ്വസനീയതയും.

അത് മനസ്സിലാക്കി മദാമ്മ സ്ഫുടമല്ലാത്ത തമിഴിൽ പറഞ്ഞു: “പയപ്പെട വേണ്ടാം. നീങ്കളെ കാണ വന്തത്.”

അവർക്കിരിക്കാൻ വള്ളി പനയോലത്തടുക്ക് ഉമ്മറത്തെ അരച്ചുമരിൽ വിരിച്ചു. മദാമ്മ ഇരുന്നു. ചേമയോട് തിരക്കി: "ഉൻ പുരുഷനില്ലിയോ?"

"വയലിൽ പോനാര്." അവൾ പറഞ്ഞു.

"ങാ– – കേട്ടിരിക്ക്. രൊമ്പ കിരുഷി ശെയ്യ്റ ആള്?"

വളരെക്കഴിയും മുമ്പുതന്നെ ചെമ്മണ്ണുവിളയിലെ ആണുങ്ങളും പെണ്ണുങ്ങളും കുട്ടികളും ഇറയത്തും മുറ്റത്തുമായി നിറഞ്ഞു.

ഒരു 'ശീമ'ക്കാരിയെ അവളാദ്യമായി കാണുകയാണ്.

അവർ സ്വയം പരിചയപ്പെടുത്തി. പേര് ആനി. സ്വദേശം ഇംഗ്ലണ്ട്. ഇവിടെ ലണ്ടൻ മിഷണറി സൊസൈറ്റിക്ക് കീഴിൽ പ്രവർത്തിക്കുന്നു. ഏഴകളുടെ കഷ്ടപ്പാട് ദുരീകരിക്കുകയും അവരെ യേശു ക്രിസ്തുവിന്റെ സത്യവേദത്തിൽ ചേർക്കുകയുമാണ് ലക്ഷ്യം.

ഇത് ക്രിസ്തുവിന്റെ ആലയം.

ദൈവം എല്ലാവരെയും അനുഗ്രഹിക്കട്ടെ.

"നമുക്കോരോരുത്തരുക്കും ആക യേശു കുരിശിൽ ഇരന്താർ." അവർ പറഞ്ഞു: "അന്ത യേശുവെ പൂശിക്കും ഇടം പള്ളി. നീങ്കളെല്ലാരും പള്ളിയിലെ വരണും." സൗമ്യമെങ്കിലും ആ ശബ്ദത്തിനൊരു ആജ്ഞാശക്തിയുണ്ട്.

മുൻകാലങ്ങളിലെ പീഡനാനുഭവങ്ങൾ മറക്കാറായിട്ടില്ല. തോൾശീല വഴക്കിന്റെ കാലത്ത് ചാന്നാക്കുടിലുകളെ മാത്രമല്ല, പള്ളികളെയും, എഴുത്തുപള്ളികളെയും പോലും, തീവയ്ക്കുകയുണ്ടായി. അതുപോട്ടെ, ചെമ്മണ്ണുവിളക്കാർക്ക് തൊഴിലുകൾക്ക് ഇന്നും വലിയരൊളവുവരെ ജന്മിമാരെ ആശ്രയിച്ചേ പറ്റൂ. അതൊഴിവാക്കാൻ പള്ളിക്കാർക്കാവുമോ എന്ന ചോദ്യമുണ്ടായി.

"ചെല്ലലാം." മദാമ്മയോടൊപ്പമുള്ള സ്ത്രീ പുഞ്ചിരിയോടെ പറഞ്ഞു: "തോൾശീല വഴക്ക് കടശിയിലെ ചാന്നാട്ടിക്ക് തോൾശീല പോടലാമെന്ന് രാജാ അനുമതി തന്താർ. പെങ്കളുടമട്ടുമല്ല അത് എല്ലാ ചാന്നാരുക്കും പെരുമയുണ്ടാക്കിനത്. അത്ക്ക് യാര് ഉത്തരവാതി? വേത പള്ളിമട്ടും താൻ. ഊഴിയവേല നെറുത്തണമെന്റ് നാങ്കൾ കേക്കിറോം. അത് ഒടനെ നടക്കപ്പോറത്. എല്ലാ ഏഴമക്കളുക്കും എഴുത്തും വായനയും കൊടുക്കവേണ്ടുമെന്റ് നാങ്കൾ യോശിക്കിറത്. അതുക്കാകെ ഒടൻ പള്ളിയിലെ ഒരെഴുത്തുപള്ളി തൊടങ്കപ്പോറത്."

എന്നാലതൊന്നും തന്നെ ചെമ്മണ്ണുവിളക്കാരെ കാര്യമായി ഇളക്കിമറിക്കാൻ പര്യാപ്തമായിരുന്നില്ല. തങ്ങളുടെ പെണ്ണുങ്ങളിൽ തോൾശീല ധരിക്കുന്നവർ തീരെ അപൂർവം. മഠത്തിൽ രാമൻനായർ കാരണവരായ ശേഷം ഊഴിയവേല ചെയ്യേണ്ടിവന്നിട്ടില്ല. പിന്നെ, എഴുത്തുപള്ളി. ആഹാരത്തിനുള്ള മാർഗങ്ങളാരായാൻ നിർബന്ധിതരായ തങ്ങളുടെ മക്കൾക്ക് എഴുത്ത് പഠിക്കാൻ നേരമെവിടെ?

അല്ലെങ്കിൽ, എഴുത്തുപഠിക്കുന്നത് കൊണ്ടെന്താണ് മെച്ചം?

മദാമ്മ ഓരോ പെണ്ണുങ്ങളോടും പേരും മക്കളുടെ എണ്ണവുമൊക്കെ ആരാഞ്ഞു. തള്ളമാർക്ക് പിന്നിലൊളിക്കുന്ന കുട്ടികളോട് കുശലം പറഞ്ഞു. പള്ളിയിൽ വരണമെന്ന് വീണ്ടുമാവശ്യപ്പെട്ടു. പിന്നെ നിലത്ത് മുട്ടുകുത്തി നിന്ന് പ്രാർഥിച്ചു. സകലതിന്റെയും സ്രഷ്ടാവായുള്ള ആണ്ടവൻ തങ്ങളുടെ സകല പാപങ്ങളും പൊറുക്കാൻ. രോഗങ്ങളും പട്ടിണിയും കൊണ്ട് വലയുന്ന ഈ അഗതികളോട് കരുണ കാണിക്കാൻ. കഷ്ടപ്പാടുകൾ മാറ്റിത്തരാൻ. ഇവിടത്തുകാരെ യെല്ലാം എത്രയും വേഗം പള്ളിയിലേക്ക് നടത്താൻ.

ഇത്ര ലളിതമായി, തെങ്ങിൻ കുരുത്തോലയും തെച്ചിപ്പൂവും, കോഴിയും ചാരായവും, അവയ്ക്കെല്ലാമുപരിയായി, ആസകലമിളക്കിയുള്ള കർമിയുടെ തുള്ളലും അലർച്ചയും ഇല്ലാതെ, അപേക്ഷിക്കുന്നതെന്തും ഉദാരമായി നൽകുന്ന ഏതെങ്കിലും ഒരാണ്ടവൻ നിലവിലുണ്ടെന്ന് വിശ്വസിക്കാൻ ചെമ്മണ്ണുവിളക്കാർക്ക് വിഷമമായിരുന്നു.

മദാമ്മയും കൂട്ടരും തിരിച്ചുപോയി.

പിരിഞ്ഞുപോകവേ ഒരാൾ പറഞ്ഞു: "കൊലതെയ്‌വങ്ങള് തേച്ചിയപ്പെടാതിരുന്നാ കൊള്ളാം."

മറ്റൊരാൾ തിരുത്തി: "കൊലതെയ്‌വങ്കളല്ല, അങ്ങത്തെമാര്!"

ക്രമേണയെങ്കിലും മദാമ്മയുടെ വരവുംപോക്കും വലിയൊരു സംഭവം പോലെ ചെമ്മണ്ണുവിളക്കാർക്കിടയിൽ ചർച്ചാവിഷയമായി.

നാലാൾ വന്നുപോവാറുള്ള ചുക്രിവൈദ്യന്റെ കള്ളുകടയിൽ, കള്ള് അകത്തുചെന്നപ്പോൾ ഊഴിയവും എഴുത്തുപള്ളിയും മാത്രമല്ല, മദാമ്മയുടെ വെളുത്തുചുവന്ന ഉടൽപോലും വിഷയീഭവിച്ചു. കാളി പകർന്നു കൊടുക്കുന്ന കള്ളുമോന്തി, അവളെ കണ്ടിരുന്ന്, മദാമ്മയെപ്പറ്റി സംസാരിക്കാൻ സുഖമേറെയാണ്.

അൽപ്പം കൂടെ ഗൗരവമുള്ള വാദപ്രതിവാദത്തിലേർപ്പെട്ടു, ചടയനും കരുമനും. ഒരുകണ്ടം പാട്ടകൃഷിയുണ്ട്, കരുമന്. അയാൾ പറഞ്ഞു: "ഊഴിയം നെറുത്തുമെന്ന് പള്ളിക്കാര് വെറുതെ പറയ്ണതാണ്. പുരാണങ്ങളിലൊക്കെ അതിനെപ്പറ്റി എഴുതീട്ടൊണ്ട്. അതിനൊരു കാലവും അഴിവൊണ്ടാവൂല്ല."

"അടിമവേലയും അതുപോലെ തെന്നെ." ചടയനും വിട്ടില്ല. തോശക്കടയിൽ വന്നുപോവുന്നവരിൽ നിന്നും അവനറിഞ്ഞതാണ്. തിരുവിതാംകോട്ട് മഹാരാജാവ് ശീമക്കാർക്ക് ആണ്ടുതോറും കണ്ടമാനം പണം കപ്പം കൊടുക്കണമത്രേ. കൊടുത്തില്ലെങ്കിൽ മഹാരാജാവിനെ പിടിച്ച് അവർ തുറുങ്കിലടയ്ക്കുകയോ നാടുകടത്തുകയോ ചെയ്യും പോലും! അതുകൊണ്ടാണ് രാജാവ് അവരെ വണങ്ങിക്കഴിയുന്നതും നാടുനീളെ പള്ളിയുണ്ടാക്കാൻ മണ്ണ് വിലയ്ക്ക് കൊടുക്കുന്നതും.

കരുമൻ പറഞ്ഞു, "ശെമ്മിമാരയ്ക്ക് വേണ്ടെന്ന് തോന്നിയതു കൊണ്ട് അടിമകളെ വിട്ടയച്ച്. എന്നാലും ഇനീമൊണ്ടാവും അടിമവേല."

"എങ്കി ധിരമാര് തുപ്പാക്കിയും കൊണ്ടുവരും." ചടയന് വാശികേറി: "തുപ്പാക്കി നീ കണ്ടിട്ടൊണ്ടോ? തൂരെ നിന്നോണ്ട് ആരെ വേണുമെങ്കിലും അവരയ്ക്ക് ചുട്ടുകൊല്ലാം!"

അവരുടെ വാദപ്രതിവാദങ്ങളിൽ താൽപ്പര്യമില്ലാത്ത ഒരാൾ അവിടെ ഇരിപ്പുണ്ട്, അളമു. അവർ കയറി വന്നത് തന്റെ പുരയിലേക്കാണെന്ന് അങ്ങത്തെമാർ അറിയാതിരിക്കില്ല.

കതിരാവാൻ പ്രായമായ നെൽച്ചെടികൾ. അവയെ കണ്ടു നിൽക്കുമ്പോൾ ചേമയുടെ പിണക്കവും കുത്തുവാക്കുമല്ല, എമിലിയുടെ ശൃംഗാരമാണ് ഓർത്തുപോവുക.

കരുമൻ പറഞ്ഞു; "മദാമ്മയല്ല, വേതക്കാർടെ ആണ്ടവൻ എറങ്കി വന്ത് ചെന്നാപ്പോലും ചെമ്മണ്ണുവെളയില്ന്ന് ആരും പള്ളീല് പോകമാട്ടാർ!"

"അപ്പടിയെങ്കി നീ പാര്." ചടയൻ പറഞ്ഞു: "നാൻ പോറേൻ."

"ചടയാ, അന്തനാൾ ചൂത്തരമ്മാര് ഒനക്ക് വസതി ചുട്ട്ടുവാങ്ക!"

"ചുടട്ട്.... എനക്ക് അഴ്റത്ക്ക് പെണ്ണും പിള്ളകളും കെടയാത്."

"നീ കുരു വന്ത് ചെത്തിടുവാൻ."

"പള്ളീല് പെയ്യില്ലെങ്കിലും കുരു വന്താ ചാവും!"

കരുമൻ കോപത്തോടെ ചാടിയെണീറ്റ് പുറത്ത് കടന്നു. പിന്നാലെ അളമുവും. ഇരുവരും പാട്ടക്കൃഷിക്കാരാണ്.

പുരയിലെത്തിയ അളമു ചേമയോട് കയർത്തു: "ഇതുക്കെല്ലാം നീ തേൻ കാരണം." അവളെത്രയോ വട്ടം നിഷേധിച്ചതാണ്. ഇപ്പോഴും അതാവർത്തിച്ചു: "വിളിച്ചുകേറ്റല്ലെ. തേവരുകുളത്ത് പകവതി സത്തിയം."

"ഏൻ എറങ്കിപ്പോക ചൊല്ലല്ലെ?"

അങ്ങനെ ചെയ്യാതിരുന്നത് തെറ്റായിപ്പോയിയെന്ന ചിന്ത ചേമയ്ക്കും ഇല്ലാതില്ല. എന്നാൽ ആ നേരത്ത് അത്രയൊന്നും ചിന്തിച്ചില്ല. ചെമ്മണ്ണുവിളയിലെ ഏക മൺപുര തങ്ങളുടേതാണ്. സ്വാഭാവികമായും മദാമ്മ അവിടേക്ക് കയറിവന്നു. വേദത്തിൽ ചേരാനും അവൾക്കുദ്ദേശ്യമില്ല. എന്നാലതൊന്നും അങ്ങത്തെമാർക്ക് മനസ്സിലാവില്ല.

അയാളെപ്പോലെ തന്നെ അവൾക്കും ഉത്ക്കണ്ഠയില്ലാതില്ല. പാട്ടവയൽ അങ്ങത്തെമാർ നിഷേധിച്ചാൽ, പതിച്ചുനൽകിയ ഭൂമി അവർ തിരിച്ചെടുത്താൽ ആർക്കും തടയാനൊക്കുകയില്ല. എങ്കിലുമയാളെ സമാശ്വസിപ്പിക്കാൻ ശ്രമിച്ചു: "പയപ്പെടാതീങ്ക. ആരുമൊന്നും ചെയ്യമാട്ടാർ. വാരമൊണ്ണ് പോയ് വിട്ടത്. പോരാത്തത്ക്ക് രാമൻനായര് അങ്ങത്തെ മനിതപ്പറ്റൊള്ളവനാക്കും."

എമിലിയുമായുള്ള ബന്ധം അറിഞ്ഞശേഷം അന്നാദ്യമായി അവൾ അയാൾക്കരികിലിരുന്ന് ഭക്ഷണം വിളമ്പിക്കൊടുത്തു. മാർഗം കൂടി വേദത്തിൽ ചേരാനിഷ്ടമില്ലെങ്കിലും മദാമ്മ പറഞ്ഞ ഒരു കാര്യം അവൾക്കിഷ്ടപ്പെട്ടു: എഴുത്തുപള്ളി.

ചെമ്മണ്ണുവിളയിൽ ആർക്കും എഴുത്തുവിദ്യ അറിഞ്ഞുകൂടാ. അതുകൊണ്ട് അന്തരീക്ഷമൊന്ന് തെളിഞ്ഞാൽ, അങ്ങത്തെമാർ കോപി

യ്ക്കാതിരുന്നാൽ, തന്റെ മക്കളിൽ ഒരാളെയെങ്കിലും എഴുത്തു പഠിപ്പിക്കണമെന്നവൾക്ക് ആഗ്രഹമുണ്ട്. എന്നാൽ അടുത്ത പ്രഭാതത്തിൽ മഠത്തിൽ നിന്നും ആളുവന്നു, ഉടൻ കാരണവരെച്ചെന്നു കാണണമെന്ന അറിയിപ്പുമായി.

അളമു ഉറക്കപ്പായയിൽ നിന്നും പിടഞ്ഞെണീറ്റു, ഇടവഴിയേ വടക്കോട്ടോടി, മാപ്പിരക്കാൻ.

പത്തൊമ്പത്

അങ്ങ് പടിഞ്ഞാറ് യഹൂദിയ എന്ന് വിളിക്കപ്പെട്ടിരുന്നൊരു നാട്ടിൽ ജീവിച്ചിരുന്ന യേശുവിനെ തന്റെ ഇഷ്ടശിഷ്യനായ യൂദാസ് മുപ്പത് വെള്ളി കാശിന് ഒറ്റുകൊടുത്ത കഥ ചെമ്മണ്ണുവിളക്കാർക്കറിഞ്ഞുകൂടാ.

എന്നാൽ, തികച്ചും തുച്ഛമാവാമെങ്കിൽ പോലും പ്രതിഫലമായിട്ടെന്തെങ്കിലും ലഭിക്കുമെങ്കിൽ സ്വന്തം സഹജീവികളെ ഒറ്റുകൊടുക്കാൻ മടിക്കാത്തവർ എല്ലാക്കാലത്തും എല്ലാ സമൂഹങ്ങളിലുമുണ്ടായിട്ടുണ്ട്. മദാമ്മയും ചാന്നാട്ടികളും യാത്രയായിക്കഴിഞ്ഞ് ഏതാനും നാഴികകൾക്കകം മഠത്തിലെത്തിയത് പാക്കൻ ചാന്നാനാണ്. ചതുപ്പിൽ ഒരു കണ്ടത്തിൽ അയാൾക്കും നെൽകൃഷിയുണ്ട്. എന്നാൽ വെള്ളത്തിന്റെ ദൗർലഭ്യം കാരണം അത് പ്രതീക്ഷിച്ചത്രയൊന്നും മെച്ചമല്ല. ജന്മിയെ സ്വാധീനിച്ച് അടുത്ത കൃഷിക്ക് തേവരുകുളംഏലായിൽ ഒരു തുണ്ട് വയൽ തരപ്പെടുത്താൻ അയാൾ ആവുന്നതെല്ലാം ചെയ്യുന്നുണ്ട്.

പാക്കന്റെ വിശദീകരണം കേട്ടശേഷം വേണ്ടപോലൊക്കെ ചെയ്യാമെന്നറിയിച്ച് രാമൻനായർ അയാളെ മടക്കിയയച്ചു.

മുമ്പൊക്കെ ഇതുപോലുള്ള കാര്യങ്ങളിൽ കാരണവർ തീരുമാനത്തിലെത്തുകയായിരുന്നു പതിവ്. ഇപ്പോൾ രാമൻനായർ ജനാധിപത്യം കൊണ്ടുവന്നതോടെ മഠത്തിലെ പെണ്ണുങ്ങൾക്ക് പോലും അഭിപ്രായം പറയാമെന്ന സ്ഥിതിയായി.

പുത്തൻ ആണ്ടവന്മാരുടെ കടന്നുകയറ്റത്തെ മഠത്തിലുള്ളവരും ഭയപ്പെട്ടു. ശീമക്കാർ പ്രചരിപ്പിക്കുന്ന മതത്തെപ്പറ്റി അപൂർവം തേവരുകുളത്തുകാർക്ക് ഒരേകദേശ ധാരണയുണ്ട്. ഇവിടത്തെ അയിത്ത ജാതിക്കാരുടേത് പോലുള്ള ചുറ്റുപാടുകളിൽ കാലിത്തൊഴുത്തിൽ പിറന്നുവീണ ഒരു കുട്ടി വളർന്ന് വലുതായപ്പോൾ താൻ ദൈവത്തിന്റെ പുത്രനാണെന്നവകാശപ്പെട്ട് പ്രമാണിമാരെ ധിക്കരിച്ചു. പിച്ചക്കാരും പരമദരിദ്രരും മുക്കുവരാദി നീചജാതിക്കാരുമായിരുന്നു അയാളുടെ അനുചരന്മാർ. ധിക്കാരം ക്ഷമിക്കാവുന്നതിനും അപ്പുറമായപ്പോൾ നാടുവാഴുന്നവർ അയാളെ പിടികൂടി ഈശ്വരനിന്ദയെന്ന കുറ്റം ചുമത്തി കുരിശിൽ തറച്ചുകൊന്നു. കല്ലറയ്ക്കുള്ളിൽ മൂന്ന് ദിവസം കിടന്ന ജഡം വീണ്ടും ജീവൻ വച്ച് സ്വർഗത്തിലെത്തിയെന്ന് 'കഥയറിയുന്ന' തേവരുകുളത്തുകാർ വിശ്വസിക്കുന്നില്ല.

ഈ നാട്ടിലെ അയിത്ത ജാതിക്കാർ ശീമക്കാരുടെ മതത്തെ ആശ്ലേഷിക്കുന്നതിന്റെ 'രഹസ്യം' അങ്ങനെ കരക്കാർക്ക് പിടികിട്ടി.

അതുകൊണ്ടുതന്നെ, സനാതനമതത്തിന് ഭീഷണിയായിത്തീരാവുന്ന 'കിരിസ്തു'മതത്തെ വളരാനനുവദിച്ചുകൂടെന്ന കാര്യത്തിൽ അവർക്കിടയിൽ രണ്ടുപക്ഷമില്ല.

എന്നാൽ അങ്ങനെയല്ല കാര്യങ്ങളെന്ന് രാമൻനായർക്കറിയാം. ചാന്നാന്മാർ മാത്രമല്ല, ഇവിടത്തെ ഈഴവരും ചെറുമക്കളും പുതിയ മതത്തിൽ ചേർന്നാൽ പോലും അദ്ദേഹം അത്ഭുതപ്പെടുകയില്ല. അവരുടെ ദൈവം കൂടുതൽ സത്യമെന്നോ ശക്തനെന്നോ ഉള്ള തോന്നലല്ല അതിന് കാരണം.

എല്ലാവരും ഹിന്ദുക്കളെന്ന് കരുതപ്പെടുന്ന ഒരു സമൂഹം. അതിൽ തട്ടുതട്ടായി തിരിച്ച് അകറ്റി നിർത്തപ്പെട്ടിട്ടുള്ള അനേകം വിഭാഗങ്ങൾ, ഈശ്വരനെ വണങ്ങുമ്പോൾ പോലും ഭക്തിയെ കടത്തി വെട്ടുന്ന ജാതിബോധം. ഭഗവതി ക്ഷേത്രത്തിന്റെ നാലയലത്ത് കാലുകുത്താൻ പോലും ഇവിടത്തെ അവർണർക്കവകാശമില്ല. നിർബന്ധമാണെങ്കിൽ ഹൈന്ദവീയതയുടെ ചട്ടക്കൂടിനകത്ത് നിന്നുകൊണ്ട് ആരാധനാമൂർത്തികളെ എത്രവേണമെങ്കിലും അവർക്ക് സൃഷ്ടിക്കാം!

എന്നാൽ, മനുഷ്യർക്ക് യഥേഷ്ടം സൃഷ്ടിക്കാവുന്നവരാണോ, ഈശ്വരന്മാർ?

അതംഗീകരിക്കാൻ രാമൻനായർക്കാവുന്നില്ല.

എങ്കിലും തന്റെ യുക്തിബോധത്തെ തൽക്കാലത്തേക്കെങ്കിലും മാറ്റി നിറുത്തേണ്ടത് ആവശ്യമാണെന്ന് അദ്ദേഹമറിഞ്ഞു.

മഠത്തിലുള്ളവർ മാത്രമല്ല, കരക്കാരും അസ്വസ്ഥരാണ്. നാട്ടിലുള്ള ചാന്നാന്മാരെല്ലാം വേദക്കാരായിത്തിർന്നാൽ ഹിന്ദുദൈവങ്ങൾ കോപിക്കാതിരിക്കില്ല, തീർച്ച .

ഇന്ന് ഹിന്ദുമതത്തെ ധിക്കരിക്കുന്നവർ നാളെ ജന്മിയെയും കരക്കാരെയും അനുസരിക്കാതെ വന്നാലെന്തു ചെയ്യും? ഇത്രകാലവും അനുഭവിച്ചു പോന്ന വിശേഷാധികാരങ്ങൾ എക്കാലവും തങ്ങൾക്കുണ്ടായിരിക്കണമെന്ന് അവരാഗ്രഹിക്കുന്നു. അതിനെതിരെയുണ്ടായിട്ടുള്ള വെല്ലുവിളികളെ അവർ നേരിട്ടതായിരുന്നു കഴിഞ്ഞകാലത്തിലെ കൊള്ളയും കൊലയും കൊള്ളിവയ്പും അതിക്രമങ്ങളും.

രാമൻ നായർ പറഞ്ഞു: "ചാന്നാന്മാർ അനുസരിക്കില്ലെന്ന് ആരും ഭയപ്പെടണ്ടാ. അക്കൂട്ടരെ അനുസരിപ്പിച്ചിട്ടാവാം, ബാക്കി കാര്യങ്ങൾ."

അദ്ദേഹം ഉദ്ദേശിക്കുന്നതെന്താണെന്ന് അപ്പോഴാർക്കും പിടികിട്ടിയില്ല.

ചതുപ്പിലെ കണ്ടങ്ങളിൽ കൃഷിയിറക്കിയിട്ടുള്ള പലരുടെയും ഏറ്റവും വലിയ ഭയം ജലദൗർലഭ്യം മൂലം നെൽച്ചെടികൾ കരിഞ്ഞു പോവുമോ അല്ലെങ്കിൽ വെള്ളം കയറി നശിച്ചു പോവുമോ എന്നതാണ്. അതിന്റെ ലക്ഷണങ്ങൾ ഇപ്പോൾ തന്നെ കാണാനുമുണ്ട്.

അതുവഴി വെറുതെ നടക്കാനിറങ്ങുമ്പോൾ പലപ്പോഴും രാമൻ നായർക്ക് തോന്നിയിട്ടുണ്ട്, അതിന്റെ മുകളറ്റത്തായി ഒരു കുളമുണ്ടാവണമെന്ന്. എന്നാൽ, കൂലി കൊടുത്ത് ഒരു കുളം കുഴിപ്പിക്കാവുന്ന ചുറ്റുപാടല്ല ഇപ്പോൾ മഠത്തിലേത്. മഠത്തിനകത്തുതന്നെ അതിന് എതിർപ്പുണ്ടായെന്നും വരും. കാരണം, കൂടതൽ അധ്വാനമാവശ്യമുള്ള കുളങ്ങളും തോടുകളും പാതകളുമെല്ലാം ഊഴിയവേലയിലൂടെ മാത്രമേ ഇന്നോളം നിർമിക്കപ്പെട്ടിട്ടുള്ളൂ.

ഊഴിയവേലയിലൂടെ കുളമുണ്ടാക്കാൻ നിശ്ചയിച്ചതിലൂടെ അദ്ദേഹത്തിന്റെ കണക്കുകൂട്ടലുകൾ ഫലിച്ചു. അതിലൊന്ന് വേദക്കാർ സ്വാധീനിച്ചാലും ചാന്നാന്മാർ ജന്മിയെ അനുസരിക്കും എന്ന് വരുത്തി ത്തീർക്കുകയായിരുന്നു. മറ്റൊന്ന് നെൽകൃഷിക്കുള്ള ജലസേചനം. മാത്രമല്ല, കുളമുണ്ടായാൽ ഏതു കാലാവസ്ഥയിലും ചെമ്മണ്ണുവിളയിലെ ചാന്നാന്മാർക്ക് കുടിക്കാനും കുളിക്കാനുമുള്ള വെള്ളത്തിന് ക്ഷാമമുണ്ടാവുകയുമില്ല.

ഊഴിയത്തിന് കാരണമായി മദാമ്മയുടെ ആഗമനത്തെ കരക്കാർക്ക് വ്യാഖ്യാനിച്ചു കൊടുക്കുകയുമാവാം.

പുലർച്ചെ അളമുവിനെ ആളയച്ചു വിളിപ്പിച്ചതിന്റെ ഉദ്ദേശ്യം അതായിരുന്നു. ഒപ്പം, ചുക്രിവൈദ്യനെയും വേലുപ്പണിക്കനെയും വിളിച്ചു വരുത്തി, കുളമുണ്ടാവേണ്ടതിന്റെ അവശ്യകത വിവരിച്ചു:

"ചതുപ്പിലെ കണ്ടങ്ങളിൽ ഈഴവരും ചാന്നാന്മാരുമാണ് കൃഷി ചെയ്യുന്നത്. വെള്ളത്തിനുള്ള സൗകര്യം ചെയ്തില്ലെങ്കിൽ വേനലിൽ എല്ലാം കരിഞ്ഞുപോവും."

അതൊരാവശ്യമാണെന്ന് വേലുപ്പണിക്കനും തോന്നി.

രാമൻനായർ നിർദേശിച്ച ദിവസം രാവിലെ തന്നെ ചതുപ്പിന്റെ കിഴക്കേക്കരയിൽ ചാന്നാന്മാരും ഈഴവരും എത്തിച്ചേർന്നു. എല്ലാവരും ഏറിയോ കുറഞ്ഞോ ഊഴിയംവേലയോട് അതൃപ്തിയുള്ളവരാണ്. എന്നാലത് പുറമെ ഭാവിക്കുന്നത് ഗുണം ചെയ്യില്ലെന്നവർക്കറിയാം.

നാലഞ്ച് നാഴിക പുലർന്നപ്പോൾ രാമൻനായരോടൊപ്പം അധികാരിയും അനന്തൻനായരുമെത്തി.

ത്രികോണാകൃതിയിൽ ഒരിടത്തരം കുളമാണ് കാരണവർ ഉദ്ദേശിച്ചത്. അതിന്റെ അളവുകൾ അനന്തൻനായർ വിവരിച്ച് കേൾപ്പിച്ചു. സ്ഥാനവും കാട്ടിക്കൊടുത്തു. കുളത്തിന്റെ രണ്ട് വശങ്ങൾ കരയോട് ചേർന്നുള്ളതാണ്. ചുവട്ടിലെ നീളമുള്ള വരമ്പ് എങ്ങനെയുള്ളതാവണമെന്നും, അതിന്റെ ഉയരവും, അടിത്തട്ടിലെയും മുകൾപ്പരപ്പിലെയും വീതിയും എത്രകോൽ വീതമായിരിക്കുമെന്നും രാമൻനായർ തന്നെ വിശദീകരിച്ചു. കൃഷിയാവശ്യങ്ങൾക്ക് വേനൽക്കാലങ്ങളിൽ വെള്ളം തുറന്നുവിടാൻ പാകത്തിൽ വരമ്പിൽ മൺകുഴൽ സ്ഥാപിക്കണം. മഴക്കാലങ്ങളിൽ നിറയുന്ന അധിക ജലം ഒലിച്ചു പോവാൻ പാകത്തിൽ തെക്കേമൂലയിൽ കല്ലു പാകി ബലപ്പെടുത്തുകയും, അവിടുന്ന് താഴോട്ട് മുമ്പ് ഉണ്ടാക്കിയിട്ടുള്ള തോടുവരെ വലിയൊരു ചാലുണ്ടാക്കുകയും വേണം.

പണിക്കാരുടെ മേൽനോട്ടം ചുക്രിവൈദ്യനും വേലുപ്പണിക്കനും തന്നെ.

അധികാരി അനുവദിച്ച സമയം അഞ്ച് ദിവസമാണ്. ഇരുന്നൂറോളം പേർ, ആയിരമാളുടെ പണി. എന്നാലത് മതിയാവില്ലെന്ന് രാമൻനായർ അഭിപ്രായപ്പെട്ടു. മാത്രമല്ല, തുടർച്ചയായി പണി ചെയ്യുന്നതിന് പകരം ഒന്നിടവിട്ട ദിവസങ്ങളിൽ ആകാമെന്നും അദ്ദേഹം പറഞ്ഞു. ഇടക്കുള്ള ദിവസങ്ങളിൽ മറ്റെന്തെങ്കിലും വേലകൾ ചെയ്ത് ആഹാരത്തിനുള്ള വഴി യുണ്ടാക്കാമല്ലോ.

ആരുമൊന്നും പറഞ്ഞില്ല. എന്തു പറയാൻ? ചോരയെ നീരാക്കി ഈ കൂലിയില്ലാത്ത പണി ചെയ്തിട്ട് അവർണർക്കാർക്കെങ്കിലും ഈ കുളത്തിലൊന്ന് മുങ്ങിക്കുളിക്കാൻ പറ്റുമോ?

ജന്മിയും അധികാരിയും പോയിക്കഴിഞ്ഞപ്പോൾ ഈഴവർ ചാന്നാന്മാരെ കുറ്റപ്പെടുത്താൻ തുടങ്ങി. വേദക്കാരെ വിളിച്ചു വരുത്തിയതിലൂടെ ശൂദ്രരെ പ്രകോപിപ്പിച്ചത് ചാന്നാന്മാരാണ് എന്നവർ പറഞ്ഞു. തങ്ങളും വേണം, അതിന്റെ ശിക്ഷ അനുഭവിക്കാൻ!

അത് വാസ്തവമല്ലെന്നവരെ പറഞ്ഞു മനസിലാക്കിക്കാൻ വേലുപ്പണിക്കൻ നന്നേ പണിപ്പെട്ടു. ഓരോന്നും ചെയ്യണമെന്ന് തോന്നിയാൽ അങ്ങത്തെമാർ പിൻവാങ്ങുകയില്ല. പള്ളിക്കാർ ചെമ്മണ്ണുവിളയിലേക്കു വന്നതും കുളമുണ്ടാക്കുന്നതുമായി ബന്ധമൊന്നുമില്ലെന്നയാൾ തീർത്തു പറഞ്ഞു. ഊഴിയം താഴ്ന്നജാതിക്കാർക്ക് വിധിച്ചിട്ടുള്ളതാണ്. ഇഷ്ടമായാലും ഇല്ലെങ്കിലും നമ്മള് ചെയ്തേ പറ്റൂ.

ആൾക്കൂട്ടത്തിൽ ആരോ പറഞ്ഞു, "വേലുവണ്ണനത് പറയാം. ചതുപ്പില് കൃഷിയൊണ്ടല്ലോ."

രാമൻനായർക്ക് തൃപ്തികരമായ രീതിയിൽ കുളമുണ്ടാക്കാൻ ആദ്യം പറഞ്ഞിരുന്നതിന്റെ മൂന്നിരട്ടിയിലധികം ദിവസങ്ങളെടുത്തു.

വേനൽക്കാലമാണെങ്കിലും കുളത്തിന്റെ കിഴക്കേമൂലയിൽ സാമാന്യം നല്ലൊരുറവാണുള്ളത്. പടിഞ്ഞാറുള്ള ചതുപ്പിനെക്കാൾ ഉയരത്തിൽ കുളത്തിൽ വെള്ളം കെട്ടിനിന്നു. മൺകുഴലിലൂടെ അത് പുറത്തേക്കൊഴുകി.

രാമൻനായർ ആദ്യം വേലുപ്പണിക്കനെയും പിന്നെ ചുക്രിവൈദ്യനെയും മഠത്തിലേക്ക് വിളിച്ചുവരുത്തി തന്റെ സംതൃപ്തി അറിയിച്ചു. വിനയം നടിച്ചു നിന്ന വൈദനോട് അദ്ദേഹം പറഞ്ഞു.

"എല്ലാരും നല്ലത് പോലെ വേല ചെയ്തിട്ടുണ്ട്. ചെമ്മണ്ണുവിളക്കാർക്ക് ഒരിക്കലും വെള്ളത്തിന് ദാരിദ്ര്യമുണ്ടാവുല്ല. എന്തായാലും ഭാവിയിൽ തീരെ ഒഴിവാക്കാനാവാതെ വന്നാൽ മാത്രമേ നിങ്ങളെക്കൊണ്ട് ഊഴിയവേല ചെയ്യിക്കൂ."

വൈദ്യന് ഏറെ സന്തോഷമായി. ചെമ്മണ്ണുവിളയിൽ തിരിച്ചെത്തിയതു മുതൽ ചാന്നാന്മാരെ ബാധിക്കുന്ന നല്ലതോ ചീത്തയോ ആയ ഏതു കാര്യവും മഠത്തിൽ നിന്നും അയാളോട് പറഞ്ഞേൽപ്പിക്കുകയാണ്

പതിവ്. അതംഗീകാരമായി തോന്നാറുണ്ടെങ്കിലും ഊഴിയമെന്ന് കേൾക്കുമ്പോൾത്തന്നെ പ്രാകാനും ചീത്തപറയാനും തുടങ്ങും, ആളുകൾ.

അയാൾ വിനീതനായി പറഞ്ഞു: "അങ്ങത്തെ പെരിയ മനസൊള്ള ആളാണ്. ഈ ദേശത്ത്കാരയ്ക്ക് കാണപ്പെട്ട ആണ്ടവനുമാണ്." ഒന്നു നിറുത്തി അയാളറിയിച്ചു: "അങ്ങത്തെയോടൊരപേക്ഷയൊണ്ട്. കാല് സാതീനമില്ലാത്ത ഈ ഏഴയോട് കരുണ കാട്ടണം."

"നീ കാര്യം പറ." രാമൻനായരാവശ്യപ്പെട്ടു.

"വേല ചെയ്ത് പത്തു ചക്രമൊണ്ടാക്കാനൊള്ള ത്രാണിയില്ല. ചാവ്ണതിന് മുമ്പ് ഒരൽപ്പം മണ്ണ് സ്വന്തമായിട്ടൊണ്ടാവണമെന്നൊരാഗ്രഹം."

"അതിന് മഠം വക വസ്തുക്കൾ കൈമാറ്റം ചെയ്യാനൊക്കൂല്ല"

"മഠം വകയായിട്ടൊള്ളത് വേണ്ടാ. അങ്ങത്തെ അൽപ്പമൊന്ന് കനിഞ്ഞാ ചതുപ്പിനക്കരെ ഒരു കണ്ടം എനക്ക് പതിച്ചുകിട്ടും."

"അത് പണ്ടാരം വകയാണ്. അതിന് പണം കൊടുക്കണം."

"കുറച്ചെന്തരെങ്കിലുമാണെങ്കി കൊടുക്കാം."

അൽപ്പനേരത്തെ ആലോചനയ്ക്ക് ശേഷം കാരണവർ പറഞ്ഞു: "ഒരു കാര്യം ചെയ്യ്. ഒരാഴ്ച കഴിഞ്ഞിട്ട് അധികാരിയെ ചെന്നൊന്ന് കാണ്. ഞാനയാളോട് സംസാരിക്കാം."

"ഓ."

അയാൾ നേരെ ചെന്നത് മല്ലുവിന്റെ കുടിലിലേക്കാണ്. പതിവുള്ളതല്ല. മൺതിട്ടയിലിരുന്ന് ആമുഖമായിട്ടയാൾ ചോദിച്ചു:

"മല്ലുവിന്റ കൈവശം എത്തര ചക്രമൊണ്ട്?"

മല്ലുവിനൊന്നും മനസ്സിലായില്ല: "എന്തരിന്?"

"എത്തര ചക്രമൊണ്ട്, അല്ലെങ്കി ഒണ്ടാക്കാൻ പറ്റുമെന്ന് പറ."

"അങ്ങനെ ചോദിച്ചാ നാലോ അഞ്ചോ ചക്രം കാണും."

"അത് പോരാ." വള്ളിയെ ശ്രദ്ധിച്ചയാൾ ചോദിച്ചു; "എവക്കെത്തര ചക്രത്തിനൊള്ള ഉരുപ്പടിയൊണ്ട്?"

പൊന്ന് കൊണ്ടുള്ള കമ്മലും കാശുമാലയും. വെള്ളിയിൽ തീർത്ത അരഞ്ഞാണവും കൊലുസ്സും. കൊലുസ്സൊഴികെയുള്ള ആഭരണങ്ങളെ കുറിച്ച് മറ്റാർക്കും അറിഞ്ഞുകൂടാ. അതവൾ അണിഞ്ഞു നടക്കാറുമില്ല.

പുറത്തേക്ക് നോക്കി മറ്റാരുമില്ലെന്ന് ഉറപ്പു വരുത്തി വൈദ്യൻ പറഞ്ഞു: "വെളിലൊരു ചെവി അറിയണ്ടാ. ഉങ്കള്ക്ക് സ്വന്തമായിട്ട് സ്വൽപ്പം മണ്ണൊണ്ടാവ്ണ കാരിയമാണ്. അങ്ങത്തെക്കിട്ടെ നാൻ കേട്ടിരിക്ക്. ചക്രമൊണ്ടെങ്കി കൊറഞ്ഞ വെലയ്ക്ക് പതിച്ചു കിട്ടും."

"എങ്കെ?"

"ചതുപ്പിക്ക അന്തപ്പക്കം. അളമുവിക്ക കണ്ടത്തിക്ക കിട്ടെ."

"അങ്കെ തറ കെടച്ചാ എന്നാ കാരിയം?"

"കാരിയമില്ലയാ? അളമു അങ്കെ എന്നെല്ലാം പണ്ണ്റാൻ തെരിയുമാ? എല്ലാ ചന്തനാൾകളിലും സാമാനങ്കള് ചെമട്ടുകാര് ചന്തയ്ക്ക് കൊണ്ട് പോറാങ്ക. ആരും കാണാതെ തെക്കിലി കൊണ്ട് പോറത് വേറയും. അതെല്ലാം വിറ്റ് കിട്ട്റ ചക്റം സാരമില്ലാത്തതാ?"

"അപ്പടിയല്ല. അതുക്കെല്ലാം നെറയെ ചക്റം വേണം." ഒന്നു നിർത്തി മല്ലു ചോദിച്ചു: "അന്ത തറയ്ക്ക് അളമുവണ്ണൻ എന്ന വെല കൊടുത്താര്?"

"അത് യാരുക്കും തെരിയാത്." വൈദ്യൻ പറഞ്ഞു: "അതൊണ്ണും അവങ്ക വിട്ടു ചൊല്ലമാട്ടാങ്ക."

ചേമയിൽനിന്നും ചിലതെല്ലാം വള്ളി മനസിലാക്കിയിട്ടുണ്ട്. അവൾ പറഞ്ഞു: "ഏക്കറക്ക് നാപ്പത് പണം അവങ്ക കൊടുത്തിരുക്കു താം."

"എന്ന് വച്ചാ. എത്തര ചക്ക്റം?"

മൂന്നു പേർക്കും കൃത്യമായി അത് അറിഞ്ഞുകൂടാ. ഇരുപത്തെട്ട് ചക്രം ചേർന്നാൽ ഒരു രൂപയാവുമെന്നും നാല് ചക്രം ഒരു പണ മാണെന്നും വൈദ്യനറിയാം. അതുവച്ച് ഏകദേശം കണക്കു കൂട്ടിയപ്പോൾ മല്ലു അന്തം വിട്ടിരുന്നു. അയാൾ പറഞ്ഞു:

"കൊറഞ്ചത് എട്ടേക്കറെങ്കിലും കാണുമെന്ന് ഊരുകാരെല്ലാം ചൊല്ല്റാങ്കെ. ഇത്തരേം ചക്കിറം അവര്ക്ക് എങ്കേന്ത് കെടച്ച്? നിതി കെടച്ചെന്റ് ചുമ്മാവല്ല ആളുങ്കള് ചൊല്ലറത്!"

"ചുമ്മാതാൻ," വള്ളി തീർത്തു പറഞ്ഞു: "അതുക്കാകെ അവാള് രൊമ്പ കട്ടപ്പെട്ടിരുക്ക്. ശീലവഴക്ക് കാലത്തിലെ അവങ്കളുക്ക് വയലിലിരുന്ത് ആതായമൊണ്ണും കെടയ്ക്കല്ലെ. പത്തയ്ന്നൂറ് ഏത്തവാഴയും നട്ടിരുന്തത്. അതുക്കെല്ലാമൊള്ള ആതായം മടത്തിലെ എടുത്തുവെച്ചിരുന്തത്. അവങ്കതാൻ വസ്തു വാങ്കിക്കൊടുത്തത്. ഇപ്പോതും മടത്തിർക്ക് മീട്ടിതീർക്ക അവങ്കളുക്ക് നല്ല കടമിരുക്ക്."

വൈദ്യനും മല്ലുവിനും പുതിയ അറിവുകളായിരുന്നു, അതെല്ലാം.

"അത്തര കൂടുതല് നമ്മ കയ്യിലിരുക്കാ?"

"അത്തര കൂടുതല് വേണ്ടാന്ന് വയ്ക്കണും." വള്ളിക്കാണ് കൂടുതൽ താൽപ്പര്യം. അവൾ വൈദ്യനോട് പറഞ്ഞു: "മാമൻ കാരിയങ്കള് കേട്ടറിഞ്ച് വരണും. എനക്ക ഉരുപ്പടികള് വിയ്ക്കലാം. ഇപ്പടി ഒരു കാരിയമാക്കുമെന്റ് കേട്ടാ എനക്ക അപ്പനും സഹായിപ്പാര്."

"നീ കുടുംബക്കാരി!" വൈദ്യന്റെ അഭിനന്ദനം.

അവൾക്ക് എന്തെന്നില്ലാത്ത അഭിമാനം തോന്നി. ഭർതൃ പിതാവിൽ നിന്നും ആദ്യമായിട്ടാണങ്ങനെ കേൾക്കുന്നത് .

പുറത്ത് കടന്ന വൈദ്യൻ ഒരു നിമിഷം നിന്നു: "സ്വന്തം തറയില് കെടന്ന് ചാവാൻ എനക്കും കൊതിയൊണ്ട്. പക്ഷെ ഗതിയില്ല. ഞാ ഇതും സ്വന്തം പോലെ തെന്നെ. എന്റ രത്തത്തില് പെറന്നവനല്ലിയോ മല്ലു നീ!"

അയാൾ നടന്നകന്നു

മല്ലുവും പെണ്ണും കൂട്ടിക്കുറയ്ക്കലുകൾ നടത്തി. അളമുവിന് ഏക്കറൊന്നിന് ആറു രൂപ വച്ച് ഇരുപത്തെട്ടുചക്രം ആറ് വട്ടം. രണ്ടേക്കറിന് അതിന്റെ ഇരട്ടി. എട്ടേക്കറാവുമ്പോൾ ഒരേക്കറിന് കൊടുക്കതിന്റെ എട്ടിരട്ടി ചക്രം!

എല്ലാം തെറ്റ്.

അളമുവിനുള്ളത്രയെങ്കിലും വാങ്ങിച്ചില്ലെങ്കിൽ കുറച്ചിലാണെന്ന് മല്ലുവിന് തോന്നി. മറ്റൊന്നുമില്ലെങ്കിലും താൻ വൈദ്യന്റെ മകൻ. അൽപ്പ സ്വൽപ്പം വൈദ്യം തനിക്കുമറിയാം.

വള്ളി ഓർമിപ്പിച്ചു: "ഇരുന്നിട്ട് പോതും കാലു നീട്ടറത്."

"പോ, നിന്റയൊരു സിത്താന്തവും കൊണ്ട്!" അയാളവളെ ആട്ടി.

വൈദ്യൻ മഠത്തിലേക്ക് പോവുന്നത് കാണാനിടയായവർ തിരിച്ചെത്തിയപ്പോൾ ചോദിച്ചു: "ശെമ്മിയെ കണ്ടതുകൊണ്ടാണോ വൈത്തിയരേ, മൊകത്തിനൊരു വെട്ടം?"

പതിവിൽക്കടന്ന ഗൗരവം നടിച്ച് വൈദ്യൻ പറഞ്ഞു: "നാട്ടിലൊള്ള മൂപ്പമ്മാര് തമ്മില് കണ്ടെന്നും കാരിയങ്ങള് ആലോശിച്ചെന്നും വരും. അതിന് അഴണമാ?"

മിക്കപ്പോഴും മഠത്തിൽ ചെന്നിട്ട് അയാൾ അവശനായിട്ടേ മടങ്ങിയിട്ടുള്ളൂ.

ഒന്നുകൂടെ മുഖത്ത് ഗൗരവം വരുത്തി അയാൾ പറഞ്ഞു: "ഈ ഊഴിയവേല നിർത്തൽ ചെയ്യണമെന്ന് നാൻ അങ്ങത്തെക്കിട്ട് പറഞ്ഞിട്ടൊണ്ട്."

കേട്ടവർക്കതൊരു ഫലിതമായിരുന്നു: "എന്നിട്ടോ?"

"അതൊക്കെ നടക്കും."

എന്തായാലും അയാളുടെ ഭാവമാറ്റത്തിന്റെ പൊരുൾ ഏതാനും ആഴ്ചകൾക്ക് ശേഷം ആളുകൾക്ക് പിടികിട്ടി. അളമുവിന്റെ കണ്ടത്തിന്റെ കിഴക്കു ഭാഗത്തുള്ള നാലേക്കർ ഭൂമിക്ക് മല്ലു ജന്മിയായി. ഇക്കുറി നിധിയെപ്പറ്റി അധികമാരും ഓർത്തില്ല. മുടക്കാൻ ചക്രമുണ്ടെങ്കിൽ ഇതും ഇതിനപ്പുറവും സാധിക്കുമെന്നവർക്ക് മനസിലായി.

ചുക്രി വൈദ്യന്റെ അവകാശവാദമെന്തുതന്നെയായാലും വീണ്ടുമൊരു രണ്ടുമാസം കഴിഞ്ഞപ്പോൾ മഹാരാജാവ് ഊഴിയവേല നിർത്തൽ ചെയ്തതായി വേദപ്പള്ളിയിൽ അറിയിപ്പുണ്ടായി

ഇരുപത്

മദാമ്മ ചെമ്മണ്ണുവിളയിൽ വന്നുപോയിട്ട് മാസങ്ങൾ രണ്ടുമൂന്ന് കടന്നുപോയി. അവരുടെ പള്ളിയിൽ പോകണമെന്ന് ചടയന് കലശലായ മോഹമുണ്ട്. അതിനൊരു കാരണം കരുമൻ തന്നെ. കണ്ടുമുട്ടുമ്പോഴെല്ലാം അവൻ ഓരോന്നും പറഞ്ഞ് ചടയനെ ആക്ഷേപിക്കും. പള്ളിയും വേദവുമെന്നൊക്കെ കേട്ടാൽത്തന്നെ കരുമന് കലിവരും. വേദത്തിൽ ചേരുന്നവരെ അവൻ ഈയാംപാറ്റകളെന്ന് വിളിച്ചു. മഴക്കാലങ്ങളിൽ മണ്ണിനടിയിൽ നിന്നും പറന്നുപൊങ്ങുന്ന അവ ഏതാനും നാഴികകൾക്കകം ചിറകുകൾ കൊഴിഞ്ഞ് ഉറുമ്പുകളായി ത്തീരുന്നു. അൽപ്പായുസ്സുക്കളാണവ.

ചടയൻ വേദത്തിൽ ചേരില്ലെന്ന കാര്യത്തിൽ കരുമനോ മറ്റുള്ളവർക്കോ ലവലേശം സംശയമില്ല. മറിച്ചായാൽ അതായിരിക്കും അവന്റെ അന്ത്യം!

അങ്ങത്തെമാരെ ഭയന്ന് ചടയൻ ഇത്രനാളും അതെല്ലാം ക്ഷമിച്ചു. ഇനിയുമതാവില്ലെന്ന് തോന്നിയപ്പോൾ ഒരുദിവസം, ഇരുട്ടിക്കഴിഞ്ഞ് അവൻ തെക്കിലിയെ കാണാനെത്തി. പള്ളിയിൽ പോവാനുള്ള ആഗ്രഹം വെളിപ്പെടുത്തി: "തെക്കിലിയക്കാ സഹായിക്കണും."

"അതിനാരുക്കതും സഹായം വേണ്ടാ." തെക്കിലി പറഞ്ഞു: "ഞായറാഴ്ച രാവിലെ അങ്കെ പോനാ പോതും. ഇന്നി വേണുമെങ്കി, അതുക്കമിന്നേ ഉപദേശിയെക്കണ്ട് നാൻ വെവരം പറയാം."

ചടയന് സന്തോഷമായി. ഒപ്പം മറ്റുള്ളവർ അറിഞ്ഞാലുണ്ടാകാവുന്ന അപകടമോർത്തപ്പോൾ ഭയവും.

"നല്ല തുണിയുടുത്ത് പോണും" തെക്കിലി ഓർമിപ്പിച്ചു: "നാലാളു കൂടണ എടമാക്കും."

അടുത്ത ഞായറാഴ്ച കിഴക്ക് വെള്ളകീറും മുമ്പ് ചടയൻ ഉറക്കമുണർന്നു. പള്ളിയിലേക്ക് പോവുന്നത് ആരെങ്കിലും കണ്ടെങ്കിലോ എന്ന ഭയമുണ്ടായിരുന്നു. ആകെ ആശ്രയിക്കാവുന്നത് ഈ നാടിനെയും ഇവിടത്തെ മനുഷ്യരെയുമാണ്. അതിനാൽ നേരെ കിഴക്കോട്ട് പോവേണ്ടതിനു പകരം തെക്കോട്ടുപോയി, കുന്നു കയറിയിറങ്ങി, അതിനപ്പുറത്തെ കാട്ടിലൂടെയാണ് പള്ളിക്കുന്നിലെത്തിയത്.

ചന്തയിൽ പോവുന്നതിലും വ്യത്യസ്തമായൊരു കർമമാണ് പള്ളിയിൽ പോവുന്നതെന്ന് ചടയനറിഞ്ഞുകൂടായിരുന്നു. കരിങ്കാളിയ്ക്കും മാടനും കർമം ചെയ്യുമ്പോൾ ഉടുത്തൊരുങ്ങുന്ന പതിവ് ചെമ്മണ്ണുവിളക്കാർക്കില്ല. എന്നാലും, തെക്കിലി പ്രത്യേകം പറഞ്ഞിരുന്നതു കൊണ്ട് ആകെയുള്ള കട്ടിമുണ്ട് തലേന്ന് രാത്രി തോട്ടിൽ ഇടിച്ചു പിഴിഞ്ഞെടുത്തു. എന്നിട്ടും അതിലെ അഴുക്കും കറയും പോയില്ല. കാൽമുട്ടിനും താഴോട്ട് ഒരുപാടൊന്നും ഇറക്കവുമില്ല.

കുന്നിൻമുകളിൽ ആറ് തൂണുകൾക്ക് മുകളിൽ പുല്ലുമേഞ്ഞ മേൽക്കൂരയുള്ള പള്ളി പുതുമ തോന്നിച്ചു. ചുവരുകൾക്ക് പകരം ഈറപ്പായകൾ കെട്ടിത്തൂക്കിയിട്ടുണ്ട്. അധികം ദൂരെയല്ലാതെ, പലവട്ടമായി പള്ളിക്കുന്നിൽ കുടിയേറിയ ചാന്നാന്മാരുടെ കുടിലുകൾ.

മണ്ണിട്ടുയർത്തിയ പള്ളിയുടെ മുറ്റത്ത് ചടയനിരുന്നു.

നേരം പുലർന്നിട്ടുണ്ട്. അടുത്തുള്ള കുടിലുകളിലൊന്നിൽ നിന്നും ഇറങ്ങിവന്ന മെലിഞ്ഞ് ക്ഷീണിച്ചൊരു മനുഷ്യൻ ചോദിച്ചു: "ആര് നീ?"

"ചടയൻ."

"എന്തരിനിവിടെ ഇരിക്ക്ണ്?"

"വേദത്തില് ചേരണും."

"എവിടന്ന് വരണ്?"

"ചെമ്മണ്ണുവെളയിലന്ന്."

അപരിചിതന്റെ മുഖത്ത് സൗഹൃദം പ്രകടമായി. താൻ പള്ളിയിലെ ഒരു ടീക്കനാണെന്നും, പേര് മോശ എന്നാണെന്നും അയാൾ വെളിപ്പെടുത്തി. മോശ എന്നത് മോശപ്പെട്ട പേരൊന്നുമല്ല. വേദപുസ്തക ത്തിലുള്ള പേരാണ്.

മോശ തന്റെ കുടിലിൽ നിന്നും ഒരു പനയോല തടുക്ക് എടുത്തുകൊണ്ട് വന്നു. അയാളോടൊപ്പം ചടയനും പള്ളിക്കകത്തു കയറിയിരുന്നു. പള്ളിയെ അഭിമുഖീകരിക്കുന്ന പല പ്രശ്നങ്ങളെപ്പറ്റിയും അയാൾ പറഞ്ഞു കേൾപ്പിച്ചു. വേദത്തിൽ ചേരാൻ ആളുകൾക്കുള്ള വിമുഖതയാണ് അതിൽ പ്രധാനപ്പെട്ടത്. ചാന്നാന്മാരുടെ വേദമാണിത്. ഉപദേശിയും ചാന്നാൻ തന്നെ. എങ്കിലും ഉപദേശി വേദം പറഞ്ഞു ചെന്നാൽ ചാന്നാൻമാർക്ക് തീരെ മതിപ്പ് പോരാ. മതപരിവർത്തനശ്രമങ്ങളുമായി മദാമ്മ ഇറങ്ങി നടന്നതുകൊണ്ട് അഞ്ചാറു മാസങ്ങൾക്കകം ചുറ്റുപാടുമുള്ള ഏഴെട്ട് കുടുംബക്കാരെങ്കിലും വേദക്കാരായിത്തീർന്നിട്ടുണ്ട്.

വേദത്തിൽ ചേരണമെന്നല്ലാതെ യഥാർഥത്തിലതിന്റെ ഉദ്ദേശ്യമെന്താണെന്ന് ചടയനറിയില്ല. ചെമ്മണ്ണുവിളയിലെ ദൈവങ്ങളെ എന്നും ഭയമായിരുന്നു. ഭാവിയിലും ഭയപ്പെടും. ഏത് വേദത്തിൽ ചേർന്നാലും തന്റെ ആളുകൾ കുലദൈവങ്ങളെ ഭയപ്പെട്ടേ പറ്റു. അല്ലാത്തപക്ഷം ഏതെങ്കിലും നേരത്ത്, ഏതെങ്കിലും ഇടവഴിയിൽ വച്ച്, ആ ദൈവങ്ങൾ പിടികൂടാതിരിക്കില്ല.

മാടൻ അടിച്ചാൽ വായിൽ നിന്നും വയറ്റിൽ നിന്നും ഒരേസമയം ചോര പോവും. മണികെട്ടിയ മന്ത്രവാദിക്ക് പോലും അതിന് പ്രതിവിധി ചെയ്യാനാവില്ല. കരിങ്കാളിയുടെ കോപത്തെ വെല്ലുന്നതായി ഊരിൽ വേറൊന്നുംതന്നെയില്ല. കൊന്ന് ചോര കുടിച്ചിട്ട് ഉടൽ പിച്ചിച്ചീന്തിയെറിയുന്ന പ്രകൃതമത്രേ, ആ ഭൂതത്തിന്!

പള്ളിയിലേക്ക് ആളുകൾ വന്നുതുടങ്ങി. പൊടിമണ്ണുള്ള നിലത്തിരിക്കാനാവശ്യമായ ഇരിപ്പിടങ്ങൾ മിക്കവരും കരുതിയിട്ടുണ്ട്. ചിലർക്കത് പനയോലത്തടുക്കാണെങ്കിൽ, മറ്റുള്ളവർക്കത് പനയോലക്കഷണമാണെന്ന വ്യത്യാസമേയുള്ളൂ. പെണ്ണുങ്ങൾ വലതുഭാഗത്തും ആണുങ്ങൾ ഇടതുഭാഗത്തുമായി സ്ഥലം പിടിച്ചു. കട്ടിമുണ്ടോ ഒറ്റത്തോർത്തോ ആണ് ആണുങ്ങളുടെ വേഷം. പെണ്ണുങ്ങൾക്ക് മുണ്ടും റവുക്കയുമാണ്. ചിലർക്ക് തോൾശീലയുമുണ്ട്.

മുതിർന്നവരും കുട്ടികളുമായി മുപ്പതോളം പേർ.

ഒരു കൗതുകവസ്തുവിനെ എന്നോണം ആളുകൾ തന്നെ വീക്ഷിക്കുന്നത് ചടയനിൽ ഭയവും ലജ്ജയുമുണ്ടാക്കി.

പള്ളിയിലെ ആരാധനാരീതി വിരസമായിട്ടവന് അനുഭവപ്പെട്ടു. ഉപദേശി എന്തൊക്കെയോ പറയുന്നു. കല്ലിനെയും മരത്തെയും പിശാചുക്കളെയും പൂജിക്കുന്നവരെ അജ്ഞാനികളെന്നും മുട്ടാളന്മാരെന്നും ആക്ഷേപിക്കുന്നു. ഇടയ്ക്ക് അയാളുടെ നിർദേശപ്രകാരം എല്ലാവരും നിലത്തേക്ക് വളഞ്ഞ് കമിഴ്ന്നിരിക്കുന്നു. അയാൾ വേദത്തിലെ സർവ

ശക്തനോട് യാചിക്കുന്നു; തങ്ങളുടെ പാപങ്ങൾ പൊറുക്കാൻ. കഷ്ടപ്പാടുകൾ മാറ്റിത്തരാൻ. കൂടുതൽ കൂടുതലായി ആളുകൾ പള്ളിയിലേക്ക് വരാൻ.

കൂട്ടത്തിൽ, തന്നെപ്പറ്റി ഉപദേശി പരാമർശിക്കുന്നത് ചടയൻ ശ്രദ്ധിച്ചു. ചെമ്മണ്ണുവിളയിലെ ഒരാത്മാവ് കൂടെ സത്യവേദത്തിലെത്തിയിരിക്കുന്നു.

ആരാധനയിലെ അവസാനത്തെ ഇനം ചടയന്റെ ജ്ഞാനസ്നാനമാണ്. എന്നാൽ മുന്നിലേക്ക് ചെല്ലാൻ ഉപദേശി ആവശ്യപ്പെട്ടപ്പോൾ ചടയൻ ഭയന്ന് പിന്നിലേക്ക് ഒതുങ്ങിക്കൂടിയതേയുള്ളൂ. അടുത്തിരുന്ന മോശ ചന്തിക്കിട്ടൊരു നുള്ള് കൊടുത്തപ്പോഴാണ് അയാൾ ഇളകി മുന്നോട്ട് നീങ്ങിയത്.

ഉപദേശിക്ക് മുമ്പിൽ നിൽക്കുമ്പോൾ തന്നെ ഉറ്റുനോക്കുന്ന ആൾക്കൂട്ടത്തിന്റെ മുഖങ്ങൾ അവനെ കൂടുതൽ ഭീതിദനാക്കി.

"പള്ളിലെന്നും വരുമ്പം മാടനും കരിങ്കാളിയും വഴിവക്കില് പതുങ്ങി നിന്നാ നീയെന്തര് ചെയ്യും?" കരുമൻ ചോദിച്ചതാണ്.

സത്യവേദക്കാരനെക്കണ്ടാൽ കരിങ്കാളി പിന്തിരിയുമോ?

പ്രാർഥിച്ച വെള്ളം തലയിലൊഴിച്ച് ജ്ഞാനസ്നാനം നൽകുമ്പോൾ ഉപദേശി അയാൾക്ക് പുതിയൊരു പേരു നൽകി.

"സത്യവേതക്കാരനായ ഒനക്ക പേര് ഇനിമേലില് യോവേൽ എന്നാക്കും."

ആളുകൾ അതേറ്റു വിളിച്ചു; "യോവേൽ!"

ആ പേര് ഹൃദിസ്ഥമാക്കാൻ ചടയൻ നന്നേ പാടുപെട്ടു.

ഒരു സംശയമേയുള്ളൂ. ചെമ്മണ്ണുവിളക്കാരോ അങ്ങത്തെമാരോ താൻ യോവേൽ ആണെന്ന് അംഗീകരിച്ചുതരുമോ?

അല്ലെങ്കിൽ അതത്ര നല്ല പേരാണോ?

ഉപദേശി വേദപുസ്തകം തുറന്ന് യോവേലിന്റെ സുവിശേഷം വായിച്ചു; "അങ്ങനെ യഹോവ തന്റെ ദേശത്തിനുവേണ്ടി തീക്ഷ്ണത കാണിച്ച് ജനത്തെ ആദരിച്ചു. യഹോവ തന്റെ ജനത്തിന് ഉത്തരം അരുളിയത്, ഞാൻ നിങ്ങൾക്ക് ധാന്യവും എണ്ണയും വീഞ്ഞും നൽകും. നിങ്ങൾ അതിനാൽ തൃപ്തി പ്രാപിക്കും. നിങ്ങളെ ഇനി ജാതികളുടെ ഇടയിൽ നിന്ദ്യയാക്കുകയില്ല."

പുസ്തകമടച്ചുവച്ച് ഉപദേശി തുടർന്നു: "ഇത് നമ്മ ശാതിയെപ്പറ്റിയാക്കും. കട്ടായമായിട്ടും ചാന്നാർ ശാതിയെപ്പറ്റിയാണ്. ചെമ്മണ്ണുവെളേല് അജ്ഞാനികളായി ഇപ്പഴും കഴിയണ ചാന്നാമ്മാരോട് നമ്മള യോവേൽ സത്യദൈവത്തിന്റെ മാർക്കം പേശുവാൻ. അവന്റ ശപ്തം അവര് തിരിച്ചറിയപോറത്. ആട്ടിൻപറ്റം എടയന്റ ശപ്തം തിരിച്ചറിയണപോലെ. അവര് കൂട്ടത്തോടെ ദൈവമാർഗത്തിൽവരും. കട്ടായം."

വീണ്ടുമൊരു പ്രാർഥനയ്ക്കുശേഷം 'ആമേൻ' പറഞ്ഞ് ആളുകൾ പിരിഞ്ഞു.

ഉപദേശി പറഞ്ഞപോലെ ലളിതമായിരുന്നില്ല ചെമ്മണ്ണുവിളയുടെ

യാഥാർഥ്യം. വേദക്കാരനായിത്തീർന്ന ചടയന്റെ 'വചനം' ഗ്രഹിക്കുന്നതു പോട്ടെ, അവനെ അടുത്ത് കാണാൻ പോലും ആളുകൾ ഇഷ്ടപ്പെട്ടില്ല. തന്റെ പ്രവൃത്തിയിലൂടെ അവൻ മുഴുവൻ ചെമ്മണ്ണു വിളക്കാരുടെയും നിലനിൽപ്പിനെ അപകടപ്പെടുത്തിയതായി അവർ വിലപിച്ചു. അവനെ അകറ്റിനിർത്തിയാൽ അങ്ങത്തെമാരുടെ വയലുകളിലും പറമ്പുകളിലും വേല ചെയ്ത് പട്ടിണി മാറ്റാം. കുലദൈവങ്ങൾ വരൾച്ചയും പ്രളയവും വ്യാധികളുമുണ്ടാക്കി ശിക്ഷിക്കുകയുമില്ല.

ചടയന്റെ എടുത്തുചാട്ടത്തിന് പ്രായശ്ചിത്തമായി കർമി ചുണ്ടൻ മൂപ്പന്റെ പ്രേരണയാൽ ചെമ്മണ്ണുവിളക്കാരെല്ലാം ചേർന്ന് കുലദൈവങ്ങൾക്ക് ഒരു കർമവും കഴിച്ചു.

ഏത് മതത്തിൽ വിശ്വസിച്ചാലും ഇല്ലെങ്കിലും, വിശപ്പുമാറ്റാൻ പോം വഴി ഒന്നേയുള്ളു: ഭക്ഷണം. ഒറ്റത്തടിയായതിനാൽ മറ്റാരും വിശന്ന് കരയുകയില്ല എന്ന സമാധാനമുണ്ടെങ്കിൽപ്പോലും, ചടയനും വിശന്നു. അവൻ ഞണ്ടും മീനും എലിയും പിടിക്കാനിറങ്ങി.

പള്ളിയിലെ വർത്തമാനങ്ങൾ ആരോടെങ്കിലും ഒന്ന് പറയണമെന്നുണ്ട്. തനിക്ക് ലഭിച്ച പുതിയ പേരിനെക്കുറിച്ചും. വേദപുസ്തകത്തിലുള്ള പേരാണ് തനിക്ക് കിട്ടിയതെന്നോർക്കുമ്പോൾ അഭിമാനം തോന്നുമെങ്കിലും ഇടയ്ക്കിടെ ഓർമിച്ച് വച്ചില്ലെങ്കിൽ അത് പാടേ മറന്നുപോയേക്കും എന്ന തകരാറുമുണ്ട്.

ഒരുദിവസം അളമുവിനെ സമീപിച്ചു.

"അളമുവണ്ണൻ പതിച്ചുവാങ്കിന തറേടെ കൊറെച്ചെടം ഇപ്പഴും വേലയൊന്നും ചെയ്യാതെ കെടക്കണു. നാൻ വേല ചെയ്യാം. മനസ്സൊള്ള കൂലി തന്താ മതി."

കുറഞ്ഞകൂലിയ്ക്ക് ആരെങ്കിലും തന്റെ കണ്ടത്തിൽ ജോലി ചെയ്യുന്നത് അളമുവിന് സന്തോഷമുള്ള കാര്യമാണ്. ചടയനാവുമ്പോൾ പിന്നീട് കലഹിക്കുമെന്ന ഭയവുമില്ല. എന്നാൽ, കേട്ടിരുന്ന ചേമ എതിർത്തു: "അങ്ങത്തെമാരെ പെണക്കറത്ക്കാ ഉത്തേശം? അപ്പടിയൊള്ള സഹായമൊന്നും എങ്കളുക്ക് വേണ്ടാ. ചടയൻ വേറെയെന്തെരെങ്കിലും വേല നോക്ക്."

ചുക്രിവൈദ്യനെയും മല്ലുവിനെയും ചെന്നുകണ്ടു.

"പതിച്ചുവാങ്കിന തറ പാഴായിക്കെടക്ക്ത്," ചടയൻ പറഞ്ഞു: "നാനാ മണ്ണിലെ പൊന്ന് വെളയിക്കലാം. എനക്ക് വേല തരണും."

അവരും കൈമലർത്തി: "തറ പതിച്ചുകെടെച്ചെങ്കിലും അതിന്റ വെല ഇതുവരെ കൊടുത്തിട്ടില്ല. കടം തീരാതെ അങ്കെയൊന്നും ചെയ്യണ്ടാന്ന് അങ്ങത്തെ ചൊല്ലിയിരുക്ക്."

വൈദ്യനവനോട് അനുകമ്പയില്ലാതില്ല. അവനെ സഹായിച്ചാൽ മഠത്തുകാർക്ക് ഇഷ്ടപ്പെട്ടേക്കില്ല എന്ന ഭയമുണ്ട്. ഭൂമിയുടെ മേൽ കടമുണ്ടെന്ന് അവനെ നിരുത്സാഹപ്പെടുത്താൻവേണ്ടി വെറുതെ പറഞ്ഞതാണ്.

വൈദ്യൻ ചോദിച്ചു: "ഒനക്ക് കാട്ടില് പോവാനൊക്കുമാ?"

"എന്തരിന്?"

"എനക്ക് ചെല ശാതി മരുന്തുകള് വേണും. കാട്ടിലേ കെടയ്ക്കു. അത് കൊണ്ടുതന്നാ നാൻ വെലതരാം."

വിശപ്പടക്കാൻ വേറെ പഴുതുകളില്ല. പള്ളിയിൽ ചെന്ന് ഉപദേശിയെ കണ്ടതാണ്. അയാളും നിസ്സഹായതയറിയിച്ചു; പള്ളി പ്പറമ്പിൽ കുടിൽ കെട്ടിക്കഴിയുന്നവരും പട്ടിണിയിലാണ്. മറ്റെന്തെങ്കിലും വഴിനോക്ക്. ആണ്ടവനോട് കരഞ്ഞ് മുട്ടിപ്പായി പ്രാർഥിയ്ക്ക്. ഇന്നല്ലെങ്കിൽ നാളെ അവിടന്ന് ഒരുവഴി കാണിച്ചുതരാതിരിക്കില്ല.

അവൻ ചുക്രിവൈദ്യനുവേണ്ടി കാട്ടിലലയാൻ നിർബന്ധിതനായി. നീലക്കൊടുവേലി, കരിനൊച്ചി, നീലനാരകം, ആനപ്പാൽ, കൽമദം, തുട ങ്ങി അത്യപൂർവമായ ചെടികളും മറ്റു വസ്തുക്കളും മാത്രമേ അവൻ ശേഖരിക്കേണ്ടതുള്ളു. അല്ലാത്തവ കുഞ്ചിയും മകളും ശേഖരിച്ചു കൊ ള്ളും.

ആ ദിവസങ്ങളിലൊന്നിൽ വൈദ്യനോടവൻ പള്ളിയിലെ വിശേഷ ങ്ങളറിയിച്ചു. കൂട്ടത്തിൽ തന്റെ പേര് യോവേൽ എന്നാണെന്നും വെളി പ്പെടുത്തി.

"യോവേല്!" വൈദ്യൻ ചോദിച്ചു: "അതുക്ക അർത്തമെന്നാ?"

"വേതത്തിലൊള്ള പെരിയൊരാള്" അവൻ പറഞ്ഞു.

"ചാന്നാന് അപ്പടിയൊള്ള പേര് പാടൊണ്ടോ?'

ചടയനത് നിശ്ചയം പോരാ.

എന്തായാലും ചടയൻ വേദത്തിൽ ചേർന്നതുകൊണ്ട് കുല ദൈവ ങ്ങളും അങ്ങത്തെമാരും ഇതുവരെ കോപിച്ചില്ല എന്നത് ചെമ്മണ്ണുവിള ക്കാർക്ക് ആശ്വാസവും അതിശയവുമായി.

മുൻകാലങ്ങളിൽ അങ്ങനെയായിരുന്നില്ല.

ആയിടയ്ക്കൊരു ഞായറാഴ്ച പള്ളിയിൽ പ്രധാനപ്പെട്ട ഒരറിയു പ്പുണ്ടായി. കിഴക്കൻമലകളിൽ ധ്വരമാർ വിസ്തൃതമായ ഭൂമി പതിച്ചുവാ ങ്ങിയിട്ടുണ്ട്. അവിടെ കാപ്പിയുടെ തോട്ടങ്ങളുണ്ട്. വേല ചെയ്യാൻ ആളെ വേണം. സത്യവേദക്കാരായ, ആരോഗ്യമുള്ള ആണുങ്ങളെ ആണാവശ്യം. താൽപ്പര്യമുള്ളവർ ആരാധന കഴിഞ്ഞ് പേരെഴുതിക്കണം.

മോശ ടീക്കൻ സ്വന്തം പേരെഴുതിച്ചു. ചടയന്റെ പേര് പറഞ്ഞു കൊടുത്തതും അയാൾ തന്നെ; 'യോവേൽ!'

പേരെഴുതുന്നതിനിടെ ഉപദേശി പറഞ്ഞു: "പള്ളിക്കൊള്ള വീതം കൂലിയിലിരുന്ത് പിടിക്കും."

ആർക്കുമതിൽ പരാതിയില്ല. പണി തരുന്നത് ധ്വരമാരാണെങ്കിലും പള്ളി മുഖേനയാണത്. ഒരു വീതത്തിന് പള്ളിക്കും അവകാശമുണ്ട്.

ചെമ്മണ്ണുവിളയിലെത്തിയയുടൻ അവൻ വൈദ്യനെ ചെന്നു കണ്ടു. എല്ലാ ദിവസവും പണിയുണ്ട്. കൂലി ആഴ്ചയിലൊരിക്കൽ ഒന്നിച്ചു കിട്ടും.

വാർത്ത ചെമ്മണ്ണുവിളയിൽ അങ്ങോളമിങ്ങോളമെത്തി. അത്ഭു തമല്ല, ഒരു തരം നടുക്കം പോലെ ആളുകളെ അത് ബാധിച്ചു. വേദക്കാ

രായാൽ, മാനും മ്ലാവിറച്ചിയും തിന്നുന്ന ധരമാരുടെ തോട്ടങ്ങളിൽ പണി കിട്ടുമെന്ന് അവരാരും നിനച്ചിരുന്നില്ല.

മറത്തുകാർ കൊടുക്കുന്നതിൽ നിന്നും കൂടുതലാണ്, കൂലി. മാത്ര മല്ല, സ്ഥിരമായ പണിയാണ്. അതിലുപരി, ശൂദ്രരുടെ ആട്ടും തെറിയും സഹിക്കേണ്ടതുമില്ല.

എന്നാലതിന് 'കിരിസ്തുമതം' സ്വീകരിച്ചേ മതിയാവൂ.

കുലദൈവങ്ങളുടെ കോപത്തെ ഭയന്നവർക്ക് വൈദ്യൻ 'യുക്തി' പറഞ്ഞു കൊടുത്തു: "ഇന്ദുമതത്തില് മുപ്പത്തിമുക്കോടി തേവീതേവൻ മാരൊണ്ടന്ന് വിശ്വാസം. അതിന്റ കൂട്ടത്തില് വേതക്കാരുടെ തേവനു മൊണ്ടെന്ന് വിചാരിച്ചാ മതി!"

"കുടിലില് കൊടിയ പട്ടിണി." ഒരുവൻ പറഞ്ഞു: "എനക്കും പെയ്യാ കൊള്ളാമെന്നൊണ്ട്."

"എനക്കും." മറ്റൊരുവൻ ഏറ്റുപറഞ്ഞു

"ധരമാരുടെ തോട്ടംവേല കൊട്ടാരത്തില ഉത്യോകം പോലെയാണ്."

"ധരമാര് മനുഷ്യപ്പറ്റൊള്ളവരാണ് പോലും."

"അടുത്താഴ്ച നാനും പള്ളിയില് പോവും."

ഇക്കുറി ആരും അരുതെന്ന് പറഞ്ഞില്ല.

ചുക്രിവൈദ്യൻ ചിന്തിച്ചു; ഗുണത്തിനായാലും ദോഷത്തിനായാലും ഇപ്പോൾ ചെമ്മണ്ണുവിളയുടെ മുഖലക്ഷണം വെള്ളിച്ചക്രത്തിന്റേതാണ്.

ഏതാനും ദിവസങ്ങൾക്കുശേഷം തന്റെ ജംഗമസ്വത്തുക്കളായ മൺ പാത്രങ്ങൾ പനയോലവട്ടിയിൽ നിറച്ച്, ചുരുട്ടിപ്പിടിച്ച പഴകിയ പനയോ ലപ്പായയുമായി, മലയിലേക്ക് പുറപ്പെടാൻ തയ്യാറായി ചടയൻ വൈദ്യ നടുത്തെത്തി.

"ചടയൻ ഇന്നി തിരുമ്പിവരാതപോലെ തോന്ന്ണല്ലോ." വൈദ്യൻ പറഞ്ഞു.

"അപ്പടിയൊന്നുമില്ല. അങ്കെ ചെന്റാലും എന്തരെങ്കിലും വേവിച്ചു തിന്നാൻ ചട്ടി വേണും."

"ങാ, പെയ് അഞ്ചാറ് ചക്രമൊണ്ടാക്കി സുഖമാ തിരുമ്പിവാ."

"ഓ, പിന്നെ വൈത്യരെനക്ക് ഒരുപകാരം ചെയ്യണും."

"ചൊല്ല്."

"എന്നെ യോവേൽ എന്ന് കൂപ്പിടണം. ഇപ്പോ അതെനക്ക പേര്."

"യോവേൽ. അപ്പടി ശെയ്യലാം."

നടന്നകലുന്ന യോവേലിനെ നോക്കിയിരുന്ന് വൈദ്യൻ ചിന്തിച്ചു; പണ്ട് താൻ തിരുനെൽവേലി വരെ പോയിട്ടുണ്ട്. ലോകം അതിനപ്പുറ ത്തേക്കും വ്യാപിച്ചു കിടക്കുകയാണെന്ന് അതിനുമുമ്പ് അറിയാമായിരു ന്നില്ല.

പുതിയ തലമുറ കിഴക്കൻമലകൾ മാത്രമല്ല, തിരുനെൽവേലിയും താണ്ടി, അതിനും വളരെ വളരെ അകലെ പുതിയ മേച്ചിൽപുറങ്ങൾ കണ്ടെത്തുമെന്ന് അയാൾ തീർച്ചയാക്കി.

ഇരുപത്തൊന്ന്

അളമുവിന്റെ രണ്ടാമത്തെ മകൻ കൊച്ചന് ജ്വരംപനി പിടിപെട്ട് മരിക്കുമ്പോൾ ആറുവയസ്സുണ്ടായിരുന്നു. എന്നാലതിന്റെ ഏതാനും ആഴ്ചകൾക്കുശേഷം അയാൾക്ക് മറ്റൊരു മകൻ പിറന്നു, എമിലിയിൽ.

എങ്കിൽക്കൂടിയും, അവളെ തന്റെ പുരുഷന്റെ രണ്ടാം ഭാര്യയായി അംഗീകരിക്കാൻ ചേമയ്ക്ക് മനസ്സുവന്നില്ല. മാത്രമല്ല, അവൾക്ക് ആധി കൂടിയിട്ടേയുള്ളു.

ഒരുപ്രായമെത്തിയാൽ സ്വന്തം ആഹാരത്തിനുള്ള വഴി തേടുകയാണ് പൊതുവിൽ ചെമ്മണ്ണുവിളയിലെ കുട്ടികളുടെ രീതി. എന്നാൽ കൃഷിയും ഭൂസ്വത്തുമൊക്കെയുണ്ടായിക്കഴിഞ്ഞപ്പോൾ തന്റെ പുരുഷന്റെ സ്വത്തുക്കളിൽ തന്റെ മക്കൾക്കുള്ളതുപോലെയുള്ള അവകാശം എമിലിയുടെ സന്തതിയും ആവശ്യപ്പെട്ട് വന്നേക്കുമെന്ന് അവൾ ന്യായമായും ഭയന്നു.

എമിലിയുമായി തുടർന്നും അളമു ബന്ധപ്പടുന്നത് നിരുത്സാഹപ്പെടുത്താൻ അവൾ പല തന്ത്രങ്ങളും പയറ്റിനോക്കിയതാണ്. കൃഷിയിടത്തിലേക്ക് അയാൾക്കൊപ്പം മക്കളെയും പറഞ്ഞയക്കുന്നതായിരുന്നു, അവയിലൊന്ന്. എന്നാലതൊന്നും പറയത്തക്ക ഗുണം ചെയ്തില്ല. മൂത്ത മകൻ പെരുമാൻ കണ്ടത്തിലെവിടെയെങ്കിലും കളിച്ചും കിളച്ചും നട്ടുമൊക്കെ നേരം പോക്കും. ഇരട്ട സന്താനങ്ങൾക്ക് ചുവട്ടിൽ പുതുതായുണ്ടാക്കിയ തോട്ടിൽ അണകെട്ടും പാലംപണിയുമാണ് മുഖ്യവിനോദം. ചിലപ്പോൾ പെരുമാനും അവർക്കൊപ്പം കൂടും.

ഇതൊക്കെയാണെങ്കിലും, അളമു എത്രവട്ടം എമിലിയുടെ പുരയിൽ കയറി, എന്തൊക്കെ അവിടെ കൊടുത്തു എന്നൊക്കെയുള്ള കാര്യങ്ങളിൽ അവർക്ക് വളരെ ശ്രദ്ധയാണ്. അതിലവർക്ക് അമർഷമില്ലാതില്ല. അവിടെ താമസിക്കുന്നത് 'ലച്ചി'(യക്ഷി) യാണെന്നാണ് ചേമ അവർക്ക് പറഞ്ഞുകൊടുത്തിട്ടുള്ളത്. എമിലിയോടുള്ള ദേഷ്യം കൊണ്ടാണങ്ങനെ പറഞ്ഞതും. യക്ഷി കഠിനമായി നോവിക്കുമെന്നും, അവസാനം, കൊന്നു ചോര കുടിക്കുമെന്നും മറ്റാരോ അവരെ പറഞ്ഞ് വിശ്വസിപ്പിച്ചു. അതവരെ ഭയപ്പെടുത്തുകയും ചെയ്തു. അതുകൊണ്ടു തന്നെ അവളെ പുറത്തു കണ്ടാലുടൻ കുട്ടികൾ തിരിച്ചോടി അമ്മക്കരികിലുമെത്തി.

മധ്യാഹ്നങ്ങളിൽ അയാൾക്കുള്ള ഭക്ഷണം കൃഷിയിടത്തെത്തിച്ച്, എമിലിയെയും തെക്കിലിയെയും അഭിമുഖീകരിക്കാതെ, ചേമ നിശ്ശബ്ദയായി മടങ്ങി.

നേരമേതെന്ന പരിഗണനകളൊന്നുമില്ലാതെ തന്റെ കുടിലിലേക്ക് കയറിവരുന്ന അളമുവിനോട് പരിഭവത്തോടും വേദനയോടും, എന്നാൽ പ്രസന്നത ഭാവിച്ചും എമിലി ചോദിച്ചു:

"എന്നെ എത്തരകാലം ലച്ചിയാക്കി നിറുത്താനാണുത്തേശം?"

അവളുടെ ശബ്ദത്തിലെ വേദന അയാളറിഞ്ഞു.

അയാളെന്ത് പറയാൻ... പറഞ്ഞു പഴകിയ ഉത്തരങ്ങൾ. ചേമയുടെ കോപമൊന്ന് തണുക്കണം. മക്കൾക്ക് തിരിച്ചറിവുണ്ടാവണം.

അയാൾ വിഷയം മാറ്റി: "നെനക്ക് നല്ലൊരു പെരയൊണ്ടാക്കണും."

"എത്തരയായി നാനിതു കേക്ക്ണു." അവൾ പറഞ്ഞു: "കൊറച്ചായല്ലോ നാനീ വേലതൊടങ്കീട്ട്."

"അങ്ങനെയൊന്നും ശെല്ലാതെ." അവളുടെ കൈപിടിച്ച് കൈത്തലം നെഞ്ചത്തുവച്ചയാൾ പറഞ്ഞു: "നീയുമെനക്ക പെണ്ണാക്കും, സത്തിയം."

"ഓ, നാനൊരു പൈത്തിയക്കാരി. കോഴിയെയും പട്ടിയെയും പോലെ വേണുമെന്ന് തോന്നിയാ കേറിവരും. അതുകഴിഞ്ഞ് എറങ്കിപ്പോവും. സൊന്തം പെണ്ണാണുപോലും! ഇത്തരയായിട്ടും ഒരു രാത്തിരിയെങ്കിലും ഒന്നിച്ചൊന്ന് ഒറങ്കണമെന്ന് ഒങ്കളുക്ക് തോന്നീട്ടൊണ്ടോ?"

രണ്ടാം ഭാര്യക്ക് അവകാശങ്ങളുണ്ട്. എന്നുതന്നെയല്ലാ, അവൾക്കാണ് പലരും കൂടുതൽ അവകാശങ്ങൾ അനുവദിച്ചിട്ടുള്ളത്.

എമിലിക്ക് വയറ്റിലുണ്ടായതോടെ ചുറ്റുപാടുകളെ കൂടുതൽ മനസിലാക്കാനും അംഗീകരിക്കാനും ചേമ നിർബന്ധിതയായി.

എന്നാൽ, അതിനൊപ്പം എമിലിയുടെ ആവശ്യങ്ങളും അവകാശങ്ങളും വർധിച്ചു. കുറെ പനകളിലെ അക്കാനിക്ക് പകരം, ഏറ്റവും മുകളിലെയെങ്കിലും ഒരു കണ്ടം ഭൂമി അതിര് തിരിച്ച് അവൾക്ക് കൊടുക്കേണ്ടതായി വന്നു. അവിടം വെട്ടിക്കിളച്ച് മരച്ചീനിയും ചെറുകിഴങ്ങും കാച്ചിലും നട്ടതും, വേനൽക്കാലത്ത് കാണവും പയറും പാകിയതും അയാൾതന്നെ. അതുമൂലം എമിലിക്കും തള്ളയ്ക്കും പട്ടിണിയുണ്ടായില്ല. എന്നുതന്നെയല്ല, ഒരളവോളം സുരക്ഷിതരുമാണ്. പൂക്കുന്നതിന് മുമ്പ് കാണത്തിന്റെയും പയറിന്റെയും ഇലകൾ നല്ല സസ്യാഹാരമാണ്. തിന്നാവുന്നതിലധികം മരച്ചീനികിട്ടും. ഉപ്പും മുളകും അരിയും വാങ്ങാൻ കരുപ്പട്ടിയും.

അരിയാഹാരമെന്ന ഒന്ന് ചെമ്മണ്ണുവിളക്കാർക്കുണ്ടെന്ന് പറയുകവയ്യ. ഒരുപിടി അരിയിട്ട് വെള്ളം തിളപ്പിക്കുന്നത് കഞ്ഞിവെള്ളം കുടിക്കാനുള്ള ആഗ്രഹംകൊണ്ടാണ്.

ആവശ്യപ്പെട്ടതിൽ മിക്കതും കിട്ടിയപ്പോൾ, കൂടുതലാവശ്യപ്പെടാൻ തെക്കിലി മകളെ പ്രേരിപ്പിച്ചു. കുന്നിൻമുകളിലെ വരണ്ട മണ്ണുകൊണ്ട് പ്രയോജനം പോരാ. അതുകൊണ്ട് കണ്ടത്തിന്റെ ഏറ്റവും ചുവട്ടിൽ, തോട്ടുവക്കത്ത്, ചെറുതെങ്കിലും മറ്റൊരു കണ്ടം കിട്ടിയേ പറ്റു. അവിടെ അളമു തന്നെ ചെറിയൊരു പുരയുമുണ്ടാക്കിക്കൊടുക്കണം.

അതിനുള്ള ഒരു ന്യായം, കുന്നിൻമുകളിലേക്ക് വെള്ളം ചുമന്നുകൊണ്ടുപോകാനുള്ള പാടാണ്. എന്നാലത് കേട്ടപാടെ ചേമ അയാൾക്കുനേരെ പൊട്ടിത്തെറിച്ചു: "കട്ടപ്പെട്ടത് നാനുംകൂടെയാക്കും. അനുപവിക്കാൻ വേറെ വല്ലവളും. മണ്ണു വാങ്കിന വകയിലെ മാത്തില് കൊടുക്കാനൊള്ളത് വീട്ടിത്തീക്ക നാനിങ്കെ പെടാപാട് സഹിക്കിറത്. ആനാലും തെണ്ടിത്തിരിഞ്ഞ് വന്തവളുക്ക് മതിയായില്ലപോലും!" ഒന്നുനിർത്തി

രൂക്ഷമായിട്ടവൾ പറഞ്ഞു: "ഇന്നി ഒരു തരിമണ്ണ് കൊടുത്തെന്നറിഞ്ഞാ പിന്നെയെനക്ക ചവമാരിക്കും ബാക്കി!"

അത്രയുമായപ്പോൾ, എമിലി അവസാനം ആവശ്യപ്പെട്ട കാര്യം വെളിപ്പെടുത്തേണ്ടതില്ലെന്നയാൾ നിശ്ചയിച്ചു.

ചതുപ്പിലെ വയൽ കൊയ്യുമ്പോൾ ആദായത്തിന്റെ ഒരു വീതം തനിക്കും വേണമെന്നാണ് അവളുടെ അവസാനത്തെ ആവശ്യം.

പണ്ടൊരുവളെ പ്രണയിച്ചിരുന്നതുകൊണ്ടോ രണ്ടാമതൊരുവൾ കൂടെ ഭാര്യയായിരിക്കുന്നത് അന്തസായി കരുതിയിട്ടോ അല്ല അളമു എമിലിയുമായി ബന്ധം കൂടിയത്. ഒരു പ്രത്യേക സാഹചര്യത്തിൽ അന്യോന്യം അടുത്തു. അത് അരുതായിരുന്നുവെന്ന് പിന്നീട് പലപ്പോഴും അയാൾക്ക് തോന്നിയിട്ടുണ്ട്.

ഒരു പരിധി വരെ തന്റെ അയഞ്ഞ പെരുമാറ്റമാണ് ഇതിനൊക്കെ എമിലിയെയും തള്ളയെയും പ്രേരിപ്പിക്കുന്നതെന്ന് അയാൾക്കു തോന്നി. ചേമ അതിനയാളെ കുറ്റപ്പെടുത്തിയിട്ടുമുണ്ട്.

അടുത്ത പ്രാവശ്യം കണ്ടപ്പോൾ എമിലിയോടയാൾ തീർത്തു പറഞ്ഞു: "എനക്ക് നിന്റകൂടെ സ്നേഹമാക്കും. എന്നും അപ്പടി തന്നെയാരിക്കും. എന്നാ ഒരു കാരിയം. ചേമ എന്റ ജീവന്റയും ജീവിതത്തിന്റയും പാകമാക്കും. അവളൊണ്ടെങ്കിലേ നാനുമൊള്ളോ."

എമിലി ഒന്നും പറഞ്ഞില്ല. എന്നാൽ അപ്പുറത്ത്, തെക്കിലിയുടെ മുഖത്ത് കഠിനമായ ഈർഷ്യ പരന്നു.

തേവരുകുളത്തു മഠത്തുകാർക്ക് തെക്കേചതുപ്പിലെ ഒരു വയലിൽപ്പോലും സ്വന്തമായി കൃഷിയില്ല. ചാന്നാന്മാരും ഈഴവരും ഏതാണ്ട് തുല്യമായിട്ടവ വീതിച്ചെടുത്തിരിക്കുന്നു. ഇടനിലക്കാരായി കരക്കാരുമില്ല.

ഇക്കൊല്ലം മുതൽ മിക്ക വയലുകളിലും പാതിവാരമാണ്.

രാമൻനായർ ഇടക്കെല്ലാം അനന്തൻനായരെയും കൂട്ടി ആ വഴി വരും. വഴിയിൽ കണ്ടുമുട്ടുന്നവരോട് കുശലാന്വേഷണം നടത്തുകയും, കൃഷിക്കാരനെങ്കിൽ ആവശ്യമായ നിർദേശങ്ങൾ നൽകുകയും ചെയ്യും. ചിലപ്പോൾ തമാശ പറഞ്ഞും കേട്ടും പൊട്ടിച്ചിരിക്കും. എത്ര മേനി നെല്ലു വിളയുമെന്ന് ഏറക്കുറെ തിട്ടപ്പെടുത്തി, തിരിച്ചുപോവും.

നെൽച്ചെടികൾക്കിടയിൽ കള പറിച്ചുനിൽക്കുന്ന പുലയിപ്പെണ്ണുങ്ങളോട് ഓരോന്നും പറഞ്ഞ് അളമു വരമ്പിൽ നിൽക്കുമ്പോഴാണ് പടിഞ്ഞാറുള്ള പാറക്കെട്ടുകളിറങ്ങി വരമ്പിലൂടെ രാമൻനായരും അനന്തൻനായരും അതുവഴി വന്നത്. അവരെ താണുവണങ്ങി അളമു അറിയിച്ചു:

"അങ്ങത്തേ, വരമ്പിന് ബലം കൊറവാക്കും. തൂക്ഷിച്ച് നടക്കണും."

"ങ്ഹാ."

"മുമ്പ് തോട് നന്നാക്കുമ്പം വരമ്പിന് ബലമുണ്ടാവണുമെന്ന് ആരയ്ക്കും തോന്നീല്ല. അടുത്ത പൂവില് കൃഷിയെറക്ക്ണതിന് മുന്നേ തോട്ടു വരമ്പ് തടിപ്പിക്കണുമെന്ന് പാട്ടക്കാരോടൊന്ന് പറയണും."

പറയാമെന്നദ്ദേഹം സമ്മതിച്ചു. പിന്നെ അനന്തൻനായരോട് ചോദിച്ചു:

"ഇപ്രാവശ്യത്തെ കൃഷിയെപ്പറ്റി നിനക്കെന്തു തോന്നുന്നു?"

"നന്നായിരിക്കുമെന്ന് തോന്നുന്നു." അനന്തൻനായർ പറഞ്ഞു.

"കുളമുണ്ടായതിന്റെ ഗുണമാണ്." അദ്ദേഹം അളമുവിന്റെ നേരെ തിരിഞ്ഞു ചോദിച്ചു: "നീ വേല ചെയ്യുന്ന വയലുകള് ഏതൊക്കെയാണ്?"

അളമു വയലുകൾ ചൂണ്ടിക്കാണിച്ചുകൊടുത്തു.

"കൊള്ളാം, നല്ല കറുപ്പുണ്ട്. ഒരു മാസം കൂടെ കഴിഞ്ഞാൽ കതിരാവും." പിന്നെ തെക്കുഭാഗത്തുള്ള കരഭൂമിയെ നോക്കി അദ്ദേഹം പറഞ്ഞു: "അവിടെ കമുകിൻതൈകളെല്ലാം നന്നായിട്ടുണ്ട്."

"മഠത്തില്ന്നും കൊണ്ടുവന്ന് നട്ടതാണ്."

അവയ്ക്കിടയിൽ കളിച്ചുനിൽക്കുകയായിരുന്നു പെരുമാൻ.

"അത് നിന്റെ മകനല്ല്യോ?"

"ഓ."

"അവൻ വലുതായല്ലോ. ഇപ്പോഴെത്ര കൊച്ചുങ്ങളുണ്ട്, നിനക്ക്?"

"നാല്. മൂന്നാണും ഒരു പെണ്ണും."

എമിലിയുടെ മകനെ അയാളതിൽ പെടുത്തിയില്ല.

"ഭാഗ്യവാൻ. നിനക്ക് വയ്യെന്നാവുമ്പോ കൊച്ചുങ്ങള് വേല ചെയ്യാറാവും."

അളമു അദ്ദേഹത്തെ താണുതൊഴുതു.

അനന്തൻനായരെ കൂട്ടി, രാമൻനായർ നടന്നു. പാതവക്കിൽ കണ്ടവരോടെല്ലാം കുശലം പറഞ്ഞു.

തേവരുകുളത്തെ കാരണവർ താഴ്ന്നജാതിക്കാരെ കണ്ടുകൂടാ മിണ്ടിക്കൂടാ എന്നൊക്കെയായിരുന്നു പണ്ടത്തെ നിയമം. രാമൻനായർ അത് തിരുത്തി. താൻ മഠത്തിനും കരക്കാർക്കും മാത്രമല്ല, ദേശത്തിലെ സകലർക്കും കാരണവരാണെന്ന് തെളിയിച്ചു. ചാന്നാനും ഈഴവനും ചെറുമനും അദ്ദേഹത്തെ ചെന്നുകണ്ട് സങ്കടമുണർത്തിക്കാം. സാധ്യമാവുന്നിടത്തോളം അദ്ദേഹം സഹായിക്കും, പോംവഴി പറഞ്ഞുകൊടുക്കും.

ചെമ്മണ്ണുവിളക്കാർ കൂട്ടത്തോടെ ക്രിസ്തുമതത്തിൽ ചേർന്നത് അടുത്ത കാലത്താണ്. ആരോഗ്യമുള്ള ആണുങ്ങളും അവരുടെ ആശ്രിതരുമാണവർ. കിഴക്കൻമലകളിൽ പോയി ചക്രമുണ്ടാക്കാനുള്ള തിടുക്കം. ആയിടയ്ക്കൊരു ദിവസം യാദൃച്ഛികമായി അളമുവിനെ കണ്ടുമുട്ടുമ്പോൾ രാമൻനായർ ചോദിച്ചു:

"ചാന്നാന്മാരെല്ലാം കൂട്ടത്തോടെ ധരമാരുടെ തോട്ടങ്ങളിലേക്ക് പോണതായി കേട്ടല്ലോ. ഇനി പനകയറ്റം വേണ്ടെന്നു വച്ചിട്ടാണോ?"

അത് പന ചെത്തുന്ന കാലമായിരുന്നില്ല.

"പന കയറാനാവുമ്പം അവര് തിരിയെ വരും" എന്നയാൾ മറുപടി പറഞ്ഞു.

"വന്നില്ലെങ്കിലോ?" അദ്ദേഹം പറഞ്ഞു; "എവിടേങ്കിലും പോയി നിത്യവൃത്തിക്കുള്ള വകയുണ്ടാക്കുന്നതിൽ തെറ്റൊന്നുമില്ല. എന്നാലും,

ചെമ്മണ്ണുവിളക്കാരായി കഴിയുന്നിടത്തോളം അവർക്ക് ജന്മിയോട് ചില ഉത്തരവാദിത്വങ്ങളൊക്കെയുണ്ടല്ലോ."

തേവരുകുളം ദേശത്തിന്റെ ഭാഗമാണ് ചെമ്മണ്ണുവിള. അവിട ത്തെയും ജന്മി മഠത്തുകാർതന്നെ.

പന ചെത്തുന്ന കാലമായിട്ടും മലയിലേക്ക് പോയവർ മടങ്ങി വന്നില്ല. മാത്രമല്ല, എന്നെങ്കിലും ഒരുപക്ഷെ ലഭിച്ചേക്കാവുന്ന പ്രയോജനം മുന്നിൽക്കണ്ട് കൂടുതലാളുകൾ പള്ളിയിൽ പോവാൻ തുടങ്ങി.

പനചെത്തുകാരെ അന്വേഷിച്ചിറങ്ങാൻ നിർബന്ധിതനായത് ചുക്രി വൈദ്യനാണ്.

വർഷങ്ങൾ മൂന്ന് കഴിഞ്ഞു.

തന്റെ മകനെ ജ്ഞാനസ്നാനം ചെയ്യിക്കണമെന്ന് എമിലിക്ക് കലശലായ ആഗ്രഹമുണ്ട്. തെക്കിലിക്കാണെങ്കിൽ അത് വളരെ വൈകിപ്പോയെന്ന തോന്നലുമാണ്. ജ്ഞാനസ്നാനം ചെയ്യുന്നതിലൂടെ അവനെ മതത്തിൽ ചേർക്കും. ഔദ്യോഗികമായ പേരിടലുമാണ് അപ്പോൾ നിർവഹിക്കപ്പെടുക. അതൊരാവശ്യമാണോ എന്ന കാര്യത്തിൽ അളമുവിന് നിശ്ചയം പോരാത്തതാണ് കാലമിത്രയും വൈകാൻ കാരണവും. എന്നാൽ ചേമ പറഞ്ഞു:

"കൊച്ച് നിങ്ങടേയും അവളുടെയും. എനക്കതില് കാരിയമില്ലെ ന്നറിയാം. എന്നാലൊരു കാരിയം ഓർമ വേണും. നിങ്ങ കൊച്ച് വേദക്കാരനാണെന്നറിഞ്ഞാ അങ്ങത്തെമാര് എന്തര് ചെയ്യുമെന്ന് പോതം വേണം."

അതയാൾ എമിലിയോടും തള്ളയോടും പറഞ്ഞു: "ഇപ്പം പിള്ളയെ വേദക്കാരനാക്കണ്ട."

"അതുപറ്റൂല്ല." തെക്കിലി ശാഠ്യം പിടിച്ചു: "പിള്ളേടെ തള്ള വേതക്കാരിയാണ്. കൊച്ചും വേതക്കാരനാവണും."

"അതിന് നേരംവരും. അപ്പഴ് ചെയ്യാം."

"അവന് ഒരു പേരിടണം."

"ഇപ്പഴ് അവനൊരു പേരൊണ്ടല്ലോ. അതു വിളിച്ചാ മതി."

മുത്തു എന്ന് മകന് പേര് വിളിച്ചത് അളമുവാണ്. എന്നാലത് പോരാ, വേദത്തിലുള്ള പേരുതന്നെ വേണമെന്ന് നിർബന്ധമാണ് തെക്കിലിക്ക്. അവർ ചോദിച്ചു: "ചൂത്തരമ്മാരെ ഇത്തരയധികം പേടിച്ച് എന്തരിന് ജീവിക്കണും?"

അപ്പോൾ ഇടപെടാതിരിക്കാൻ എമിലിക്കായില്ല: "ഇന്നി അമ്മയൊന്നും പറയണ്ടാ," അവൾ പറഞ്ഞു: "ഒട്ടും പേടിയില്ലാതിരുന്നതു കൊണ്ടാണല്ലോ പണ്ട് അപ്പനുമമ്മയും മക്കളെയും വലിച്ചെഴച്ച് ഓടേണ്ടി വന്നത്."

തിരിച്ചറിവിന്റെ ഒരു പുതിയ ഭാവം.

തെക്കിലിയുടെ ആവേശം തണുത്തു.

മുത്തുവിനെ തൽക്കാലം ജ്ഞാനസ്നാനം ചെയ്യിക്കണ്ടായെന്ന് തീരുമാനിക്കാൻ അളമുവിന് മറ്റൊരു കാരണം കൂടിയുണ്ടായിരുന്നു. പള്ളിക്കുന്നിലെ പള്ളിയിൽ പോകുന്നവരെല്ലാം ചാന്നാന്മാരാണെങ്കിലും,

അടുത്തും അകലെയുമുള്ള പല ദേശങ്ങളിലും പറയരും മുക്കുവരും വേദക്കാരായിട്ടുണ്ടത്രേ. ഓരോ ജാതിക്കാർക്കും പള്ളികൾ വെവ്വേറെയാണെങ്കിലും ദേവൻ ഒന്നുതന്നെ!

ഒരുപാട് ചെമ്മണ്ണുവിളക്കാർ വേദക്കാരായിത്തീർന്നുവെങ്കിലും അവരുടെ ഈശ്വരസങ്കൽപ്പത്തിന് കാതലായ വ്യത്യാസമൊന്നു മുണ്ടായില്ല. കാലാകാലങ്ങളായി തങ്ങളെയും തങ്ങളുടെ പൂർവികരെയും പരിപാലിച്ചു പോന്നിട്ടുള്ള കുലദൈവങ്ങളെ ആരും തള്ളിപ്പറഞ്ഞില്ല. മറ്റൊരർഥത്തിൽ, ദൈവങ്ങൾ അനേകമുണ്ടെന്ന് വിശ്വസിക്കുന്ന ചെമ്മണ്ണുവിളക്കാർക്ക് അവരോടൊപ്പം ഏതാനും പുതിയ ദൈവങ്ങളെ ക്കൂടെ കൂട്ടിയോജിപ്പിക്കുന്നതിൽ വലിയ തെറ്റൊന്നുമുള്ളതായി തോന്നിയില്ല.

അതിനാൽ മലയിലേക്ക് വേലയ്ക്ക് പോയവരുടെ പെണ്ണുങ്ങളും കൊച്ചുങ്ങളും എല്ലാ ഞായറാഴ്ചകളിലും പള്ളിയിലേക്ക് പോയി. തങ്ങളുടെ പ്രിയപ്പെട്ടവരെക്കുറിച്ചറിയാനുള്ള ഏകമാർഗം പള്ളിയാണ്. അവർ അയച്ചു കൊടുത്ത ചക്രം ഉപദേശി വിതരണം ചെയ്തു; പള്ളിക്കുള്ള വിഹിതം കിഴിച്ച്.

കുടിലുകൾതോറും നടന്ന് കുലദൈവങ്ങൾക്കുള്ള വീതം ചുണ്ടൻ മൂപ്പൻ പിരിച്ചെടുത്തു. സ്വമനസ്സാലെ അത് നൽകാൻ തയ്യാറാകാത്തവരോട് മാടന്റെയും കരിങ്കാളിയുടെയും ഭയങ്കരത്വം അയാൾ പറഞ്ഞു ബോധ്യപ്പെടുത്തി.

കർമിയുടെ വാദങ്ങൾക്ക് പിൻബലമേകാൻ ചുക്രിവൈദ്യനുമെത്തി: നട്ടുച്ചനേരത്തുപോലും വെളിച്ചം കടന്നുചെല്ലാത്ത കൊടുങ്കാടിനെയാണ് ധരമാർ പതിച്ചുവാങ്ങിയിട്ടുള്ളത്. കുളയട്ട മുതൽ ഉരുൾപൊട്ടൽ വരെ അവിടെ സാധാരണ സംഭവമത്രേ!

കുലദൈവങ്ങൾ കോപിച്ചാൽ, കാടിനുള്ളിലെ നിഗൂഢതയിൽ കരിഞ്ചാത്തിയും കൊമ്പനാനയും ജന്മമെടുക്കും.

“അങ്കെ നീങ്ക പുരുഷൻമാരുക്ക് തൊണയായി കൊലതെയ്‌വങ്കളൊണ്ടാവണും.”വൈദ്യൻ ഉപദേശിച്ചു: “അവരക്കൊള്ള വീതം കൊടുക്കമടിക്കപ്പൊത്.”

ജീവിതോപാധി തേടി കിഴക്കൻമലകളിലെത്തിയത് വേദത്തിൽ ചേർന്നവരാണെങ്കിലും ഒരു പ്രത്യേക തലത്തിൽ അതിന്റെ ഏറ്റവും വലിയ ഗുണഭോക്താക്കൾ കർമി ചുണ്ടൻമൂപ്പനും ചുക്രിവൈദ്യനുമാണ്.

കുറഞ്ഞ ഇടവേളകളിൽ മാടനും കരിങ്കാളിക്കും കുരുതി. അതിനാവശ്യമായ ചാരായമുണ്ടാക്കുന്നത് മല്ലുവും. വൈദ്യനെയും മല്ലുവിനെയും തിരക്കി ആളുകൾ വന്നു. എന്തെന്നാൽ ആളുകൾക്ക് ദീനങ്ങളുണ്ടായി. അവർക്ക് മരുന്ന് വേണം. മരുന്നിന് നൽകാൻ അവരുടെ പക്കൽ അത്യാവശ്യം ചക്രവുമുണ്ട്.

പല ഭരണികളിൽ സൂക്ഷിച്ചിട്ടുള്ള മരുന്നുകൾ കാര്യമായ വ്യത്യാസങ്ങളുള്ളവയല്ലെന്ന് ചുക്രിവൈദ്യനെപ്പോലെ നന്നായറിയാവുന്നവനാണ് മല്ലുവൈദ്യനും.

ഇരുപത്തിരണ്ട്

പൊന്നിയുടെ മരണത്തോടെ നിലച്ചുപോയ കച്ചവടം പുനരാരംഭിക്കാൻ ചേമയ്ക്ക് കഴിഞ്ഞില്ല. മുഴുവൻ സമയവും കൃഷിപ്പണികളുമായി കഴിയുന്ന അളമുവിന് അതിന് നേരമോ താൽപ്പര്യമോ ഇല്ല. നെല്ലുകുത്തി അരിയാക്കി വിൽക്കാറുണ്ടെങ്കിലും ആവശ്യക്കാർ കുറവാണ്. ഒരു നാഴി അരിയുടെ വില വരുന്ന കാശുകൊടുത്താൽ ഒരു കുടുംബത്തിന് തിന്നാവുന്നത്രയും മരച്ചീനി കിട്ടും. പോരാത്തതിന് വയറു നിറയെ അരിയാഹാരം ശാപ്പിടാൻ പോന്നത്ര ഗതിയുള്ളവരുമല്ല, ചെമ്മണ്ണുവിളയിലെ ഒട്ടു മിക്ക ആളുകളും.

ചെറിയ രീതിയിൽ അത്യാവശ്യ സാധനങ്ങൾ വാങ്ങിക്കൊണ്ടു വന്ന് കച്ചവടം ചെയ്ത് ആദായമുണ്ടാക്കാൻ പലരും ശ്രമിച്ചുവെങ്കിലും അതൊന്നും നീണ്ടുനിന്നില്ല. ഒരുവശത്ത് ദാരിദ്ര്യം. മുടക്കാൻ വകയില്ലാത്തത് മറ്റൊരു പ്രശ്നം. കടം കൊടുത്താൽ വില മടക്കി കിട്ടുകയില്ല. അതിനെച്ചൊല്ലിയുള്ള ശണ്ഠ വേറെയും.

ആയിടയ്ക്കാണ് നാലഞ്ച് ദിവസത്തെ അസുഖത്തിന്റെ അന്ത്യത്തിൽ വള്ളിയുടെ അപ്പൻ മരിച്ചത്. അതേറ്റവും വലിയൊരടിയായിത്തീർന്നത് മല്ലുവിനും.

അമ്മായിയപ്പന്റെ മേൽവിലാസത്തിലാണ് മല്ലുവിന്റെ വൈദ്യം ആടിയും ഉലഞ്ഞും കുറച്ചു കാലമായി നിലനിന്ന് പോന്നത്. അയാൾ അവിടെയുള്ള നേരങ്ങളിൽ മാത്രമേ ദീനക്കാർ സാധാരണ അങ്ങോട്ട് പോയിട്ടുമുള്ളു. മരണ ശേഷമാവട്ടെ, ആരുമങ്ങോട്ടു പോവാതെയുമായി.

മല്ലുവിന് കൂലിവേല ചെയ്യാനാവില്ല. വേറെ വരുമാനമാർഗങ്ങളൊന്നുമില്ല. പഴയ തൊഴിലായ അരിഷ്ടവും ചാരായവുണ്ടാക്കുന്ന പരിപാടിയെപ്പറ്റി അയാൾ ആലോചിക്കാതെയല്ല. എന്നാൽ വള്ളി എതിർത്തു. താൻ ജീവിക്കുന്നൊരു പുരയിൽ ചാരായമുണ്ടാക്കാനോ, കുടിയൻമാർ നിരങ്ങാനോ താനനുവദിക്കില്ലെന്നുമവൾ തീർത്തു പറഞ്ഞു. എല്ലാറ്റിനുമൊടുവിലാണ് ഒരു കച്ചവടം തുടങ്ങുന്നതിനെക്കുറിച്ച് അയാളാലോചിച്ചത്.

എന്നാലത് ചെലവുള്ള കാര്യമാണ്. മറ്റ് പലരും പെട്ടെന്ന് കച്ചവടം മതിയാക്കാനുണ്ടായ ഒരു കാരണം വാങ്ങുന്നവർക്ക് ആവശ്യമായ സാനങ്ങളില്ല എന്നതായിരുന്നു. ചിലപ്പോൾ അവർ കൊണ്ടുവരുന്ന ചില സാധനങ്ങൾ വിലപറഞ്ഞ് വാങ്ങേണ്ടിവരും. പീടികയ്ക്ക് കള്ളന്മാർ മോഷ്ടിച്ചു കൊണ്ടുപോവാത്തമട്ടിൽ സുരക്ഷിതമായ ഒരിടമാവശ്യമാണ്. ഇവയ്ക്കെല്ലാമുപരിയായി, ചെമ്മണ്ണുവിളയുടെ കിഴക്കേയറ്റത്തെ അയാളുടെ പുര അതിനനുയോജ്യമായ ഇടത്തുമല്ല സ്ഥിതിചെയ്യുന്നത്.

എല്ലാറ്റിനും വേണ്ടത് ചക്രമാണ്. എന്നാൽ തന്റെ പക്കൽ ഒന്നുമില്ല. വള്ളിക്കുണ്ടായിരുന്ന ആഭരണങ്ങൾ വിറ്റും അവളുടെ അപ്പനോട് കടം വാങ്ങിയുമൊക്കെ പതിച്ചുവാങ്ങിയ ഭൂമിയിൽ പണികളൊന്നും ചെയ്തിട്ടില്ല. കൂലി കൊടുക്കാനുള്ള വകയില്ലെന്നത് തന്നെ കാരണം.

അയാൾ തന്റെ അപ്പനെ സമീപിച്ചു: "കുറച്ച് ചക്രം വേണം. പിന്നെ ചെമ്മണ്ണുവിളയിൽ നാലുംകൂടുന്നിടത്തുതന്നെ ഒരു ചിന്ന മൺപുരയൊണ്ടാക്കാനൊള്ള അനുവാദം ജന്മിയോട് കേട്ട് വാങ്കവും വേണും."

കേട്ടപാടെ ചുക്രിവൈദ്യൻ ചോദിച്ചു: "അല്ല, എന്തരാണ് ഇപ്പടി തോന്നാൻ?"

"മേൽഗതിയുണ്ടാക വേറെ വഴിയൊന്നുമില്ല." മല്ലു പറഞ്ഞു.

"എന്നുമൊതലാണ് നെനക്ക് ഈ വെളിവൊണ്ടായത്?"

വൈദ്യന് മകനോട് ദേഷ്യമല്ല, കടുത്ത നീരസമുണ്ട്. തന്നോടൊപ്പം താമസിച്ച് വൈദ്യം പഠിച്ചില്ല. കലഹിച്ചിറങ്ങിപ്പോയി. ചതുപ്പിലെ പാട്ടത്തിനെടുത്ത കണ്ടത്തിൽ ഒന്ന് കാലുകുത്തുക പോലും ചെയ്യാതെ വന്നപ്പോൾ, ആ കണ്ടത്തിലുംകൂടെ അധ്വാനിച്ച് അളമു കൃഷിയിറക്കി.

അകലെയുള്ള വൈദ്യന്റെ മകളെ കല്യാണം കഴിച്ചപ്പോൾ അങ്ങനെയെങ്കിലും ഗുണം പിടിക്കുമെന്ന് വിചാരിച്ചു. ഫലമോ, പെണ്ണിന്റെ അപ്പനെ ചെമ്മണ്ണുവിളയിലേക്കെഴുന്നെള്ളിച്ച് തന്റെ വയറ്റത്തടിക്കാൻ അവൻ ശ്രമിച്ചു. മഠത്തിലെ കാരണവരുടെയും അധികാരിയുടെയും കാലു പിടിച്ച് ഭൂമി പതിച്ചു വാങ്ങാൻ ഒരു പ്രധാന കാരണംതന്നെ വള്ളിയുടെ തന്തയുടെ കാലശേഷം അവനൊരു പ്രതിസന്ധിയെ നേരിടുമെന്ന് തോന്നിയതുകൊണ്ടാണ്. എന്നിട്ട് കുറെയായിട്ടും ആ കണ്ടത്തിൽ കുനിഞ്ഞുനിവർന്ന് എന്തെങ്കിലും വേല ചെയ്യുന്നില്ലെന്നത് പോട്ടെ, അതുവരെയൊന്ന് പോകാൻ പോലും അവന് മടിയാണ്.

ഇതൊക്കെ മല്ലുവിനോടും വള്ളിയോടും പലവട്ടം വൈദ്യൻ പറഞ്ഞതാണ്. എന്തെങ്കിലുമൊക്കെ ചെയ്യണമെന്ന് വള്ളിക്ക് ആഗ്രഹമുണ്ടെങ്കിലും കഴിവില്ല. കല്യാണം കഴിഞ്ഞ് അഞ്ചാറ് വർഷങ്ങൾക്കുള്ളിൽ അവൾ നാലുപെറ്റു. അതിൽ രണ്ടുകുട്ടികൾ ഇപ്പോഴുമുണ്ട്. അവരെ തീറ്റിപ്പോറ്റുന്നത് തന്നെ വലിയൊരളവുവരെ സ്വന്തം കുടുംബക്കാരുടെ ദയാദാക്ഷിണ്യം മൂലമാണ്. അവൾക്കുള്ളതിന്റെ നൂറിലൊരംശം ഉത്തരവാദിത്വബോധം പോലും മല്ലുവിനില്ല.

വൈദ്യൻ പറഞ്ഞു: "ചക്രം തരാനൊന്നും എന്റടുത്തില്ല. ഇവിടെയൊള്ളവരുക്കും വെശക്കുമെന്ന് നീയറിയണും."

"പിന്നെ ഞാനെന്തര് ചെയ്യാൻ?" മല്ലു ചോദിച്ചു.

"ഇഷ്ടപ്പടി ചെയ്യ്. നിന്റത്തരേം ആരോക്യം ഇല്ലാത്തവരും ഇവിടെ ജീവിക്കണ്. ഒരുപാട് പേര് പനചെത്തും കൂലിവേലയുമൊക്കെയായി കഴിയണ്. എത്തരപേര് മലയില് പെയ്. വേറെയൊന്നുമില്ലെങ്കിലും നെനക്ക് സ്വന്തമായി കൊറച്ച് തറയൊണ്ട്. വേല ചെയ്താ എന്തരെങ്കിലുമൊക്കെ അവിടന്നുമൊണ്ടാക്കാം."

എന്നാൽ, മല്ലു അതിനൊന്നും തയ്യാറല്ല എന്നതാണ് വാസ്തവം.

അയാൾ പുറത്തിറങ്ങുമ്പോൾ വൈദ്യൻ പറഞ്ഞു: "ചക്രമൊണ്ടെങ്കി മൺപെര കെട്ടാനനുവദിക്കണമെന്ന് അങ്ങത്തെയോട് പറയാം. അത്തരയേ എന്നെക്കൊണ്ടാവൂ."

അലസന്മാർക്ക് പണിചെയ്യാതിരിക്കാനുള്ള ഉപായങ്ങൾ എത്ര വേണമെങ്കിലും എളുപ്പം കണ്ടെത്താവുന്നതേയുള്ളു. വള്ളിക്കടുത്ത് തിരിച്ചെത്തിയ മല്ലു പറഞ്ഞു: "അപ്പന്റ കയ്യില് ചക്രമില്ലെന്ന് കള്ളം പറയണതാണ്. അന്യസ്ഥലങ്ങളില്ന്ന് പോലും തീനക്കാര് വരുന്നുണ്ടവിടെ. പിന്നെ എനക്കാണെങ്കി അപ്പൻ പറയണത് പോലെ പനകേറാനറിഞ്ഞൂടാ. മലയില് പെയ് വേല ചെയ്യണമെങ്കി വേതത്തില് ചേരണം. അതെന്തരായാലും വയ്യാ."

വള്ളിക്ക് ദേഷ്യം വന്നു: "അല്ലെങ്കി നിങ്ങക്കെന്തരിന് കഴിയും, മക്കളെയൊണ്ടാക്കാനല്ലാതെ? ആഹാരം എവിടന്ന് ഒണ്ടാവണെന്ന് എപ്പഴെങ്കിലും യോശിച്ചിട്ടൊണ്ടോ?" ഒന്നു നിർത്തി അവൾ പറഞ്ഞു: "ഒള്ളത് വിറ്റോ കടം വാങ്ങിയോ എന്തരെങ്കിലും ചെയ്യാമെന്നു വച്ചാത്തെന്നെ മൂന്നാംനാള് നിങ്ങളതും തൊലച്ചുകളയും!"

അങ്ങനെയുണ്ടാവില്ലെന്നയാൾ മക്കളെ പിടിച്ച് ആണയിട്ടു.

അവൾ പറഞ്ഞു: "ഒരു കാരിയം ചെയ്യാം. കച്ചോടം നമ്മള് രണ്ടാളും ചേർന്ന് നടത്തും. എന്നാലൊന്നൊണ്ട്, ചക്രം ചെലവാക്കണതും തൂക്ഷിയ്ക്കണതും നാനാക്കും."

അയാളൊന്നും പറഞ്ഞില്ല.

അവൾ ഇളയകുഞ്ഞിനേയുമേറ്റി ചുക്രിവൈദ്യനടുത്തെത്തി.

എന്നാൽ ചക്രം കൊടുത്ത് സഹായിക്കാനുള്ള തന്റെ നിസ്സഹായത അയാൾ ആവർത്തിച്ചു. പിന്നെ, നിർബന്ധമാണെങ്കിൽ, ചെയ്യാവുന്ന ഒറ്റ കാര്യമേയുള്ളു: പതിച്ചുകിട്ടിയ ഭൂമിയുടെ ഒരു ഭാഗം വിൽക്കുക.

മറ്റ് പോംവഴികളില്ലാതിരുന്നതുകൊണ്ട് വള്ളി സമ്മതിച്ചു.

സ്വന്തമായി മണ്ണുണ്ടാവുന്നതിനെക്കുറിച്ച് ചെമ്മണ്ണുവിളക്കാർ പൊതുവിൽ ചിന്തിച്ചിരുന്നില്ല. ആഗ്രഹിച്ചാലും പ്രയോജനമില്ല എന്നതു തന്നെയാണ് അതിനുള്ള പ്രധാന കാരണം. കരയിലെ ശൂദ്രർ പോലും സ്വന്തമായി ഭൂമിയില്ലാത്തവരാണ്. തേവരുകുളംദേശം മുഴുവൻ മഠത്തുകാർക്ക് ജന്മാവകാശമാണ്. അത് കൈമാറ്റം ചെയ്യുക എളുപ്പവുമല്ല.

സർക്കാർ അധീനതയിലുള്ള ഭൂമി ചക്രം കൊടുത്താൽ ചാന്നാനും പതിച്ചു കിട്ടുമെന്ന് ആളുകൾ ആദ്യമായിട്ടറിഞ്ഞത് അളമു അത് സമ്പാദിച്ചപ്പോഴാണ്. കുറച്ചുകഴിഞ്ഞ് ചുക്രിവൈദ്യനും അത് സാധിച്ചു. എന്നാൽ മറ്റുള്ളവർക്ക് അത് അപ്പോഴും അപ്രാപ്യമായിത്തന്നെ തുടർന്നു. കാരണങ്ങൾ രണ്ടായിരുന്നു. അധികാരസ്ഥാനത്തുള്ളവരെ സ്വാധീനിക്കാനുള്ള കഴിവില്ലായ്മ. കാലേക്കറും അരയേക്കറുമായിട്ടൊന്നും പതിച്ചു കിട്ടുകയില്ല. നാലുമഞ്ചുമേക്കർ ഭൂമിക്ക് വില നൽകാൻ അവർക്ക് കഴിവുമില്ല.

ധരമാരുടെ തോട്ടങ്ങളിലെ സ്ഥിരമായ പണി ചെമ്മണ്ണുവിളയിലെ പട്ടിണിക്കാരുടെ ശതമാനം സ്വാഭാവികമായും കുറച്ചു. അന്നന്നത്തേക്കുള്ളത് അന്നന്ന് കണ്ടെത്തുക എന്ന ശീലത്തിൽ നിന്നും വ്യത്യസ്തമായി നാളേക്ക് വേണ്ടിയും എന്തെങ്കിലും മിച്ചം പിടിക്കാമെന്ന സ്ഥിതി ചിലർ

ക്കെങ്കിലുമുണ്ടായി. അങ്ങനെ വളർത്തുകോഴികളും ആടുകളും വെള്ളി യാഭരണങ്ങളും പലർക്കും സ്വന്തമായുണ്ടായി.

മല്ലു ഭൂമി വിൽക്കുകയാണെന്നറിഞ്ഞപ്പോൾ ആവശ്യക്കാരുടെ കുറ വുണ്ടായില്ല. കണ്ടത്തിന്റെ മുകളിലെ പകുതി ഭാഗം നാലുപേർ വീതിച്ചു വാങ്ങി, അരയേക്കർ വീതം. നാലേക്കറിന് ചെലവായതിലുമധികം വില കിട്ടി രണ്ടേക്കറിന്. എന്നാലത് കൈക്കലാക്കിക്കഴിഞ്ഞ് വള്ളി തന്റെ പുരുഷനോട് പറഞ്ഞു:

"നീങ്കളും ചക്രവുമായിട്ട് പൊരുത്തം പോരാ. ഈ തൊക നാൻ തെന്നെ തുക്ഷിച്ചോളാം."

മൺപുരയുണ്ടാക്കാൻ മാത്രമല്ല, ഭൂമി വിൽക്കാനുള്ള അനുവാദ ത്തിനും ചുക്രിവൈദ്യൻ രാമൻനായരെ ചെന്നുകണ്ടു.

"വസ്തു എന്റ മകന്റെ പേരയ്ക്കാണെങ്കിലും അതില് കൊറച്ച് വിയ് ക്കണത് എന്റ ആവശ്യത്തിനും കൂടെയാണ്," അയാളറിയിച്ചു: "നടന്നു തിരിഞ്ഞ് ഒന്നും ചെയ്യാൻ വയ്യാതായി. വൈത്യം കൊണ്ട് മാത്ത്റം നിത്തി യചെലവുകള് നടന്നുപോവൂല്ല. ഒരു ചെറിയ മൺപെരയൊണ്ടായാ ചെറി യൊരു കച്ചോടം കൂടെ ചെയ്യാമെന്നാണുത്തേശം."

രാമൻനായർക്ക് എതിർപ്പൊന്നുമുണ്ടായിരുന്നില്ല.

പള്ളിക്കുന്നിൽ എഴുത്തുപഠിപ്പിക്കാൻ തുടങ്ങിയിട്ട് വർഷമൊന്ന് കഴി ഞ്ഞിരിക്കുന്നു. പള്ളിപ്പറമ്പിൽ കുടിൽ കെട്ടിക്കഴിയുന്നവരുടെ മക്കളും ചുറ്റുവട്ടത്തുള്ള ഏതാനും കുട്ടികളും ആദ്യം എഴുത്ത് പഠിക്കാനെത്തി. എന്നാലൊരു പ്രശ്നം. അധ്യാപകൻ പറയുന്നതും വരയ്ക്കുന്നതു മൊന്നും ശ്രദ്ധിക്കാൻ അവരിലധികം പേർക്കും കഴിഞ്ഞില്ല. തോന്നു മ്പോൾ കയറി വരാനും ഇറങ്ങിപ്പോവാനുമായിരുന്നു അവർക്കിഷ്ടം.

ഒമ്പത് മുതൽ പതിനാറുവരെ വയസ്സ് പ്രായമുള്ള കുറെ ആൺ കുട്ടികളാണ് ആദ്യം എഴുത്തുപഠിക്കാനെത്തിയത്. എന്നാൽ, മൂന്നുമാസം തികയും മുമ്പുതന്നെ പള്ളിപ്പറമ്പിലേതൊഴികെയുള്ള ഒറ്റക്കുട്ടിയും വരാതായി. പകരം ഇടയ്ക്ക് വേറെ പലരും വന്നു. മഴക്കാലത്തെ ഒഴിവാ ക്കിക്കൊണ്ടുള്ളതാണ് ഒരു സ്കൂൾ വർഷം. ആദ്യത്തെ സ്കൂൾ വർഷ ത്തിൽ പള്ളിപ്പറമ്പിൽ താമസക്കാരായ രണ്ട് കുട്ടികൾ മാത്രമാണ് കാലാ വധി മുഴുവൻ പൂർത്തിയാക്കിയത്.

തുലാവർഷം കഴിഞ്ഞപ്പോൾ പള്ളിയിൽ വീണ്ടും അറിയിപ്പു ണ്ടായി. മേൽജാതിക്കാർ കാലാകാലങ്ങളായി കുത്തകയാക്കി വച്ചിരിക്കുന്ന എഴുത്തുവിദ്യ സ്വായത്തമാക്കാൻ ദൈവാനുഗ്രഹമുള്ള സകല ചാന്നാ ക്കുട്ടികളും മുന്നോട്ടു വരണമെന്ന് ഉപദേശി ആവശ്യപ്പെട്ടു. അത് മൂലമു ണ്ടാകാവുന്ന പ്രയോജനങ്ങളെപ്പറ്റി അയാൾ സുദീർഘമായി പ്രസംഗിച്ചു.

എന്നാൽ, ചെമ്മണ്ണുവിളയിലെ വേദക്കാർ അത്ര കാര്യമായെ ടുത്തില്ല.

തന്റെ മക്കളിൽ ഒരാളെയെങ്കിലും എഴുത്ത് പഠിപ്പിക്കണമെന്ന മോഹം, മുമ്പ് മദാമ്മ വന്നുകയറിയ നാൾതൊട്ട്, ചേമ മനസിൽ താലോ

ലിക്കുന്നുണ്ട്. ഉപദേശിയുടെ അറിയിപ്പ് അവളുമറിഞ്ഞു. ആ നേരം തൊട്ട് അവളുടെ ആഗ്രഹത്തിന് തീക്ഷ്ണതയേറി.

തന്റെ ആഗ്രഹം വെളിപ്പെടുത്തിയയുടൻ അളമു ചോദിച്ചു: "നെനക്ക് വേറെ വേലയൊന്നുമില്ലാത്തതു കൊണ്ടാണോ. എഴുത്ത് പഠിച്ച് ചെറുക്കൻ പള്ളിയില് പൂശാരിയാവുമെന്നാണോ വിശാരം?"

"പൂശാരിയായില്ലെങ്കിലും എഴുത്ത് പഠിച്ചെന്നുവച്ച് അവൻ തീനക്കാരനാവൂല്ല." അവൾ പറഞ്ഞു.

"പഠിച്ചില്ലെന്നു വച്ചും അവന് തീനം വരൂല്ല. എഴുത്തുപടിച്ചതു കൊണ്ടല്ല നാൻ കൃഷിക്കാരനായതും ആളുകള് ധരമാരുക്ക തോട്ടങ്കളില് വേലചെയ്ത് ചക്രമൊണ്ടാക്കണതും."

തനിക്ക് ആരോഗ്യം ക്ഷയിച്ചു വരികയാണെന്നും. കൃഷിയിൽ സഹായിക്കാൻ മകൻ കൂടെയുണ്ടാവണമെന്നും അയാൾ കൂട്ടിച്ചേർത്തു.

അതൊക്കെ ശരിയാണെങ്കിലും, എഴുത്തറിയുന്നതുകൊണ്ട് മറ്റെന്തൊക്കെയോ ഗുണങ്ങളുള്ളതായി ചേമയ്ക്ക് തോന്നി. എന്നാലതൊന്ന് വിശദീകരിക്കാൻ അവൾക്ക് കഴിയുന്നില്ല. കേട്ടിരിക്കാൻ അയാളൊട്ടു തയ്യാറുമല്ല.

അവൾ ചുക്രിവൈദ്യനെ സമീപിച്ച് സഹായമഭ്യർഥിച്ചു. പറഞ്ഞു ഫലിപ്പിക്കാൻ തന്നെക്കൊണ്ടാവാത്തത്, തന്റെ പുരുഷനെ ഒന്നു പറഞ്ഞു മനസിലാക്കണം.

'നോക്കട്ടെ'യെന്നറിയിച്ച് വൈദ്യനവളെ മടക്കിയയച്ചു.

അയാൾ അളമുവിനെ കാണാൻ വയലിലേക്കു ചെന്നു.

"നീ പറയ്ണതൊക്കെ ചരിതെന്നെ." വൈദ്യൻ പറഞ്ഞു: "എന്നാല് തപ്പുമാണ്. എഴുത്ത് പഠിച്ചാ ഒരുപാട് നേട്ടങ്ങളൊണ്ട്. പള്ളിയില് പൂശാരിയാവണത് അത്തര മോശപ്പെട്ട കാരിയമാണോ?"

"വേണ്ടാ" അളമു പറഞ്ഞു: "എന്റ മോൻ ഇന്ദുവായിരുന്താ മതി."

"അതൊന്നും ആരയ്ക്കും തീർച്ച പറയാൻ പറ്റൂല്ല. എഴുത്തറിയുന്നവരയ്ക്ക് ധരമാരുടെ തോട്ടത്തില് കങ്കാണിയുടെയും കണക്കപ്പിള്ളയുടയും വേല കിട്ടണുണ്ടുപോലും. അവരയ്ക്ക് ചക്രവും കൂടുതല് കിട്ടും. വൈത്യനായാപോലും എഴുത്തറിയാമെങ്കി അതിന്റതായ നേട്ടമൊണ്ട്. വൈത്യത്തെക്കുറിച്ച് ഒരുപാട് ഓലകളൊണ്ട്. അതൊക്കെ വായിച്ചറിയുന്നവരയ്ക്ക് പേരും പെരുമയും ചക്രവുമൊണ്ടാവും. അതില്ലാത്തതുകൊണ്ടാണ് നാനിവിടെ എരപ്പനെപ്പോലെ കഴിയണത്."

"അപ്പോ കൃഷി ആരുനോക്കും?"

"അതൊക്കെ നോക്കാൻ ആളൊണ്ടാവും. നീ പയ്യനെ എഴുത്ത് പഠിപ്പിക്ക്."

മനസ്സില്ലാമനസ്സോടെ അവസാനം അളമു വഴങ്ങി.

തേവരുകുളത്തുകാരുടെ മണ്ണിൽ കുടിൽ കെട്ടിക്കഴിയുന്ന ഒരു ചാന്നാൻ സുപ്രധാനമായ എന്ത് ചെയ്യുമ്പോഴും ജന്മിയുടെ അനുവാദം വാങ്ങേണ്ടതുണ്ട്.

അളമു മകനെയും കൂട്ടി രാമൻനായരെ കാണാനെത്തി. അദ്ദേഹം ആഗമനോദ്ദേശ്യം തിരക്കി.

അദ്ദേഹം കോപിച്ചെങ്കിലോയെന്ന ഭയം ഇല്ലാതില്ല. അതുകൊണ്ട് ആമുഖമായിട്ടറിയിച്ചു: "തെറ്റാണെങ്കില് ചാന്നാനോട് പൊറുക്കണും."

"നീ കാര്യം പറയ്." അദ്ദേഹമാവശ്യപ്പെട്ടു.

"അവിടന്നനുവദിച്ചാ എവനെ എഴുത്ത് പഠിപ്പിയ്ക്കണമെന്നൊണ്ട്."

ചാന്നാന്റെ കുലത്തൊഴിൽ കരിമ്പന ചെത്തുകയാണെന്ന പ്രമാണം ചെമ്മണ്ണുവിളയിൽ തെറ്റിച്ചത് അളമുവാണ് എന്നദ്ദേഹത്തിനറിയാം. ഇപ്പോൾ അയാളുടെ സന്തതിയെ എഴുത്ത് പഠിപ്പിയ്ക്കണമെന്നാണ് മോഹം. കൊള്ളാം.

അക്ഷരം പഠിച്ചാലത്തെ സാധ്യതകളെപ്പറ്റി അദ്ദേഹത്തിന് വ്യക്തമായ ധാരണകളുണ്ട്. എത്രയൊക്കെ പഠിച്ചാലും ചാന്നാന് തിരുവിതാംകൂർ സർക്കാരിന്റെ ഉദ്യോഗം ലഭിക്കില്ലായെന്നത് ഇന്നത്തെ നിയമം. അതിന് മാറ്റമുണ്ടാവുന്ന കാലം ഒരിക്കൽ വരും. കഴിഞ്ഞ പത്തുകൊല്ലങ്ങൾക്കകം നാട്ടിൽ എന്തെല്ലാം മാറ്റങ്ങളാണുണ്ടായത്. അടുത്ത പത്തുകൊല്ലങ്ങൾക്കകം എന്തൊക്കെ സംഭവിക്കില്ലെന്ന് ആർക്കാണ് തീർച്ച പറയാനാവുക?

അദ്ദേഹം പറഞ്ഞു: "അവനെ പറഞ്ഞയയ്ക്ക്. പഠിച്ച് അവൻ വലിയവനായിത്തീരട്ടെ!"

"അങ്ങത്തെ ഞങ്ങക്ക് തൈവത്തെപ്പോലെയാണ്." അളമു കാരണവരെ താണുവണങ്ങി. ദൂരേക്കെങ്ങോ നോക്കിനിൽക്കുന്ന മകനോടും അങ്ങനെ ചെയ്യാനാവശ്യപ്പെട്ടു.

അവനനുസരിച്ചു.

അയാൾ അരയിൽ തിരുകിവച്ചിരുന്ന വെള്ളിനാണയമെടുത്ത് പടിപ്പുരയുടെ കട്ടളപ്പടിമേൽ വച്ചു: "തേവരുകൊളത്തെ പകോതിയ്ക്ക് ഒരു ചെറിയ വഴിപാട്."

രാമൻ നായർ മന്ദഹസിച്ചു: "ഭഗവതി നല്ലത് വരുത്തട്ടെ."

വീണ്ടും വണങ്ങി, മകനെയും കൂട്ടി നടന്നകലുന്ന അളമുവിനെ അദ്ദേഹം ദീർഘനേരം നോക്കിനിന്നു.

എല്ലാ നന്മകൾക്കും നിദാനം മനശുദ്ധിയത്രേ!

മനശുദ്ധിയുണ്ടായാൽ ചണ്ഡാളനും ബ്രാഹ്മണനായിത്തീരും.

എന്നാൽ ബ്രാഹ്മണ്യം ജന്മാവകാശമായി കരുതുന്ന അപൂർവം പേരിൽ മാത്രമേ താൻ ആ ഗുണം ദർശിച്ചതായി രാമൻനായർ ഓർക്കുന്നുള്ളു.

കുളിച്ച് ദേഹശുദ്ധിവരുത്തി, ഒറ്റത്തോർത്തുടുത്ത്, തലമുടി പിന്നിൽ കെട്ടിവച്ച്, കിഴക്കേചെരിവിറങ്ങി എഴുത്തുപള്ളിയിലേക്ക് പോവുന്ന പെരുമാനെ ചേമ പലവട്ടം സ്വപ്നം കണ്ടു.

എന്നാൽ, യാഥാർഥ്യം നേരെ വിപരീതമായിരുന്നു.

എഴുത്തുപള്ളിയിൽ ചേർക്കാൻ മകനെയും കൂട്ടി ചെന്ന അളമുവിനോട് ഉപദേശി തീർത്തുപറഞ്ഞു: "വേതത്തില് ചേരണവര്ടെ മക്കളെ

മാത്ത്രം പടിപ്പിച്ചാ മതിയെന്നാണ് പള്ളീട തീരുമാനം. നിങ്ങക്കുവേണ്ടി അത് മാറ്റാൻ പറ്റൂല്ല. പോംവഴി ഒന്ന് തെന്നെ, നിങ്ങളും വേതത്തില് ചേർന്നേക്ക്."

അളമു തിരിച്ചുപോന്നു.

പടുത്തുയർത്തിയ മോഹനസങ്കൽപ്പങ്ങൾ തകർന്നുവീണത് ചേമയെ തളർത്തി. ദേഷ്യവും നിരാശയും കടിച്ചമർത്തി അവൾ പറഞ്ഞു, "നിങ്ങളാഗ്രഹിച്ചതും അതാരുന്നല്ലോ. ഇപ്പോ കൃഷിചെയ്യാൻ ആളൊണ്ടെന്ന് സമാധാനവുമായി." ഒരുനിമിഷം കഴിഞ്ഞ്, നഷ്ടപ്പെട്ട മനോവീര്യം വീണ്ടെടുത്ത് അവൾ പറഞ്ഞു; "ഇന്നി ഞാനൊന്ന് നോക്കട്ട്, എന്റ മോനെ എഴുത്ത് പഠിപ്പിക്കാൻ പറ്റുമോന്ന്!"

പെണ്ണിന്റെ ചപലതയായി കരുതി അയാളത് അവഗണിച്ചു.

ഇരുപത്തിമൂന്ന്

ഇണങ്ങാനും പിണങ്ങാനും മുറിപ്പെടുത്താനും മുറിവുണക്കാനും മനുഷ്യരോളം വാസന മറ്റൊരു ജീവിക്കുമില്ല. ഒരു സാഹചര്യത്തിൽ അന്യോന്യം നിന്ദിക്കുന്നവർ മറ്റൊരു സാഹചര്യത്തിൽ സ്വന്തം ആവശ്യങ്ങളുടെ സമ്മർദത്തിന് മുമ്പിൽ കെട്ടിപ്പുണരാൻ വ്യഗ്രത കാട്ടും. അതിന് അവരരവരുടേതായ ന്യായീകരണം അനായാസേന അവർ കണ്ടെത്തുകയും ചെയ്യും.

വേദക്കാരനല്ലെന്ന കാരണത്താൽ പെരുമാന് പള്ളിക്കുടത്തിൽ പ്രവേശനം നിഷേധിക്കപ്പെട്ടു. അളമു ആത്മാർഥമായും ശ്രമിച്ചിരിക്കില്ലെന്ന സംശയം മൂലം ചുക്രിവൈദ്യനേയും ചേമ പറഞ്ഞയച്ചു നോക്കി. പക്ഷേ, പ്രയോജനമുണ്ടായില്ല.

എന്നാലത്ര പെട്ടെന്ന് തോൽവി സമ്മതിച്ചുകൊടുക്കുന്ന പ്രകൃതക്കാരിയല്ല, ചേമ. ഉപായങ്ങൾ പലതുമാലോചിച്ചു. എന്നിട്ടൊടുവിൽ ചെന്നെത്തിയത് വലിയൊരു തിരിച്ചറിവിലും.

എമിലിയോടുള്ള ശത്രുത ഇതുവരെയായി തനിക്കൊരു ഗുണവും ചെയ്തിട്ടില്ല. അളമു തന്നെ മാത്രം സ്നേഹിച്ചും കാമിച്ചും എക്കാലവും കഴിയുമെന്ന് മറ്റ് പെണ്ണുങ്ങളെപ്പോലെ ചേമയും ആഗ്രഹിച്ചിരുന്നു. എന്നാൽ തന്റെ ജീവിതത്തിൽ മാത്രമല്ല ചുറ്റുവട്ടത്തും പലപ്പോഴും ഉണ്ടാവാറുള്ള അപചയങ്ങൾ കുറെപ്പേരുടെ കേവലമായ ആഗ്രഹം കൊണ്ട് മാത്രം മാറാവുന്നവയല്ലെന്ന് അവളറിഞ്ഞു. കുറെ ദിവസങ്ങളിലെയോ മാസങ്ങളിലെയോ ഭീഷണികൾക്കും വിലാപങ്ങൾക്കും ശേഷം കെട്ടടങ്ങാൻ വിധിക്കപ്പെട്ടതാണ് ഇവിടത്തെ ഓരോ പെണ്ണിന്റെയും ആവേശവും ആത്മാഭിമാനവും.

ഒരുച്ചതിരിഞ്ഞ നേരത്ത് തങ്ങളുടെ കൃഷിയിടങ്ങൾ കാണാൻ ചേമ പുറപ്പെട്ടു. വയലിലെ നെല്ല് കതിരായിരുന്നു. ഇപ്രാവശ്യം നല്ല വിളവുണ്ടാവുമെന്നാണ് പലരും അഭിപ്രായപ്പെട്ടത്. വരമ്പും തോടും കടന്ന് അതിനപ്പുറത്ത് ജന്മമായി പതിച്ചു കിട്ടിയ കരഭൂമിയിലേക്കവൾ കയറി.

അവിടെ പണിയിലേർപ്പെട്ടിരുന്ന അളമു അവളുടെ പതിവില്ലാത്ത ആഗമനം ശ്രദ്ധിച്ച് തിരക്കി: "എന്തര്?"

"വെറുതെ," അവൾ പറഞ്ഞു.

പുരയിൽ പണികൾക്ക് കുറവൊന്നുമില്ല. അക്കാനി തിളപ്പിച്ച് കരുപ്പട്ടിയാക്കണം. വേനൽക്കാലമായാൽ ഓരോ ചുമട് മരച്ചീനി അളമു കൊണ്ടിട്ടു കൊടുക്കും, തൊലി കളഞ്ഞ് അരിഞ്ഞുണക്കാൻ. ഇടയ്ക്കിടെ നെല്ല് വേവിച്ചുണക്കലും കുത്തലുമൊക്കെയുണ്ട്. ഇതിനൊക്കെ പുറമെയാണ് മക്കളെ കൊണ്ടുള്ള സൈ്വരക്കേട്. നാലഞ്ചു വയസ്സുള്ള ഇളയ മകൾ നാണി എപ്പോഴും തള്ളയുടെ പിന്നാലെയാണ്.

അലസമായി കൃഷി വീക്ഷിച്ച് അവൾ മുകളറ്റത്തെത്തി. അവിടെയാണ് ഒരേക്കർ നിശ്ചയിച്ച് എമിലിക്ക് വിട്ടുകൊടുത്തിട്ടുള്ളത്. കരിമ്പനകളും മരച്ചീനിയും കുവയും കാച്ചിലും അത്യാവശ്യം പച്ചക്കറികളും അവിടെയുണ്ട്.

കുടിലിനപ്പുറത്ത് മൂന്നാലു വയസ്സുള്ള മുത്തു പൂഴിമണ്ണിൽ കളിക്കുന്നു. അവന് നല്ല ശരീരപുഷ്ടിയും കാണാൻ നല്ല ചന്തവുമുണ്ട്.

ചേമ അവിടെത്തന്നെ നിന്നു. എമിലിയെ കാണുകയും സംസാരിക്കുകയുമാണ് ഉദ്ദേശ്യം. എന്നാലെങ്ങനെ തന്റെ പിണക്കമെല്ലാം തീർന്നുവെന്ന് അങ്ങോട്ടുപോയി പറയും?

കാത്തു നിൽക്കുകതന്നെ.

അൽപ്പം കഴിഞ്ഞ് കുടിലിന് പുറത്തു വന്ന എമിലി, ചേമയെക്കണ്ട് അമ്പരന്നു.

ചേമ ജാള്യത മറയ്ക്കാൻ നന്നേ പാടുപെട്ടു. പിന്നെ രണ്ടും കൽപ്പിച്ച് ചിരിച്ചു. എമിലി തിരിച്ചും.

അവളുടെ ചിരിയ്ക്ക് ചന്തമുണ്ട്. ഒരുപക്ഷേ ഈ ചിരി കണ്ടിട്ടാവാം തന്റെ പുരുഷൻ അവൾക്ക് മുമ്പിൽ വീണു പോയതെന്ന് ചേമയ്ക്കു തോന്നി.

ഒരു ഔപചാരികതയെന്ന നിലയിൽ ചേമ ചോദിച്ചു: "അമ്മയില്ലയോ പെരയില്?"

"ചന്തയില് പെയ്." എമിലി പറഞ്ഞു: "ഇപ്പവരും, എന്തര് അമ്മയെ കാണാനോ?"

"ഏയ്, വേണ്ടാ"

"ചേമയക്കൻ വരിൻ പെരേലിരിക്കാം."

"വേണ്ടാ. ഞാനിവിടെ നിക്കാം."

എമിലി അങ്ങോട്ട് ചെന്നു. വിരലിൽ തൂങ്ങി, തുള്ളിത്തുള്ളി ഓടുന്ന കുട്ടിയുടെ ചന്തമാസ്വദിച്ച് ചേമ നിന്നു. മറ്റൊന്നുമല്ലെങ്കിലും, തന്റെ പുരുഷന്റെ സന്തതിയാണല്ലോ.

ഇരുവരും എങ്ങും തൊടാത്ത മട്ടിൽ സംഭാഷണം നടത്തി. കാലാവസ്ഥ, മഴക്കാലത്തെ കൊതുകുശല്യം, കണ്ടത്തിൽ വിളയുന്ന പച്ചക്കറികളും മരച്ചീനിയും എന്നിത്യാദികൾ.

ഏറ്റവുമൊടുവിൽ വേദക്കാരുടെ എഴുത്തു പള്ളിയെ ചേമ പരാമർശിച്ചു. അവിടെ വേദക്കാരുടെ മക്കളെ മാത്രം പഠിപ്പിക്കുന്നത് അനീതിയാണ്.

എമിലി പറഞ്ഞു: “വൈത്യര് നോക്കീട്ടും പെരുമാനെ എഴുത്തു പള്ളീല് ചേർക്കാനൊത്തില്ലെന്ന് കേട്ട്.”

“ങാ.” ചേമയിൽ പ്രകടമായ നിരാശ.

അൽപ്പനേരത്തെ ആലോചനയ്ക്ക് ശേഷം എമിലി പറഞ്ഞു: “ചേമയക്കൻ സമാധാനിക്ക്. ഉപദേശിയോട് ഞാനൊന്ന് പറഞ്ഞു നോക്കട്ട്.”

“പറയുമോ?”

“പിന്നെ, പറയാതെ! പെരുമാൻ എന്റ മോനെപ്പോലെയാണ്. അവൻ നല്ല നെലയിലാവണമെന്ന് ആരയ്ക്കാണ് ആഗ്രഹമില്ലാത്തത്?”

കൃതജ്ഞത പറഞ്ഞറിയിക്കാനാവാതെ ചേമ നിന്നു.

എമിലി തുടർന്നു; “നാളെ കാലത്ത് പെരുമാനെ ഇങ്ങ് പറഞ്ഞയയ്ക്ക്. അവനെയും കൂട്ടി ഞാൻ പോവാം. ഉപദേശിയെ കണ്ടാലൊത്തില്ലെങ്കിൽ മിഷണറിയെ ഞാൻ കാണും. പിന്നെ പറ്റുമെങ്കിൽ അവന്റ അപ്പനും കൂടെ പോരട്ട്.”

“അതുവേണ്ടാ,” ചേമ പെട്ടെന്ന് പറഞ്ഞു: “ഒരിക്ക പെയ്യിട്ട് ശരിയാവാത്തതാണ്.”

അതിലുപരി, താനല്ലാത്തൊരു പെണ്ണ് തന്റെ പുരുഷനുമൊന്നിച്ച് ഊരു ചുറ്റുന്നത് അവൾക്ക് അചിന്തനീയമാണ്.

“എങ്കി വേണ്ടാ, ഞാൻ പെരുമാനേയും കൂട്ടി പോവാം.”

“അതു മതി,” ചേമ പറഞ്ഞു: “വേദക്കാരല്ലെങ്കിലും എല്ലാ ഞാറാഴ്ചകളിലും ഞാൻ പള്ളിയിലേക്ക് ഓരോന്നും കൊടുത്തയയ്ക്കാറുണ്ടെന്ന് ഉപദേശിയോട് പ്രത്യേകം പറയണും. കഴിഞ്ഞയാഴ്ചയും കുഞ്ചാണ്ടിയുടെ കയ്യില് കൊറച്ച് നെല്ല് ഞാൻ കൊടുത്തയച്ചിട്ടൊണ്ട്.”

എമിലിക്ക് അതിശയം തോന്നി. ചെമ്മണ്ണുവിളയ്ക്ക് കിഴക്കായി താമസിക്കുന്ന കുഞ്ഞാണ്ടി അടുത്ത കാലത്താണ്, ഞായറാഴ്ചകളിൽ സ്ഥിരമായി കാണിക്കയെത്തിക്കുന്നതിലൂടെ പള്ളിയിൽ അറിയപ്പെടാൻ തുടങ്ങിയത്. എന്നാലവ എവിടുന്നുമാണെന്ന് ചോദിച്ചാൽ പൊട്ടനെ പോലെ കൈമലർത്തുകയാണ് അയാളുടെ പതിവ്.

വേദത്തിൽ ചേർന്നില്ലെങ്കിലെന്ത്, എമിലി ചിന്തിച്ചു; ചേമയക്കൻ വേദക്കാരിതന്നെ!

പെരുമാനെയും കുട്ടി ചെന്ന എമിലിയോടും ഉപദേശി ആദ്യം പറ്റില്ലെന്ന് തന്നെ പറഞ്ഞു. അത് മിഷൻകാരുടെ തീരുമാനമാണോ എന്നാരും അന്വേഷിച്ചില്ലെങ്കിലും, മിഷന്റെ മേൽവിലാസത്തിൽ ഉപദേശിയുൾപ്പെട്ടവർ ആളുകളോട് പറഞ്ഞത്, പള്ളിക്കൂടത്തിൽ പഠിക്കണമെങ്കിൽ പള്ളിയിൽ ചേർന്നേ പറ്റൂ എന്നാണ്. വേദമാർഗത്തിൽ വരുന്നവർക്ക് നേർവഴി കാട്ടിക്കൊടുക്കാൻ പള്ളി ബാധ്യസ്ഥമാണ്. മറ്റ് മതക്കാരെ എഴുത്തുപള്ളിയിൽ ചേർത്താൽ മതം മാറ്റത്തിന്റെ സാധ്യത കുറയും.

"അതിന്, ഇവൻ ഇന്ദുവൊന്നുമല്ല," എമിലി പറഞ്ഞു: "എന്റ മോനാണെന്ന് വിചാരിച്ചാമതി."

എമിലിക്കിപ്പോൾ ഇരുപത്തഞ്ചോളം വയസാണ് പ്രായം. പെരുമാന് പന്ത്രണ്ടും. പണ്ട്, പള്ളിപ്പറമ്പിൽ കുടിൽ കെട്ടിക്കഴിയുന്ന കാലം മുതൽ അവളെ ഉപദേശിക്കടുത്തറിയാം. ചെമ്മണ്ണുവിളയിലേക്ക് തിരിച്ചു പോവാൻ അവളെ പ്രേരിപ്പിച്ചവരിൽ ഒരാൾ അയാളാണ്. അവൾ ഒരുവന്റെ രണ്ടാം ഭാര്യയാണെന്നറിഞ്ഞപ്പോൾ അയാൾ ആദ്യം ചോദിച്ചത് അവൻ ഏത് വേദക്കാരനാണെന്നല്ല, മറിച്ച്, വേല ചെയ്ത് രണ്ടു കുടുംബങ്ങളെ പോറ്റാൻ കഴിവുള്ളവനാണോ എന്നാണ്. അയാൾ പറഞ്ഞു: "എമിലി നിർബന്ധം പിടിക്കരുത്. അതും വല്ലവർക്കും വേണ്ടി."

"ഇവനെനിക്ക് വല്ലവനുമല്ല," അവളും വിട്ടില്ല: "മോൻ തന്നെ."

അയാൾക്കൊന്നും മനസിലായില്ല.

അവൾ ആ ബന്ധമെന്താണെന്ന് വെളിപ്പെടുത്തി. പിന്നെ പറഞ്ഞു: "അവര് വേതത്തില് ചേരാത്തതൊന്നും കാരിയമാക്കണ്ടാ. ചെമ്മണ്ണുവെളയിലെന്നും ചക്രമായിട്ടും സാമാനങ്ങളായിട്ടും പള്ളിയ്ക്ക് ഏറ്റവും കൂടുതല് കാണിയ്ക്ക കൊടുക്കണത് എവന്റ അമ്മയാണ്."

ഉപദേശിക്ക് കാര്യം മനസിലായി. അവിടെ സ്വന്തമായി മണ്ണും പാട്ട കൃഷിയുമുള്ള ചാന്നാർ കുടുംബത്തെ നേരിട്ട് പരിചയപ്പെടാ നൊത്തിട്ടില്ല.

അയാൾ ചോദിച്ചു: "പള്ളിക്ക് വേണ്ടി ഇതെല്ലാം ചെയ്യ്ണവരക്ക് പള്ളിയില് വരാൻ കൊറച്ചിലോ?"

"കുറച്ചിലായിട്ടല്ല ." എമിലി പറഞ്ഞു, "മഠത്തുകാരുടെ കൊറച്ച് പാട്ടകൃഷിയൊണ്ട്. സ്വന്തമായി കൊറച്ച് മണ്ണൊണ്ടായതും മഠത്തുകാര്ടെ കനിവു കൊണ്ട് തെന്നെ. ഞങ്ങളൊക്കെ പച്ചപിടിച്ചത് അങ്ങനെയാണ്. അവരെ പെണക്കാൻ പറ്റൂല്ല. പിന്നെ വേതക്കാരെക്കാൾ നല്ലവരായിട്ടുതെന്നെയാണ് ഇവന്റ വീട്ടുകാര് ജീവിക്ക്ണതും."

ഉപദേശി മുഖമുയർത്തി അവളെ സൂക്ഷിച്ചു നോക്കി, കുറ്റപ്പെടുത്തുന്നപോലെ.

ഏകഭാര്യാത്വത്തെ പള്ളി പ്രോത്സാഹിപ്പിക്കുന്നുണ്ടെങ്കിലും, ഒന്നിലധികം ഭാര്യമാരുള്ള പള്ളിപ്രമാണിമാർ തന്നെയുണ്ട്. ചിലർ മുമ്പ് തന്നെ അതായിരുന്നുവെങ്കിൽ, വേറെ ചിലർ വേദക്കാരായി തീർന്ന ശേഷം കൂടുതൽ ഭാര്യമാരെ സ്വീകരിച്ചവരാണ്. പല കാരണങ്ങളാലും പള്ളി അവരെ തള്ളിപ്പറഞ്ഞിട്ടില്ല.

വേദത്തിൽ ചേർന്നവരിലധികവും, താനുൾപ്പെടെ, ആത്മീയതയിലധികം ജീവിതത്തിലെ ഭൗതിക പ്രയാസങ്ങളിൽ നിന്നും മോചനം കാംക്ഷിച്ചവരാണ് എന്ന് ഉപദേശിക്കറിയാം. പള്ളിക്കും വേണം ഭൗതികമായ ഒരടിത്തറ. കിഴക്കൻ മലകളിൽ സ്ഥിരമായ ശമ്പളം വാങ്ങുന്നവരുമായി തട്ടിച്ചു നോക്കുമ്പോൾ ചെമ്മണ്ണുവിളയിലെ അജ്ഞാനിയായ ചാന്നാന്റെ കാണിയ്ക്ക വളരെ വിലപ്പെട്ടതാണെന്നയാൾ കണ്ടെത്തി.

വിശ്വാസത്തിന്റെ പേരിൽ എഴുത്തും വായനയും പഠിക്കാനുള്ള ആഗ്രഹത്തെ തടയുന്നത് ശരിയല്ലെന്ന് അപ്പോഴയാൾ അറിഞ്ഞു. പോരാ

ത്തതിന് എൽ എം എസ്സുകാരുടെയും സി എം എസ്സുകാരുടെയും വിദ്യാലയങ്ങളിൽ പഠിയ്ക്കുന്നവർ മുഴുവൻ കൃസ്ത്യാനികളുമല്ല.

പെരുമാനെ എഴുത്തുപള്ളിയിൽ ചേർത്തു. ഉപദേശി ഓർമിപ്പിച്ചു: "എത്തരയും പെട്ടെന്ന് ഇവന്റ അപ്പനുമമ്മയും വേദക്കാരാവുമെന്ന് പ്രതീക്ഷിച്ചാണ് ഞാനിത് ചെയ്യണത്."

വളരെയധികം ആനന്ദത്തോടെയും അഭിമാനത്തോടെയുമാണ് മടങ്ങിയതെങ്കിലും, ചേമയുടെ പുരയ്ക്കകത്ത് കയറാൻ ആദ്യം എമിലി ഒന്നറച്ചു. ചേമ അവളെ പിടിച്ചുകൊണ്ടു പോവുകയാണുണ്ടായത്.

ഇത്രയൊന്നും വലിപ്പമില്ലാത്ത ചെറിയൊരു മൺപുര. ഒരുപാടായി എമിലിയത് സ്വപ്നം കാണുന്നു. എങ്കിലും തന്റെ സേവനത്തിനുള്ള പ്രതിഫലമായി അവളതാവശ്യപ്പെട്ടില്ല.

പഴ്യെ തിന്നാൽ പനയും തിന്നാമെന്നാണ് ചൊല്ല്.

എഴുത്തുപള്ളിയിൽ പോവുന്ന പെരുമാൻ നിർബന്ധമായും പാലിക്കേണ്ട ചില കാര്യങ്ങൾ അവൾ വെളിപ്പെടുത്തി. ഉപദേശി പ്രത്യേകം അവളോട് പറഞ്ഞേൽപ്പിച്ച കാര്യങ്ങൾ. രാവിലെ ഒൻപത് മണിയ്ക്ക് തുടങ്ങുന്ന അധ്യയനം ഉച്ചയ്ക്ക് ഒരു മണിക്ക് തീരും. (വല്ലപ്പോഴും സായിപ്പച്ചന്റെ പോക്കറ്റ് വാച്ചിൽ നിന്നും അയാൾ കണ്ടറിഞ്ഞതാണ് 'മണി' എന്ന 'സാധനം'). കാരണമില്ലാതെ മുടങ്ങിയാൽ കുട്ടിയുടെ പേര് വെട്ടിക്കളയും. നല്ല തോർത്തുടുത്തു വേണം പോകാൻ. പോകുന്നതിനുമുമ്പ് കുളിക്കണം.

"എല്ലാ ദെവസവും കുളിക്കണുമെന്നോ?" ചേമ ചോദിച്ചു.

"ഞാ, എല്ലാ ദെവസവും വേണും," എമിലി പറഞ്ഞു.

"ചെറുക്കന് തീനം പിടിക്കൂല്ലിയോ?"

ആദ്യമായി കേട്ടപ്പോൾ എമിലിയ്ക്കുമുണ്ടായി, ആ സംശയം. നാട്ടിൽ പൊതുവായിട്ടുള്ള വിശ്വാസവും അങ്ങനെയാണ്. എന്നാലത് ശരിയല്ലെന്ന് പറഞ്ഞു ബോധ്യപ്പെടുത്തിയത് ഉപദേശിയാണ്:

"മേൽജാതിക്കാര് ദെവസത്തില് രണ്ടു വട്ടമാണ് കുളിക്കണത്. മുങ്ങിക്കുളി. കാലത്തും വൈകിട്ടും!"

എമിലി പറഞ്ഞു: "മാത്തുകാരെ കണ്ടിട്ടില്ലിയോ? എല്ലാ ദെവസവും അവര് കുളിക്കും. വൃത്തിയായിട്ടു നടന്നാ തീനങ്ങളുണ്ടാവുല്ലെന്നാണ് ഒപതേശി പറഞ്ഞത്."

"എന്തോ," ചേമയ്ക്കപ്പോഴും സംശയം ബാക്കിയായി.

ഒരു നിമിഷശേഷം എമിലി പറഞ്ഞു: "പെരുമാന്റ മുടി മുറിക്കണം"

ചേമയ്ക്കതിന്റെ പൊരുൾ മനസിലായില്ല. നാട്ടിൽ തുലുക്കർ ഇടയ്ക്കിടെ തല മുണ്ഡനം ചെയ്യുമെന്നവൾ കേട്ടിട്ടുണ്ട്. എന്നാൽ, സവർണരാവട്ടെ, അവർണരാവട്ടെ, അങ്ങനെ ചെയ്യുന്നതായി അവൾക്കറിയില്ല.

അവൾ ചുക്രിവൈദ്യന്റെ വിദഗ്ധോപദേശം തേടി.

അയാൾ താടി ചൊറിഞ്ഞ് കുറച്ചു നേരം ആലോചനയിലാണ്ടു. പിന്നെ പറഞ്ഞു: "പുതിയ വേതക്കാരാണല്ലോ. ചെലപ്പോ അവരയ്ക്കതിനൊള്ള കാരണം കാണും"

"പക്ഷെ ആര് മുടിമുറിക്കും?"

"അതിനാണ് നമ്മക്ക് കാവതി." വൈദ്യന്റെ ബോധം തെളിഞ്ഞത് പെട്ടെന്നാണ്; "ചാന്നാന്റ അമ്പട്ടനാണ് കാവതി."

ചെമ്മണ്ണുവിളയിലെ ആദ്യത്തെ മുടിമുറിക്കൽ കർമത്തിന് എല്ലാ തയ്യാറെടുപ്പുകളോടും വൃദ്ധനായ കാവതി വന്നു. അളമുവിന്റെ പുരയുടെ മുറ്റമാണ് അരങ്ങ്. അതിന് സാക്ഷ്യം വഹിക്കാൻ ഒരുപാടാളുകൾ വന്നു കൂടി.

നിലത്ത് പെരുമാനെ പിടിച്ചിരുത്തി, മൂർച്ചയില്ലാത്ത ഇരുമ്പു കത്രിക കൊണ്ട്, വാശിയോടെന്ന പോലെ കാവതി തന്റെ പണി തുടങ്ങി. വേദന യാൽ കുട്ടി കുതറിമാറാൻ ശ്രമിച്ചു, കരഞ്ഞു. രണ്ടുപേർ അവനെ ബല മായി പിടിച്ച് അവിടെയിരുത്തി. വേദന അസഹ്യമായപ്പോൾ അവൻ നില വിളിച്ചു;

"എന്നെ കൊല്ലണമ്മോ!"

പെരുമാന് വേണ്ടി രണ്ട് കുറിയ തോർത്തും മൃഗക്കൊമ്പിൽ തീർ ത്ത ഒരു ചീർപ്പും മൂന്ന് നാഴികയകലെയുള്ള ഒരു പീടികയിൽ നിന്നും അളമു വാങ്ങിക്കൊണ്ടുവന്നു.

കുറിയ തോർത്തുടുത്ത്, നീളം കുറഞ്ഞ തലമുടി പിന്നിലേക്ക് ചീകി യൊതുക്കി എഴുത്തുപള്ളിയിലേക്കു പോവുന്ന പെരുമാനെ ഒരുക്കാൻ ചേമ കുറച്ചധികം നേരമെടുത്തു. അതിലധികം നേരം അവൾ ഒരുങ്ങി ക്കഴിഞ്ഞ മകന്റെ ചന്തമാസ്വദിച്ചു.

അവന്റെ ആകാരത്തിനും ഭാവത്തിനും വ്യത്യാസം വന്ന പോലെ.

തോർത്തിനോടും ചീർപ്പിനോടുമൊപ്പം അളമു വാങ്ങിക്കൊണ്ടു വന്ന സ്ലേറ്റും കയ്യിൽപ്പിടിച്ച് നടന്ന പെരുമാന് പിന്നാലെ കിഴക്കേ കുന്നു വരെ ചേമയും നടന്നു. അവൾക്കൊപ്പം എമിലിയും വള്ളിയും വേറെ ചില പെണ്ണുങ്ങളുമുണ്ടായിരുന്നു. കുന്നിൻമുകളിൽ നിന്നാൽ ചരിവിറങ്ങി, അതിനപ്പുറത്തെ കുന്ന് കയറി മറയുവോളം അവനെ കാണാം.

ശനിയാഴ്ചകളിലും ഞായറാഴ്ചകളിലും മഴക്കാലങ്ങളിലും ക്ലാസു ണ്ടാവാറില്ല. ക്ലാസ് കഴിഞ്ഞ് ഉച്ചയ്ക്കുശേഷം പെരുമാൻ മടങ്ങിയെത്തും. അന്നന്നു പഠിച്ച അക്ഷരങ്ങളും അക്കങ്ങളും സ്ലേറ്റിന്റെ ഇരുപുറങ്ങളി ലുമായി കുറിച്ചിട്ടത് മാഞ്ഞുപോവാതിരിക്കാൻ അവൻ പ്രത്യേകം ശ്രദ്ധി ച്ചു. അടുത്ത ദിവസം അതെല്ലാം അധ്യാപകനായ ഉപദേശിയെ തെറ്റി ക്കാതെ പറഞ്ഞ് കേൾപ്പിക്കേണ്ടതുണ്ട്. അതിലുപരി താനെന്തൊക്കെ യാണ് പഠിച്ചത് എന്നത് തന്റെ അമ്മയും ഇളയവരും അറിയുന്നത് അവന് അഭിമാനവുമാണ്.

തനിക്ക് ചുറ്റുമുള്ള പ്രകൃതിയിൽ കാണുന്ന ഒന്നിനോടും സാദൃ ശ്യമില്ലാത്ത ആ കൊച്ചുചിത്രങ്ങളെ അത്ഭുതംപൂണ്ട മിഴികളാൽ ചേമ നോക്കിയിരുന്നു. അക്ഷരമെന്നാൽ, അവളുടെ ധാരണകളിൽ എത്തി പ്പിടിക്കാനാവാത്തത്ര അകലത്തിൽ വെട്ടിത്തിളങ്ങുന്ന നക്ഷത്രങ്ങളായി രുന്നു, കുറച്ചു മുമ്പ് വരെ. അവൾക്ക് തികച്ചും അജ്ഞാതമായ ഒരന്യലോ

കത്തിന്റെ പരിവേഷമായിരുന്നു, അതിന്. ഒന്നും ഒന്നും കൂട്ടിയാൽ രണ്ടാവുമെന്നറിയാമെങ്കിലും, ഒന്നിനരികിൽ, സമാന്തരമായി മറ്റൊരൊന്നിനെ നിറുത്തിയാൽ പതിനൊന്നാവുമെന്ന് അവൾക്കറിഞ്ഞുകൂടായിരുന്നു.

നൂറ് പറയെന്നാൽ ഒരുപാട് പറകളെന്നല്ലാതെ, കൃത്യമായ അതിന്റെ വ്യാപ്തി അറിയാൻ അവൾ മകനിൽ നിന്നും ഗണിതം പഠിക്കാൻ ശ്രമിച്ചു.

പെരുമാൻ എഴുത്തുപള്ളിയിൽ പോകുന്നതിന്റെ വിശേഷങ്ങളറിയാൻ അവന്റെ ഇളയവരും അയലത്തെ കുട്ടികളും പെണ്ണുങ്ങളും അവന് ചുറ്റും കൂടി. മുറ്റത്തെ മരത്തണലിലെ പൂഴിമണ്ണിൽ അവർക്കായി അവൻ ചിത്രങ്ങൾ വരച്ചു.

"അമ്മ, ആന, പന."

അമ്മയുടെ വിദൂര സാമിപ്യം പോലുമില്ലാത്ത പൂഴിമണ്ണിലെ ചിത്രം പെറ്റില്ല, മുല ചുരത്തിയില്ല, താരാട്ടു പാടിയില്ല.

ആമ അണുവിട ചലിച്ചില്ല, മണ്ണിൽ പതിഞ്ഞു കിടന്നതല്ലാതെ.

എന്നിട്ടും അമ്മയെയും ആമയെയും ഇത്ര ലളിതമായി വിശദീകരിക്കാമെന്ന അറിവ് ആളുകളെ അത്ഭുതപ്പെടുത്തി.

പനയുടെ ചിത്രത്തിൽ നിന്നും അക്കാനി വരുന്നില്ലെന്നതിനെ ച്ചൊല്ലി കുഞ്ചനും ചന്തുവും തർക്കിച്ചു, ശണ്ഠകൂടി.

പനയെന്നെഴുതിവച്ചാൽ അതിൽ നിന്നും അക്കാനി വരില്ലെന്നത് സാമാന്യജ്ഞാനം. ആറേഴ് വയസുകാരായ കുട്ടികളുടെ അറിവില്ലായ്മയായിക്കരുതി അതവഗണിക്കാവുന്നതേയുള്ളു. എന്നാൽ തങ്ങളുടെ കുട്ടികളെ കോണാനുടുത്തും അല്ലാതെയും, യഥേഷ്ടം അലഞ്ഞു തിരിയാൻ വിടുന്ന കരയിലെ ശൂദ്രർക്ക് പോലും അപ്പോഴും മനസ്സിലാവാത്തൊരു കാര്യമുണ്ട്:

"എഴുത്ത് പഠിച്ചെന്നുവച്ച് ചാന്നാൻ, ചാന്നാനല്ലാതാവുമോ?"

ചെമ്മണ്ണുവിളയിലെ ചാന്നാന്മാരും വ്യത്യസ്തരല്ല; "ആണ്ടവമ്മാര് തൊണച്ചത് കൊണ്ട് വേലചെയ്യാൻ സൊന്തമായി മണ്ണൊണ്ടായി. എഴുത്തു പഠിക്കാനെന്നും പറഞ്ഞ് ചെറുക്കനെ മെനക്കെടുത്തിക്കുന്നത് ചുത്ത അഹങ്കാരമാണ്. അവനിവിടത്തെ രാജാവാവു മെന്നാണോ വിശാരം?"

ആരുമതിന് ഉത്തരം പറഞ്ഞില്ല.

പള്ളിക്കൂടം വിട്ടുവരുന്ന പെരുമാന് മിക്കപ്പോഴും പരാതികളെന്തെങ്കിലുമുണ്ടാവും. തെറ്റോ അനുസരണക്കേടോ കാണിച്ചാൽ അധ്യാപകനിൽ നിന്നും കിട്ടാറുള്ള തല്ലും നുള്ളുമൊന്നും അവൻ പുറത്ത് പറയില്ല. സ്ഥിരമായ ഒരു കൂട്ടുകാരനില്ല എന്നതാണവന്റെ പരാതികളിലൊന്ന്. കൂട്ടുകാരായി പലരുമുണ്ടായി. എന്നാൽ ഏതാനും ആഴ്ചകൾക്കോ ദിവസങ്ങൾക്കോ ശേഷം അവർ വരാതാവും. പകരം പുതിയ കുട്ടികൾ വരും. ആദ്യം പഠിപ്പിച്ചതെല്ലാം അധ്യാപകൻ വീണ്ടുമാവർത്തിക്കും.

അയാളുടെ വകയായി എല്ലാ ദിവസവും രാവിലെ പ്രാർഥനയുണ്ട്. ഒരു കഥ കേൾക്കുന്ന ലാഘവത്തോടെ അത് കേട്ടുനിൽക്കുന്നത് പെരുമാനിഷ്ടമാണ്. വേറെയുമുണ്ട് അവന് പരാതികൾ: താനുടുക്കുന്ന തോർത്ത് അഴുക്കാവുന്നത് അവനിഷ്ടമല്ല.

"വെള്ളത്തോർത്ത് കിട്ടിയാലെ നാൻ എഴുത്തുപള്ളീല് പോവൂ."

പിന്നെ, ക്ലാസ്സിൽ അടുത്തിരിക്കുന്ന കുട്ടിക്ക് വല്ലാത്ത നാറ്റം. മറ്റൊരു കുട്ടിയുടെ മേൽ നിറയെ ചൊറിയും ചിരങ്ങും. കണ്ടാൽത്തന്നെ അറയ്ക്കും. അവന്റെ ശുചിത്വ കാര്യത്തിൽ ചേമ പ്രത്യേക നിഷ്കർഷ പാലിക്കാൻ നിർബന്ധിതയായി. തുടക്കത്തിൽ ഭയപ്പെട്ടിരുന്നെങ്കിലും, രാവിലെ നിർബന്ധമായും മേൽകഴുകാൻ അവളവനെ ശീലിപ്പിച്ചു. മറ്റ് കുട്ടികളുടെ ദോഷങ്ങൾ പറയുന്ന തന്റെ മകനിൽ അത്തരം ദോഷങ്ങൾ കണ്ടെത്താൻ മറ്റുള്ളവരും ശ്രമിച്ചേക്കുമെന്ന് അവളറിഞ്ഞു.

ആ തിരിച്ചറിവ് അവളെ കൊണ്ടെത്തിച്ചതാവട്ടെ, തന്റെയും അളമുവിന്റെയും മക്കളുടെയും ശുചിത്വത്തിലും!

അളമു പണിചെയ്യുമ്പോഴും അല്ലാത്തപ്പോഴും ചുറ്റി നടക്കുന്ന തോർത്തിന് ചേറിന്റെ നിറമാണ്. നിറയെ കറപുരണ്ടതിന്റെ അടയാളവും. വാങ്ങുന്ന കാലത്ത് തൂവെള്ളയായിരുന്നു, അതിന്റെ നിറം.

പെരുമാനൊഴികെയുള്ള മക്കൾ അപൂർവമായി തോർത്തും അല്ലാത്തപ്പോൾ കോണകവുമാണ് ധരിക്കാറ്. എങ്കിലും, അവർ അടുത്തു വന്നപ്പോൾ ചേമയ്ക്ക് നാറ്റമനുഭവപ്പെട്ടു.

കുളിയെന്ന അർഥത്തിൽ നിത്യേന കുളിക്കുന്നവരായി ചെമ്മണ്ണുവിളയിൽ ആരുമില്ല. ആഴ്ചയിലൊന്നോ രണ്ടോ വട്ടം തല കഴുകുകയും, അല്ലാത്തപ്പോൾ പണി കഴിഞ്ഞ് മേൽകഴുകുന്നതുമാണവരുടെ പതിവ്. തന്റെ കുടുംബത്തിനായി ചേമ ഒരു നിയമമുണ്ടാക്കി. നിത്യേന എല്ലാവരും നന്നായി മേൽ തേച്ചു കഴുകുകയെങ്കിലും വേണം!

മൂന്നും നാലും ആഴ്ചകളിലൊരിക്കൽ ചെമ്മണ്ണുവിളയിലേക്ക് വന്ന മണ്ണാനോട് അളമുവിന് വല്ലാത്ത അരിശം തോന്നി. അഴുക്കില്ലാത്ത തുണി ചുറ്റി നടക്കുന്നതിൽ അയാൾക്കെതിർപ്പൊന്നുമില്ല. എന്നാൽ, ആ കാരണവും പറഞ്ഞെത്തുന്ന അലക്കുകാരൻ തന്റെ സമ്പാദ്യത്തിന്റെ ഒരു ഭാഗം കവർന്നു കൊണ്ടു പോവുകയാണ്.

ചേമയുടെ പ്രവൃത്തികളെ സംശയത്തോടെയാണ് അയൽക്കാരും അസൂയക്കാരും വീക്ഷിച്ചത്. പൊന്നിയ്ക്ക് പണ്ടുണ്ടായിരുന്നുവെന്ന് വിശ്വസിക്കപ്പെട്ടിരുന്ന ശൂദ്രസംസർഗത്തെ അവരിൽ ചിലർ സ്മരിച്ചു. ഇപ്പോൾ തന്റെ പുരുഷനെയും മക്കളെയും ശൂദ്രരെപ്പോലെ മേൽജാതിയാക്കാൻ പാടുപെടുകയാണ് അവൾ എന്നവർ കണ്ടെത്തി. അവളുടെ മണ്ടത്തരത്തെ അവർ പരിഹസിച്ചു. അവർ അന്യോന്യം പറഞ്ഞു, 'ഒരു പാട് കുളിച്ചത് കൊണ്ട് ഒരിടത്തും ഒരു കാലത്തും ഒരു കാക്കയും കൊക്കായി തീർന്നിട്ടില്ല!'

ഇരുപത്തിനാല്

മല്ലു മൺപുരയുണ്ടാക്കി ഏതാനും മാസങ്ങൾ കഴിഞ്ഞപ്പോൾ വൈദ്യന്റെയൊപ്പം താമസിക്കുന്ന കുഞ്ചിയുടെ മകൾ നല്ലമ്മാളെ കിഴക്കൻ മലയിൽ പണിയെടുക്കുന്ന ഒരുവൻ ഭാര്യയാക്കി കൊണ്ടു പോയി. മലയിൽത്തന്നെ അവന്റെ കുടിലിൽ അവളും താമസമായി.

ചുക്രിവൈദ്യനും പെണ്ണുങ്ങളും കലഹിക്കാൻ തുടങ്ങിയത് മല്ലുവിന് ഭൂമി പതിച്ചുവാങ്ങിയ കാലം തൊട്ടാണ്. തന്നെയോ മകൾ നല്ലമ്മാളെയോ പറ്റി അയാൾക്കൊരു വിചാരവുമില്ലെന്ന് കുഞ്ചി പരാതിപ്പെട്ടു. തങ്ങളാണ് ആവശ്യാനുസരണം പച്ചിലമരുന്നുകൾ ശേഖരിച്ച്, അവ പാകപ്പെടുത്തി വിറ്റ് വൈദ്യനെ നിലനിർത്തിപ്പോരുന്നത് എന്നാണവളുടെ അവകാശവാദം. എന്നിട്ടും പ്രായം തികഞ്ഞ നല്ലമ്മാൾക്ക് ഒരുമുഴം തുണിയോ, കാൽക്കാശിന്റെ വെള്ളിയാഭരണ മെങ്കിലുമോ വൈദ്യൻ വാങ്ങി കൊടുത്തിട്ടില്ല. കിട്ടുന്നതെല്ലാം മടിയിൽ കെട്ടിവയ്ക്കും. മകനെ നന്നാക്കണമെന്ന ചിന്ത മാത്രമേയുള്ളൂ. മൺപുരയുണ്ടാക്കിക്കൊടുത്തതും വൈദ്യൻ ചക്രം ചെലവാക്കിയാണെ ന്നവൾ തീർത്തും വിശ്വസിക്കുന്നു.

കാളിക്കാണെങ്കിൽ കള്ളു വിളമ്പുന്നതിനിടയിൽ കുടിയൻമാരിൽ നിന്നുമുണ്ടാവുന്ന പീഡനാനുഭവങ്ങളെക്കുറിച്ച് പറയാൻ ഒരുപാടുണ്ട്. പലർക്കും കള്ളിനോടുള്ളതിലധികം ആർത്തി തന്റെ പിടലിയോടാണ്. എന്നിട്ടും വൈദ്യനെ മാത്രം സ്നേഹിച്ചും സേവിച്ചും കുറെക്കാലമായി കഴിയുന്നു. വൈദ്യനാവട്ടെ, നിത്യേന ഇരുട്ടിക്കഴിയുമ്പോൾ കുടിലിലെത്തി, കള്ളുവിറ്റുണ്ടായ ചില്ലിക്കാശ് പോലും കൈക്കലാക്കി ഇറങ്ങിപ്പോവുന്നു. അയാൾ തനിക്കെന്താണ് ചെയ്ത് തന്നിട്ടുള്ളതെന്ന് അവൾ ചോദിക്കുന്നു. മല്ലുവിന് മൺപുരയുണ്ടാക്കിക്കൊടുത്തത് താനുംകൂടെ പാടുപെട്ടുണ്ടാക്കിയ ചക്രംകൊണ്ടാണെന്ന് അവളും അവകാശപ്പെട്ടു.

പലതും പറഞ്ഞ് അവരെ സമാധാനിപ്പിക്കാൻ വൈദ്യൻ ആവത് ശ്രമിച്ചു നോക്കി. എന്നാൽ നല്ലമ്മാളുടെ കല്യാണം കഴിഞ്ഞതോടുകൂടി കുഞ്ചിയുടെ ആവേശം ഇരട്ടിക്കുകയാണുണ്ടായത്. മലയിൽ സ്ഥിരമായ തൊഴിലും വരുമാനവുമുള്ള ഒരുവനാണ് മകളെ കൊണ്ടുപോയതെന്ന അറിവിൽ നിന്നുമുണ്ടായ തന്റേടം, അഹംഭാവം. അത് മനസിലാക്കി വൈദ്യൻ പറഞ്ഞു,

"പൊന്നും വെള്ളിയുമൊന്നും ഒണ്ടാക്കിത്തന്നില്ലെങ്കിലും ഇത്തരേം കാലം നെന്നേം മോളേം നാൻ പട്ടിണിക്കിട്ടില്ല. അത് കൊറഞ്ഞ് പോയെന്ന് തോന്നണെങ്കി ഇനി നീ നിന്റ പാടുനോക്ക്."

കുഞ്ചി തീരുമാനിച്ചതും അതുതന്നെയാണ്. എന്നാൽ ഇറങ്ങിപ്പോവുംമുമ്പ് മരുന്നുകൾ നിറച്ചവയും അല്ലാത്തവയുമായ മൺഭരണികളും, കുടിലിലുണ്ടായിരുന്ന മൺപാത്രങ്ങളും മുഴുവൻ അവൾ സ്വന്തമാക്കി.

ഇനി വൈദ്യൻ തന്നോടൊപ്പം കഴിയുമെന്ന കാളിയുടെ കണക്കുകൂട്ടലും പിഴച്ചു. അയാൾ മല്ലുവിന്റെ മൺപുരയിലേക്ക് താമസം മാറി.

അതിൽ അരിശം മൂത്ത കാളി കള്ള് സൂക്ഷിക്കുന്ന മൺകലങ്ങൾ അടിച്ചു പൊട്ടിച്ചു. പണ്ടൊരിക്കൽ അവളുടെ കണവനായിരുന്ന തണയൻ ചെയ്തതുപോലെ അവളും കുടിലിന് തീകൊളുത്തി.

പിന്നീടവൾ ശ്മശാനത്തിന് പടിഞ്ഞാറ് താമസിക്കുന്ന വിഭാര്യനായ പളനിയുടെ കുടിലിൽ ചേക്കേറി. മുമ്പ് പിച്ചുകയും മാന്തുകയും ചെയ്തപ്പോഴത്തെ മധുരസ്മരണകൾ അയവിറക്കി കഴിയുകയായിരുന്ന അയാൾ കാളിയെ ആവേശപൂർവം സ്വീകരിച്ചു.

അവളുടെ ഉടലിന്റെ വടിവുകൊണ്ട് മാത്രമല്ല, ചുക്രിവൈദ്യൻ വച്ചുകൊണ്ടിരുന്ന ഒരു പെണ്ണ് ഇപ്പോൾ തന്റെയൊപ്പമാണ് പൊറുക്കുന്നതെന്ന് നാലാളോട് പറയുന്നത് പളനിക്ക് അഭിമാനമത്രേ!

മകളോടൊപ്പം മലയിൽ ചെന്ന് താമസിക്കണമെന്ന കുഞ്ചിയുടെ ആഗ്രഹവും നടന്നില്ല. അവൾ ചെമ്മണ്ണുവിളയിൽത്തന്നെ കഴിഞ്ഞാൽ മതിയെന്നും ഇടയ്ക്ക് ആഹാരത്തിനുള്ള വക എത്തിച്ചു കൊടുക്കാമെന്നുമായിരുന്നു മരുമകന്റെ നിലപാട്. ഇതിനെല്ലാം കാരണക്കാരനായ ചുക്രിവൈദ്യന് നേരെ കുഞ്ചിക്ക് എന്തെന്നില്ലാത്ത പകയും വാശിയുമായി. അയാൾക്കറിയുന്നതിൽ കൂടുതൽ വൈദ്യം തനിക്കറിയാ മെന്നവൾ അവകാശപ്പെട്ടു.

“കൊറച്ച് പച്ചെലകൾ പേരറിയാമെന്നല്ലാതെ അയാക്കൊരു ചുക്കുമറിഞ്ഞൂടാ.” അവൾ പ്രഖ്യാപിച്ചു; “അതൊക്കെ തേടിപ്പിടിച്ച് മരുന്നൊണ്ടാക്കിയത് ഞാനുമെന്റെ മോളുമാണ്. ഓരോന്നും പറഞ്ഞ് അയാള് ആളുകളെ പറ്റിക്കണ്.”

വൈദ്യനാവുകയെന്നത് വളരെയധികം ശ്രമകരമായ കാര്യമായി ചുക്രിവൈദ്യന് പോലും തോന്നിയിട്ടില്ല. പലയിടങ്ങളിലായി കണ്ടതും കേട്ടതും വച്ച് തുടങ്ങിയതായിരുന്നു, തന്റെ വൈദ്യം. ആഹാരത്തിന് അന്ന് വേറെ മാർഗമൊന്നുമുണ്ടായിരുന്നില്ല. കൂടുതൽ പഠിക്കാൻ പിന്നീട് ശ്രമിച്ചെങ്കിലും വളരെയൊന്നും കഴിഞ്ഞിട്ടുമില്ല.

എങ്കിലുമൊരു സമാധാനമുണ്ട്. തന്റെ നിർദേശാനുസരണം പാകപ്പെടുത്തിയ ഔഷധങ്ങൾ സേവിച്ച് ആർക്കും കാര്യമായ അപകടങ്ങളൊന്നുമുണ്ടായിട്ടില്ല. കുഞ്ചി ആ പാരമ്പര്യമെങ്കിലും നിലനിർത്തിയാൽ അയാൾ തൃപ്തനാണ്.

മല്ലുവിന്റെ പുരയുടെ വലത്തേ ചായ്പാണ് പുതിയ വൈദ്യശാല. ചുവരിനോട് ചേർന്ന് മൂന്നുവശങ്ങളിലും നീളമുള്ള മൺതിട്ടകളുണ്ടാക്കിയിട്ടുണ്ട്. പുതുതായി വാങ്ങിക്കൊണ്ടുവന്ന മൺഭരണികൾ ഒരു മൺതിട്ടയിൽ നിരത്തി സ്ഥാപിച്ചു. മൺതിട്ടകളെക്കൊണ്ട് വേറെയും പ്രയോജനമുണ്ട്. ദീനക്കാരെ കിടത്തി പരിശോധിക്കാനും ആളുകളെ ഉപചരിച്ചിരുത്താനും അത് പ്രയോജനപ്രദമാണ്.

മല്ലുവിന്റെ മക്കൾ വളരെ വേഗം വൈദ്യനുമായി അടുത്തു.

ഇടതുവശത്തെ ചായ്പ്പാണ് കടമുറി. കച്ചവടത്തിന്റെ ചുമതല വള്ളിക്കാണ്. ആഴ്ചയിൽ രണ്ടുദിവസം ചന്തയിലേക്ക് പോവുന്നത് മല്ലുവാ

ണെങ്കിലും, അയാൾക്ക് സാധനങ്ങൾ ആദായകരമായി വില പറഞ്ഞ് വാങ്ങാനറിഞ്ഞുകൂടാ. വള്ളിക്കയാളെ വിശ്വാസമില്ല എന്നതാണ് പരമാർഥം. അതിനാൽ സഹായത്തിന് അവളുടെ അമ്മ ചന്തയിൽ വരും. സാമാനങ്ങൾ ചുമന്നെത്തിക്കുന്നത് അയലത്തെ കുട്ടികളും. ഒരുനേരത്തെ ആഹാരമാണ് അവർക്കതിനുള്ള പ്രതിഫലം.

വൈദ്യനാവശ്യമായ മരുന്നുകളുണ്ടാക്കുന്നതായി പിന്നെയും മല്ലുവിന്റെ പ്രധാനതൊഴിൽ. ഇക്കുറി വൈദ്യം പഠിക്കണമെന്ന വാശിയിലാണയാൾ. പണ്ടത്തെപ്പോലെ അരിഷ്ടവും അതിൽ കൂട്ടാനുള്ള ചാരായവുമുണ്ടാക്കുന്ന വൈദ്യനല്ല, തന്റെ അപ്പനോളമെങ്കിലും വലിയ വൈദ്യൻ. ചെമ്മണ്ണുവിളക്കാരുടെ പാരമ്പര്യ സങ്കൽപ്പം അങ്ങനെയാണ്. അറിഞ്ഞാലുമില്ലെങ്കിലും അപ്പന് ശേഷം മകൻ വൈദ്യനാണ്; അങ്ങനെ ആകണം.

മുത്തുവിന് താഴെ ഒരു മകനുമുണ്ട് എമിലിയ്ക്ക്: പത്രോസ്. വീണ്ടുമവൾ ഗർഭിണിയുമാണ്.

പെരുമാനെ പള്ളിക്കൂടത്തിൽ ചേർത്തതിനുശേഷം ഇടക്കെല്ലാമവൾ മക്കളെയും കൂട്ടി ചേമയെ കാണാൻ വരും. തുടർച്ചയായി നാലോ അഞ്ചോ ദിവസങ്ങൾ കണ്ടില്ലെങ്കിൽ ചേമ അന്വേഷിച്ച് അങ്ങോട്ടു ചെല്ലും. മാത്രമല്ല, വിശേഷിച്ച് ഭക്ഷണ പദാർഥങ്ങളെന്തെങ്കിലുമുണ്ടാക്കിയാൽ അതിന്റെ ഒരു വീതം പനയോലവട്ടിയിലാക്കി എമിലിക്കും മക്കൾക്കും കൊടുത്തയയ്ക്കുകയും ചെയ്യും. തന്നാലാവുന്നതെല്ലാം തിരിച്ചും എമിലി ചെയ്യാറുണ്ട്.

പെരുമാന്റെ പഠിത്തത്തെക്കുറിച്ച് ഞായറാഴ്ചകളിൽ അവൾ ഉപദേശിയോട് തിരക്കി. അയാൾക്കവനെ ഇഷ്ടമാണ്. മുടങ്ങാതെ എഴുത്തുപള്ളിയിലെത്തുന്ന അപൂർവം കുട്ടികളിലൊരുവനാണവൻ. മാതാപിതാക്കളുടെയോ മറ്റുള്ളവരുടെയോ നിർബന്ധം കൊണ്ടുമാത്രം അവിടെ വന്നുപോവുന്നവരാണ് അധികം പേരും. അതുകൊണ്ട് തന്നെ ഏതാനും ദിവസങ്ങൾക്കോ ആഴ്ചകൾക്കോ ശേഷം അവർ വരാതെയാവും. അങ്ങനെ വന്നു പോയവരുടെ കൃത്യമായ എണ്ണം പോലും ഉപദേശിക്കറിഞ്ഞുകൂടാ.

സ്കൂൾ വർഷം അവസാനിക്കാറായപ്പോൾ പഠിക്കാനെത്തിയവരുടെ പേരുകൾ അയാൾ രജിസ്റ്ററിൽ ചേർത്തില്ല. എന്തായാലും അടുത്തകൊല്ലം ഒരു രണ്ടാംക്ലാസ് തുടങ്ങുന്നതിനെക്കുറിച്ച് മിഷണറി സായിപ്പ് ഗൗരവമായിത്തന്നെ ചിന്തിച്ചു. പള്ളിയുടെയോ എഴുത്തു പള്ളിയുടെയോ കാര്യത്തിൽ സ്വതന്ത്രമായൊരു തീരുമാനമെടുക്കാൻ ഉപദേശിക്കധികാരമില്ല. യഥാർഥത്തിൽ, അവ മിഷണറിയുടെ നേരിട്ടുള്ള നിയന്ത്രണത്തിലാണ്. മിഷൻ പ്രവർത്തനവുമായി ബന്ധപ്പെട്ട വലിയൊരു പ്രദേശത്തിന്റെ ചുമതലയുള്ളതിനാൽ ഒരു പള്ളിയിൽ മാത്രമായി ഒതുങ്ങി നിൽക്കാനദ്ദേഹത്തിന് കഴിയില്ല. അതുകൊണ്ട് എല്ലാ പള്ളികളിലും മിഷണറിയുടെ സഹായിയെന്നോ, അദ്ദേഹത്തിന്റെ അഭാവത്തിൽ

ആരാധന നയിക്കുന്നവനെന്നോ ഉള്ള അർഥത്തിൽ ഉപദേശിമാരെ നിയമിച്ചിട്ടുണ്ട്. പ്രതിഫലമാണെങ്കിൽ മിഷണറിക്കുള്ളതിനെക്കാൾ വളരെ തുച്ഛവും.

"വർഷാവസാനം ക്ലാസില് എത്തര പിള്ളകള് ഒണ്ടാവുമെന്ന് അറിഞ്ഞൂടാ," ഉപദേശി പറഞ്ഞു: "പെരുമാനെപ്പോലെ മൂന്നാലു പേരെങ്കിലും ഒണ്ടാവുമെന്ന് തോന്നണു. പിന്നെ, ഒരു ക്ലാസ് കൂടെ വര്ണത് കൊണ്ട് എനക്ക് കൂടുതല് ചംബളമൊന്നും മിഷനില്ന്നും കിട്ടൂല്ല. എങ്കിലും എന്നുമിങ്ങനെ ഒരു ക്ലാസ് മാത്തരം വച്ചോണ്ടിരുന്നാ ഈ എഴുത്തുപള്ളിക്ക് ഒയര്ച്ച ഒണ്ടാവൂല്ല."

പള്ളിയിലെ വരുമാനത്തിന്റെ അടിസ്ഥാനത്തിൽ മിഷൻ നിശ്ചയിക്കുന്നതാണ് ഉപദേശിയും കൂടിയായ അധ്യാപകന്റെ ശമ്പളം.

പെരുമാനെ പഠിപ്പിക്കുന്നതിന് പ്രതിഫലമെന്നോണം എല്ലാ മാസവും ചേമ ഉചിതമെന്ന് തോന്നുന്ന ഒരു ചെറിയ തുക കൊടുത്തയയ്ക്കാറുണ്ട്. എന്നിട്ടുമവൾ വേദത്തിൽ ചേരാത്തതിൽ അയാൾക്ക് നീരസമുണ്ട്.

എമിലിയിൽ നിന്നും അത് കേൾക്കുമ്പോഴെല്ലാം പറഞ്ഞ് ശീലിച്ചൊരുത്തരം അളമുവിനുണ്ട്:

"ഇന്തുവായതുകൊണ്ട് എന്റ പിള്ളയെ പടിപ്പിച്ചുകൂടാന്നാണെങ്കി അവൻ എഴുത്തുപഠിക്കണ്ടാ!"

അയാളോട് വാശിപിടിക്കാൻ അവൾക്കറിഞ്ഞുകൂടാ.

എമിലിക്ക് എട്ടുമാസം ഗർഭമുള്ളപ്പോഴാണ് തെക്കിലിയ്ക്ക് ദീനം പിടിപെട്ടത്. പരിശോധിച്ച ചുക്രിവൈദ്യൻ കുടലിന് ആന്ധ്രമാണെന്ന് വിധിച്ചു. ചികിത്സയും തുടങ്ങി. ഫലിച്ചില്ല. മൂന്നാമത്തെ ആഴ്ച അന്ത്യവുമുണ്ടായി.

കുടിലിൽ എമിലിയും മക്കളും തനിച്ചായി.

അതൊന്നും അളമുവിൽ കാര്യമായ ചലനങ്ങളൊന്നുമുണ്ടാക്കിയില്ല. എന്തെങ്കിലുമായി പട്ടിണിയില്ലാതെ കഴിഞ്ഞുപോവാനുള്ള വക എമിലിക്കുണ്ട്. പോരാത്തതിന് എല്ലാ ദിവസവും താനവളെ കാണാനെത്തുന്നുമുണ്ട്.

"അതുമാത്തരമൊണ്ടായാ പോരാ. മാസം തെകഞ്ഞിരിയ്ക്കണ പെണ്ണാണ്," ചേമ ചോദിച്ചു: "പൊല്ലാത്ത നേരത്ത് വയ്യാതായാ ആരൊണ്ട് അവക്കൊരു സഹായത്തിന്?"

"അങ്ങനെയൊന്നും വയ്യാതാവൂല്ല," അയാൾ പറഞ്ഞു.

അവൾക്ക് ദേഷ്യമാണുണ്ടായത്: "അത്തര കണിശമായി പറയാൻ നിങ്ങള് ആണ്ടവനൊന്നുമല്ലല്ലോ."

അയാൾ ദൂരേയ്ക്ക് നോക്കിയിരുന്നതേയുള്ളൂ.

ഒരു പെണ്ണിനേ മറ്റൊരു പെണ്ണിന്റെ അവസ്ഥ മനസിലാവൂ; ചേമ ചിന്തിച്ചു: താനുമൊരു പെണ്ണാണ്. തനിക്കൊരാവശ്യം വന്നാൽ സഹായിക്കാൻ അയൽക്കാരെങ്കിലുമുണ്ട്. നാണി കൊച്ചാണെങ്കിലും, അവൾക്കും വേണ്ടി വരും, നാളെയൊരിക്കൽ സഹായിക്കാനാരെങ്കിലും.

എമിലിക്ക് അയൽക്കാർ പോലുമില്ല.

അവളെയും കുട്ടികളെയും ചേമ ഇങ്ങോട്ട് കൂട്ടിക്കൊണ്ടു വന്നു. അതിന്റെ എട്ടാം നാൾ എമിലി പെറ്റു, ഒരു പെൺകുട്ടിയെ.

ഒരു പുരുഷൻ രണ്ട് ഭാര്യമാരുമൊന്നിച്ച് ഒരു കൂരയ്ക്ക് ചുവട്ടിൽ കഴിയുന്നത് ആശാസ്യമായി ചേമയ്ക്കനുഭവപ്പെട്ടില്ല. ചിന്തിക്കുന്തോറും അതവളിൽ കടുത്ത അസ്വാസ്ഥ്യമുണ്ടാക്കി. തൽക്കാലം വേറെ പോം വഴിയില്ലാത്തത് കൊണ്ടു മാത്രമാണ് എമിലിയെ കൂട്ടിക്കൊണ്ട് വന്നത്. എന്നാലുമവളെ പഴയ കുടിലിലേക്ക് തന്നെ പറഞ്ഞയയ്ക്കാൻ ചേമയ്ക്കൊരു വൈമുഖ്യം.

അവൾ അളമുവിനോട് ചോദിച്ചു; "എമിലിയുടെ കാരിയം നിങ്ങളെന്തര് തീരുമാനിച്ച്?"

"ഇനിയെന്തര് തീരുമാനിക്കാൻ?" അയാൾ പറഞ്ഞു: "അവളിവിടെ നിയ്ക്കട്ട്."

"അതുപറ്റൂല്ല."

"എങ്കി തിരിയെ കൊണ്ടാക്കണം."

അവൾക്കപ്പോഴും ദേഷ്യം വന്നു: "നിങ്ങളൊരു മണ്ടൻ മാത്തരമല്ല, മൊശടനുമാണ്. കുളിരുതട്ടുമ്പം പൊണ്ടാട്ടിയെന്നും പറഞ്ഞ് അടുത്തു കൂടും. അവളുടെ സുഖത്തെയോ സന്തോഷത്തെയോ പറ്റി നിങ്ങക്കെന്തെരെങ്കിലും വിചാരമൊണ്ടോ?"

അയാൾ മൂകനായിരുന്നതേയുള്ളൂ.

അവൾ പറഞ്ഞു: "എമിലിക്കൊരു മൺപെരയൊണ്ടാക്കിക്കൊടുക്കണും."

"എന്റ കയ്യില് അതിനൊന്നും ചക്രമില്ല."

ഒരർഥത്തിൽ അയാൾ പറഞ്ഞത് സത്യമാണ്. സ്വന്തമായിട്ടയാളൊന്നും സൂക്ഷിക്കാറില്ല. കിട്ടുന്നതെല്ലാം ചേമയെ ഏൽപ്പിക്കാറാണ് പതിവ്. വല്ലപ്പോഴും മദ്യപിക്കണമെന്ന് തോന്നിയാൽ അതിനുള്ള വക അവളോട് ചോദിച്ചു വാങ്ങുമെന്നല്ലാതെ എത്ര മിച്ചമുണ്ടെന്ന ന്വേഷിക്കുന്ന ശീലവും അയാൾക്കില്ല.

മൺപുരയുണ്ടാക്കാനുള്ള അനുവാദം ചോദിച്ച് ഇക്കുറിയും അളമു രാമൻനായരെ ചെന്നുകണ്ടു. അദ്ദേഹം പറഞ്ഞു: "നീ പതിച്ചുവാങ്ങിയ കണ്ടത്തിലാണല്ലോ പുര. ചെറിയ രീതിയിൽ ഒരു മൺപുരയുണ്ടാക്കാൻ നീയാരോടും അനുവാദം ചോദിക്കണ്ടാ."

പോരാത്തതിന് മല്ലുവിൽ നിന്നും വാങ്ങിയ കണ്ടങ്ങളിലൊന്നിൽ മലയിൽ പണിയെടുക്കുന്ന ലൂക്കോസും ഒരു മൺപുരയുണ്ടാക്കാൻ തുടങ്ങിയിരിക്കുകയാണ്.

എമിലിക്ക് വിട്ടുകൊടുത്ത ഭൂമിയിൽത്തന്നെ പുരയുണ്ടാക്കാൻ ചേമ നിശ്ചയിച്ചു. എമിലിയോട് അഭിപ്രായം ചോദിച്ചെങ്കിലും, അവൾ ചിരിച്ചതേയുള്ളൂ. അല്ലെങ്കിൽത്തന്നെ അവളെന്ത് പറയാൻ? അറിഞ്ഞ് തരുന്നതുപോലും അർഹിക്കുന്നതിലധികമാണ്. അത്യാവശ്യം വന്നപ്പോൾ

സഹായിക്കാനെത്തി. സ്വന്തം മകളെയെന്ന പോലെ പ്രസവകാലത്ത് പരിചരിച്ചു. ഇപ്പോൾ മൺപുരയുണ്ടാക്കിത്തരുന്നു. ചെമ്മണ്ണുവിളയിൽ മറ്റാർക്കാണ് ഇതിനൊക്കെ മനസ്സുണ്ടാവുക?

ഇക്കുറി പുരയ്ക്ക് മല്ലുവൈദ്യൻ തന്നെ സ്ഥാനം കണ്ടു. മല്ലുവിന്റേതു പോലുള്ളതാണ്.

പ്രസവിച്ച് തൊണ്ണൂറു ദിവസം കഴിഞ്ഞപ്പോൾ എമിലിയെ പുതിയ പുരയിൽ കൊണ്ടാക്കാൻ ചേമയും പോയി. അവിടന്നും മടങ്ങാൻ ഭാവിക്കവേ, എമിലിയവളെ കെട്ടിപ്പിടിച്ച് കരഞ്ഞു.

"ചേമയക്കൻ എനക്ക് അമ്മയെപ്പോലെയാണ്!"

ഇനിയെങ്കിലും തന്റെ പുരുഷനെ തനിക്ക് മാത്രമായി വിട്ടുതരുമോ എന്ന് ചോദിക്കാനാണ് ചേമയ്ക്ക് നാവിൽ വന്നത്. എങ്കിലും പറഞ്ഞത് മറ്റൊന്നാണ്;

"നീയെനിക്ക് കൂടപ്പിറപ്പിനെപ്പോലെയാണ്."

പഠിക്കാൻ മുടങ്ങാതെ ക്ലാസിലെത്താൻ നാല് വിദ്യാർഥികൾ. മിഷണറിയായ സായിപ്പിന്റെ നിർബന്ധബുദ്ധി, ഉപദേശിയുടെ സ്ഥിരോത്സാഹം ഇത്രയുമായപ്പോൾ പള്ളിക്കുന്നിലെ വിദ്യാലയത്തിൽ നാലാം ക്ലാസു വരെയുണ്ടായി. ഇടയ്ക്ക് രണ്ടു കൊല്ലത്തെ മുരടിപ്പ് കാരണം, ആറുവർഷങ്ങളിലെ അധ്യയനത്തിനുശേഷം, പത്തൊൻപതാം വയസ്സിൽ പെരുമാൻ നാലാംക്ലാസ് പാസ്സായി.

അതിനപ്പുറം സ്കൂൾ തലത്തിൽ ഇംഗ്ലീഷിന് പ്രാമുഖ്യമുള്ള ഉപരി വിദ്യാഭ്യാസമാണ്. എന്നാൽ പെരുമാനെ സംബന്ധിച്ചിടത്തോളം അവിടെ രണ്ടു പ്രയാസങ്ങളുണ്ട്. ഒന്നാമതായി, തുടർന്ന് പഠിക്കണമെങ്കിൽ ആറ് നാഴിക അകലെയുള്ള മിഷൻ വക പള്ളിക്കൂടത്തിൽ പോയേ പറ്റൂ. അത്രയും ദൂരം അങ്ങോട്ടുമിങ്ങോട്ടും നടക്കുന്നതു മാത്രമല്ല പ്രശ്നം, ചെലവും ഏറെയാണ്.

ചേമയ്ക്ക് അഭിമാനിക്കാവുന്ന തരത്തിൽ പെരുമാൻ അക്ഷരം പഠിച്ചു. കൂലിയില്ലാത്ത ആ പണിക്ക് ഇനിയും മിനക്കെടാതെ ഒരു പെണ്ണിനെയും കൊണ്ടുവന്ന് കൃഷിപ്പണികളിൽ തന്നെയവൻ സഹായിക്കണമെന്നാണ് അളമുവിന്റെ ആഗ്രഹം.

എന്നാൽ, കൃഷിയൊഴികെയുള്ള കാര്യങ്ങളിൽ തീരുമാനങ്ങളെടുക്കുന്നത് ചേമയാണ്. പതിനൊന്നുകാരായ കുഞ്ചനെയും ചന്തുവിയെയും എഴുത്തു പഠിപ്പിക്കാൻ പറഞ്ഞയയ്ക്കുമ്പോഴും അളമുവിന് എതിർപ്പായിരുന്നു. അപ്പോൾ ചേമയുടെ പക്ഷത്ത് മക്കൾ മാത്രമല്ല, എമിലിയും ചേർന്നു. അളമു ഒറ്റപ്പെട്ടു.

ഇക്കുറിയും പിൻവാങ്ങാൻ ചേമ ഒരുക്കമായിരുന്നില്ല.

ഇംഗ്ലീഷ് പഠിക്കുന്നതു കൊണ്ടുള്ള ഗുണങ്ങൾ എമിലിയോട് ഉപദേശി വിവരിച്ച് കേൾപ്പിച്ചു:

"ജോലിയായിട്ട് തിരുവിതാംകൂറ് രാജാവിന്റ ജോലികള് മാത്തരമല്ല ഒള്ളത്. അവിടെയാണെങ്കിപ്പോലും ശരിക്കും പറഞ്ഞാ ഭരണം നടത്ത്

ണത് ധരമാരാണ്. തൽക്കാലം ഇവിടെ ഉത്യോകം കിട്ടീല്ലെങ്കിലും പഠിപ്പും കഴിവുമൊള്ളവരക്ക് തിരുവിതാംകൂറിന്റ വെളിയിലും നല്ല ഉത്യോഗം കിട്ടും. എന്നാലതിന് പള്ളിക്കുന്നിലൊള്ള നാലാംക്ലാസ്സു മാത്തരം പോരാ. കൊറച്ച് ഇംഗ്ലീഷുമറിയണും."

ധരമാരുടെ ഭാഷയാണ് ഇംഗ്ലീഷ്.

അതേ വാചകങ്ങൾ തന്നെയാണ് എമിലി, അളമുവിന്റെ നേരെ പ്രയോഗിച്ചതും.

തന്റെ താൽപ്പര്യങ്ങൾ ആരും മാനിക്കാത്തതിൽ അയാൾക്ക് കടുത്ത നീരസം തോന്നി. പെണ്ണുങ്ങളുടെ ബുദ്ധി കുടുംബത്തിന് ദോഷങ്ങളൊന്നുമുണ്ടാക്കിയിട്ടില്ലെങ്കിലും ഇനിയും പണിയെടുക്കേണ്ടത് താനൊറ്റയ്ക്കാണല്ലോ എന്ന ചിന്ത അയാളെ അസ്വസ്ഥനാക്കി. കൂലിക്കാരെ നിർത്താതെ എല്ലാ പണികളും ചെയ്യാനാവില്ല. അതിന് ചക്രം ചെലവുണ്ട്. അതിന് പുറമെയാണ് മക്കളുടെ പഠിത്തത്തിനുള്ള അധികച്ചെലവ്.

അയാൾക്കിഷ്ടമില്ലെങ്കിൽ ഒന്നോ രണ്ടോ കൊല്ലങ്ങൾക്ക് ശേഷം ഇളയ കുട്ടികളുടെ പഠിത്തമവസാനിപ്പിക്കാമെന്ന് ചേമ പറഞ്ഞു. പകരം പെരുമാനെങ്കിലും പഠിച്ച് മേൽഗതിയുണ്ടാവട്ടെ.

"പാഴ്വേല." ഈർഷ്യയോടെ അയാൾ പ്രതിവചിച്ചു.

"വിശ്വാസം വര്ണില്ലെങ്കി എവനെയും കൂട്ടി വൈദ്യരെ ചെന്ന് കാണണും," അവൾ പറഞ്ഞു: "അങ്ങേരയ്ക്ക് കൈരേഖ നോക്കാനറിയാം."

"എനക്ക് വേറെ വേലയൊണ്ട്" ചുക്രിവൈദ്യനോടയാൾക്ക് ദേഷ്യമാണ്. ആവശ്യമില്ലാത്ത ഓരോന്നും എഴുന്നള്ളിച്ച് അയാൾ തനിക്ക് സാമ്പത്തിക നഷ്ടമേ ഉണ്ടാക്കിയിട്ടുള്ളു.

എന്നാലും ചേമയ്ക്കത് ഒഴിവാക്കാനായില്ല.

ദിവസത്തിന്റെ അധികഭാഗവും ചായ്പ്പിനുള്ളിൽത്തന്നെയാണ് ചുക്രിവൈദ്യൻ കഴിച്ചുകൂട്ടുക. നടന്നുതിരിയാനുള്ള ബുദ്ധിമുട്ടാണതിനൊരു കാരണം. മറ്റൊന്ന് നാട്ടുകാരയാളെ 'കഴിവുള്ള' വൈദ്യനായി അംഗീകരിച്ചു കഴിഞ്ഞുവെന്നതാണ്. വേണ്ടിവന്നാൽ കഷണ്ടിയെയും കുശുമ്പിനെയും പോലും ചികിത്സിച്ച് ഭേദമാക്കാൻ സിദ്ധവൈദ്യത്തിൽ വകുപ്പുണ്ടെന്നാണ് അയാളുടെ അവകാശവാദം. അവിടെയും അയാൾക്ക് തുണയായെത്തുന്നത് പണ്ടു മനഃപാഠമാക്കിയിട്ടുള്ള തമിഴ് ശ്ലോകങ്ങളാണ്. തന്നെ കാണാനെത്തുന്നവരെ പിടിച്ചിരുത്തി ആദ്യം വിളമ്പിക്കൊടുക്കുന്നതും ആ ശ്ലോകങ്ങൾ തന്നെ. ആർക്കുമൊന്നും മനസിലാവാറില്ല. അതുകൊണ്ടു തന്നെ അയാളുടെ വിജ്ഞാനത്തെപ്പറ്റി എല്ലാവർക്കും മതിപ്പുമാണ്.

ചേമയും മകനും വരുന്നത് ദൂരെ വച്ചുതന്നെ അയാൾ കണ്ടു. അളമുവിനൊഴികെ ആ കുടുംബത്തിലെ സകലർക്കും അയാൾ എണ്ണയും കുഴമ്പുമുണ്ടാക്കിക്കൊടുത്തിട്ടുണ്ട്. അതിന്റെ ഗുണം കൊണ്ടാണോയെന്ന് നിശ്ചയമില്ല, അവ ഉപയോഗിച്ചവർ ഇപ്പഴും ആരോഗ്യത്തോടെ ജീവിച്ചിരിക്കുന്നു.

അവർ ചായ്പ്പിനകത്ത് കയറി മൺത്തിട്ടയിലിരിക്കവേ, വൈദ്യൻ ചോദിച്ചു: "വിശേഷിച്ച് സൂക്കേട് ആരയ്ക്ക്?"

"സൂക്കേടൊന്നുമില്ല," ചേമ പറഞ്ഞു; "എവന്റ കൈനോക്കണും"

"ഓ, അങ്ങനെ വരട്ട്. തൂരെക്കണ്ടപ്പോ തെന്നെ എനക്കത് തോന്നി" അതെങ്ങനെയെന്ന് അവൾ ചോദിച്ചില്ല. ചിലർക്ക് അത്തരം സിദ്ധികളുണ്ടെന്ന് കേട്ടിട്ടുണ്ട്. ദീനക്കാരനെ കാണുമ്പോൾത്തന്നെ ചില വൈദ്യന്മാർക്ക് ദീനത്തിന്റെ സ്വഭാവവും ആയുർദൈർഘ്യവും അറിയാൻ കഴിയുമത്രേ!

വൈദ്യൻ ചോദിച്ചു: "നീങ്കള് ആ വളവിലെത്തിയപ്പോ കെഴക്കുവശത്തെ മാവിലിരുന്ന് കാക്ക കരഞ്ഞത് കേട്ടോ?"

ചേമയ്ക്കത് ഓർമയില്ല. ചെമ്മണ്ണുവിളയിൽ ഒരുപാട് കാക്കകളുണ്ട്. അവ കരയുന്നതൊക്കെ ഓർത്തുവയ്ക്കാൻ പറ്റുമോ?

"ഓരോന്നിനും ചെല ലക്ഷണങ്കളൊക്കെയൊണ്ട്. അതിരിക്കട്ട്, കൈനോക്കി എന്തരാണറിയാനൊള്ളത്?"

അവൾ വിഷയമവതരിപ്പിച്ചു, അളമുവിനുള്ള എതിർപ്പും.

വൈദ്യൻ ദക്ഷിണ സ്വീകരിച്ച്, കൈരേഖ വായിച്ചു: "അറിവൊള്ളവനാവും. എല്ലാരും ആതരിയ്ക്കും. വെളിനാട്ടില് പാർക്കും. നല്ല പണ്ണയ (ധനിക)നാവും. ഒരുപാട് ആയുസുമൊണ്ട്."

ഇത്രയും നല്ല ലക്ഷണങ്ങൾ ചെമ്മണ്ണുവിളയിൽ മറ്റാരിലും താൻ കണ്ടിട്ടില്ലെന്നും, പെരുമാനെ ഇംഗ്ലീഷ് പഠിപ്പിച്ചേ തീരൂ എന്നും അയാൾ തീർത്തു പറഞ്ഞു.

നിറഞ്ഞ മനസ്സുമായി ചേമ മടങ്ങി.

പെരുമാന്റെ കാര്യത്തിൽ ഒരു തീരുമാനത്തിലെത്താൻ ദിവസങ്ങളോളം നീണ്ട ആലോചനക്കുശേഷവും അളമുവിന് കഴിഞ്ഞില്ല. പെണ്ണുങ്ങളോ ചുക്രിവൈദ്യനോ പറയുന്നതെല്ലാം സമ്മതിച്ചു കൊടുക്കാൻ അയാൾക്കെളുപ്പമല്ല. അവനെ പഠിപ്പിക്കുകയെന്നാൽ കൃഷിപ്പണികൾക്ക് ഒരാളെ നഷ്ടപ്പെടുകയാണെന്നർഥം. പഠിപ്പിക്കാൻ ചെലവാക്കുന്ന ചക്രം വേറെയും.

ഉപദേശമാരായാൻ അയാൾ രാമൻനായർക്കടുത്തെത്തി. മഠത്തിന്റെ കിഴക്കേ പടിപ്പുരമുറ്റത്ത് ഓച്ഛാനിച്ചു നിന്നയാൾ വിഷയമവതരിപ്പിച്ചു.

"നന്നായി. അവസരം കിട്ടിയാൽ ചാന്നാക്കുട്ടികളും മിടുക്കൻമാരാവുമെന്നവൻ തെളിയിച്ചു." രാമൻനായർ ചോദിച്ചു: "ഇനിയെന്താണുദ്ദേശ്യം?"

"അങ്ങത്തെ പറയ്ണത് പോലെ. അവൻ കൃഷിയില് സഹായിക്കണമെന്നാണെന്റ ഉത്തേശം. അടുത്തൊന്നും വലിയ എഴുത്തുപള്ളിയുമില്ല."

"അതുപോരാ. അഞ്ചാറുനാഴിക നടന്നാൽ ഉയർന്ന എഴുത്തുപള്ളിയുണ്ടല്ലോ. അവിടം വരെ പോയി വരാമെന്നാണെങ്കിൽ അവനെ തുടർന്നും പഠിപ്പിക്കണം."

"ഓ."

തിരുവിതാംകൂർ സർക്കാരിന്റെ ഉദ്യോഗങ്ങൾ താഴ്ന്ന ജാതി ക്കാർക്ക് കിട്ടാതിരിക്കാനുള്ള ഒരു കാരണം, അതിനും വേണ്ട ജോലിസാധ്യതകളില്ലാത്തതുകൊണ്ടാണെന്ന് അദ്ദേഹം പറഞ്ഞു കൊടുത്തു. എന്നാൽ കാലം മാറിവരികയാണ്. ഊഴിയവേലയും അടിമത്തവും നിർത്തലാക്കിയതോടുകൂടെ സർക്കാർ അധീനതയിലുള്ള കെട്ടിടങ്ങളും പാലങ്ങളും പാതകളും നിർമിക്കുന്നതും കേടുപാടുകൾ തീർക്കുന്നതും എളുപ്പമല്ലാതായിത്തീർന്നു. അത് മനസിലാക്കിയ ഭരണകൂടം ഒരു മരാമത്തുവകുപ്പ് തുടങ്ങേണ്ടിവന്നു. ഒരു സായിപ്പാണതിന്റെ തലവൻ. അതിന് ജോലിക്കാർ മാത്രമല്ല, മുമ്പുപയോഗിച്ചിട്ടില്ലാത്ത തരം സാധനസാമഗ്രികളും ആവശ്യമായി വന്നു. ആയാസമുള്ള പണികളായതിനാൽ മേൽജാതിക്കാർക്കതിനോട് വിമുഖതയായിരുന്നു. താഴ്ന്നജാതിക്കാരെ ആവശ്യാനുസരണം കണ്ടെത്താനും പരിശീലിപ്പിക്കാനും സായിപ്പിന് പ്രയാസമുണ്ടായില്ല. ഏറെക്കുറെ സ്ഥിരമായ പണി. കൂലിയും തെറ്റില്ല. ഓരോ പണിയും നോക്കിനടത്താൻ കങ്കാണിമാരുണ്ട്.

"കച്ചേരികളിലും മറ്റുമിരുന്ന് എഴുതുന്നത് മാത്രമല്ല ഉദ്യോഗം. ഈ മരാമത്ത് പണിക്കുമുണ്ടാവും നാളെയൊരുകാലത്ത് അതിന്റേതായ അന്തസ്സ്. അതുകൊണ്ട് മകനെ നീ ധൈര്യമായി പറഞ്ഞയയ്ക്ക്. അവനൊരു കങ്കാണിപ്പണി കിട്ടുന്നതു പോലും വലിയകാര്യ മാണ്."അദ്ദേഹം പറഞ്ഞു നിർത്തി.

"ഓ."

ഇരുപത്തിഅഞ്ച്

പ്രധാന പാതയിലൂടെ നടന്നാൽ ആറ് നാഴികയാണ് പെരുമാൻ തുടർന്ന് പഠിക്കാൻ ചേർന്ന വിദ്യാലയത്തിലേക്കുള്ള ദൂരം. എന്നാൽ, രാജപാതയിലൂടെ അത്ര സ്വതന്ത്രമായി സഞ്ചരിക്കാൻ അവർണനിപ്പോഴും കഴിയുകയില്ല. അതുകൊണ്ട് കുന്നുകൾ കയറിയിറങ്ങി, തോടും വരമ്പുമുള്ള ഇടവഴിയിലൂടെ വേണം അവന് പള്ളിക്കൂടത്തിലെത്താൻ. സഞ്ചരിക്കുന്നത് ഏത് പാതയിലൂടെയായാലും മേൽജാതിക്കാർക്ക് വഴി മാറിക്കൊടുക്കേണ്ടതുണ്ട്. അല്ലെങ്കിലവർ വയലിലേക്ക് തള്ളിയിടുകയോ, തല്ലുകയോ, അതിനൊന്നും കഴിഞ്ഞില്ലെങ്കിൽ, ചീത്ത പറയുകയെങ്കിലുമോ ചെയ്തെന്നുവരും.

ഒമ്പതുമണിയ്ക്കാരംഭിക്കുന്ന ക്ലാസ്സിലെത്താൻ പുലർച്ചെ തന്നെ അവൻ പുരയിൽ നിന്നുമിറങ്ങും. പരുപരുത്ത ചണസഞ്ചിയിൽ പഠനോപകരണങ്ങളോടൊപ്പം ഭക്ഷണപ്പൊതിയും അവൻ കൂടെ കരുതും. ഓരോ വിഷയത്തിനും വെവ്വേറെ പാഠപുസ്തകങ്ങളുണ്ട്. അവയുടെ വിലക്കൂടുതൽ കാരണം മൂന്നോ നാലോ കുട്ടികൾ ചേർന്നാണ് ഒരു പുസ്തകം വാങ്ങുക. അക്കാര്യത്തിലും ബുദ്ധിമുട്ടൊഴിവാക്കാൻ അത്യാവശ്യമുള്ള

തെല്ലാം ചേമ അവന് വാങ്ങിക്കൊടുത്തു. പള്ളിക്കൂടത്തിൽ നിന്നും വിലയ്ക്ക് കിട്ടുന്ന എഴുതാനുള്ള കടലാസ് പരുക്കനും മഷി പരക്കുന്നതുമാണ്. അതിനാൽ ഗണിതവും മറ്റ് പ്രധാന പാഠങ്ങളും എഴുതി സൂക്ഷിക്കാൻ പെരുമാന് ഓലയും നാരായവുമുണ്ട്. പാകത്തിന് മൂപ്പെത്തിയ കുരുന്ന് പനയോല കൃത്യമായ അളവിൽ കീറി കഷണങ്ങളാക്കിക്കൊടുക്കുന്നത് ചുക്രിവൈദ്യനാണ്. എന്തൊക്കെ അസൗകര്യങ്ങളുണ്ടായാലും അവൻ പഠിച്ച് 'വലിയവനാകണം' എന്ന നിർബന്ധമാണ് ചേമയ്ക്ക്.

ഉച്ചവരെയാണ് ക്ലാസെങ്കിലും വെയിൽ താഴാൻ തുടങ്ങുമ്പോഴാണ് അവൻ ചെമ്മണ്ണുവിളയിൽ മടങ്ങിയെത്തുന്നത്. ആ നേരം വരെ ചേമ അസ്വസ്ഥയാണ്. അപകടം പിടിച്ച പാതകൾ പിന്നിട്ട് വേണം പുരയിലെത്തേണ്ടതെന്ന ഭയം. അഥവാ, അവൻ വരാൻ വൈകിയാൽ ചെമ്മണ്ണുവിളയ്ക്ക് കിഴക്കുള്ള കുന്നിൻമുകളിൽ അവൾ കാവൽ നിൽക്കും.

അവന്റെ ഭാവിയെപ്പറ്റി അവൾക്കൊട്ടും സംശയമില്ല. പഠിത്തത്തോട് അവനുള്ള താൽപ്പര്യം മാത്രമല്ല, ചുക്രിവൈദ്യന്റെ പ്രവചനവും അതിന് കാരണമാണ്. എന്നാൽ, ഓരോരിക്കലും അതവൾ ആവർത്തിക്കുമ്പോൾ അളമുവിന് പിടികിട്ടാത്തൊരു കാര്യമുണ്ട്:

"വലിയ ആളെന്നാൽ ആരാണ്?"

തേവരുകുളത്ത് മഠത്തുകാർ വലിയ ആളുകളാണ്; ജന്മം കൊണ്ട് തന്നെ. അവർക്ക് കണ്ടമാനം ഭൂസ്വത്തും, ആണ്ടുമുഴുവൻ നിറഞ്ഞിരിക്കുന്ന പത്തായപ്പുരകളും, ധാരാളം പണവുമുണ്ട്.

പള്ളിക്കൂടത്തിൽ പഠിച്ചതുകൊണ്ട് കൂടുതൽ അറിവുണ്ടാവുമെങ്കിലും ഭൂസ്വത്തുണ്ടാവുകയില്ല. തനിക്ക് ഭൂമിയുണ്ടായത് എഴുത്ത് പഠിച്ചതുകൊണ്ടുമല്ല.

ദിവസം ചെല്ലുന്തോറും ചെലവുകൾ ഏറിവന്നു. ഭൂമി മുഴുവൻ തെളിച്ചെടുത്ത് പലതരം കൃഷികൾ ചെയ്യുന്നതിൽ നിന്നും ആദായവുമുണ്ട്. നെൽകൃഷിയിൽ നിന്നും, അതിന് ചെലവാക്കേണ്ടി വരുന്ന അധ്വാനവും ചക്രവും കണക്കാക്കിയാൽ, ലാഭമെന്ന് പറയാവുന്നതായിട്ടൊന്നുമില്ലെങ്കിലും, അതിൽ നിന്നുമുള്ള സംതൃപ്തി കൊണ്ടുമാത്രം, അതയാളെ വളരെയൊന്നും അസ്വസ്ഥനാക്കുന്നില്ല.

ഒരാണ്ടിൽ ചാന്നാന്മാർക്ക് ഒരുപാട് വിശേഷാവസരങ്ങളുണ്ടെന്നറിയുന്നത് തന്നെ പനയോലവട്ടിയുമായി കാവതിയും പെണ്ണും പടിവാങ്ങാൻ വന്നു തുടങ്ങിയ ശേഷമാണ്. വെറുംകയ്യോടെ അവരെ മടക്കി അയയ്ക്കുന്നത് തങ്ങളുടെ അന്തസിന് പറ്റിയതല്ലെന്നാണ് ചേമയുടെ വിശ്വാസം. ചെമ്മണ്ണുവിളയിൽ ഏറ്റവും കൂടുതൽ സ്വത്തിനുടയവനായ അളമുവിനെ ആളുകൾ പണ്ണയൻ അഥവാ മുതലാളിയെന്ന് വിളിക്കുന്നത് അവൾക്കിഷ്ടവുമാണ്.

കേൾക്കാൻ താൽപ്പര്യമുണ്ടെങ്കിലും, അങ്ങനെ സംബോധന ചെയ്യുന്നതിലൂടെ മറ്റുള്ളവർ തന്നെ പറ്റിക്കാനാണ് ശ്രമിക്കുന്നതെന്നാണയാളുടെ സംശയം. കാരണം, മുതലാളി മെയ്യനങ്ങി പണിചെയ്യുന്നത് കുറച്ചി

ലാണുപോലും! എന്നാൽ, രണ്ടാളുടെ പണി എങ്ങനെ ഒറ്റയ്ക്ക് ചെയ്യാമെന്ന ചിന്തയിലാണയാൾ. പണച്ചെലവ് കുറച്ചും, കൂടുതൽ മിച്ചം പിടിച്ചും, ഇനിയും ഭൂമി വാങ്ങാൻ പറ്റുമോയെന്നയാൾ ആലോചിക്കുന്നു. അതിനയാൾ കണ്ടെത്തിയ എളുപ്പമാർഗം ഇളയ മക്കളിലെങ്കിലും പഠിക്കാനുള്ള താൽപ്പര്യം ഇല്ലാതാക്കുകയാണ്. തെക്കേക്കുന്നിലെ കൃഷിഭൂമിയിൽ നിന്നും ഓരോ കണ്ടങ്ങൾ അയാൾ ചന്തുവിനും കുഞ്ചനും വിട്ടുകൊടുത്തു. കൃഷി ചെയ്തുകിട്ടുന്ന ആദായമെടുത്തു കൊള്ളാനും അനുവദിച്ചു: ബാക്കി നേരങ്ങളിൽ തന്നെ സഹായിക്കണമെന്ന വ്യവസ്ഥയിൽ. ഫലമുണ്ടായി. പള്ളിക്കുന്നിലെ രണ്ടാം ക്ലാസ് പഠിത്തം കഴിഞ്ഞതോടെ അവരും "കൃഷിക്കാരായി."

കാളിയും കുഞ്ചിയും പിണങ്ങിപ്പോയതോടുകൂടി താവീതെന്ന വേദപ്പേരുള്ള ഒരുവനാണ് ചുക്രിയുടെ കള്ളുകച്ചവടത്തിന്റെ ചുമതല ഏറ്റെടുത്തത്. നിത്യേനയുള്ള വരുമാനത്തിന്റെ വീതമെന്നതിന് പകരം ഇടനിലക്കാരനെന്ന നിലയിൽ, ഒരു നിശ്ചിത സംഖ്യ അയാൾക്ക് ആഴ്ചതോറും കിട്ടും.

എന്തായാലും, ദീർഘകാലം ആ സൗകര്യം അനുഭവിക്കാൻ വൈദ്യന് സാധിച്ചില്ല. കുറ്റിക്കാടുകൾ നിറഞ്ഞ കുന്നിനും സമീപപ്രദേശങ്ങൾക്കും പുതിയ അവകാശികളുണ്ടായി. വിസ്തൃതമായൊരു ഭാഗം കിഴക്ക് താമസക്കാരനായ ഒരു ചാന്നാൻ പതിച്ചുവാങ്ങി. അതിന്റെ തന്നെ ഒരു ഭാഗം ഒന്നും രണ്ടും ഏക്കർ തിരിച്ച് പലർക്കുമായിട്ടയാൾ വിറ്റു. അയാളുടെ മകന് സിലോണിൽ ഉദ്യോഗമുണ്ടത്രേ! മറ്റ് പലതിനോടുമൊപ്പം, സിലോണിനെപ്പറ്റിയും അൽപ്പം കേട്ടറിവ് വൈദ്യനുണ്ട്.

വാതത്തിന്റെ ശല്യം വർധിച്ചത് മുതൽ വീടുവീടാന്തരം കയറിയിറങ്ങി ദീനക്കാരെ കണ്ടെത്താൻ അയാൾക്ക് കഴിയാതായി. ഏതാനും പേരെങ്കിലും ചികിത്സ തേടി വൈദ്യശാലയിലേക്ക് വരാത്ത ദിവസങ്ങളുമില്ല. അയാൾ കൈപ്പുണ്യമുള്ളവനാണെന്ന സാക്ഷ്യപ്പെടുത്തലുകൾ കാരണം അയൽപ്രദേശങ്ങളിൽ നിന്ന് പോലും ആളുകൾ വരാറുണ്ട്. തുച്ഛമായ പ്രതിഫലമേ കിട്ടൂ. എങ്കിൽപ്പോലും മകനെയും മരുമകളെയും വളരെയൊന്നും ആശ്രയിക്കാതെ കഴിയാനാവുന്നു എന്ന സമാധാനമുണ്ട്.

ഈയിടെയായി ദീനക്കാരെ ആദ്യം പരിശോധിക്കുന്നത് മല്ലുവാണ്. വൈദ്യന്റെ മേൽനോട്ടം മതി. മല്ലു നിർദേശിക്കുന്ന ചികിത്സ പിഴയ്ക്കാറില്ലെന്നാണ് വൈദ്യന്റെ അവകാശവാദം. ഏതുതരം രോഗങ്ങൾക്കും നിരവധി ഭരണികളിൽ നിറച്ചുവച്ചിട്ടുള്ള ഏതാനും തരം മരുന്നുകളേയുള്ളു എന്നത് ഇരുവർക്കും മാത്രമറിയുന്ന ഒരു രഹസ്യമാണ്. എങ്കിലും മകന്റെ 'സിദ്ധി'യിൽ വൈദ്യന് കുറച്ച് വിശ്വാസമുണ്ടായി. അയാളുടെ അറിവിൽ അങ്ങനെയേ സംഭവിക്കാൻ പാടുള്ളൂ. പാരമ്പര്യ വൈദ്യത്തിന്റെ പ്രത്യേകതയാണത്.

ആ നേരങ്ങളിൽ തന്റെ പൂർവികരുടെ പാരമ്പര്യത്തൊഴിൽ ബോധപൂർവം തന്നെ അയാൾ വിസ്മരിച്ചു.

ദീനങ്ങൾക്ക് ചികിത്സതേടി മാത്രമല്ല, ചെമ്മണ്ണുവിളയിലു ണ്ടാവുന്ന ചെറിയതരം തർക്കങ്ങൾ, കലഹങ്ങൾ ആദിയായവ പറഞ്ഞു തീർക്കുന്ന തിനും, ചിലപ്പോൾ ഉപദേശത്തിനായും, ആളുകൾ ചുക്രിവൈദ്യനെ സമീപിച്ചു.

പകൽ നേരങ്ങളിൽ ഓരോന്നും പറഞ്ഞ് നേരംപോക്കാൻ ഏതാനും വയസന്മാരും സ്ഥിരമായി വൈദ്യശാലയിലേക്ക് വന്നു. മക്കൾ മലയിൽ പണിയെടുത്ത്, അവരയച്ചുകൊടുക്കുന്നതുകൊണ്ട് വിശപ്പടക്കുന്ന, ആരോഗ്യം ക്ഷയിച്ച വൃദ്ധന്മാർ. ഒന്നിച്ചിരുന്ന് പോയ കാലങ്ങളെ അയവിറ ക്കുന്നതും നാട്ടുവർത്തമാനങ്ങൾ ചർച്ച ചെയ്യുന്നതും നേരംപോക്കാനും മാനസികോല്ലാസത്തിനും അവർക്ക് അവസരം നൽകി. അതിനിടയി ലാണ്, തന്റെ വിജ്ഞാനം പകർന്ന് നൽകവേ വൈദ്യൻ സിലോണിനെ പരാമർശിച്ചത്.

സിലോണിന് 'കൊളമ്പ്' എന്ന മറ്റൊരു പേരുകൂടെയുണ്ടെന്നയാൾ പറഞ്ഞു. തിരുനെൽവേലിയിൽ നിന്നും വലത്തോട്ടുപോയാൽ തൂത്തു ക്കുടിയിലെത്താം. തമിഴും മലയാളവുമല്ലാത്ത 'സിലോൺ ഭാഷ'യാണ്, അവിടത്തുകാരുടേത്.

കേട്ടിരുന്നവർക്ക് വൈദ്യന്റെ അറിവിൽ മതിപ്പേറി. തിരുവിതാം കൂറിനപ്പുറത്ത് രാജ്യങ്ങളും ഭാഷകളുമില്ലെന്നായിരുന്നു, പണ്ട് അവരുടെ വിശ്വാസം. കിഴക്കോട്ട് തമിഴും, പടിഞ്ഞാറോട്ട് മലയാളവുമാണെന്ന് പിന്നീട് മനസിലായി. ചെമ്മണ്ണുവിളക്കാരുടേത് അവ രണ്ടും കലർന്നതോ രണ്ടുമല്ലാത്തതോ ആയ ഭാഷയാണ്.

"ഇനിയുമൊണ്ട് ലോകത്ത് ഒരുപാട് ഭാഷകള്" വൈദ്യൻ വെളി പ്പെടുത്തി: "ഇന്തി, സംസ്കൃതം എന്നൊക്കെ കേട്ടിട്ടൊണ്ടോ? ധരമാരുടെ ഭാഷയാണ് അളമുവിന്റെ പയ്യൻ പഠിയ്ക്കണത്. തുലുക്കജാതിക്കാരക്കു മൊണ്ട് പോലും അവര്ടെ ഭാഷ!"

വാർധക്യത്തിൽ പട്ടിണിയും ദീനവും, അവ നൽകിയ അരക്ഷിതാ വസ്ഥയുമായിരുന്നു, പൊതുവിൽ ചെമ്മണ്ണുവിളക്കാരുടെ വിധി. എന്നാൽ, ചുക്രിവൈദ്യന് അത് വലിയൊരളവുവരെ ആനന്ദപ്രദമായി. പരിച രിക്കാൻ മകനും മരുമകളും. നേരംപോക്കാൻ പേരമക്കളും, വന്നുകൂടുന്ന കിഴവന്മാരും.

വള്ളിയുടെ കച്ചവടം ആദായകരമാണ്. കച്ചവടത്തിനും മൺപുര യുണ്ടാക്കുന്നതിനുമായി നഷ്ടപ്പെടുത്തേണ്ടിവന്ന അത്രയെങ്കിലും ഭൂമി വീണ്ടും സ്വന്തമായുണ്ടാവണമെന്നാണവളുടെ ആഗ്രഹം. എന്നാൽ ചെമ്മണ്ണുവിളയുടെ പരിസരത്ത് പതിച്ചു നൽകാത്തതായി വളരെയൊ ന്നും ഭൂമി അവശേഷിച്ചിട്ടില്ല.

കിഴക്കൻ മലകളിൽ പണിചെയ്ത് ചക്രം മിച്ചം പിടിക്കാൻ തുടങ്ങി യതോടുകൂടി, സ്വന്തമായിട്ടൊരു തുണ്ട് ഭൂമിയും അതിൽ ചെറുതെങ്കിലും ഒരു മൺപുരയുണ്ടാവണമെന്ന മോഹം ആളുകൾ ക്കുണ്ടായി. ചന്തയ്ക്ക് വടക്കോട്ട് മൂന്നാല് നാഴിക ദൂരം പോയാൽ കൊടുങ്കാടുകളായിരുന്നു

ഏതാനും വർഷങ്ങൾക്ക് മുമ്പുവരെ. ആളുകൾ അങ്ങോട്ടും കുടിയേറി. അത്യാവശ്യമുള്ള ആഹാരസാധനങ്ങൾ അവിടെ വിളയിക്കുന്നു. എന്നിട്ടും മണ്ണിന്റെ വിലയിൽ കയറ്റമല്ലാതെ കുറവൊന്നുമില്ല.

ജനം എണ്ണത്തിൽ പെരുകിയിരിക്കുന്നു. പണിയെടുത്താൽ കുറഞ്ഞ തോതിലെങ്കിലും കൂലി കിട്ടുമെന്ന സ്ഥിതിയാണിപ്പോൾ. ആഹാരത്തിൽ മാത്രമല്ല, ആരോഗ്യത്തിലും പാർപ്പിടസൗകര്യത്തിലും ശ്രദ്ധിക്കാനവർ പ്രേരിതരായിരിക്കുന്നു.

പള്ളിക്കുന്നിലെ വേദപ്പള്ളി പുതുക്കിപ്പണിയപ്പെട്ടു. കുന്നിൻ മുകളിലായതുകൊണ്ട് മാത്രമല്ല സമീപപ്രദേശങ്ങളിലെ മറ്റ് മിക്ക കെട്ടിടങ്ങളിൽ നിന്നും അത് വ്യത്യസ്തത പുലർത്തിയത്. താരതമ്യേന ഉയർന്ന അതിന്റെ ചുവരുകൾ കുമ്മായം തേച്ച് മോടിപിടിപ്പിച്ചവയാണ്. മേൽക്കൂര തെങ്ങോല മേഞ്ഞതുമാണ്.

വെയിൽ താണുതുടങ്ങിയ ഒരു പകലിൽ, വൈദ്യശാലയിൽ വയസൻമാർ നാട്ടുവർത്തമാനങ്ങൾ സംസാരിച്ചിരിക്കവേയാണ്, പണ്ട് യോവേലായിത്തീർന്ന ചടയൻ കയറിവന്നത്.

ആറേഴുകൊല്ലങ്ങൾക്ക് മുമ്പ് ഏതാനും മൺകലങ്ങളും കിടക്കപ്പായയും ചുമന്ന് മലയിലേക്ക് പോയ യോവേലിനെപ്പറ്റി പിന്നീട് ചെമ്മണ്ണുവിളക്കാർ യാതൊന്നും കേൾക്കുകയുണ്ടായില്ല. തോട്ടമുടമയായ ധ്വരയുടെ കന്നുകാലികളെ തീറ്റിപ്പോറ്റുകയായിരുന്നു, അവനവിടെ ലഭിച്ച പണി.

ബംഗ്ലാവിലെ കുശിനിക്കാരന് എന്തുകൊണ്ടോ യോവേലിനെ ഇഷ്ടപ്പെട്ടു. പാകപ്പെടുത്തിയതിൽ മിച്ചം വന്ന ആഹാരസാമാനങ്ങൾ അയാൾ അവന് നൽകി.

നാളേക്കുവേണ്ടി മിച്ചം പിടിക്കേണ്ടതിന്റെ അവശ്യകതയെക്കുറിച്ച് അവനെ പറഞ്ഞു ബോധ്യപ്പെടുത്തിയത് ആ പാചകക്കാരനാണ്. എങ്ങനെ, ഏറ്റവും സുരക്ഷിതമായിട്ടത് സൂക്ഷിക്കാമെന്നും അയാൾ പറഞ്ഞുകൊടുത്തു.

തോട്ടത്തിലെ ജോലിക്കാർക്കായി അകലെയല്ലാതെ ഒരു പള്ളിയുണ്ട്. അതിന് കീഴിൽ ഒരു ലഘുസമ്പാദ്യപദ്ധതി പ്രവർത്തിക്കുന്നു. പാചകക്കാരന്റെ പ്രേരണയാൽ യോവേലും അതിൽ ചേർന്നു. അത്യാവശ്യ ചെലവുകൾ കഴിഞ്ഞ് മിച്ചം വന്ന തുക അവനവിടെ നിക്ഷേപിച്ചു. അതിനുള്ള രസീതും കൈപ്പറ്റി മടങ്ങി.

തന്റെ നിക്ഷേപം ഒരു ചെറിയ തുകയായി വളർന്നപ്പോഴാണ് അവനിലാദ്യമായി അഭിമാനബോധം നാമ്പെടുത്തത്. തന്നെ വെറുപ്പോടെയും അവജ്ഞയോടെയും വീക്ഷിച്ചവർക്കിടയിലേക്ക് ഒരിക്കൽ മടങ്ങിപ്പോകണമെന്നും, തലയുയർത്തി നടക്കണമെന്നും അവൻ നിശ്ചയിച്ചു.

പള്ളിയിൽ നിക്ഷേപിച്ച തുക തിരിച്ചു വാങ്ങി ചെമ്മണ്ണുവിളയിലേക്ക് പുറപ്പെടുമ്പോൾ അവനൊരാഗ്രഹം കൂടെയുണ്ടായിരുന്നു; മണ്ണിനുടയവനാവുക!

അത്ഭുതം കൂറുന്ന മിഴികളോടെ തന്നെ ഉറ്റുനോക്കിയിരിക്കുന്ന വൈദ്യന് നേരെ യോവേൽ പറഞ്ഞു:

"എനക്ക് കൃഷിചെയ്യാനും പെരകെട്ടാനും മണ്ണ് വാങ്കിത്തരണും."

"ചക്രമൊണ്ടെങ്കി അതുക്കെന്ന പ്രയാസം?" വൈദ്യൻ ചോദിച്ചു; "നെന്റ കൈവശം എത്തര ചക്രമൊണ്ട്?"

തന്റെ ചണസഞ്ചിക്കുള്ളിൽ കെട്ടിസൂക്ഷിച്ചിട്ടുള്ള കിഴിയിൽ കൃത്യമായി എത്ര ചക്രമുണ്ടെന്ന് ഓർക്കാൻ ശ്രമിച്ച്, യോവേൽ പരാജയപ്പെട്ടു:

മതപരിവർത്തനത്തിലൂടെ ഒരിക്കൽ ചെമ്മണ്ണുവിളക്കാരാൽ വെറുക്കപ്പെട്ട യോവേലിനെ ഇരുകരങ്ങളും നീട്ടി സ്വീകരിക്കാൻ ഇക്കുറി വളരെപ്പേരൊന്നും മടിച്ചുനിന്നില്ല. തെക്കേക്കുന്നിന്റെ അങ്ങേച്ചരിവിൽ കിഴക്കൻ പതിച്ചുവാങ്ങിയ ഭൂമിയിൽ നിന്നും മൂന്നേക്കർ ചുക്രിവൈദ്യൻ തന്നെ അവന് വാങ്ങിക്കൊടുത്തു. അവനെ ഭർത്താവായി ലഭിക്കാൻ ഭർത്തൃമതികളല്ലാത്ത പെണ്ണുങ്ങൾ മത്സരിച്ചു. അവന്റെ പ്രായം ആർക്കും പ്രശ്നമായില്ല. സ്വന്തമായി മണ്ണുള്ളവൻ. തിന്നാനും ഉടുക്കാനും കിട്ടുമെങ്കിൽ മറ്റെന്താണ് നോക്കാനുള്ളത്?

ആയിടെയാണ് ചുക്രിവൈദ്യന്റെ മുൻഭാര്യയായ കുഞ്ചിയുടെ മകൾ നല്ലമ്മാളെ ഭർത്താവുപേക്ഷിച്ചതും, രണ്ട് വയസ്സുള്ള ഒരു പെൺകുട്ടിയുമൊപ്പം അവൾ ചെമ്മണ്ണുവിളയിൽ തിരിച്ചെത്തിയതും. അവളെ യോവേലിന് ഇഷ്ടപ്പെടാനുള്ള പ്രധാന കാരണം, അവൾ വൈദ്യന്റെ സ്വന്തക്കാരിയാണെന്നത് തന്നെ. തീരെ ഗതിമുട്ടുമ്പോൾ വൈദ്യനെ ചെന്ന് കണ്ട്, കുറേനേരത്തെ ശകാരത്തിനും പ്രാക്കിനും ശേഷം അയാൾ കൊടുക്കുന്നതും വാങ്ങി തിരിച്ചു പോകാറുള്ള കുഞ്ചിയും പുതിയബന്ധം നന്നേ ഇഷ്ടപ്പെട്ടു. ഇനിയെങ്കിലും പട്ടിണിയില്ലാതെ കഴിഞ്ഞുപോവാമെന്ന പ്രതീക്ഷ.

നല്ലമ്മാളെയും കുട്ടിയെയും തള്ളയെയും തന്റെ ഒറ്റമുറിയുള്ള മൺപുരയിൽ കുടിയിരുത്തി, യോവേൽ വീണ്ടും മലയിലേക്ക് മടങ്ങിപ്പോയി. പിന്നെ, വളരെക്കഴിയും മുമ്പ് അവനങ്ങ് സിലോണിലെത്തിയതായി നാട്ടുകാർ കേട്ടു.

മാസങ്ങൾ നിരവധി കടന്നുപോയിട്ടും യോവേലിനെക്കുറിച്ചുള്ള വിവരങ്ങളോ അവന്റെ പണമോ നല്ലമ്മാൾക്ക് ലഭിച്ചില്ല. വിവരം തിരക്കിച്ചെന്നപ്പോൾ പള്ളിക്കാരും കൈ മലർത്തി.

അതിനിടെ നല്ലമ്മാൾക്ക് പുതിയൊരു ബന്ധമുണ്ടായി. പറമ്പിൽ കൃഷിപ്പണികൾക്കായെത്താറുള്ള തമ്മിയുമായി അവൾ അടുത്തു. ചെറുപ്പക്കാരനും ആരോഗ്യവാനും വേറെ ബാധ്യതകളില്ലാത്തവനുമാണയാൾ.

ചെമ്മണ്ണുവിളയിലെ താരതമ്യേന ശിഥിലമായ ദാമ്പത്യബന്ധങ്ങൾക്കിടയിൽ, നല്ലമ്മാളും തമ്മിയുമായുള്ള വേഴ്ചകളിലെ തകരാറ് കണ്ടെത്താൻ അധികമാരും മിനക്കെട്ടില്ല.

ഇരുപത്താറ്

തേവരുകുളത്തെ കാരണവരെപ്പറ്റി കരക്കാർക്ക് പരാതികളേയുള്ളൂ. അയിത്തജാതിക്കാരെയും അദ്ദേഹം മനുഷ്യരായി ഗണിക്കുന്നു എന്നതാണ് അവയിൽ ഏറെ ഗൗരവമുള്ളത്. അക്കൂട്ടരോടുള്ള രാമൻ നായരുടെ അയഞ്ഞ നിലപാട് മൂലം നഷ്ടപ്പെട്ടത് സ്വജാതിക്കാരുടെ അന്തസ്സ് മാത്രമല്ല, സമരവീര്യം കൂടിയാണ്.

ചെമ്മണ്ണുവിളയിലെ ചാന്നാന്മാരിൽ അധികം പേരും വേദക്കാരായി ത്തീർന്നിരിക്കുന്നു. പനചെത്തിയും അങ്ങത്തെമാരെ വണങ്ങിയും കാലം കഴിച്ചിരുന്ന അവർ എവിടേക്ക് പോയിട്ടായാലും വേണ്ടില്ല, ചക്രമുണ്ടാക്കാനുള്ള ബദ്ധപ്പാടിലാണിപ്പോൾ. തെക്കേക്കുന്നിൽ മൺചുവരുകളുള്ള ആറുകാൽപ്പുരകൾ ഏഴെട്ടെണ്ണം ചാന്നാന്മാർ നിർമിച്ചിരിക്കുന്നു.

കരക്കാരെ വേവലാതിപ്പെടുത്തുന്ന മറ്റൊരു സംഗതി കൂടെയുണ്ട്. ഇവിടത്തെ ഈഴവർക്ക് വേദത്തിൽ ചേരണം, കുട്ടികളെ എഴുത്തു പഠിപ്പിക്കണം എന്നൊക്കെയുള്ള ഭ്രമങ്ങൾ മുമ്പുണ്ടായിരുന്നില്ല. എന്നാൽ അടുത്തയിടെ ഒരീഴവൻ തന്റെ സന്തതിയെ എഴുത്തുപള്ളിയിൽ ചേർക്കാനൊരു ശ്രമം നടത്തി. വേദക്കാരനല്ലെന്ന കാരണത്തിൽ ഉപദേശി വഴങ്ങിയില്ല.

ചാന്നാന്മാർക്കും മുക്കുവർക്കും വെവ്വേറെ പള്ളികളുണ്ടായത് പോലെ ഇഴവർക്കും ഒരു വേദപ്പള്ളിയുണ്ടായാൽ, അവർ കൂട്ടത്തോടെ മതം മാറിയാൽ, അത് തങ്ങൾക്ക് നേരെയുള്ള ഒരു വെല്ലുവിളിയായി തേവരുകുളംകരക്കാർ കരുതി.

ഇതിനൊക്കെ കാരണക്കാരനായ രാമൻനായർ തന്നെ ഒരു പരിഹാരം കാണട്ടെയെന്ന് നിശ്ചയിച്ച്, അവരദ്ദേഹത്തെ സമീപിച്ചു.

"കീഴ്ജാതിക്കാരക്ക് ചൂത്തരരോട് ഇപ്പം ഒട്ടും മതിപ്പില്ല." അവരറിയിച്ചു: "അങ്ങത്തെമാരെ പേടിയില്ലാത്തതാണതിന്റ കാരണം"

ഭയത്തിൽ നിന്നും ബഹുമാനമല്ല, വെറുപ്പാണുണ്ടാവുന്നതെന്ന് അദ്ദേഹം പറഞ്ഞില്ല. അത്രയൊക്കെ മനസിലാക്കാൻ തന്റെ ആളുകൾ വളർന്നിട്ടില്ല.

ആകെ നാലോ അഞ്ചോ ചാന്നാന്മാർക്കാണ് നെൽകൃഷിയുള്ളത്. അതും ചതുപ്പിനെ കണ്ടംതിരിച്ച് വയലാക്കിയെടുത്ത ഇടങ്ങളിൽ. ഭാവിയിൽ ഈഴവർ അനുസരണക്കേട് കാണിക്കില്ലെന്ന് ഉറപ്പു വരുത്താൻ ചാന്നാന്മാരുടെ നെൽകൃഷി അവസാനിപ്പിക്കേണ്ടതാണെന്ന് കരക്കാർ നിർദേശിച്ചു. അവർണർക്കൊക്കെയും അതൊരു പാഠമായിരിക്കുകയും ചെയ്യും.

മഠത്തിലുള്ളവരും അതിനോട് യോജിച്ചു. പാർവതിയമ്മ പറഞ്ഞു:

"കരക്കാരെയെല്ലാം പെണക്കീട്ട് മഠത്തിന് നില നില്പൊണ്ടോ?"

കാലം മാറിയെങ്കിലും കരക്കാരുടെ ചിന്തകൾക്ക് പറയത്തക്ക മാറ്റമൊന്നുമുണ്ടായിട്ടില്ലെന്ന് രാമൻനായരറിഞ്ഞു. അയിത്തജാതിക്കാർ

പോലും പുതിയ മേച്ചിൽപ്പുറങ്ങൾ തേടാൻ, അതിലൂടെ ജീവിത സൗകര്യങ്ങൾ മെച്ചപ്പെടുത്താൻ, പാടുപെടുമ്പോൾ തന്റെ ആളുകൾ അലസന്മാരായി, ഭൂതകാലത്തിന്റെ വിള്ളൽ വീണ പുറന്തോട്ടിനുള്ളിൽ കൂടുതൽ കൂടുതൽ ഒതുങ്ങിക്കൂടാൻ വ്യഗ്രത കാണിക്കുന്നത് അദ്ദേഹത്തെ നിരാശപ്പെടുത്തി. അവർക്ക് മുമ്പേ നടക്കേണ്ട മഠത്തി ലുള്ളവർ പോലും വ്യത്യസ്തരല്ലെന്നദ്ദേഹം കണ്ടു.

ഭാവിയിൽ ചാന്നാന്മാർക്ക് പാട്ടംകൃഷിക്ക് വയലുകൾ നൽകുന്നതല്ല എന്ന് അളമുവിനോട് പറയുമ്പോൾ അദ്ദേഹത്തിന് വല്ലായ്മയുണ്ടായിരുന്നു

“നിനക്ക് മതിയാവോളം വേലചെയ്യാൻ സ്വന്തമായി മണ്ണുണ്ട്. നിനക്കാവശ്യമുള്ളതെല്ലാം അവിടെ വെളയിക്കാം. നിന്റെ ഒരു ശ്രമവും പാഴാവുകയില്ല, തീർച്ച.”

അയാളപ്പോഴും വിനീതനായി അദ്ദേഹത്തെ വണങ്ങിയതേയുള്ളു.

പ്രായാധിക്യവും അനാരോഗ്യവും കാരണം പാർവതിയമ്മയ്ക്ക് നടന്ന് തിരിയാൻ ബുദ്ധിമുട്ടാണെങ്കിലും ദിവസവും ഒരുവട്ടമെങ്കിലും രാമൻനായരെ കണ്ട് സംസാരിച്ചില്ലെങ്കിൽ ദിനചര്യകൾ പൂർണമായില്ലെന്ന തോന്നലാണ്. അത്തരം സംഭാഷണങ്ങൾക്കിടയിലാണ് സംബന്ധക്കാരിയെ കൂടെ പൊറുപ്പിക്കാൻ അവർ രാമൻനായരെ പ്രേരിപ്പിച്ചത്.

തേവരുകുളം മഠത്തിന് ഭൂസ്വത്തുണ്ടെങ്കിലും, നാടുവാഴി എന്ന വിശേഷണത്തിന് ചേർന്നതായി ഒന്നുമില്ലെന്ന് അദ്ദേഹത്തിനറിയാം. പണ്ടുണ്ടായിരുന്നുവെന്ന് പറയപ്പെടുന്ന അവകാശാധികാരവാദങ്ങൾക്ക് നടുവിലാണദ്ദേഹം വളർന്നത്. കളരിയും മല്ലയോദ്ധാക്കളും കുതിരലായവുമൊക്കെ പണ്ടുണ്ടായിരുന്നുവത്രേ! അത് നേരാണെങ്കിലുമില്ലെങ്കിലും, ഏതാനും വില്ലുവണ്ടികളും ഒരു മല്ലൻ പിള്ളയും മാത്രമുള്ള കാലത്തെക്കുറിച്ചേ രാമൻ നായർക്ക് ഓർക്കാൻ കഴിയുന്നുള്ളൂ.

തന്നെ ഉറ്റുനോക്കിയിരിക്കുന്ന പാർവതിയമ്മയോട് അദ്ദേഹത്തിന് മറ്റൊന്ന് ചോദിക്കണമെന്നുണ്ടായിരുന്നു. തന്നോളം പ്രായമായിട്ടില്ലാത്ത വേറെയും ആണുങ്ങൾ മഠത്തിലുണ്ട്. പെണ്ണും മക്കളുമൊന്നിച്ച് ജീവിക്കാൻ അവർക്കുമുണ്ടാവുമല്ലോ ആഗ്രഹം? അതുപോലെ ഇവിടത്തെ സ്ത്രീകൾക്കുമുണ്ടാവില്ലേ, മനസിനിണങ്ങിയ ഒരു പുരുഷനുമൊത്ത് കാലം കഴിക്കാനുള്ള മോഹം?

എങ്കിലും അദ്ദേഹമത് ചോദിച്ചില്ല.

പോയകാലങ്ങൾ ഒരു നഷ്ടബോധമായി പാർവതിയമ്മയിൽ തങ്ങിനിന്നു. ഇന്നലെകളിൽ ചിന്തിക്കാൻ പോലും കഴിയാതിരുന്ന കാര്യങ്ങളാണ് നാട്ടിൽ സംഭവിച്ചുകൊണ്ടിരിക്കുന്നത്. എല്ലാം കലികാലവൈഭവങ്ങളാണെന്ന് വിശ്വസിക്കാൻ അവർ പ്രേരിതയായി.

നാട്ടിൽ ഒരിക്കലും, ഒന്നും നിശ്ചലാവസ്ഥയിലായിരുന്നിട്ടില്ല. എന്നാൽ, എല്ലാ സംഭവങ്ങളും മാറ്റങ്ങളും എല്ലാവരിലും സമാനമായ പ്രതികരണങ്ങളുളവാക്കുന്നില്ല. അവ വ്യക്തികളിലും സമൂഹങ്ങളിലും വ്യത്യസ്ഥങ്ങളായ ചലനങ്ങളുണ്ടാക്കുന്നു.

പണ്ടാരക്കുന്നിലെ പുലയർ ഏറക്കുറെ അടിമത്തകാലത്തിലെപ്പോലെ ഇന്നും നിലനിൽക്കുന്നു. സ്വാതന്ത്ര്യം അവരുടെ ഭൗതികമോ അല്ലാത്തതോ ആയ മേഖലകളിൽ പറയത്തക്ക പുരോഗതിയുണ്ടാക്കിയിട്ടുള്ളതായി രാമൻനായർക്ക് തോന്നിയിട്ടില്ല. 'ഉടയോരെ' അകലെ കാണുമ്പോൾ തന്നെ ഓച്ഛാനിച്ചു നിൽക്കുന്ന അവരുടെ ദൈന്യഭാവവും ഒട്ടിയ വയറുകളും അദ്ദേഹത്തിൽ അസ്വസ്ഥത ജനിപ്പിക്കാറുണ്ട്.

തേവരുകുളത്തുമഠത്തെ കാലാകാലങ്ങളായി സേവിച്ചുപോന്ന പട്ടിണിപ്പാവങ്ങൾക്ക് ഒന്നും ചെയ്തുകൊടുക്കാൻ മഠത്തുകാർക്കായിട്ടില്ല. ഒന്നിലധികം അവസരങ്ങളിൽ അക്കാര്യം രാമൻനായർ പരാമർശിച്ചുവെങ്കിലും തറവാട്ടിലെ മറ്റാരിൽ നിന്നും അനുകൂലമായൊരു പ്രതികരണമുണ്ടായില്ല. പുലയർക്കെന്തിന് മണ്ണ് എന്നാണവരുടെ ചോദ്യം.

ചെമ്മണ്ണുവിളയിലെ ചാന്നാന്മാരുടെ വളർച്ച ദ്രുതഗതിയിലായിരുന്നുവെന്നദ്ദേഹമറിഞ്ഞു. അവരെ തട്ടിയുണർത്താനും, കൈപിടിച്ചെഴുന്നേൽപ്പിക്കാനും പള്ളിയുണ്ടായി. അവരുടെ ഉടുപ്പിലും നടപ്പിലും പോലും അത് വ്യതിയാനമുണ്ടാക്കി. കൊടിയ ദാരിദ്ര്യത്തിന് നടുവിലും പലരും തങ്ങളുടെ മക്കളെ അക്ഷരം പഠിക്കാനയയ്ക്കുന്നു.

അളമുവിന്റെ മകൻ തന്നെക്കാണുമ്പോഴെല്ലാം താണുവണങ്ങുന്നത് മേൽജാതിക്കാരനായ ജന്മിയോടുള്ള ഭയം കൊണ്ടല്ല, മറിച്ച് കൃതാർഥത മൂലമാണ്.

പാർവതിയമ്മ പറഞ്ഞു: "നീലകണ്ഠൻ പറയ്ണത് കേട്ടു, നാട്ടിലൊക്കെ വ്യവഹാരങ്ങളാണെന്ന്. എന്തിന് വേണ്ടിയാണാവോ?"

"തറവാട്ടുസ്വത്ത് വീതംവച്ച് കിട്ടാനുള്ള വ്യവഹാരങ്ങൾ" രാമൻനായർ പറഞ്ഞു: "പലയിടത്തും ഭാഗം വയ്ക്കാൻ വിധിയുമായി."

മഠത്തിലെ മിക്കവരുടെയും മനസിലിരുപ്പ് പാർവ്വതിയമ്മക്കറിയാം. സ്വത്തിൽ അവരവർക്കുള്ള വീതം കിട്ടുന്നതിനെക്കുറിച്ച് അടുക്കളക്കുള്ളിലും പുറത്തും, മുറിഞ്ഞുപോവുന്ന സംഭാഷണ ശകലങ്ങൾ അവരുടെ കാതുകളിൽ പതിച്ചിട്ടുണ്ട്.

രാമൻനായർ പറഞ്ഞു: "അവനവന് കിട്ടുന്നത് നാനാവിധമാക്കിക്കളയുകയില്ലെങ്കിൽ ഭാഗംവച്ച് കൊടുക്കുന്നത് നല്ലതാണെന്നാണെനിക്ക് തോന്നണത്. തറവാട്ടില് എല്ലാവർക്കും തുല്യാവകാശമുണ്ട്. ഭൂരിഭാഗം പേർക്കും സ്വന്തം വീതം കിട്ടണമെന്ന് തോന്നിയാൽ അങ്ങനെ ചെയ്യുന്നതാണ് വ്യവഹാരത്തിന് പോവുന്നതിനെക്കാളും നല്ലത്."

"എന്നുവച്ചാൽ– – ഈ മഠത്തിന്റെ സ്വത്തുക്കൾ ഭാഗംവയ്ക്കണെമെന്ന് എല്ലാരും കൂടെ ആവശ്യപ്പെട്ടാല് രാമനത് ചെയ്യുമോ?"

"തീർച്ചയായും. എന്നാൽ കിട്ടുന്നത് നശിപ്പിച്ചുകളയാതെ അവർ സൂക്ഷിക്കുമോ എന്നാണെന്റെ സംശയം."

പാർവതിയമ്മ ഓർത്തു: നാലുകെട്ടിനുള്ളിലെ രഹസ്യം പറച്ചിലുകൾ, വീർപ്പുമുട്ടലുകൾ. തങ്ങൾക്കെല്ലാമവകാശപ്പെട്ടത് അനർഹമായി മറ്റുള്ളവർ അനുഭവിക്കുന്നതിലെ അമർഷം. മഠത്തിലെത്തേണ്ട നെല്ലും

നാളികേരവും മറ്റും അനന്തൻനായരുടെയും നീലകണ്ഠൻ നായരുടെയും സംബന്ധവീടുകളിലാണെത്തുന്നത് എന്നത് ഒരു രഹസ്യമേ അല്ല.

പാർവതിയമ്മ പറഞ്ഞു, "എല്ലാം നല്ലതിനാവട്ട്."

"അങ്ങനെയാവട്ടെ." രാമൻനായർ പുറത്തേക്കിറങ്ങി.

ഒരു പകലിന്റെ അസ്തമയം.

പഴയ കാരണവന്മാർ കണ്ണഞ്ചിപ്പിക്കുന്ന മധ്യാഹ്ന സൂര്യന്മാരെപ്പോലെയായിരുന്നുപോലും! പിടിവാശിയും അഹന്തയും തറവാടിന്റെ അന്തസ്സായി കണ്ടവർ. ശ്രമിച്ചിരുന്നുവെങ്കിൽപ്പോലും തനിക്കവരിലൊരാളായി തീരാനാവില്ലെന്ന് അദ്ദേഹത്തിന് നിശ്ചയമുണ്ട്. അനതിവിദൂര ഭാവിയിൽ തേവരുകുളത്തുമഠം ഛിന്നഭിന്നമായി ത്തീരുന്ന രംഗം അദ്ദേഹം ഭാവനയിൽ കണ്ടു.

എങ്കിലും, അത് നേരിൽ കാണേണ്ടിവന്നില്ല.

ഏതാനും ദിവസങ്ങൾക്ക് ശേഷമായിരുന്നു, അത്. വയലിൽ പണിയെടുത്ത് നിൽക്കുകയായിരുന്ന പുലയരോട് കുശലം പറഞ്ഞ് തോടിനോടു ചേർന്നുള്ള വരമ്പിലൂടെ നടക്കവേ, പൊടുന്നനെ കാൽ വഴുതി അദ്ദേഹം തോടിലേക്ക് വീണു. തോടിന്റെ അടിഭാഗം പാറയാണ്. വീഴ്ചയുടെ ശക്തിയിൽ കഴുത്തൊടിഞ്ഞു. പുലയർ ഓടിയെത്തി വരമ്പിലേക്കെടുത്ത് കിടത്തുമ്പോൾ ബോധം നശിച്ചിരുന്നു. പിറ്റേന്നു പുലർച്ചെ മരണം സംഭവിച്ചു.

പുണ്യാത്മാക്കൾക്കുമാത്രം വിധിച്ചിട്ടുള്ള കാലവും നക്ഷത്രവുമാണ് രാമൻനായർ മരിക്കാനായി തെരഞ്ഞെടുത്തതെന്ന് ജ്യോത്സ്യൻ കണ്ടെത്തി.

അനന്തൻ നായർ പുതിയ കാരണവരായി. തറവാട്ടിലെ തലമൂത്ത പുരുഷന് അവകാശപ്പെട്ട സ്ഥാനമാണത്. എന്നാലൊരു പ്രശ്നമുണ്ട്. നാൽപ്പത് കഴിഞ്ഞ അനന്തൻ നായരുടെ എല്ലാ തീരുമാനങ്ങളെയും കണ്ണുമടച്ച് അംഗീകരിക്കാൻ മഠത്തിലെ അധികം പേരും തയ്യാറല്ല. രാമൻനായരുടെ കാലത്ത് അനുഭവിച്ചിരുന്ന സ്വാതന്ത്ര്യത്തെയും നിർഭയത്വത്തെയും ഉപേക്ഷിക്കാൻ അവർക്കെളുപ്പവുമല്ല.

കാരണവരായിക്കഴിഞ്ഞ് ഏതാനും മാസങ്ങൾക്കകം അനന്തൻ നായർ തന്റെ സംബന്ധക്കാരിയെ മഠത്തിലേക്ക് കൂട്ടിക്കൊണ്ട് വന്ന് വടക്കേ ചായ്പ്പിൽ താമസിപ്പിച്ചു. എല്ലായ്പ്പോഴും മറ്റുള്ളവരുടെ കണ്ണിൽപ്പെടാതിരിക്കാനാണ് അവരെ ഒതുങ്ങിയ ഒരിടത്ത് പാർപ്പിക്കുന്നതെന്ന് പരക്കെ ആക്ഷേപമുയർന്നു. അതൃപ്തിയുണ്ടെങ്കിലും എല്ലാവരും യോജിക്കുന്ന മറ്റൊന്ന് കൂടിയുണ്ട്; അയാളിനിയും സംബന്ധവീട്ടിലേക്ക് ഒന്നും കടത്തിക്കൊണ്ട് പോയേക്കില്ല.

ശരിയായാലുമില്ലെങ്കിലും, കാരണവരുടെ മാതൃക പിൻതുടരാനും, സ്വന്തം സംബന്ധക്കാരികളെ മഠത്തിലേക്ക് കൂട്ടിക്കൊണ്ട് വരാനും ഇളമുറക്കാർക്കും ഉത്സാഹമേറി. അനന്തൻ നായർ എതിർത്തു:

"നാട്ടുനടപ്പേ ഇവിടെയും നടക്കൂ."

"അപ്പോ കാരണവര് ചെയ്തത് നാട്ടുനടപ്പാണോ?"

"പല തറവാടുകളിലും നടപ്പുള്ളതു തന്നെ. പോരാത്തതിന് ഇവിട ത്തന്നെ പണ്ടത്തെ പല കാരണവന്മാരും അത് ചെയ്തിട്ടുമുണ്ട്."

ഇന്നലെവരെ തങ്ങളിലൊരാളായി ജീവിച്ച അനന്തൻനായർ ഒരു സുപ്രഭാതത്തിൽ ഒരേകാധിപതിയായി തീർന്നത് അംഗീകരിച്ചു കൊടു ക്കാൻ തികച്ചും അസാധ്യമായത് നീലകണ്ഠൻനായർക്കാണ്. അയാൾ പറഞ്ഞു: "കഴിവുള്ള കാരണവന്മാരുടെ കാലത്ത് മഠത്തിന് ആഢ്യത്വ മുണ്ടായിരുന്നു."

"എന്റെ കഴിവിനെ നീ അളക്കണ്ടാ" അനന്തൻനായർ വിട്ടില്ല.

ഉമ്മറത്തെ അവരുടെ വാദപ്രതിവാദം ശ്രദ്ധിച്ച് അകത്തളങ്ങളിൽ പെണ്ണുങ്ങൾ ശ്വാസമടക്കിപ്പിടിച്ച് നിന്നു. പലതും പറയാനുണ്ടെങ്കിലും ശുണ്ഠിക്കാരനായ അനന്തൻനായരെ അവർക്ക് ഭയമാണ്. അധികാരം കയ്യിലെത്തിക്കഴിഞ്ഞപ്പോൾ അയാൾ കൂടുതൽ ഗർവിഷ്ഠനുമാണ്.

നീലകണ്ഠൻ നായർ പറഞ്ഞു: "മരിച്ചുപോയ അമ്മാവൻ മറ്റുള്ള വരുടെ അഭിപ്രായങ്ങളറിഞ്ഞ് പ്രവർത്തിച്ചു. അതുകൊണ്ട് മഠത്തിൽ പര സ്പര സ്നേഹവും വിശ്വാസവുമുണ്ടായിരുന്നു."

"ഞാൻ മരിച്ചുപോയ അമ്മാവനല്ല," അനന്തൻനായർ പറഞ്ഞു: "എ ന്റെ രീതിയനുസരിച്ചേ ഞാൻ കാര്യങ്ങൾ ചെയ്യൂ."

എമ്പതോളം കൊല്ലക്കാലം ജീവിച്ച പാർവതിയമ്മ മഠത്തിലെ ഏഴെ ട്ടു കാരണവന്മാരെ കണ്ടു. ഒരു കൊല്ലം മുതൽ ഇരുപതു കൊല്ലങ്ങൾ വരെ തറവാട് ഭരിച്ചവർ അവരിലുണ്ട്. അവരിൽ നിന്നെല്ലാം വ്യത്യസ്ത നായിരുന്നു, രാമൻനായർ. സഹജീവികളോടദ്ദേഹം സൗമ്യത കാട്ടി. അനാവശ്യമായ ഭയവിഹ്വലതകളിൽ നിന്നും അവരെ മോചിപ്പിച്ചു.

എന്നാൽ, തറവാട്ടുഭരണം സ്വന്തം കൈകളിലായപ്പോൾ, തന്റെ സ്വാർഥതയും മുഷ്ക്കും വിലപോവില്ലെന്നു വന്നപ്പോൾ, ഇന്നത്തെ സക ലപ്രശ്നങ്ങൾക്കും ഉത്തരവാദി രാമൻനായരാണെന്ന് പറയാൻ അന ന്തൻ നായർ മടിച്ചില്ല. ഇന്നലെ പിറന്നുവീണ ശിശുവിനും, തറവാട്ടു കാരണവർക്കും തുല്യമായ അവകാശങ്ങൾ ലോകത്തൊരിടത്തു മില്ലാ ത്ത തലതിരിഞ്ഞ ഒരേർപ്പാടായി അയാൾ കണ്ടു.

ധനവും സമയവും പാഴാക്കി വ്യവഹാരത്തിലേർപ്പെടാതെ, തറവാ ടിന് മാനക്കേടുണ്ടാക്കാതെ, അവനവന്റെ വീതം വാങ്ങി പിരിയുന്നതാണ് എല്ലാവർക്കും നല്ലതെന്ന് നീലകണ്ഠൻനായർ തുറന്നടിച്ചു. ഇളമുറ ക്കാരും പെണ്ണുങ്ങളും അയാളുടെ പക്ഷത്ത് ചേർന്നു.

പുകഞ്ഞുകൊണ്ടിരുന്ന ഒരഗ്നികുണ്ഠത്തിൽ നിന്നുമുള്ള ആദ്യത്തെ തീജ്വാല.

പഴയ തലമുറകൾക്കുണ്ടായിരുന്ന വിനയവും വിധേയത്വവും ഈ തലമുറക്കില്ലാതെ പോയത് അനന്തൻനായരെ വല്ലാതെ കോപിഷ്ഠ നാക്കി.

എന്നാൽ ആർക്കുമൊരു കുലുക്കവുമില്ല.

തുടർന്ന് വന്ന ദിവസങ്ങളിൽ മറ്റുള്ളവരും കാരണവരെ നേരിട്ടു.

തന്റെ കൽപ്പനകൾ നിറവേറ്റാൻ മഠത്തിൽ ആരുമില്ലാതെ പോയതിൽ അനന്തൻ നായർ ആകുലനായി.

ഏറെ ദു:ഖിച്ചത് പാർവതിയമ്മ തന്നെ. മനസ്വാസ്ഥ്യം പൂർണമായും അവർക്ക് നഷ്ടപ്പെട്ടു. കലാപക്കൊടിയുയർത്തി നിൽക്കുന്ന ഇളമുറക്കാരും വിട്ടുവീഴ്ചക്കൊരുക്കമല്ലാത്ത അനന്തൻനായരും അവരെ ഒരുപോലെ ദു:ഖിപ്പിച്ചു.

അവർക്കൊന്നിനും വയ്യാ. മുറിക്ക് പുറത്തൊന്നിറങ്ങാൻപോലും വേണം, പരസഹായം. ഒരർഥത്തിൽ അത് അവർക്കൊരനുഗ്രഹമാണ്. പുറത്ത് സംഭവിക്കുന്നത് കാണാതിരിക്കാം

എന്നാൽ, താൻ മരിക്കാതെ മരിച്ചുജീവിക്കുന്നത് അവരിൽ അസഹനീയതയുണ്ടാക്കി. താൻ കണ്ടുനിൽക്കേ എത്രയോ പേർ വന്നു; ഓർമകൾ മാത്രമവശേഷിപ്പിച്ച് മടങ്ങിപ്പോയി.

ഇത്രയും ദീർഘമായ ആയുസ്സ് ഒരു ശാപമാണ്!

ഇന്നല്ലെങ്കിൽ നാളെ തമ്മിലടിച്ച് പിരിയാനാവും, തേവരുകുളത്തു മഠത്തുകാരുടെ വിധി. എങ്കിലുമത് നേരിൽ കാണാൻ അവർക്ക് ത്രാണിയില്ല. അതിനുമുമ്പൊന്ന് മരിച്ചുകിട്ടാൻ അവർ സകല ഈശ്വരന്മാരെയും വിളിച്ച് കേണപേക്ഷിച്ചു.

ഇരുപത്തേഴ്

എമിലിക്ക് നാല് മക്കളുണ്ട്. മൂത്തമകൻ മുത്തുവിന് പതിനൊന്ന് വയസ്സായി. ചതുപ്പിലെ നെൽകൃഷി നിലച്ചശേഷം എമിലിയുടെ മക്കളെ ജ്ഞാനസ്നാനം ചെയ്യിക്കുന്ന കാര്യത്തിൽ അളമുവിനുണ്ടായിരുന്ന എതിർപ്പിന് അയവു വന്നു. എങ്കിലും ആ ചടങ്ങിനായി അവരോടൊപ്പം പള്ളിയിലേക്ക് പോവാൻ അയാൾ കൂട്ടാക്കിയില്ല.

എഴുത്തുപള്ളിയിൽ പോവുന്ന മുത്തുവിനെ പെരുമാനോളമെങ്കിലും പഠിപ്പിക്കണമെന്നാണ് എമിലിയുടെ മോഹം. പെരുമാൻ ഇനിയൊരു കൊല്ലം കൂടെ പഠിച്ച് പരീക്ഷയിൽ ജയിച്ചാൽ ഒരുപാടു ചക്രം ശമ്പളമായി കിട്ടുന്ന നല്ല ഉദ്യോഗം ഉറപ്പാണെന്നാണ് ഉപദേശി ആവർത്തിച്ചു പറഞ്ഞിട്ടുള്ളത്.

ആ വക കാര്യങ്ങളിൽ അളമു തൽപ്പരനല്ല. പെണ്ണുങ്ങളും സന്തതികളും ചേർന്ന് തനിക്ക് കഷ്ടനഷ്ടങ്ങളുണ്ടാക്കുന്നുവെന്ന് ഇപ്പോഴും അയാൾ വിശ്വസിക്കുന്നു. കണ്ടത്തിലെ കൃഷിയിൽ കുഞ്ചനും ചന്തുവിനും തുടക്കത്തിലുണ്ടായിരുന്ന ആവേശം വളരെ പെട്ടെന്ന് നശിച്ചു. പണം ചെലവാക്കി പെരുമാനെ പള്ളിക്കൂടത്തിലയയ്ക്കുന്നതിൽ ഇരുവർക്കും അമർഷമുണ്ട്. തങ്ങളും കൂടെ വിയർപ്പൊഴുക്കി വേല ചെയ്തുണ്ടാക്കുന്നത് പെരുമാൻ അനുഭവിച്ചു തീർക്കുകയാണെന്നവർ പരാതിപ്പെട്ടു.

തുടക്കത്തിലൊക്കെ ആവത് പറഞ്ഞ് അവരെ സമാധാനിപ്പിക്കാൻ അളമു ശ്രമിച്ചു. പിന്നെ ദേഷ്യപ്പെട്ട് നോക്കി. അവയെല്ലാം വിഫലമായപ്പോൾ ഒന്നിനോടും പ്രതികരിക്കാതിരിക്കാനായി ശ്രമം. പുരയിൽ അയാളുടെ സാന്നിധ്യം വീണ്ടും ചുരുങ്ങി. പകൽ മുഴുവനും ഓരോ പണികളുമായി അയാൾ കൃഷിയിടത്തിൽ കഴിച്ചുകൂട്ടും. രാത്രികളിൽ വിള കാക്കാനെന്ന നാട്യത്തിൽ പുര വിട്ടിറങ്ങിയ അയാൾക്ക് എമിലിയുടെ പുരയിൽ രാത്രി കഴിച്ചു കൂട്ടുന്നതിലും സ്വച്ഛത, കണ്ടത്തിൽ കെട്ടിയുയർത്തിയ ഏറുമാടത്തിൽ ചെലവിടുന്നതായി. ആരോടുമയാൾക്ക് പരിഭവമില്ല. എന്തിനോടുമൊരുതരം നിസ്സംഗത. ഗുണമായാലും ദോഷമായാലും ലഭിച്ചതെല്ലാം തനിക്ക് വിധിച്ചിട്ടുള്ളതാണ്.

ചില്ലറ ശാരീരികാസ്വാസ്ഥ്യമുണ്ടെങ്കിലും അവയെ ദീനങ്ങളാ യിട്ടയാൾ പരിഗണിച്ചിട്ടില്ല. പെട്ടെന്ന് വിട്ടുമാറാത്ത തരം ജലദോഷം, ചുമ, സന്ധിവേദന ആദിയായവകളൊന്നും മരുന്ന് സേവിക്കേണ്ടത്ര ഗൗരവമായി അയാൾ കണക്കാക്കിയിട്ടില്ല. രണ്ട് ഭാര്യമാർക്കും അവരുടെ സന്തതികൾക്കും ആവശ്യങ്ങളേയുള്ളൂ. അതിനെല്ലാം വേണം, ചക്രം. ഓരോ ചില്ലിക്കാശും അയാൾക്ക് വിലപ്പെട്ടതാണ്. എത്ര വലിയ ജലാശയമായാലും അതനേകം ജലകണികകൾ കൊണ്ടു മാത്രമേ ജലാശയമാവൂ എന്ന തിരിച്ചറിവ്.

എന്തായാലും കുഞ്ചനും ചന്തുവും മറ്റുള്ളവരുടെ നേരെയുള്ള ഈർഷ്യക്ക് പരിഹാരം കണ്ടത് വേദത്തിൽ ചേരുകയെന്നതിലൂടെയാണ്.

അതിൽ അതൃപ്തി ഭാവിച്ച ചേമയോടവർ പറഞ്ഞു: "പത്തു ചക്രമൊണ്ടാക്കാൻ പറ്റുമോന്ന് ഞങ്ങളുമൊന്ന് നോക്കട്ട്!"

അകലെ കിഴക്കൻമലകൾ അവരെ ഉറ്റുനോക്കി നിന്നു.

ചെമ്മണ്ണുവിളക്കാർക്ക് ചക്രമുണ്ടാക്കാനുള്ള ഏറ്റവും സുഗമമായ മാർഗം ഇന്നും പള്ളി തന്നെയാണ്.

ആറേഴുകൊല്ലക്കാലം കിഴക്കൻമലയിൽ പണിയെടുത്ത ശേഷം തിരിച്ചെത്തി, അളമുവിന്റെ ഭൂമിയോട് ചേർന്ന് കുറച്ച് സ്ഥലം വാങ്ങി അതിലൊരു മൺപുരയുണ്ടാക്കിയ ജാർജ് മറ്റുള്ളവരിൽ നിന്നും വ്യത്യസ്തനാണെന്ന് ആർക്കും തോന്നിയിട്ടില്ല. എന്നാൽ, പുതിയ പുരയിൽ താമസമായി വളരെക്കഴിയും മുമ്പ് അവൻ കറവയുള്ള ഒരു പശുവിനെയും ഏതാനും ആടുകളെയും അവിടേക്ക് കൊണ്ടുവന്നു. ചെമ്മണ്ണുവിളയിൽ അപൂർവമല്ലാതെ വളർത്തു കോഴികളുണ്ടെങ്കിലും കന്നുകാലികളുടെ ഉടമകളാവാനുള്ള ഭാഗ്യം മുമ്പ് ആർക്കുമുണ്ടായിട്ടില്ല. അതിന് ഒരുപാട് ചക്രം വേണമെന്നത് മാത്രമല്ല, കാരണം. കന്നു കാലികളെ വളർത്താൻ അവർണജാതിക്കാരെ അങ്ങത്തെമാർ അനുവദിച്ചേക്കില്ലെന്ന ഭയവും.

കുറേ വർഷങ്ങൾക്ക് മുമ്പ് ചതുപ്പിലെ വയലിൽ കൃഷിയുണ്ടായിരുന്ന കരുമൻ എവിടുന്നോ ഒരു പശുവിനെ വിലയ്ക്ക് വാങ്ങിക്കൊണ്ട് വന്നു. ഏതാനും ദിവസങ്ങൾ കഴിഞ്ഞപ്പോൾ ഏതാനും കരക്കാരുമൊ

ന്നിച്ച് മഠത്തിലെ ഒരു ഇളമുറക്കാരനെത്തി പശുവിനെ അഴിച്ചുകൊണ്ടുപോയി. രണ്ടു കാരണങ്ങളാണവർ അതിന് പറഞ്ഞത്: അവർണർ പശുക്കളെ സ്വന്തമാക്കിക്കൂടെന്നും, കരുമൻ മഠംവക ഭൂമിയിലെ കുടിയാനാണെന്നും. ഒടുവിൽ രാമൻനായർ ഇടപെട്ടാണ് കരുമന് പശുവിനെ തിരികെ കിട്ടിയത്. വളരെക്കഴിയും മുമ്പ് തന്നെ അയാളത് വിൽക്കുകയും ചെയ്തു.

ജാർജിന്റെ കന്നുകാലി ഭ്രമം മറ്റ് ചാന്നാന്മാരെക്കൊണ്ട് പലതും ചിന്തിപ്പിച്ചു. ഇതിനെല്ലാമുള്ള ചക്രം അവനുണ്ടായത് പണിയെടുത്തിട്ടാണോയെന്ന് ചിലർ സംശയിച്ചു. അവനും നിധി കിട്ടിയിരിക്കാമെന്ന് ചിലർ വിശ്വസിച്ചു. അങ്ങത്തെമാർ കാലികളെ അഴിച്ചുകൊണ്ടു പോവുന്നതും കാത്ത് അവരിരുന്നു.

എന്തായാലും, അങ്ങനെയൊന്നും സംഭവിച്ചില്ല.

ഏതാനും ആഴ്ചകൾക്ക് ശേഷം മല്ലുവിന്റെ മൺപുരയ്ക്കരികിലായി സാമാന്യം വലിപ്പമുള്ള ഒരു ചെറ്റപ്പുര ജാർജ് കെട്ടിയുയർത്തി, അതിന് 'കാപ്പിക്കട' എന്ന് പേരുവിളിച്ചു. ചന്തയ്ക്ക് സമീപത്തായി പെരുക്കാലനും, മറ്റുചിലരും 'തോശക്കട'കളുണ്ടാക്കിയിട്ടുണ്ടെങ്കിലും അതിന് തെക്കോട്ട് ചെമ്മണ്ണുവിളവരെ ചാന്നാന്മാർക്ക് പൊതുഭോജനശാലകളൊന്നുമില്ല. അരി അരച്ചുണ്ടാക്കിയ ദോശ, മുളങ്കുറ്റിയിൽ അരിമാവോ മരിച്ചീനിമാവോ നിറച്ചുണ്ടാക്കുന്ന പുട്ട്, മറ്റ് ചിലതരം എണ്ണപ്പലഹാരങ്ങൾ തുടങ്ങിയവയാണ് ജാർജിന്റെ മുഖ്യവിഭവങ്ങൾ: ഉണക്കിപ്പൊടിച്ച കാപ്പിക്കുരുവും തേയിലപ്പൊടിയും കരുപ്പട്ടി ചേർത്ത് തിളപ്പിച്ച രണ്ടു തരം പാനീയങ്ങളും.

അരിഷ്ടത്തോളം ആരോഗ്യ സംവർധിനിയത്രേ, കാപ്പി. ചെമ്മണ്ണുവിളക്കാർ ആദ്യമായിട്ടതിന്റെ ഗുണം അനുഭവിച്ചറിയുകയാണ്. എന്നാൽ, അതിലേറെ ആളുകൾക്കിഷ്ടമായത് ജാർജുണ്ടാക്കികൊടുത്ത പാൽചായയും പാൽകാപ്പിയുമാണ്. തന്നെ കാണാനെത്തുന്ന ദീനക്കാരോട് പഥ്യാഹാരത്തിന്റെ ഭാഗമായി പാൽകാപ്പി ശുപാർശ ചെയ്യുന്നത് ചുക്രി വൈദ്യൻ പതിവാക്കി. ഒരു കോപ്പ പാൽകാപ്പി കഴിക്കുന്നത് അത്യുത്തമമാണെന്ന് മറ്റുള്ളവരും അനുഭവിച്ചറിഞ്ഞു: കൂടെ, പുലർച്ചെ പനകയറി തളർന്നെത്തുന്നവർക്കും കൂലിപ്പണിക്ക് പോകുന്നവർക്കും കാപ്പിക്കട വലിയൊരനുഗ്രഹവുമായിത്തീർന്നു.

തങ്ങളിലൊരാളായി, പനകയറിയും കൂലിവേല ചെയ്തും പട്ടിണി കിടന്നും കഴിഞ്ഞിരുന്ന ഒരുവൻ പൊടുന്നനെ വ്യത്യസ്തനും ചക്രമുള്ളവനുമായിത്തീരുന്നതിൽ അസഹിഷ്ണുക്കളായിത്തീർന്ന കുറെ ചാന്നാന്മാരെങ്കിലും ചെമ്മണ്ണുവിളയിലുണ്ടായിരുന്നു. അവരത് രഹസ്യമായി അങ്ങത്തെമാരെ അറിയിക്കാനും മടിച്ചില്ല. എന്നാൽ, പല ചേരികളിലായി നിന്നുകൊണ്ട് അന്യോന്യം പൊരുതുന്ന അങ്ങത്തെമാർ ഒന്നും ചെയ്തില്ല. പോരാത്തതിന്, മുൻകാലങ്ങളിലെപ്പോലെ തൊട്ടതിനും പിടിച്ചതിനുമെല്ലാം ചാന്നാന്മാരെ ദ്രോഹിക്കാൻ അവർക്ക് രണ്ടുവട്ടം ചിന്തി

ക്കേണ്ടിയുമിരുന്നു. കാരണം, നാട്ടിലെ ഏറ്റവും വലിയ ജനവിഭാഗം ചാന്നാന്മാരും, അവരിൽത്തന്നെ ഭൂരിപക്ഷവും വേദക്കാരുമാണ്. അവരുടെ ഏറ്റവും വലിയ അവലംബം പള്ളിയാണ്. പള്ളിക്കുന്നിലെ വലിയ പള്ളിയിലെ പാതിരി ഒരു സായിപ്പാണ്. സത്യവേദക്കാർക്കെതിരായ ഏതാക്രമണത്തിനും, അതാരുടെ പക്ഷത്തു നിന്നുമുണ്ടായാലും, കനത്ത വില നൽകേണ്ടിവരുമെന്നാണദ്ദേഹത്തിന്റെ താക്കീത്.

ബഹുമാനിച്ചില്ലെങ്കിലും ഇംഗ്ലീഷുകാരെ ഭയപ്പെടാൻ 'തിരുവിതാംകുറുകാർ' ശീലിച്ചിരുന്നു. ജാർജിന് പശുവിനെ നൽകിയത് ശീമക്കാരനായ പാതിരിയച്ചനത്രേ!

പതിനാറുകാരിയായ നാണിക്ക് അനുയോജ്യനായൊരു വരനെ കണ്ടെത്താനാവാത്തതിൽ ചേമയ്ക്ക് അസ്വാസ്ഥ്യമേറെയാണ്. ചുറ്റുവട്ടത്ത് അവളുടെ പ്രായക്കാരികളായ മിക്ക പെൺകുട്ടികളും മംഗല്യവതികളോ അമ്മമാരോ ആണ്.

പതിനാറാം വയസ്സിൽ മംഗല്യവതിയാവുമെന്നാണ് അവളുടെ കൈരേഖ വായിച്ച് ചുക്രിവൈദ്യൻ പറഞ്ഞത്. എന്നിട്ട് മുൻകൂർ ജാമ്യമെന്നപോലെ കൂട്ടിച്ചേർത്തു:

"പതിനാറില് നടന്നില്ലെങ്കി പതിനെട്ട് വയസ്സിനകം കട്ടായമായി നടക്കും."

നാല് ആൺ മക്കൾക്കിടയിൽ മകളായി നാണി മാത്രമാണ് ചേമയ്ക്കുള്ളത്. മകളുടെ ഭാവിയെപ്പറ്റി അവൾക്കൊരുപാട് പ്രതീക്ഷകളുണ്ട്. ഇടയ്ക്കിടെ മല്ലുവിന്റെ പെണ്ണ് വള്ളിയുമായി അവളെക്കുറിച്ച് സംസാരിക്കാറുണ്ട്. അവളിൽ നിന്നുമാണ് ചെമ്മണ്ണുവിളയ്ക്ക് പുറത്ത് നടക്കാറുള്ള ചാന്നാർ കല്യാണത്തിന്റെ വിശദാംശങ്ങൾ ചേമ അറിഞ്ഞത്. ബന്ധുക്കളോടൊപ്പം പെണ്ണിന്റെ വീട്ടിലേക്ക് പോവുന്ന ചെറുക്കന് കാവതി കുട പിടിക്കണമത്രേ. പെണ്ണിന്റെ സഹോദരൻ അയാളെ പൂമാലയിട്ടു സ്വീകരിക്കണം. കുടപിടിക്കുന്ന കാവതിയുടെ അകമ്പടി പെണ്ണിന്റെ സഹോദരനും ആവശ്യമാണ്. നിലവിളക്കിന് മുമ്പിലിരുന്ന് കർമി പൂജിച്ചു നൽകുന്ന താലിച്ചരട് വരൻ വധുവിന്റെ കഴുത്തിൽ കെട്ടുന്നതാണ് പ്രധാനചടങ്ങ്. ആണ്ടവന്മാർ അറിഞ്ഞ്, അനുഗ്രഹിച്ച്, അവൾ അവന്റേത് മാത്രമായിരിക്കുന്നു എന്നാണ് ഈ താലികെട്ടിന്റെ ഉദ്ദേശ്യം.

ചെറുക്കൻ പെണ്ണിനെ വിളിച്ചിറക്കി കൊണ്ടുപോവുന്നതാണ് ചെമ്മണ്ണു വിളയിലെ പതിവ്. വള്ളി പറഞ്ഞു കേട്ട ചടങ്ങുകളിലെ വർണപ്പൊലിമ അർഥവത്തും ആകർഷകവുമായി ചേമയ്ക്ക് തോന്നി. എന്നാൽ, അതിനെല്ലാം ആദ്യം വേണ്ടത് തങ്ങളുടെ നിലയ്ക്കും വിലയ്ക്കും യോജിക്കുന്ന ഒരു വരനാണ്.

അളമുവിന് ഈ വക കാര്യങ്ങളിൽ പറയത്തക്ക ഉത്സാഹമോ നിർബന്ധബുദ്ധിയോ ഇല്ല. ചേമയുടെ ആവശ്യപ്രകാരം മകൾക്ക് വെള്ളികൊണ്ടും പൊന്നുകൊണ്ടുമുള്ള അത്യാവശ്യം ആഭരണങ്ങൾ അയാൾ വാങ്ങി കൊടുത്തിട്ടുണ്ടെങ്കിലും അവയൊന്നും അണിഞ്ഞു നടക്കാൻ

അയാളനുവദിച്ചിട്ടില്ല. കള്ളന്മാരോടുള്ള ഭയം ഒരുവശത്ത്. ഒരു ചാന്നാർ പെൺകുട്ടി പൊന്നാഭരണങ്ങൾ അണിഞ്ഞു നടക്കുന്നത് ശൂദ്രരെ പ്രകോപിപ്പിക്കാമെന്നതാണ് മറ്റൊരു ഭയം.

ചേമയ്ക്കുള്ള പോലെ ആകാശം മുട്ടുന്ന സങ്കൽപ്പങ്ങളൊന്നും അളമുവിന് തന്റെ ഭാവി മരുമകനെ കുറിച്ചില്ല. അയൽദേശങ്ങളിൽ സാമാന്യം സാമ്പത്തിക സ്ഥിതിയുള്ള ചാന്നാന്മാരുണ്ടെങ്കിലും അവരോളം പാരമ്പര്യ മഹത്വമോ വേരുകളോ തനിക്കില്ലെന്ന് അയാൾക്കറിയാം. സമ്പന്നനല്ലെങ്കിലും കഠിനാധ്വാനിയായ, പെണ്ണിനെ പട്ടിണിക്കിടാത്ത, ഒരു മരുമകനുണ്ടാവണമെന്നേ അയാളാഗ്രഹിച്ചുള്ളു.

അനാരോഗ്യമുണ്ടെങ്കിലും ഇക്കുറിയും നാണിക്ക് വേണ്ടി വരനെ കണ്ടെത്തുന്ന ബാധ്യത ചുക്രിവൈദ്യന്റെ ചുമലിലായി. എന്നാൽ വളരെയൊന്നും മിനക്കെടുന്നതിന് മുമ്പ് തന്നെ കാപ്പിക്കടക്കാരൻ ജാർജ് അയാളുടെ രക്ഷയ്ക്കെത്തി. നാണിയെ ഭാര്യയാക്കാനുള്ള തന്റെ മോഹം അവൻ വെളിപ്പെടുത്തി.

മുമ്പായിരുന്നെങ്കിൽ രണ്ടാമതൊരുവട്ടം ആലോചിക്കാതെ നടപ്പില്ലെന്ന് വൈദ്യൻ പറയുമായിരുന്നു. എന്നാലിന്ന് ആർക്കും നിഷേധിക്കാനാവാത്ത സാന്നിധ്യമാണ് ചെമ്മണ്ണുവിളയിൽ ജാർജിന്റേത്. സ്വന്തമായി ഭൂമിയും മൺപുരയുമുണ്ട്. ആളുകൾ പശുവിൻപാലിന്റെ സ്വാദറിഞ്ഞത് ജാർജ് കന്നുകാലികളെ വളർത്താൻ തുടങ്ങിയ ശേഷമാണ്. അവന്റെ കാപ്പിക്കടയിൽ നല്ല കച്ചവടമാണ്. അവൻ നല്ല ആദായമുണ്ടാക്കുന്നു എന്ന കാര്യത്തിൽ ആർക്കും സംശയമില്ല. അതിനെല്ലാം ഉപരിയായി, ആരോഗ്യവും പൗരുഷവും തന്റേടവുമുള്ള ഒരു ചെറുപ്പക്കാരനാണവൻ.

നാണിക്ക് പറ്റിയ പുരുഷൻ ജാർജാണെന്ന് വൈദ്യൻ നിശ്ചയിച്ചു. തുടക്കത്തിൽ ചേമ അതിനോട് വിയോജിച്ചെങ്കിലും താനയാളുമായി പ്രണയത്തിലാണെന്നും, തനിക്കയാൾ മാത്രമേ വേണ്ടുവെന്നുമുള്ള നാണിയുടെ വെളിപ്പെടുത്തലിന് മുമ്പിൽ വഴങ്ങുകയേ അവൾക്ക് പോംവഴിയായിട്ടുണ്ടായിരുന്നുള്ളു.

അങ്ങനെ ആർഭാടപൂർവം നാണി വിവാഹിതയായി. കാപ്പിക്കടയിലും കന്നുകാലി വളർത്തലിലും തന്റെ പുരുഷന്റെ സഹായത്തിന് കൂടി. ഞായറാഴ്ചകളിൽ അയാളുടെയൊപ്പം വേദപ്പള്ളിയിലേക്ക് പോയി.

ഇരുപത്തഞ്ച് വയസ്സുള്ളപ്പോൾ പെരുമാന്റെ ഹൈസ്ക്കൂൾ വിദ്യാഭ്യാസം പൂർത്തിയായി. അവനോളം പഠിപ്പുള്ളവർ അയൽ പ്രദേശങ്ങളിൽപോലും വളരെപ്പേരില്ലെന്ന അറിവിൽ ഏറെ ആനന്ദിച്ചതും അഭിമാനം കൊണ്ടതും ചേമ തന്നെ. നാണിയുടെ പ്രവൃത്തിയിലൂടെ അവൾക്ക് നഷ്ടപ്പെട്ട മനോവീര്യം വീണ്ടെടുക്കാനും അവൾക്കിപ്പോൾ അവസരം ലഭിച്ചു.

പള്ളിക്കുന്നിൽ നിന്നും അത്യാവശ്യം അക്ഷരം പഠിച്ച്, പിന്നീട് ഏതാനും വർഷങ്ങൾ 'കൃഷിക്കാരായ' കുഞ്ചനും ചന്തുവും അഞ്ചാറ് മാസങ്ങൾ കിഴക്കൻമലയിൽ പണിയെടുത്ത് ചക്രമുണ്ടാക്കാൻ ശ്രമിച്ചുവെ

ങ്കിലും ഉദ്ദേശിച്ച ഫലം ചെയ്തില്ല. ഇപ്പോഴവർ കൃഷികളിൽ അളമുവിനൊപ്പമാണ്. അവർക്ക് താഴെയുള്ള കുമരൻ പതിനെട്ടാം വയസ്സിൽ പള്ളിക്കുന്നിൽ നാലാം ക്ലാസ് വിദ്യാർഥിയും.

ആൺമക്കൾ നാലുപേരും കല്യാണം കഴിക്കേണ്ട പ്രായമെത്തിയതായി ചേമ കരുതുന്നു. പഠിത്തം കഴിഞ്ഞിട്ടേ കല്യാണം കഴിക്കുവെന്നായിരുന്നു പെരുമാന്റെ നിലപാട്. അവന്റെ പഠിപ്പിനും കുടുംബത്തിന്റെ സാമ്പത്തിക നിലയ്ക്കും യോജിച്ചൊരു പെണ്ണിനെ എങ്ങനെ കണ്ടെത്തുമെന്ന ചിന്താക്കുഴപ്പം ഇപ്പോൾ ചേമയെ വല്ലാതെ അലട്ടുന്നു.

പിന്നൊന്നുണ്ട്: കുടുംബത്തിന്റെ 'വലിപ്പം' എന്തുതന്നെയായാലും ഒരു പെണ്ണിന്റെ സ്ഥാനം സ്വന്തം ഗൃഹത്തിനകത്താണ്. എഴുത്ത് പഠിക്കേണ്ടത് ഒരു പെണ്ണിനെ സംബന്ധിച്ചിടത്തോളം ഇന്നും ഒരാവശ്യമോ അവകാശമോ അല്ല. പള്ളിക്കാർ പോലും അക്കാര്യത്തിൽ വ്യത്യസ്തരല്ല.

തന്റെ ആൺമക്കളുടെ പഠിത്തത്തിൽ അതീവതാൽപ്പര്യമുണ്ടായിരുന്ന ചേമയ്ക്ക് ഏകമകളായ നാണിയെ അക്ഷരം പഠിപ്പിക്കേണ്ടതുണ്ടെന്ന് ഒരിക്കൽ പോലും തോന്നിയിട്ടില്ല. പെണ്ണെന്നാൽ തന്റെ പുരുഷനെ അനുസരിച്ചും അവന്റെ സന്തതികളെ പെറ്റു വളർത്തിയും കാലം കഴിക്കേണ്ടവളാണെന്ന് അവൾ വിശ്വസിക്കുന്നു. അതുകൊണ്ടു തന്നെ ആത്യന്തികമായി പെരുമാൻ കൊണ്ടുവരുന്ന പെണ്ണും അത്തരക്കാരിയായിരിക്കണമെന്ന് അവൾക്ക് നിർബന്ധമുണ്ട്.

ആയിടയ്ക്കൊരു ദിവസം അളമുവും ചേമയും തന്നെ വന്നു കാണാനാവശ്യപ്പെട്ട് പള്ളിയിലെ പാതിരിയച്ചൻ ചെമ്മണ്ണുവിളയിലേക്ക് ആളയച്ചു. കേട്ടപാടെ അളമു പരിഭ്രമിച്ചു. തങ്ങളെ വേദത്തിൽ ചേർക്കുകയാവും ഉദ്ദേശ്യമെന്നയാൾ ഭയന്നു. ധരയാണ് പാതിരി. ആ ജാതിക്കാരെ അളമുവിന് ഭയമാണ്. അങ്ങത്തെമാർപോലും ഭയപ്പെടുന്നവരെ സ്വയം അൽപ്പപ്രാണിയായി കരുതുന്ന അയാളെങ്ങനെ പേടിക്കാതിരിക്കും?

ചെമ്മണ്ണുവിളയിൽ തങ്ങൾ ഹിന്ദുക്കളാണെന്നും മാടനും കരിങ്കാളിയും തങ്ങളുടെ കുലദൈവങ്ങളാണെന്നും കരുതിപ്പോരുന്ന കുറച്ചുപേർ ഇന്നുമുണ്ട്. ഉപജീവനമാർഗമായ വൈദ്യത്തിന് ഹൈന്ദവീയത കൂടിയേ തീരൂവെന്ന് വിശ്വസിക്കുന്നവനാണ് ചുക്രിവൈദ്യൻ. വൈദ്യനായതുകൊണ്ട് മല്ലുവും അങ്ങനെ തന്നെ. എന്നാൽ അളമുവിനാണെങ്കിൽ അത് അങ്ങത്തെമാർ തന്നോട് കാണിച്ചിട്ടുള്ള ദയാദാക്ഷിണ്യങ്ങളോടും അതിലൂടെ ആർജിച്ച ഭുസ്വത്തിനോടും ബന്ധപ്പെട്ടതാണ്. വയലിലെ പാട്ടക്കൃഷി അവസാനിച്ചപ്പോൾ തുടങ്ങിയ അപൂർണതാബോധം ഇന്നുമയാളിൽ അസ്വസ്ഥത ജനിപ്പിക്കുന്നു. അങ്ങത്തെമാർ കനിഞ്ഞാൽ ഇനിയും നെൽക്കൃഷിക്കാരനാവാൻ കഴിയുമെന്ന്, തന്റെ അനാരോഗ്യത്തിനിടയിലും അയാളാശിക്കുന്നു.

അതുകൊണ്ടൊക്കെ തന്നെ പാതിരിയച്ചനെ ചെന്നുകാണാനയാൾ കൂട്ടാക്കിയില്ല. പകരം പെരുമാനെയും കൂട്ടി പോകാൻ ചേമ നിർബന്ധിതയായി.

വിശാലമായ പള്ളിപ്പറമ്പിൽ വടക്കേ ചരിവിൽ സാമാന്യം വലിപ്പമുള്ള ബംഗ്ലാവിലാണ് പാതിരിയായ സായിപ്പും അദ്ദേഹത്തിന്റെ മദാമ്മയും താമസം. മിഷൻ വീടെന്ന് വിളിക്കപ്പെടുന്ന ആ കെട്ടിടം പള്ളിപ്പറമ്പിലെ ചാന്നാക്കുടിലുകൾക്ക് നേരെ പുച്ഛം ഭാവിക്കുകയാണെന്നേ തോന്നൂ. ആകാരം കൊണ്ടും അധികാരം കൊണ്ടും, ആളുകൾക്ക് രക്ഷയിലേക്കുള്ള മാർഗം കാണിച്ചു കൊടുക്കുന്നതു കൊണ്ടും, പള്ളിക്കുന്നിലെത്തുന്ന വേദക്കാർക്ക് പാതിരി അർധദൈവമോ ദൈവത്തിന്റെ പ്രതിപുരുഷനോ ആണ്.

മിഷൻ വീടിന്റെ ഉമ്മറത്തെ ചാരുകസേരയിൽ സൗമ്യനായി, പുഞ്ചിരിയോടെ അദ്ദേഹമിരുന്നു. മുമ്പിൽ വിനയാന്വിതയായി നിൽക്കുന്ന ചേമയുടെ നേരെ പറഞ്ഞു:

"നിങ്ങളുടെ മകൻ മിടുക്കൻ. ഈ പള്ളിയിലെ മറ്റാർക്കും അവനോളം പഠിപ്പില്ല."

ചേമ അഭിമാനത്തോടെ "ഓ" എന്നു മാത്രം ശബ്ദിച്ചു.

സായിപ്പ് ചോദിച്ചു: "ഇനിയുമവനെ പഠിപ്പിക്കണമെന്നുണ്ടോ?"

"ഇതിലും കൂടിയ പഠിപ്പൊണ്ടോ?"

"ഉണ്ട്. നാഗർകോവിലിലും തിരുനെൽവേലിയിലും മദ്രാസിലു മൊക്കെ അതിന് സൗകര്യമുണ്ട്. പക്ഷെ, നല്ല പണച്ചെലവുണ്ട്."

അത്രയൊക്കെ പഠിക്കാൻ ലോകത്തെന്താണുള്ളതെന്ന് ചേമയ്ക്കറിഞ്ഞുകൂടാ.

സായിപ്പ് പറഞ്ഞു: "ഇനി അവനൊരു വേലയാണ് ആവശ്യം എന്നാണെന്റെ അഭിപ്രായം. അവനെ സിലോണിലേക്ക് പറഞ്ഞയയ്ക്കാൻ ഇഷ്ടമാണോ?"

"അയ്യോ, വേണ്ടാ?"

"കാരണം?"

"അവിടെയൊക്കെ പെയ്യാ തിരിയെ വരാനൊക്കുമോ?"

"എന്താണ് സംശയം?"

"എന്നിട്ട് പോണവരാരും തിരിയെ വര്ണില്ലല്ലോ ഞങ്ങടെ അടുത്തൊള്ള ചടയൻ പെയ്യിട്ട് രണ്ട് വർഷങ്ങള് കഴിഞ്ഞ്. അവനെപ്പറ്റി ഒരു വെവരവുമില്ല."

സായിപ്പിന് ആദ്യം ആളെ മനസ്സിലായില്ല. അവന്റെ വേദപ്പേര് കേട്ടപ്പോൾ അദ്ദേഹം പറഞ്ഞു: "ഓ, അവനെപ്പറ്റി ഞങ്ങൾക്കും പരാതി കിട്ടിയിട്ടുണ്ട്. ഞങ്ങൾ അന്വേഷിച്ച് കൊണ്ടിരിക്കയാണ്.. പിന്നെ പള്ളിക്കാര് ഇടപെട്ടല്ല അവൻ സിലോണിലേക്ക് പോയത്. പെരുമാന്റെ കാര്യത്തിൽ അതുപോലുള്ള ഭയമൊന്നും വേണ്ടാ."

തനിക്കും താൽപ്പര്യമാണെന്ന് പെരുമാനറിയിച്ചു. പണം ഇഷ്ടപ്പെടാത്തവരില്ല. ചെമ്മണ്ണുവിളക്കാർക്ക് ധനമെന്നാൽ ഭൂസ്വത്താണ്. മണ്ണുണ്ടെങ്കിൽ, ജന്മിയാണെങ്കിൽ, ഈശ്വരൻ പോലും അതിന് താഴെയേ നിൽക്കൂ.

ഒരുപാട് ചക്രം കിട്ടുമെങ്കിൽ പെരുമാൻ എവിടെ ചെന്ന് പണിയെടുക്കുന്നതിലും അളമുവിന് വിരോധമില്ല.

മകന്റെ കൈരേഖ വായിച്ച് വരുംവരായ്കകൾ അറിയാൻ ഇക്കുറി കൂടുതൽ ഉത്സാഹം അയാൾക്കായിരുന്നു. അവനെ ചക്രം ചെലവാക്കി എഴുത്തുപള്ളിയിൽ പറഞ്ഞയക്കുന്നത് പോലെയല്ല, മറിച്ച്, അവൻ കൈ നിറയെ ചക്രവും കൊണ്ടുവരുന്ന കാര്യമാണ്.

പള്ളിയിലെ സായിപ്പച്ചന്റെ ഉപദേശം വിവരിച്ച് കേട്ടശേഷം വൈദ്യൻ പറഞ്ഞു: "വലിയ ആളുകളാണ്. അവര് പറഞ്ഞാ അനുസരിക്കണും."പെരുമാന്റെ കൈരേഖ പരിശോധിച്ച്, ഗൗരവമുള്ള ഒരു പുഞ്ചിരിയോടെ അയാൾ തുടർന്നു: "നാൻ പണ്ടേ പറഞ്ഞില്ലിയോ, അവൻ വലിയവനാകും, വെളിതേശത്ത് പാർക്കും, ഒരുപാട് ചക്രമൊണ്ടാക്കും. സന്തോഷമായിട്ടവനെ പറഞ്ഞ് വിട്."

ഇതൊക്കെയാണെങ്കിലും കടലിനക്കരെ ഉദ്യോഗത്തിന് പോവുന്ന മകൻ വല്ലപ്പോഴുമെങ്കിലും തന്നെ കാണാനെത്തുമോ എന്ന ആശങ്കയായിരുന്നു ചേമയ്ക്ക്. വൈദ്യൻ അതിനുമൊരു പോംവഴി നിർദേശിച്ചു: പുറപ്പെടും മുമ്പ് അവനെക്കൊണ്ടൊരു പെണ്ണ് കെട്ടിക്കുക!

മകന്റെ ഭാവിവധുവിനെക്കുറിച്ച് ചേമയ്ക്ക് ഒരുപാട് സങ്കൽപ്പങ്ങളുണ്ടെങ്കിലും അന്യദേശങ്ങളിൽ തിരഞ്ഞു നടക്കാൻ സമയമോ സൗകര്യമോ പോരാ. താമസംവിനാ അവൻ യാത്രയാവേണ്ടതുണ്ട്.

പെരുമാന്റെ പെണ്ണാകാൻ ചെമ്മണ്ണുവിളയിലെ പെൺകുട്ടികൾക്ക് രണ്ടാമതൊരുവട്ടം ആലേചിക്കേണ്ട ആവശ്യമില്ല. തങ്ങൾക്കിടയിലെ ധനികന്റെ പഠിപ്പുള്ള മകൻ. മറ്റൊന്നുമില്ലെങ്കിലും തിന്നാനും ഉടുക്കാനുമുള്ള വക ഉറപ്പാണ്.

നറുക്ക് വീണത്, പണ്ട് ചതുപ്പിലെ കണ്ടങ്ങളിൽ നെൽക്കൃഷി ചെയ്തിരുന്ന കരുമന്റെ മകൾ മാർത്തയ്ക്കാണ്. മറ്റ് പോംവഴികളൊന്നുമില്ലാത്തതിനാൽ ചേമയ്ക്ക് അംഗീകരിക്കേണ്ടി വന്നു. സ്വത്തുവകകൾ കുറവാണെങ്കിലും അവൾ പെരുമാന് ഒപ്പം കൊണ്ടുനടക്കാവുന്ന തടിമിടുക്കും ചന്തവുമുള്ളവളുമാണെന്നും, പുരയിലെ പണികൾക്ക് തനിക്കൊരു സഹായമായിത്തീരുമെന്നും, സർവോപരി, അവളുടെ അപ്പൻ പഴയൊരു നെൽക്കൃഷിക്കാരനാണെന്നും ചേമ സമാധാനിച്ചു.

മകന്റെ വിവാഹത്തിന് ജന്മിയുടെ അനുവാദം തേടിപ്പോവാൻ അളമുമിനക്കെട്ടില്ല. ചെമ്മണ്ണുവിളക്കാരനായൊരു ചാന്നാൻ ഒരുപാട് ചക്രം കിട്ടാവുന്ന പണിക്ക് അന്യദേശത്തേക്ക് പോവുന്നത് അങ്ങത്തെമാർക്ക് ഹിതകരമായേക്കില്ലെന്നത് ഒരു കാരണം. പോരാത്തതിന്, തേവരുകുളം മഠത്തിൽ ആകെ പ്രശ്നങ്ങളാണെന്നത് ഇന്നൊരു രഹസ്യമല്ല. സ്വത്തിനെ ചൊല്ലിയുള്ള വഴക്ക്.

ചെമ്മണ്ണുവിള അന്നോളം കണ്ടിട്ടുള്ളതിൽ വച്ചേറ്റവും ആർഭാടപൂർവമായിരുന്നു വിവാഹം. വിഭവസമൃദ്ധമായ സദ്യയൊരുക്കാൻ പാചകക്കാരെ മറ്റൊരു ഗ്രാമത്തിൽ നിന്നും മല്ലുവാണ് കൂട്ടിക്കൊണ്ടു വന്നത്.

ഒരാഴ്ചയ്ക്ക് ശേഷം പെരുമാനെ യാത്രയാക്കാനും നാട്ടുകാരെല്ലാമെത്തി. അവരെ സൽക്കരിക്കുന്ന കാര്യത്തിൽ അളമുവോ ചേമയോ പിശുക്ക് കാണിച്ചില്ല. കാപ്പിക്കടക്കാരൻ ജാർജിനായിരുന്നു, അതിന്റെ ചുമതല. തദ്ദേശീയരായ ചാന്നാന്മാർ അന്നോളം ഭക്ഷിച്ചിട്ടില്ലാത്ത തരം സ്വാദിഷ്ഠമായ പലഹാരങ്ങളും കാപ്പിയുമായിരുന്നു വിഭവങ്ങൾ.

പ്രായമായവർ ഇറയത്തിരുന്ന് വെറ്റില മുറുക്കി, തങ്ങൾക്കജ്ഞാതമായ സിലോണിനെ പറ്റി ചർച്ച ചെയ്തു.

സിലോൺ മോഹിപ്പിക്കുന്ന മോഹിനികളുടെ ദേശമത്രേ! അവരുടെ ആകർഷണവലയത്തിലകപ്പെട്ട് പോയാൽ രക്ഷപ്പെടാൻ ആർക്കുമാവില്ലെന്നാണ് ചെമ്മണ്ണുവിളക്കാരുടെ വിശ്വാസം.

മകനെ എഴുത്തു പള്ളിയിലയച്ചതിന്റെ സകല ഗുണഫലങ്ങളും അനുഭവിച്ചറിഞ്ഞ അനുഭവമാണ് ചേമയ്ക്ക്. ഒന്നും ലളിതമായിരുന്നില്ല. എത്ര എതിർപ്പുകൾ! ചുറ്റും നിരുത്സാഹപ്പെടുത്താൻ ഒരു പാടുപേർ. സാമ്പത്തിക പ്രശ്നങ്ങൾ ഒരുവശത്ത്. എന്നിട്ടും ഒരുവിധത്തിൽ അവയെയെല്ലാം അതിജീവിക്കാൻ കഴിഞ്ഞത് ആണ്ടവന്മാർ തുണച്ചതുകൊണ്ട് മാത്രമല്ല, തന്റെ നിശ്ചയദാർഢ്യം കൊണ്ടു കൂടിയാണെന്ന് അവളറിഞ്ഞു.

മടങ്ങിവരുമ്പോൾ തനിക്കാവശ്യമുള്ള സാധനങ്ങളുടെ ഒരു വലിയ ലിസ്റ്റ് തന്നെ നാണി, പെരുമാനോട് പറഞ്ഞേൽപ്പിച്ചു. പല വർണങ്ങളിലുള്ള ചേലകൾ, കൺമഷി, വാസനസോപ്പ്

ഇളയവർക്കും സിലോണിൽ പോവണമെന്നാണ് മോഹം. എത്രയും വേഗം അതിനുള്ള ഏർപ്പാടുകൾ ചെയ്യണമെന്ന് വലിയണ്ണനോടവർ ശട്ടം കെട്ടി.

എഴുത്തറിയാത്ത, ആളുകൾ മരമണ്ടനായി കരുതിപ്പോരുന്ന, യോവേലിന് സിലോണിലേക്ക് പോവാമെങ്കിൽ മറ്റാർക്കാണ് അതിനുള്ള യോഗ്യതയില്ലാത്തത്?

യോവേലിന്റെ പെണ്ണ് നല്ലമ്മാൾ തമ്മിക്കുണ്ടായ കുട്ടിയെയും ഒക്കത്തേറ്റി വന്നു. അവൾക്കൊരാവശ്യമേയുള്ളൂ: യോവേൽ ഇപ്പോഴും ജീവിച്ചിരുപ്പുണ്ടോ എന്ന് അന്വേഷിച്ചറിയിക്കണം.

പെരുമാൻ എല്ലാം സമ്മതിച്ചു.

"ഞാൻ പൊയ്‌വരട്ടെ" അവൻ യാത്ര ചോദിച്ചു.

ആ നേരമെല്ലാം വാതിക്കൽ ഇതികർത്തവ്യഥാമൂഢയായി നിൽക്കുകയായിരുന്ന മാർത്ത നിയന്ത്രണം വിട്ടപോലെ വിതുമ്പി.

ഇരുപത്തെട്ട്

രണ്ടുമാസത്തെ കാത്തിരിപ്പിനു ശേഷമാണ് പെരുമാന്റെ കത്ത് ലഭിച്ചത്. അവന്റെ വിവരങ്ങളറിയാതെ ഏറെ അസ്വസ്ഥയായിരുന്നു, ചേമ. അതവളുടെ ആരോഗ്യത്തെയും ബാധിക്കാതിരുന്നില്ല. യോവേലിന്റെ ഗതി

തന്നെയാവുമോ തന്റെ മകനുമെന്ന ആശങ്ക. ആളുകളുടെ കുത്തുവാക്കുകളായിരുന്നു ഏറെ അസഹനീയം. ഒരുപാട് ചക്രമുണ്ടാക്കാനുള്ള അത്യാർത്തി മൂലം അപ്പനമ്മമാർ ചേർന്ന് പെരുമാനെ നാടുകടത്തിയെന്നാണ് പലരും പറഞ്ഞുനടക്കുന്നത്. അവരുടെ അറിവിൽ സിലോണിൽ പോയവർ മടങ്ങി വരില്ല. ഊഴിയവും അടിമവേലയും ചെയ്യിക്കാൻ വേണ്ടിയാണ് ധരമാർ ചാന്നാന്മാരെ അവിടേക്ക് കൊണ്ടുപോവുന്നതും.

പെരുമാന്റെ എഴുത്ത് കുഞ്ചനും ചന്തുവും പലകുറി മാറിമാറി വായിച്ചു. സിലോണിലെ ജാഫ്നാ എന്നറിയപ്പെടുന്ന പട്ടണത്തിൽ യൂറോപ്പിലേക്ക് തേയില കയറ്റിയയയ്ക്കുന്ന ധരമാരുടെ കൂടെയാണ് അവന് പണി. നല്ല പണിയാണെന്നാണ് അവനെഴുതിയിട്ടുള്ളതും.

അവിടത്തെ ശമ്പളത്തെപ്പറ്റിയും പണമയയ്ക്കുന്നതിനെപ്പറ്റിയും ഒന്നും എഴുതിക്കാണാത്തത് അളമുവിനെ നിരാശപ്പെടുത്തി. ധാരാളം ചക്രം കിട്ടുമെങ്കിൽ കുറെ ഭൂമി കൂടി വാങ്ങണമെന്നാണയാളുടെ ഉദ്ദേശ്യം. മണ്ണുണ്ടാവുന്നതിനോളം ധനവും ഐശ്വര്യവും മറ്റൊന്നിനുമില്ല. മണ്ണ് മനുഷ്യനെ ചതിക്കുകയില്ല. അതുമാത്രമാണയാൾക്ക് ശാശ്വതമായ സമ്പത്ത്.

ഇളയവരുടെ സിലോണിലേക്ക് പോവാനുള്ള ആഗ്രഹത്തെപ്പറ്റിയും കത്തിൽ ഒന്നും സൂചിപ്പിച്ചിട്ടില്ല. പെരുമാൻ യാത്രയായ നാൾ തൊട്ട് കുഞ്ചനും ചന്തുവും സദാനേരവും സിലോണിനെ സ്വപ്നം കണ്ട് കഴിയുകയാണ്. അതിന് പള്ളിയുടെ സഹായം കൂടിയേ കഴിയൂ. അതുകാരണം ഇരുവരും ഒരു ഞായറാഴ്ച പോലും മുടങ്ങാതെ പള്ളിയിൽ പോവാറുണ്ട്. സായിപ്പച്ചന്റെ ശ്രദ്ധ പിടിച്ചുപറ്റാൻ കിട്ടുന്ന ഒരവസരവും പാഴാക്കരുതെന്നാണ് ഉദ്ദേശ്യമെങ്കിലും, മുമ്പുണ്ടായിരുന്ന ഉപദേശിയെപ്പോലെ അദ്ദേഹത്തെ സൗകര്യമായി കാണുക എളുപ്പമല്ല. കാരണം, പള്ളിക്കുന്നിലെ പള്ളിയുടെ കീഴിലാണ് അയൽപ്രദേശങ്ങളിലെ ഒരു ഡസനോളം കൊച്ചു പള്ളികൾ. അവയുടെയും ഒരു വലിയ പ്രദേശത്തിന്റെയും ചുമതലക്കാരൻ സായിപ്പച്ചൻ തന്നെയാണ്. അദ്ദേഹത്തിന്റെ താൽപ്പര്യപ്രകാരം ഏതാനും കൊച്ചുപള്ളികളോടനു ബന്ധിച്ച് എഴുത്തുപള്ളികളും ആരംഭിച്ചിട്ടുണ്ട്. വേദത്തിൽ ചേരുന്നവരുടെ മക്കളെല്ലാം അക്ഷരാഭ്യാസമുള്ളവരാവണം എന്നാണത്രേ സായിപ്പിന്റെ ആഗ്രഹവും. അദ്ദേഹത്തിന്റെ മദാമ്മയുടെ ശ്രമഫലമായി പള്ളിക്കുന്നിലെ എഴുത്തുപള്ളിയിൽ പെൺകുട്ടികളെ ചേർത്ത് പഠിപ്പിക്കാനുള്ള അനുവാദം മിഷനിൽ നിന്നും ലഭിച്ചിട്ടുണ്ട്.

എന്നാൽ, പെൺകുട്ടികളെ എഴുത്ത് പഠിപ്പിക്കുന്ന കാര്യത്തിൽ തങ്ങളുടെ ആൺമക്കളെ വിദ്യാഭ്യാസം ചെയ്യിക്കാൻ അത്യുത്സാഹം കാണിച്ചവർ പോലും വലിയ താൽപ്പര്യമൊന്നും കാട്ടിയില്ല.

എമിലിയുടെ ഇളയ മകൾ മേരിക്ക് ഏഴ് വയസ്സായി പ്രായം. തന്റെ മൂത്ത ആങ്ങളമാരെപ്പോലെ തനിക്കും എഴുത്തുപള്ളിയിൽ പോകണമെന്ന് അവൾ നിർബന്ധം പിടിച്ചുവെങ്കിലും ഫലിച്ചില്ല. എമിലി പറഞ്ഞു: "എഴുത്ത് പഠിച്ചെന്നു വച്ച് പെണ്ണിന് സിലോണിൽ പോവാനും പള്ളീലെ ഉപദേശിയാവാനുമൊന്നും ഒക്കൂല്ല."

മേരി കൂടുതൽ ചിണുങ്ങിയപ്പോൾ ചുള്ളിക്കമ്പുകൊണ്ടുള്ള അടിയായിരുന്നു അനന്തരഫലം.

ചേമയും എമിലിയെ അനുകൂലിച്ചു: "ആൺപിള്ളകള് നാട്ടിലെറങ്ങി നടന്നാ അപകടമൊന്നും വരൂല്ല. അവരയ്ക്കത് ആവശ്യവുമാണ്. പെമ്പിള്ളര് അതുപോലെ നടന്നാ പേരുദോഷം കേൾപ്പിക്കും. കുടുംബത്തിന് കൊറച്ചിലൊണ്ടാവും!"

മറ്റൊരു തലവേദന ഒഴിവായിക്കിട്ടിയ തൃപ്തിയാണ് അപ്പോൾ അളമുവിനുണ്ടായത്.

ആളുകൾക്ക് ദീനം വന്നാലുമില്ലെങ്കിലും പകൽ നേരങ്ങളിൽ ചുക്രി വൈദ്യന്റെ വൈദ്യശാലയിൽ ആളുകളുടെ കുറവൊന്നുമില്ല. പനചെത്തും കൂലിവേലയും ചെയ്യാത്ത കർമി ചുണ്ടൻ പ്രായം മൂലമല്ല, സ്ഥാനം കൊണ്ടാണ് മൂപ്പനായത്. തന്റെയും ദേശവാസികളുടെയും നിലനിൽപ്പിനും ആയുരാരോഗ്യത്തിനും വൈദ്യൻ ഒരഭിവാജ്യഘടകമാണെന്ന് അറിയുന്നതിനാൽ മിക്കനേരത്തും അയാൾ വൈദ്യശാലയിൽ ത്തന്നെ. വാർധക്യത്തിന്റെ അസ്വാസ്ഥ്യങ്ങളെല്ലാമുള്ള പാണ്ടൻ മൂപ്പന് തന്റെ മകന്റെയും മരുമകളുടെയും 'ദ്രോഹം' കാരണം പകൽ നേരങ്ങളിൽ സ്വന്തം കുടിലിൽ കഴിയാനൊക്കുകയില്ല. അയാളെല്ലായ്പ്പോഴും ചുരുണ്ടുകൂടി കിടക്കുന്നതും ചൊറികുത്തുന്നതും അവർക്ക് കാണാൻ വയ്യ. വൈദ്യനെതിർവശത്ത്, മൺതിട്ടയിൽ ഇരുന്നും കെടന്നും അത്യാവശ്യം നാട്ടുകാര്യങ്ങൾ പറഞ്ഞും അയാൾ നേരംപോക്കും. ഇടയ്ക്ക് വേവിച്ചതിൽ പങ്ക് വള്ളി അയാൾക്ക് കൊടുത്തെന്നും വരും.

പിന്നെയുമുണ്ട് വൈദ്യന് നിത്യസന്ദർശകർ. മയിലാണ്ടി, നൊണ്ണൻ ആദിയായ മൂപ്പന്മാർ സ്വന്തം കുടുംബത്തിനോ നാട്ടിനോ പറയത്തക്ക ഉപയോഗമെന്തെങ്കിലും ഉള്ളവരാണെന്ന് ആരും കരുതുന്നില്ല. എങ്കിലും തങ്ങൾ നാട്ടുമുഖ്യന്മാരാണെന്നാണ് അവരിൽ മിക്കവരുടെയും ഭാവം. അറിയേണ്ടതിലധികം അറിയിക്കാനാണ് അവർക്ക് കൂടുതലായുള്ളത്. എവിടെയെങ്കിലും എന്നെങ്കിലും സംഭവിച്ചിട്ടുള്ളതോ, സംഭവിക്കുന്നതോ ഒക്കെ അവർക്ക് വിഷയങ്ങളായിത്തീരാറുണ്ട്. തർക്കമുണ്ടായാൽ ചുക്രി വൈദ്യന്റെ മധ്യസ്ഥത മാനിക്കപ്പെടുകയാണ് പതിവ്.

തങ്ങളുടെ നിസ്സഹായതയും പട്ടിണിയും കുറച്ചൊക്കെ വിസ്മരിക്കാൻ, മാനസിക ഉല്ലാസം ആർജിക്കാൻ, അത്തരം അവസരങ്ങൾ അവരെ സജ്ജരാക്കി.

ഇരുട്ടാറായപ്പോൾ ഓരോരുത്തരായി യാത്രപറഞ്ഞിറങ്ങി.

ആ നാളുകളിലൊന്നിൽ പിരിയുമ്പോൾ അടുത്ത ദിവസവും ഇതേ പടി എല്ലാവർക്കും ഒന്നിച്ച് കാണാനാവില്ലെന്ന് അവരാരും ചിന്തിച്ചില്ല. എങ്കിലും അതുണ്ടായി. ആദ്യം പിരിയാനുള്ള യോഗം ചുക്രിവൈദ്യന് തന്നെയായിരുന്നു. നേരം നന്നേ പുലർന്നിട്ടും വൈദ്യശാലയിലെ മൺതിട്ടയിൽ പഴകിയ മുണ്ടുപുതച്ച് അയാൾ ഉണരാതെ കിടന്നു. വിളിച്ചുണർത്താൻ വന്ന വള്ളി അയാളുടെ ഉടൽ തണുത്തു വിറുങ്ങലിച്ചിരിക്കുന്നതായി അറിഞ്ഞു.

അവളുടെ നിലവിളി ചെമ്മണ്ണുവിളയിൽ അങ്ങോളമിങ്ങോളമെത്തി.

ചുക്രിവൈദ്യന്റെ ശവസംസ്കാരച്ചടങ്ങിനെത്തിയ മൂപ്പന്മാർ മുറ്റത്തെ മരത്തണലിലിരുന്ന്, വെറ്റില മുറുക്കി, ലോകകാര്യങ്ങൾ സംസാരിച്ചു. വൈദ്യന്റേത് 'നല്ല മരണ'മാണെന്ന കാര്യത്തിൽ ആർക്കും രണ്ടഭിപ്രായമില്ല. അവസാനകാലത്ത് ഒന്നിനും ഒരു കുറവുമുണ്ടായില്ല. ചെമ്മണ്ണുവിളയിലെ മിക്ക കിഴവന്മാർക്കും മതിയാവുന്നത്ര ആഹാരം, കുടിവെള്ളം പോലും, നേരത്തിന് ലഭിക്കാതെ വലിച്ചുവലിച്ച് കിടന്ന് ചാവാനാണ് തലവിധി. നേരെ തിരിച്ചാണ് വൈദ്യനുണ്ടായ അനുഭവം. മകന്റെയും മരുമകളുടെയും നല്ല പരിചരണം. വൈദ്യനെന്ന നിലയിൽ ആളുകൾക്കിടയിൽ സൽപ്പേരുണ്ടായി. അവയ്ക്കെല്ലാമുപരിയായി മല്ലുവും വൈദ്യനാണെന്ന് മറ്റുള്ളവരെക്കൊണ്ട് അംഗീകരിപ്പിക്കാനുമായി.

ചിലർ ജന്മം കൊണ്ടുതന്നെ മതിപ്പുള്ളവരായിത്തീരും. അവർക്ക് അകമ്പടിയായി സമ്പത്തും ജാതിമേന്മയുമൊക്കെയുണ്ടാവും. തെണ്ടിത്തിരിഞ്ഞ, വിശപ്പടക്കാൻ വേണ്ടി പരിഹാസവും പീഡനങ്ങളും ആവോളം സഹിച്ച, ചുക്രിവൈദ്യന് അതൊന്നുമുണ്ടായിരുന്നില്ല. വൈദ്യനെന്ന വേഷം കെട്ടിയത് പോലും വിശപ്പടക്കാൻ വേണ്ടിയായിരുന്നു. എങ്കിലും, അത് ഫലിച്ചു. ചെമ്മണ്ണുവിളക്കാർ മാത്രമല്ല, തേവരുകുളത്ത് കാരണവന്മാരും കാര്യസ്ഥന്മാരും അതംഗീകരിച്ചതിനാലാണ് ചാന്നാന്മാരെ പൊതുവിൽ ബാധിക്കുന്ന പ്രധാനപ്പെട്ട എല്ലാ കാര്യങ്ങളും അവർ വൈദ്യനെ വിളിച്ചു വരുത്തി പറഞ്ഞിരുന്നത്.

സംസാരത്തിനിടയിൽ മഠവും കാരണവന്മാരുമൊക്കെ പരാമർശിക്കപ്പെട്ടപ്പോഴാണ് കാപ്പിക്കടക്കാരൻ ജാർജിന് ഒരു സംഗതി ഓർമ വന്നത്. അയാൾ പറഞ്ഞു: "മഠത്തുകാര് സ്വത്ത് വകകള് വീതം വയ്ക്കാൻ തീരുമാനിച്ചിരിക്കണ്!"

മഠത്തെ ചുറ്റിപ്പറ്റി ഓരോന്നും കേൾക്കാൻ തുടങ്ങിയിട്ട് കാലം കുറേയായി. ഇവിടത്തുകാരനല്ലാത്ത പൊന്നുപിള്ളയെയാണ് അനന്തൻ നായർ പുതിയ കാര്യസ്ഥനായി നിയമിച്ചിരിക്കുന്നത്. അത് തറവാട്ടിനുള്ളിൽ അസ്വാരസ്യമുണ്ടാക്കിയിട്ടുള്ളതായി നാട്ടുകാർക്കൊക്കെ അറിയാം.

എന്തായാലും, മഠത്തിന്റെ സ്വത്തുവകകൾ ഭാഗം വയ്ക്കുന്നതുകൊണ്ട് തങ്ങൾക്ക് ഗുണമാണോ ദോഷമാണോ ഉണ്ടാവുകയെന്ന് ചെമ്മണ്ണുവിളക്കാർക്ക് നിശ്ചയമില്ല. ഒരു ജന്മിക്ക് പകരം നിരവധി പേർ ജന്മിമാരായിത്തീരും. അവരുടെയെല്ലാം ചീത്തവിളിയും ശകാരവും, ചിലപ്പോൾ മർദനവും സഹിക്കേണ്ടതായും വരാം.

തല്ലിപ്പിരിഞ്ഞാലും കീഴ്ജാതിക്കാരെ ദ്രോഹിക്കാൻ ലോകത്തിലെ സകല ശൂദ്രരും യോജിക്കുമെന്ന കാര്യത്തിൽ ചെമ്മണ്ണു വിളയിലെ ചാന്നാന്മാർക്ക് സംശയമില്ല. രാമൻനായർ മാത്രമായിരുന്നു അതിനൊരപവാദം. നല്ല മനുഷ്യർക്ക് ആയുസ്സ് കുറവാണ്. ഈശ്വര നിശ്ചയത്തെ മറികടക്കാൻ എത്ര വലിയ മനുഷ്യനായാലും കഴിയുകയില്ല.

ഒരുവൻ ചോദിച്ചു: "മഠത്തുകാര് സ്വത്ത് വീതം വയ്ക്കണതു കൊണ്ട് നമ്മക്കെന്തര് ചേതം?"

"ചേതമൊണ്ടായിട്ടാണോ നാട്ടിലൊള്ള വർത്താനങ്ങള് നമ്മള് അറിയണതും പറയണതുമൊക്കെ?" ജാർജ് തിരിച്ചു ചോദിച്ചു.

അപ്പാവു പറഞ്ഞു: "മഠത്തിലെന്തര് ഒണ്ടായാലും എന്റ പനയേറ്റം മൊടങ്ങുല്ല."

"അവര് വേണ്ടാന്ന് പറഞ്ഞാലോ?"

"നാൻ പാണ്ടിനാട്ടില് പെയ് പനയേറും"

"പാണ്ടിനാടെവിടെയാണെന്ന് നെനക്കറിയാമോ?"

അപ്പാവുവിന് അതറിഞ്ഞുകൂടാ.

നാഗരുകോവിലിനപ്പുറത്ത് ആരുവാമൊഴിവരെ തിരുവിതാംകോട് രാജ്യമാണ്. അതിനപ്പുറത്ത് പാണ്ടിനാടാണോ തിരുനൽവേലിയാണോ യെന്ന കാര്യത്തിൽ ചെമ്മണ്ണുവിളക്കാർക്കിടയിൽ തർക്കമുണ്ട്.

ചുക്രിവൈദ്യന്റെ മരണം കരുതിയതിലും വലിയൊരു നഷ്ടമാണെന്ന് അവരറിഞ്ഞു. തങ്ങൾക്കിടയിൽ അയാൾ അറിവുള്ളവനായിരുന്നു. ജീവിച്ചിരുന്ന കാലത്ത് വൈദ്യൻ പറഞ്ഞിരുന്ന മിക്ക കാര്യങ്ങളും സമ്മതിച്ചു കൊടുക്കാൻ തങ്ങൾക്ക് വൈമനസ്യമേറെയായിരുന്നു. എങ്കിൽപ്പോലും....

അഗസ്ത്യമുനിയുടെ ശിഷ്യനായിരുന്ന അതങ്കോട്ടാശാൻ ചാന്നാന്മാരുടെ മുതുമുത്തച്ഛനാണെന്ന വൈദ്യന്റെ നിഗമനം ആരും വകവച്ചുകൊടുത്തിരുന്നില്ല. മാർത്താണ്ഡവർമ്മ മഹാരാജാവിന്റെ സഹായിയായിരുന്ന അനന്തപത്മനാഭൻ ചാന്നാനാണെന്ന അയാളുടെ അവകാശവാദവും അവർക്ക് സ്വീകാര്യമായില്ല. എങ്കിലും, ഭൂതപ്രേതാദി കളിൽ അഗാധ ഭയമുള്ള അവർ കള്ളിയങ്കാട്ടുനീലിയെന്ന യക്ഷിയെ വിശ്വസിക്കാൻ പ്രേരിതരായി. അനന്തപുരി മുതൽ കന്യാകുമാരി വരെയുള്ള രാജപാതയിൽ പട്ടാപ്പകലും പാതിരാത്രിയും അവൾ മനുഷ്യരക്തം ദാഹിച്ച് അലയുകയാണത്രേ!

കാറ്റിന്റെ ചൂളംവിളിയിലെ സംഗീതമാസ്വദിക്കാൻ ചെമ്മണ്ണുവിളക്കാർക്ക് അവസരമോ ആസ്വാദനശേഷിയോ പോരാ. മേലാളരുടെ, പ്രകൃതിയുടെ, വ്യാധികളുടെ ക്രൂരതകൾ സഹിക്കേണ്ടി വരുമ്പോൾ പ്രപിതാമഹന്മാരുടെ വീരശൂരപരാക്രമകഥകൾ അവരെ പുളകം കൊള്ളിക്കാൻ പര്യാപ്തങ്ങളുമല്ല.

അതിനാൽ വൈദ്യൻ പകർന്നുകൊടുത്ത അറിവുകൾ ആരെയും ആവേശഭരിതരാക്കിയില്ല. മറിച്ച് ഭയപ്പെടുത്തി.

എമിലിക്ക് പരാതികൾ നിരവധിയാണ്. അളമുവിന്റെ മേൽ ചേമയ്ക്കുള്ളത്രയും അവകാശങ്ങൾ തനിക്കില്ലെന്നത് അവയിലൊന്നു മാത്രം. ഒരു പുരുഷന്റെ ഭർതൃത്വം പല പെണ്ണുങ്ങൾ പങ്കിട്ടെടുക്കുന്നിടത്തെല്ലാം ആ പരാതിയുണ്ടായിട്ടുണ്ട്, എക്കാലവും ഉണ്ടാവുകയും ചെയ്യും.

മുത്തുവിന്റെ പഠിത്തത്തെച്ചൊല്ലിയാണ് അവസാനമായി ഇരുവരും തമ്മിൽ ഇടഞ്ഞത്. അവൻ പള്ളിക്കുന്നിലെ വിദ്യാലയത്തിൽ നിന്നും നാലാം ക്ലാസ് പാസ്സായി. തുടർന്നും പഠിപ്പിക്കണമെന്നാണ് എമിലിയുടെ ആഗ്രഹം. പെരുമാനെപ്പോലെ തന്റെ മക്കളിലൊരാളെങ്കിലും കുറച്ച് ഇംഗ്ലീഷ് പഠിച്ചില്ലെങ്കിൽ അതവൾക്കൊരു കുറച്ചിലാണ്.

എന്നാലത് കേട്ടപാടെ അളമു വിലക്കി: "അത് മാത്തരം വേണ്ടാ.

പെരുമാൻ ഇംഗ്ലീഷ് പഠിച്ച് സിലോണില് പെയ്യിട്ട് വർഷം രണ്ടാവാറായി. രണ്ടുമൂന്നെഴുത്തുകളാണവൻ ആകപ്പാടെ അയച്ചത്."

"പണവും അയച്ചിട്ടൊണ്ടല്ലോ" എമിലി ഓർമപ്പെടുത്തി.

രണ്ടുവട്ടമായി പള്ളി മുഖേന പെരുമാനയച്ച പണം ചേമ സൂക്ഷിച്ചു വച്ചിരിക്കയാണ്. അവന് വേണ്ടി കുറച്ച് ഭൂമി വാങ്ങിയിടാനാണ് അവളുടെ ഉദ്ദേശ്യം. അത്യാവശ്യക്കാര്യങ്ങൾക്ക് പോലും അതിൽ നിന്നുമൊരു ചില്ലി ക്കാശ് അവൾ അളമുവിനുപോലും കൊടുത്തിട്ടില്ല.

അയാൾ പറഞ്ഞു: "മക്കളെ വളർത്തി വലുതാക്കണത് അപ്പനുമമ്മ യ്ക്കും അവരെ കണ്ടോണ്ട് ചാവാനും വേണ്ടി കൂടെയാണ്."

അതിലേറെ അളമുവിനെ നീരസപ്പെടുത്തുന്നത് മാർത്തയുടെ അവ സ്ഥയാണ്. പെരുമാന്റെ കത്തുകളിൽ ഒരു വാക്ക് അവളെ പരാമർശി ച്ചെഴുതിയിട്ടില്ല. അത് മനസ്സിലാക്കിയിട്ടാവണം ചേമയ്ക്ക് മരുമകളോ ടുള്ള പെരുമാറ്റത്തിലും വളരെ വ്യത്യാസം വന്നിട്ടുണ്ട്. മരുമകൾ എന്തു ചെയ്താലും ചേമയ്ക്ക് ഇഷ്ടപ്പെടുകയില്ല. കുറ്റപ്പെടുത്തലിനും ശകാര ത്തിനും കുറവൊട്ടുമില്ല. ഇതെല്ലാം തന്റെ തലവിധിയായിക്കരുതി മാർ ത്ത സഹിക്കുന്നു. പിതൃഭവനത്തിലും അവളെ തിരികെ സ്വീകരിക്കാൻ ആരും ഒരുക്കമല്ല. ഒരുവൻ നാലാള റിഞ്ഞ് താലികെട്ടി ഭാര്യയാക്കി. പണ്ടുകാലങ്ങളെപ്പോലെ മതിയാവു മ്പോൾ ഇട്ടെറിഞ്ഞ് പോരാവുന്നതല്ല വേദത്തിലെ ആണ്ടവനെ സാക്ഷിയാക്കി താലി കെട്ടുന്നത്. അത് പെണ്ണോ പുരുഷനോ ചാകുവോളം നിലനിന്നേ മതിയാവൂ.

അവളുടെ അവസ്ഥയിൽ അലിവ് തോന്നിയ അളമു ഒരു നിർദേശം മുന്നോട്ടുവച്ചു. പെരുമാനയച്ച പണത്തിന്റെ ഒരു വീതം കൊണ്ട് കുറച്ച് മണ്ണ് വാങ്ങണം. അതിൽ നിന്നുമുള്ള ആദായം മാർത്തയ്ക്ക് നൽകണം.

എന്നാൽ, 'ലോകത്തെങ്ങും നടപ്പില്ലാത്ത ആ രീതി' അംഗീകരി ക്കാൻ ചേമ തയ്യാറായില്ല. പെരുമാൻ, മാർത്തയുടെ കെട്ടിയവനാണെ ന്നത് ശരി. എന്നാലവനെ പത്ത് ചക്രമുണ്ടാക്കാൻ പരുവത്തിലാക്കി വിട്ടത് പെണ്ണിന്റെ കുടുംബക്കാരൊന്നുമല്ല. അതിനിടെ മുത്തുവിനെ ഇംഗ്ലീഷ് പഠിപ്പിക്കണമെന്ന മോഹം എമിലിക്ക് പിന്നെയും കലശലായി.

പറ്റില്ലെന്ന് അളമു തീർത്തു പറഞ്ഞു.

"മുത്തു രണ്ടാംകുടിക്കാരിയുടെ മോനായതുകൊണ്ടോ?" അവൾ ചോദിച്ചു. അയാൾ ഒന്നും മിണ്ടിയില്ല.

അവൾ പറഞ്ഞു: "മൂത്തകുടിക്കാരീട മോൻ പത്തുചക്രമൊണ്ടാ ക്കണത് പോലെ എന്റ ചെറുക്കനും ഒണ്ടാക്കണമെന്ന് എനക്ക് കൊതി യൊണ്ട്"

"നെന്റ ഇഷ്ടം പോലെ ചെയ്യ്."

"അതിന് കാശ് ചെലവൊണ്ട്. ചെലവാക്കേണ്ടത് അവന്റപ്പനാണ്."

അയാൾക്ക് വല്ലാത്ത ദേഷ്യം വന്നു. മറ്റൊരു ഗതിയുമില്ലാതെ വലി ഞ്ഞു കയറി വന്നവൾക്ക് തിന്നാനും ഉടുക്കാനും നൽകി പൊണ്ടാട്ടിയാ ക്കിയത് തന്റെ മഠയത്തരം. അവളുടെയും സന്തതികളുടെയും ആവശ്യ ങ്ങൾ ദിവസം ചെല്ലുന്തോറും കൂടിവന്നിട്ടേയുള്ളൂ. ആരോഗ്യം അനു വദിക്കുന്നതിലുപരി താൻ മണ്ണിനോട് മല്ലിടുന്നു. രണ്ട് ഭാര്യമാരും ഒമ്പത്

സന്തതികളുമുണ്ടായിട്ടും പണ്ട് ഒറ്റത്തടിയായിരുന്ന കാലത്തിൽ നിന്നും വ്യത്യസ്തമല്ല ഇന്നും തന്റെ അധ്വാനം. ഉള്ള മണ്ണിൽ വേല ചെയ്യാനല്ല, മറിച്ച് ഇല്ലാത്ത ചക്രമുണ്ടാക്കി മക്കളെ ഇംഗ്ലീഷ് പഠിപ്പിച്ച് അഭിമാനം കൊള്ളാനാണ് പെണ്ണുങ്ങൾക്ക് അതിമോഹം.

അയാൾ പറഞ്ഞു: "എന്നെക്കൊണ്ടാവണതെല്ലാം നാൻ ചെയ്ത്. പോരാന്ന് തോന്നണെങ്കി വേറെ വഴിനോക്ക്."

ജീവിതത്തിലാദ്യമായി അയാൾക്ക് തന്നെപ്പറ്റിയുള്ള മതിപ്പ് നഷ്ടപ്പെട്ടു. അതിന് കാരണക്കാരികളായ ഭാര്യമാരോടയാൾക്ക് വെറുപ്പ് തോന്നി. ഇക്കാലമെല്ലാം താൻ അവരെയല്ല, മറിച്ച് അവർ തന്നെയാണ് നിയന്ത്രിച്ചിരുന്നതെന്ന് അയാളറിഞ്ഞു. ഈ നില തുടർന്നാൽ താൻ മറ്റൊരു ചെറിയ കുടിലുണ്ടാക്കി അങ്ങോട്ടു താമസം മാറുമെന്ന് മുന്നറിയിപ്പ് നൽകാനും അയാൾ മടിച്ചില്ല.

എന്തായാലും അത് വേണ്ടിവന്നില്ല.

നാട്ടിലെങ്ങും വയറിളക്കവും ഛർദിയും. ഫലപ്രദമായ മരുന്നുകളില്ല. ദീനം വന്നാൽ ഒന്നോ രണ്ടോ ദിവസങ്ങൾക്കകം മരണം തീർച്ചയാണ്. അളമുവിന്റെ കുടുംബത്തിലേക്കത് കടന്നുവന്നത് ചന്തുവിനെ കീഴ്പ്പെടുത്തിക്കൊണ്ടാണ്. രണ്ടാം ദിവസം അവൻ മരിക്കുമ്പോൾ ഏറ്റവും ഇളയവൻ കുമരന് വയറിളക്കം തുടങ്ങി. മൂന്നാംനാൾ അവനും മരിച്ചു.

എമിലിയുടെ ഇളയ രണ്ടുമക്കളും മരിച്ചു. മുത്തുവും അവന് താഴെയുള്ള പത്രോസും ബാക്കിയായി.

മല്ലുവൈദ്യന്റെ ആറിൽ രണ്ടുമക്കൾ പോയി.

കർമി ചുണ്ടൻ മൂപ്പൻ ഓരോ കുടിലിലും കയറിയിറങ്ങി പിരിച്ച് കിട്ടിയതു കൊണ്ട് കരിങ്കാളിക്കും മാടനും കർമം നടത്തി.

എങ്കിലും ദീനം നാട്ടിൽ നിന്നും പിൻവാങ്ങുമ്പോൾ ആക്രമണവിധേയമാവാത്ത കുടുംബങ്ങൾ തീരെ വിരളമായിരുന്നു.

ചന്തുവിന്റെയും കുമരന്റെയും മരണം ചേമയെ അക്ഷരാർഥത്തിൽ നടുക്കിക്കളഞ്ഞു. ജീവിതത്തിനുണ്ടെന്ന് തോന്നിയിരുന്ന സുരക്ഷിതത്വബോധം അവൾക്ക് നഷ്ടമായി. വിധിയുടെ വിളയാട്ടം തികച്ചും പ്രവചനാതീതവും തടയപ്പെടാനാവാത്തതുമാണെന്ന് അവൾ അനുഭവിച്ചറിഞ്ഞു. ആ ദിവസങ്ങളിലൊന്നിൽ, പെരുമാൻ മുമ്പ് അയച്ച, കിഴികെട്ടി സൂക്ഷിച്ചിരുന്ന, പണം അവൾ അളമുവിനെ ഏൽപ്പിച്ചു. അവൾ പറഞ്ഞു:

"കർമം കഴിക്കാൻ ഒരു ചക്രം ഞാനെടുത്തിട്ടൊണ്ട്. ബാക്കിയെല്ലാം ഇതിലൊണ്ട്. മാർത്തയ്ക്ക് കൊണ്ടൊണ്ടാവണ മട്ടില് എന്തരെങ്കിലും വാങ്കണും. പിന്നെ എമിലിക്കും അൽപ്പമെന്തരെങ്കിലും കൊടുക്കണും. പണ്ട് പെരുമാനെ എഴുത്തുപള്ളിയില് ചേർക്കാനൊ ത്തത് അവള് കാരണമാണ്."

ലോകത്തെ മുഴുവൻ കീഴടക്കിയാലും എല്ലായ്പ്പോഴും അത് പ്രയോജനം ചെയ്തേക്കില്ലെന്ന് അപൂർവം സന്ദർഭങ്ങളിൽ, അപൂർവം പേർക്കെങ്കിലും തോന്നിയേക്കാം.

അതിനെയാണ് തിരിച്ചറിവെന്ന് വിളിക്കുന്നത്.

ഇരുപത്തൊമ്പത്

തേവരുകുളത്ത് മഠത്തുകാർ സ്വത്തുക്കൾ ഭാഗം വച്ച് നാല് ശാഖകളായി പിരിഞ്ഞു. അതിന് പുറമെ, ഏതാനും പേർക്ക് ചെറിയ വീതങ്ങളും കിട്ടി. തറവാട്ടു വീടിന്റെ ഒരു ഭാഗം കാരണവരായ അനന്തൻനായർക്കും മറ്റേ ഭാഗം ഒരു സഹോദരിക്കും മക്കൾക്കുമായി. തേവരുകുളം ഏലായും അതിനോടുചേർന്ന കരപ്പറമ്പുകളും വീതിച്ചു. തെക്കേ ചതുപ്പും തോടിനക്കരെയുള്ള കുറെ ഭൂമിയും ചെമ്മണ്ണു വിളയുടെ വലിയൊരു ഭാഗവും ലക്ഷ്മിക്കുട്ടിയമ്മയ്ക്കും നാല് മക്കൾക്കും ലഭിച്ചു. തോടിന്റെ പടിഞ്ഞാറേക്കരയിൽ സാമാന്യം വലിയൊരു കെട്ടിടമുണ്ടാക്കി, അവരവിടെ താമസമായി. ആ കെട്ടിടത്തിനും ശാഖയ്ക്കും പുത്തൻ മഠം എന്നുമവർ പേരിട്ടു.

ലക്ഷ്മിക്കുട്ടിയമ്മയുടെ രണ്ടാൺമക്കൾക്കും സർക്കാർ ജീവനമാണ്. അവർക്ക് താഴെ രണ്ട് പെൺകുട്ടികളാണുള്ളത്.

തേവരുകുളം കരയിൽനിന്നും ഏതാനും ശൂദ്രരും അവർക്കൊപ്പം പുത്തൻ മഠത്തിനരികിൽ താമസമായി. അവരിൽ രാഘവൻപിള്ള ലക്ഷ്മിക്കുട്ടിയമ്മയുടെ കാര്യസ്ഥനായി.

മഠത്തിലെ സംഭവവികാസങ്ങൾ സാധാരണ കുടികിടപ്പുകാരെ കാര്യമായൊന്നും ബാധിച്ചില്ല. മുമ്പും മഠത്തിനകത്തെ അധികാര മാറ്റങ്ങൾ താഴ്ന്ന ജാതിക്കാർക്ക് ദു:ഖിക്കാനോ ആഹ്ലാദിക്കാനോ ഉള്ള വകയൊന്നും നൽകിയിട്ടില്ല. ആര് കാരണവരായാലും, അങ്ങത്തെമാരുടെ അനിഷ്ടത്തിന് പാത്രീഭവിച്ചാൽ ശിക്ഷിക്കപ്പെടുകയോ തുരത്തിയോടിക്കുകയോ ചെയ്തേക്കുമെന്ന ബോധവും, അതിൽനിന്നുമുളവാകുന്ന അരക്ഷിതത്വബോധവും, അവർണജാതിക്കാർക്കെന്നും കൂട്ടിനുണ്ടായിരുന്നു.

സ്വത്തുക്കൾ ഭാഗംവച്ച് പിരിയുവോളം മഠത്തിലെ അപൂർവം പേരൊഴികെയുള്ളവർ യവനികയ്ക്ക് പിന്നിൽ ഒളിഞ്ഞുനിൽക്കുന്ന അജ്ഞാതരും, സ്വന്തമായി മുഖങ്ങളോ വ്യക്തിത്വമോ ഇല്ലാത്തവരോ ആയ കഥാപാത്രങ്ങളായിരുന്നു, താഴ്ന്നജാതിക്കാർക്കൊക്കെയും. അവിടത്തെ പെണ്ണുങ്ങളെ അവർണർ കാണുന്നത് ദൃഷ്ടിദോഷം സംഭവിച്ചു പോകാവുന്ന മഹാപരാധവുമാണ്!

തറവാട്ടിൽ അന്ത:ഛിദ്രവും ഭിന്നിപ്പുമുണ്ടായെങ്കിലും അവിടെ ജീവിച്ചിരുന്നവരുടെ അന്ധവിശ്വാസങ്ങൾക്കോ ജാതിപ്രമത്തതയ്ക്കോ പറയത്തക്ക കോട്ടമൊന്നും സംഭവിച്ചില്ല. എന്നാൽ മുൻകാലങ്ങളിലെപ്പോലെ, കരിങ്കൽ മതിലുകളുയർത്തി, തങ്ങളുടെ പെണ്ണുങ്ങളെയും കുട്ടികളെയും പുറംജാതിക്കാരിൽ നിന്നും പൂർണമായും ഒളിച്ചു നിർത്താൻ അവർക്ക് കഴിയാതെ വന്നു.

കാര്യസ്ഥൻ രാഘവൻപിള്ളയുടെയും പത്തുപന്ത്രണ്ടു വയസ്സുള്ള ഒരു മകളുടെയും അകമ്പടിയോടെ ഓലക്കുട ചൂടി തെക്കേ ചതുപ്പ് ഏലായുടെ വരമ്പിലെത്തിയ ലക്ഷ്മിക്കുട്ടിയമ്മ ചെമ്മണ്ണുവിളക്കാരുടെ മുഴു

വനും ശ്രദ്ധയാകർഷിച്ചു. മഠത്തിലെ ഒരു സ്ത്രീയെ അവരാരും തന്നെ മുമ്പൊരിക്കലും ഇത്ര അടുത്ത് കണ്ടിട്ടില്ല.

തങ്ങൾക്ക് വിധിച്ചിട്ടുള്ള അകലം താണ്ടാതെ, ചാന്നാന്മാരും ചാന്നാട്ടികളും അവരെ താണുവണങ്ങി.

ഇനി അവരാണ് തങ്ങൾക്ക് ജന്മി.

പുത്തൻമഠത്തിലെ അമ്മച്ചി!

എന്നാൽ ഒരു സ്ത്രീക്ക് ജന്മിയാവാനാവുമോ എന്ന സന്ദേഹം ചില ചാന്നാന്മാരിലെങ്കിലും അവശേഷിച്ചു.

വൈദ്യന്റെ മകൻ പാരമ്പര്യമനുസരിച്ച് വൈദ്യനാവാം എന്നതു പോലെ, മല്ലുവൈദ്യൻ ചെമ്മണ്ണുവിളക്കാരുടെ മുഖ്യൻമാരിലൊ രാളായി ത്തീർന്നു. വൈദ്യശാലയിൽ വൈദ്യനോളമോ അതിൽ കൂടുതലോ പ്രായ മുള്ളവർ സ്ഥിരമായി വരാനും ഓരോന്നും സംസാരിച്ചിരുന്ന് നേരംപോക്കാനും തുടങ്ങി. കാലം അവരുടെ അറിവിന്റെ ചക്രവാളത്തെ കൂടുതൽ വികസിപ്പിച്ചു. നാട്ടിൽ ആളുകളുടെ ബൗദ്ധികവും ഭൗതികവുമായ ഗതി വേഗം വർധിച്ചു. അങ്ങത്തെമാരെ ഈശ്വരതുല്യം ഭയന്നും അനുസരിച്ചും കഴിഞ്ഞിരുന്ന മുതിർന്ന തലമുറക്കാർക്ക് 'കണ്ടമാനം' സ്വാതന്ത്ര്യമനുഭവിക്കുന്ന പുതിയ തലമുറയിൽപ്പെട്ടവരോട് അമർഷവും അസൂയയും ഇല്ലാതില്ല. എഴുത്തുപഠിച്ചവരും ദൂരയാത്രകൾ നടത്തിയിട്ടുള്ളവരും മെച്ചപ്പെട്ട കൂലി ലഭിക്കുന്ന തൊഴിലുകൾ ചെയ്യുന്നവരുമൊക്കെ അതിൽപ്പെടും. ഒരു മഹാശാപം പോലെ തങ്ങളിൽ അടിച്ചേൽപ്പിക്കപ്പെട്ടിരുന്ന ഊഴിയ വേല പോലെയുള്ള ക്രൂരതകളെക്കുറിച്ച് തരപ്പെട്ടപ്പോഴെല്ലാം അവർ കുട്ടികൾക്ക് പറഞ്ഞുകൊടുത്തു.

നാട്ടിലെ ഗുണപരമായ സകല മാറ്റങ്ങൾക്കും തങ്ങളാണ് ഉത്തര വാദികളെന്ന് പള്ളിക്കാർ അവകാശപ്പെടുന്നു. ചെമ്മണ്ണുവിളയിലെ മഹാ ഭൂരിപക്ഷവും വേദക്കാരും പള്ളിയുടെ നിലപാടുകളോട് യോജിക്കുന്നവരുമാണ്. എന്നാലും, പരദൈവങ്ങളെയും അവർക്ക് ഭയപ്പെടാതിരിക്കാനാവില്ല.

മല്ലുവൈദ്യനും കർമി ചുണ്ടൻ മൂപ്പനുമായുള്ള ബന്ധം നാട്ടുകാരുടെ അന്ധവിശ്വാസങ്ങൾ തുടർന്നും നിലനിർത്താനാവശ്യമായ വെള്ളവും വളവും നൽകി.

തന്റെ അപ്പനോളം തന്റെ വൈദ്യത്തെ ആളുകൾ ഗൗരവമായെടുക്കുന്നില്ലെന്ന ബോധം മല്ലുവൈദ്യനുണ്ട്. ചെമ്മണ്ണുവിളയ്ക്ക് പുറത്തുള്ളവരാരും തന്നെക്കാണാൻ വരുന്നില്ല. മുമ്പത്തെപ്പോലെ കുഴമ്പുകൾ സേവിച്ച് ആരോഗ്യം പുഷ്ടിപ്പെടുത്താൻ ചെമ്മണ്ണു വിളക്കാരും മിനക്കെടുന്നില്ല.

ചെലവുകൾ ഏറിവരുന്നു. മൂത്ത രണ്ട് ആൺമക്കൾ പള്ളിക്കുന്നിലെ എഴുത്തുപള്ളിയിൽ പോവുന്നുണ്ട്. പെൺമക്കൾ വീടുപണികളിലും കച്ചവടത്തിലും വള്ളിയെ അത്യാവശ്യം സഹായിക്കും. തെക്കേക്കുന്നിലെ കൃഷിയിലും കച്ചവടത്തിലും നിന്ന് കിട്ടുന്നതുകൊണ്ട് ദാരിദ്ര്യമില്ലാതെ കഴിഞ്ഞു പോവാമെങ്കിലും കാര്യമായിട്ടൊന്നും മിച്ചം പിടിക്കാനാവുന്നില്ലെന്ന വല്ലായ്മ മല്ലു വൈദ്യനെപ്പോലെ വള്ളിക്കുമുണ്ട്.

കൂടുതൽ ചക്രമുണ്ടാക്കാനുള്ള മാർഗത്തെപ്പറ്റിയായി അയാളുടെ ചിന്ത. ഒടുവിൽ ചെന്നെത്തിയത് തുടക്കത്തിൽ ചെയ്തിരുന്ന മദ്യനിർമാണത്തിലും.

അരിഷ്ടവും, അതിൽ കൂട്ടാനുള്ള ചാരായവും!

രാത്രി വൈദ്യനുൽപ്പാദിപ്പിക്കുന്ന ചാരായം പുലർച്ചെ തന്നെ കൊണ്ടുപോവുന്നത് തമ്മിയാണ്. മുമ്പ് യോവേൽ സമ്പാദിച്ച മണ്ണും പെണ്ണും പുരയും തമ്മിയുടേതാണിപ്പോൾ. നല്ലമ്മാളുടെ അമ്മ കുഞ്ചിയും കോളറക്കാലത്ത് മരിച്ചു പോയി.

ചാരായം വാറ്റുന്നത് തന്റെ പുരയിൽ വച്ചാണെങ്കിലും പുരയിൽ ചില്ലറ വിൽപ്പനയില്ലാത്തതിനാൽ വള്ളിക്കും കാര്യമായ പരാതിയൊന്നുമില്ല. പോരാത്തതിന് ചക്രം കിട്ടുന്ന കാര്യവുമാണ്.

ചന്തുവിന്റെ മരണത്തിൽ ഏറെ തളർന്നുപോയ കുഞ്ചന് നാലഞ്ചു മാസങ്ങൾക്ക് ശേഷവും പഴയ ഉന്മേഷം വീണ്ടെടുക്കാനായിട്ടില്ല. ഇരട്ടകളായിരുന്ന ഇരുവരും സദാനേരവും അന്യോന്യം കലഹിച്ചിരുന്നുവെങ്കിലും വേർപെട്ട് കഴിയാൻ അവർക്കാവുമായിരുന്നില്ല.

അവനെ സാധാരണ നിലയിലാക്കാൻ ഒരു പെണ്ണുകെട്ടിക്കുകയാണ് പോംവഴിയെന്ന് പലരും ഉപദേശിച്ചുവെങ്കിലും അവനതിന് വഴങ്ങിയില്ല. സിലോണിലേക്ക് പോവാനായിരുന്നു അവന് കൂടുതൽ താൽപ്പര്യം. എതിര് നിന്നത് ചേമയാണ്.

പെരുമാൻ പോയിട്ട് മൂന്ന് വർഷങ്ങൾ കഴിഞ്ഞിരിക്കുന്നു. അവനെപ്പോൾ മടങ്ങിവരുമെന്ന് അവൾക്കൊരു നിശ്ചയവുമില്ല. മൂന്നും നാലും മാസം കൂടുമ്പോൾ ഒരെഴുത്തുണ്ടാവും. ഇതുവരെയായി മൂന്നുവട്ടം കുറെ പണമയച്ചിട്ടുണ്ട്. അവനെയൊന്ന് കണ്ടിട്ട് കണ്ണടയ്ക്കാനൊക്കുമോ എന്നാണ് ഇപ്പോഴവളുടെ വേവലാതി.

ഉപദേശത്തിനും സഹായത്തിനുമായി കുഞ്ചനെയും കൂട്ടി അവൾ പള്ളിയിലെ പാതിരിയച്ചനെ ചെന്നുകണ്ടു. അദ്ദേഹവും കുഞ്ചനെ സിലോണിലേക്ക് പോവാൻ സഹായിച്ചില്ല. ഇംഗ്ലീഷറിയാത്തിടത്തോളം കൊള്ളാവുന്നൊരു പണിയോ മെച്ചപ്പെട്ട ശമ്പളമോ ലഭിക്കില്ലെന്നദ്ദേഹം അവനെ പറഞ്ഞു മനസിലാക്കിക്കാൻ ശ്രമിച്ചു. പിന്നെ, കൃഷിചെയ്യാൻ ധാരാളം മണ്ണുണ്ടല്ലോ. അവിടെ തന്റെ അപ്പനെ സഹായിക്കാനദ്ദേഹം ഉപദേശിച്ചു. അതിലൂടെ സിലോണിൽ കിട്ടാവുന്നതിലധികം പണമുണ്ടാക്കാം.

തന്നെ വന്നുകാണാനാവശ്യപ്പെട്ട് അനന്തൻനായർ ആളയച്ചപ്പോൾ എന്തിനായിരിക്കുമെന്ന് അളമുവിനൊരെത്തും പിടിയും കിട്ടിയില്ല. സ്വത്തുക്കൾ ഭാഗം വച്ച ശേഷം അദ്ദേഹത്തിന് ചെമ്മണ്ണുവിളയിൽ അവകാശങ്ങളൊന്നുമില്ല. ഇപ്പോൾ ചെമ്മണ്ണുവിളയിലെ ചാന്നാന്മാരുടെ ജന്മി ലക്ഷ്മിക്കുട്ടിയമ്മയാണ്. അവരോടുള്ളത്രയും അനുസരണയോ ഭയമോ മറ്റുള്ള അങ്ങത്തെമാരോട് പ്രകടിപ്പിക്കാൻ ചാന്നാന്മാർ ബാധ്യസ്ഥരുമല്ല.

ഒരുപക്ഷെ, തേവരുകുളം ഏലായിൽ പാട്ടകൃഷിക്ക് വയൽ തരാനാവും അനന്തൻനായർ വിളിച്ചതെന്ന് അയാൾക്ക് തോന്നി. നെൽകൃഷിയോടുള്ള താൽപ്പര്യം ഇപ്പോഴും നശിച്ചിട്ടില്ല. എന്നാൽ ഇപ്പോഴത്തെ

ആരോഗ്യസ്ഥിതിയും കൃഷിയോട് കുഞ്ചനുള്ള വിമുഖതയും കണക്കിലെടുത്ത് പാട്ടകൃഷി വേണ്ടെന്നു വയ്ക്കാൻ ചേമ അയാളെ പ്രേരിപ്പിച്ചു.

തോട്ടുവരമ്പിലെത്തിയ അളമുവിനെ കാണാൻ കാര്യസ്ഥനായ ഭാർഗവൻപിള്ള വന്നു. അവജ്ഞയോടെന്നപോലെ അയാൾ ആമുഖമായി പറഞ്ഞു: "നീയിപ്പോ ചാന്നാമ്മാരില് മുന്തിയ പണക്കാരനാണെന്ന് കേട്ടല്ലോ?"

"ആളുകള് വെറുതെ ഓരോന്നും പറയണതാണങ്ങത്തേ."

"വെറുതെയോ?" ഭാർഗവൻപിള്ള ക്ഷോഭിച്ചു: "കരപ്പറമ്പ് കൃഷിയില്ന്ന് ആദായം. സിലോണില്ന്ന് അയച്ചുകിട്ടണത് വേറെയും. എന്നിട്ടും നൊണ പറയ്ണോ?"

"കൊറച്ച് കായി പയ്യൻ അയച്ചത് നേരാണ്" വിനീതനായി അളമു ഉണർത്തിച്ചു: "അതില് പള്ളിക്കാര് അവര്ടെ വീതം പിടിച്ചുകഴിഞ്ഞ് ബാക്കിയൊണ്ടായിരുന്നതുകൊണ്ട് കൃഷിച്ചെലവുകള് ചെയ്ത്."

വിശ്വാസമാവാത്തവനെപ്പോലെ കുറെനേരം അയാളെ ഉറ്റുനോക്കി നിന്ന ശേഷം ഭാർഗവൻപിള്ള പറഞ്ഞു, "പണമൊണ്ടെങ്കി നെനക്ക് നല്ലൊരു കോള് വന്നിട്ടൊണ്ട്. എന്നാലൊരു കാരിയം, വെളീലൊരുചെവി അറിയരുത്. അങ്ങത്തെമാരക്ക് കൊറച്ചിലൊണ്ടാവണകാരിയമാണ്–"

താനാരോടും പറയില്ലെന്ന് അളമു സത്യം ചെയ്തു.

ഭാർഗവൻപിള്ള പറഞ്ഞു: "കൊറച്ച് തറ വിയ്ക്കണമെന്ന് കാരണവര് തീരുമാനിച്ചിട്ടൊണ്ട്. നീയത് മായിച്ചാലും പാട്ടത്തിന് കൃഷി ചെയ്യണന്നേ മറ്റൊള്ളവമ്മാരടത്ത് പറയാവൂ. പണ്ടാരക്കുന്നിന്റ പടിഞ്ഞാറേ ചരിവിലൊള്ള തറയാണ്. നെറച്ച് ഫലവൃക്ഷങ്ങളുമൊണ്ട്."

അളമു മടിച്ചു. പുലക്കുടിലുകൾ സ്ഥിതിചെയ്യുന്നതിനടുത്തുള്ള സ്ഥലമാണെന്നതാണതിനൊരു കാരണം.

"അങ്ങത്തെ തേച്ചിയപ്പെടരുത്" അയാൾ പറഞ്ഞു: "ഒള്ള തറയില് മുഴുവനും വേല ചെയ്യാൻ എനക്ക് പറ്റ്ണില്ല, തമ്മും കെട്ട്. കൂലി കൊടുക്കാൻ ചക്രവും കൊറവാണ്."

അൽപ്പനേരത്തെ ആലോചനയ്ക്കുശേഷം കാര്യസ്ഥൻ ചോദിച്ചു: "വയലായാലോ?"

അളമുവിന് അത്ഭുതമായി: "അങ്ങത്തെമാര് വയല് വിയ്ക്കുമോ?"

"അത് ഞാൻ കാരണവരോട് ചോദിക്കാം. നെന്റെ കയ്യില് ചക്രമൊണ്ടോ?"

"കയ്യിലൊന്നുമില്ല. ആര്ടുത്തെങ്കിലും കടം മായിക്കണും."

ഭാർഗവൻപിള്ള വയൽ കാണിച്ചുകൊടുത്തു. അളമു വിസ്മയിച്ചുപോയി. മത്തുകാർ വയൽ വിൽക്കുന്നതിനാലല്ല, മറിച്ച് താൻ വരമ്പുപിടിച്ച് ആദ്യമായി നെൽകൃഷി ചെയ്ത കണ്ടമാണത്. അതുമായി തനിക്കുള്ളത് ആത്മബന്ധത്തിൽ കവിഞ്ഞ എന്തൊക്കെയോ ആണ്.

ഇവിടത്തുകാരനല്ലാത്ത ഭാർഗവൻപിള്ളക്ക് ആ കഥ അറിഞ്ഞുകൂടാ.

അയാൾ വിലയെപ്പറ്റി തിരക്കി.

കുറെനേരത്തെ കണക്കുകൂട്ടലുകൾക്ക് ശേഷം കാര്യസ്ഥൻ പറ

ഞ്ഞു: "അഞ്ച് പറയ്ക്കകത്ത് വിസ്തീർണമുണ്ട്. ഒന്നാംതരം മണ്ണ്. നല്ല പലമൊള്ള തെങ്ങുകളാണ് വരമ്പില്. നെന്നെപ്പോലെ വേലചെയ്യണ വമ്മാരയ്ക്ക് കനകം വെളയിക്കാം. നെനക്കായതുകൊണ്ട്- - ഒരു നൂറ്റമ്പത് പണത്തിന് ഞാനത് വാങ്ങിത്തരാം".

വില വളരെ കൂടുതലാണെന്ന് അളമുവിന് തോന്നി. എന്തായാലും അടുത്ത ദിവസം തീർച്ചയറിയിക്കാമെന്ന് പറഞ്ഞ് അളമു മടങ്ങി.

വിവരമറിഞ്ഞപ്പോൾ ആദ്യം ചേമയ്ക്കും വിശ്വാസം വന്നില്ല. അങ്ങത്തെമാർ ഭൂമി വിറ്റ ചരിത്രമില്ല. കാര്യസ്ഥന്മാർ വയലുകൾ ചാർത്തി വാങ്ങിയിട്ടുള്ളത് പോലെയല്ല അവ പുറത്തുള്ളവർക്ക് വിൽക്കുന്നത്. പ്രത്യേകിച്ചും, താഴ്ന്ന ജാതിക്കാർക്ക്. പോരാത്തതിന് ജന്മിമാർക്ക് സാമ്പത്തികബുദ്ധിമുട്ടുണ്ടാവുമെന്നും അവൾ കരുതുന്നില്ല.

നാട്ടിൽ വയലുകൾക്ക് ആവശ്യക്കാർ കൂടുതലാണ്. ഇതുവരെ മേൽജാതിക്കാർക്കേ അത് സ്വന്തമാക്കാൻ ആവുമായിരുന്നുള്ളൂ. പിന്നെ, മുമ്പൊരിക്കലും ക്രയവിക്രയം ചെയ്തിട്ടില്ലാത്ത ഒരു വസ്തുവിന്റെ വില നിശ്ചയിക്കാനും എളുപ്പമല്ല. മുടക്കുന്ന തുക എത്രകാലം കൊണ്ട് ആദായമായി തിരിച്ചുകിട്ടും എന്നതാണ് മിക്കപ്പോഴും വില നിശ്ചയിക്കാൻ മാനദണ്ഡമായി സ്വീകരിക്കാറ്.

പിറ്റേന്ന് രാവിലെ തന്നെ അളമു വീണ്ടും ഭാർഗവൻപിള്ളയെ കാണാനെത്തി. ദീർഘമായ വിലപേശലിന് ശേഷം എഴുപത്തഞ്ച് പണമാക്കി വില ഉറപ്പിച്ചു. മൂന്നാം നാൾ കച്ചേരിയിൽ പ്രമാണവും പതിച്ചു.

ചുറ്റുപാടുകളിലുണ്ടായ മാറ്റം ചിലരെ ഉണർത്തി, ചിലരെ വീഴ്ത്തി. തങ്ങളില്ലെങ്കിൽ തേവരുകുളം ദേശത്തിന് മീതെ ആകാശമിടിഞ്ഞുവീഴുമെന്ന് ഭാവിച്ച് കാര്യസ്ഥന്മാർ വിലസിയിരുന്ന കാലംപോയി. കിട്ടിയ മണ്ണിനെ എങ്ങനെ കൂടുതൽ മെച്ചപ്പെട്ട രീതിയിൽ ഉപയോഗിക്കണമെന്ന് നിശ്ചയിക്കാൻ മഠത്തിൽ നിന്നും പിരിഞ്ഞവർ നിർബന്ധിതരായി. പ്രതിസന്ധികളിലും വീണുപോവാതിരിക്കാൻ തങ്ങളുടെ ബോധപൂർവമായ ശ്രമം അനിവാര്യമാണെന്ന് അവരറിഞ്ഞു.

അനന്തൻനായർ മാത്രമായിരുന്നു അതിന് പൂർണമായ ഒരപവാദം. അയാളുടെ വയലുകളിലെ കൃഷി കരക്കാർ തന്നെ പാട്ടവ്യവസ്ഥയിൽ ഏറ്റെടുത്തു. എന്നാലവർ നിശ്ചയിച്ച തോതിലുള്ള പുതുക്കിയ വീതം അപര്യാപ്തമാണെന്ന കാരണത്താൽ മറുപാട്ടം കൃഷിക്കാർ കൃഷി ചെയ്യാൻ വളരെയൊന്നും താൽപ്പര്യം കാണിച്ചില്ല. കണ്ടങ്ങൾ തരിശിടേണ്ടി വരുമെന്ന നിലവന്നപ്പോൾ തങ്ങൾക്കുള്ള ഇടലാഭമുപേക്ഷിച്ചുപോലും മറു പാട്ടക്കാരെ തൃപ്തിപ്പെടുത്താൻ അവർ നിർബന്ധിതരായി. അപൂർവം പേർ പുലയരെ നിർത്തി നേരിട്ട് കൃഷിയിറക്കി.

ചതുപ്പ് ഏലായിലെ മിക്ക വയലുകളിലും ജന്മിതന്നെ കൃഷിയിറക്കി. ശേഷിച്ച ഏതാനും കണ്ടങ്ങൾ പാട്ടം വ്യവസ്ഥയിൽ ഈഴവർ കൃഷി ചെയ്തു.

നീണ്ടൊരിടവേളയ്ക്കുശേഷം അളമു വീണ്ടും തേവരുകുളം ഏലായിലേക്കിറങ്ങി. ആളുകൾ നെറ്റിചുളിച്ചു. കരക്കാർ ഈഴവരെ വച്ചുമാത്രം കൃഷി ചെയ്യുന്ന കണ്ടങ്ങൾക്കിടയിൽ ഒരെണ്ണം ചാന്നാന് ലഭിച്ചതിന്റെ

സാംഗത്യം ആർക്കും മനസിലായില്ല. ഭാർഗവൻപിള്ള തനിക്ക് പാട്ടത്തിന് തന്നതെന്നായിരുന്നു ചോദിച്ചവരോട് അളമുവിന്റെ ഉത്തരം. കരക്കാർ കാര്യസ്ഥനോട് വിവരം തിരക്കി. തനിക്കൊന്നു മറിയില്ലെന്നും കാരണവരുടെ തീരുമാനമാണെന്നും പറഞ്ഞ് അയാളും ഒഴിഞ്ഞുമാറി.

കരക്കാർ പരാതിയുമായി അനന്തൻനായർക്കടുത്തെത്തി. പണ്ടുകാലങ്ങളിലെപ്പോലെ ഒട്ടും അധ്വാനിക്കാതെ ആദായത്തിന്റെ വീതം പറ്റുന്നവരല്ല കരക്കാരെല്ലാവരും. പുലയരെയും മറ്റുള്ള അവർണജാതിക്കാരെയും പോലെ ചെളിയിലിറങ്ങി വിയർക്കുന്നത് തങ്ങളുടെ അന്തസിന് ചേർന്ന പണിയായി ഇന്നുമവർ കരുതുന്നില്ല. എന്നിട്ട് പോലും പലരുമതിന് നിർബന്ധിതരായി. അതിനിടയിലേക്ക് ഒരു ചാന്നാനെ വിളിച്ചുകയറ്റിയത് മാനക്കേടായിപ്പോയി.

തറവാട്ടുകാരണവരായിത്തീർന്ന ദിവസം മുതൽ തന്റെ തീരുമാനങ്ങളെ ചോദ്യം ചെയ്ത ആരെയും മാനിച്ചിട്ടില്ലാത്ത ആളാണ് അനന്തൻനായർ. എന്തിന്, തറവാട് വിഭജിക്കപ്പെട്ടപ്പോൾ പോലും കാര്യമായ കുലുക്കമൊന്നും അയാളിലുണ്ടായില്ല. എന്നിട്ടാണോ തന്റെ വയലുകൾ പാട്ടത്തിനെടുത്ത കരക്കാരെ വകവയ്ക്കുന്നു.

അയാൾ പറഞ്ഞു: "കുലമഹിമ മറന്ന് ജീവിക്കാൻ ഞാനാരോടും പറയ്ണില്ല. പിന്നെ അത്ര മാനക്കേട് തോന്ന്ണങ്കി ഇനി മൊതല് നിങ്ങളെന്റ വയലുകള് പാട്ടത്തിനെടുക്കണ്ടാ."

മുഖത്തടിച്ചതുപോലെയായിരുന്നു. ആ പ്രതികരണം. അതവരെ അങ്കലാപ്പിലാക്കി. മഠത്തിലെ കാരണവർ ദേശത്തിനുതന്നെ നാഥനായിരുന്ന കാലത്തെ അവരോർത്തു. മഠം ഭിന്നിച്ചപ്പോൾ ദേശം ഒരു തരം അനാഥത്വത്തിൽ എത്തിപ്പെട്ടു. ഇതിനെല്ലാം കാരണഭൂതൻ അനന്തൻ നായരാണെന്നവർ കരുതുന്നു. എന്നാലും തൽക്കാലത്തേക്കെങ്കിലും അയാളെ പിണക്കാൻ അവർക്കാവില്ല.

അവരറിയിച്ചു: "തേവരുകൊളം ഏലായില് ഒരൊറ്റ വയലാണല്ലോ ചാന്നാന് കൊടുത്തിട്ടൊള്ളത്. ഇക്കുറി അവനവിടെ കൃഷി ചെയ്യട്ട്. അടുത്ത പൂവില് അതും കൂടെ കരക്കാരയ്ക്ക് തരാൻ മനസ്സൊണ്ടാവണം."

"പറ്റൂല്ല" കൂടുതലാലോചിക്കാതെ അനന്തൻ നായർ തുറന്നടിച്ചു: "പണം തന്ന ചാന്നാനോട് എറങ്ങിപ്പോവാൻ പറയാനോ?"

ആളുകൾ അന്തംവിട്ടുനിന്നു. ആ പ്രഖ്യാപനം തേവരുകുളം ദേശത്തങ്ങോളമിങ്ങോളമെത്താൻ വളരെ നേരമൊന്നും വേണ്ടിവന്നില്ല. മഠത്തിൽ നിന്നും അവകാശം വാങ്ങി പിരിഞ്ഞുപോയവർ അന്യോന്യം പറഞ്ഞു: "ബഹളം കൂട്ടിയെങ്കിലും വീതം വാങ്ങാതിരുന്നെങ്കി നമ്മളൊക്കെ കുത്തുപാളയെടുക്കേണ്ടിവരുമായിരുന്നു!"

"മഠത്തിന്റെ കഷ്ടകാലം!" കരക്കാർ പറഞ്ഞു: "ഓരോന്നായി ട്ടെല്ലാം അനന്തൻനായര് വിറ്റുമുടിക്കും. ഒടുവില് വഴിയാധാരമാവാനാണ് യോഗം."

അളമു വയലുകൾക്ക് നൽകിയ വിലയെക്കുറിച്ചും കരക്കാർക്ക് അഭിപ്രായമുണ്ടായിരുന്നു. ഇതിന്റെ പകുതിവിലയ്ക്ക് കിട്ടുമായിരുന്നു

വെന്ന് ചിലർ പറഞ്ഞു. ചാന്നാന്മാർ ബുദ്ധിഹീനന്മാരാണെന്ന് വേറെ ചിലർ ആക്ഷേപിച്ചു.

അളമു ഒന്നും പറഞ്ഞില്ല. ഇതൊന്നും തന്നോടുള്ള സ്നേഹം കൊണ്ടല്ലെന്നയാൾക്കറിയാം. അതിന് പുറമെ, അങ്ങത്തെമാരെ ധിക്കരിച്ചുകൊണ്ട് ചെമ്മണ്ണുവിളയിൽ പിടിച്ചുനിൽക്കാൻ താൻ പ്രാപ്തനാണെന്ന് അയാളിന്നും കരുതുന്നില്ല.

ഏതാനും മാസങ്ങൾക്ക് ശേഷം നാട്ടുകാർ മറ്റൊന്നുകൂടെ അറിഞ്ഞു. പണ്ടാരക്കുന്നിലെ മൂന്നേക്കർ സ്ഥലം അനന്തൻനായരിൽ നിന്നും വേലുപ്പണിക്കൻ വാങ്ങി!

ഏറെക്കഴിയുംമുമ്പ് പെരുമാന് വേണ്ടിയും അളമു അവിടെ രണ്ടേക്കർ ഭൂമി വാങ്ങി.

അതും കൂടിയായപ്പോൾ കരക്കാരിൽ ചിലർക്കെങ്കിലും തങ്ങളുടെ അഭിമാനം എന്നെന്നേക്കുമായി ക്ഷതപ്പെട്ടതായി തോന്നി. അവർ തീർപ്പുകൽപ്പിച്ചു: "വിറ്റുതിന്നണതിന്റ രുചിയറിഞ്ഞ്. ഇന്നി കൊണം പിടിക്കൂല്ല, തീർച്ച!"

അനന്തൻനായരെ കാരണവരെന്ന് വിളിക്കുന്നതു പോലും അവർക്ക് അപമാനകരമായി തോന്നി.

മുപ്പത്

അളമുവിന്റെ ആരോഗ്യസ്ഥിതി തീരെ മോശമാണ്. വിട്ടുമാറാത്ത, കുത്തിക്കുത്തിയുള്ള ചുമ അതിലൊന്നുമാത്രം. സ്വസ്ഥമായിട്ടൊന്നുറങ്ങാൻപോലും അയാൾക്ക് കഴിയുന്നില്ല. അയാളുടെ എതിർപ്പിനെ വകവയ്ക്കാതെ ചേമ, മല്ലുവൈദ്യനെക്കൊണ്ട് ക്ഷയരോഗത്തിനും ശരീരം നന്നാവാനുമുള്ള മരുന്നുകൾ ഉണ്ടാക്കി വാങ്ങിച്ചിട്ടുണ്ട്. ഇതൊക്കെയാണെങ്കിലും താനിപ്പോഴും പൂർണ ആരോഗ്യവാനാണെന്ന നിലപാടിലാണയാൾ. ചുമയുണ്ടെന്നത് ശരിതന്നെ. അടുത്തകാലത്തായി കാലാവസ്ഥ ശരിയല്ല. എന്നാലുമയാൾ വെയിലും മഴയും കാര്യമാക്കാതെ വേല ചെയ്യും. രാത്രിയായാൽ വിള കാവലും.

പ്രായം തെറ്റുമ്പോൾ ജലദോഷം പോലും പലദോഷങ്ങളായി മാറുമെന്ന് അയാൾക്കറിയാത്തതല്ല.

കൂടപ്പിറപ്പിന്റെ മരണം സമ്മാനിച്ച ആഘാതത്തിൽ നിന്നും കുഞ്ചൻ ക്രമേണ മോചിതനായി. അവൻ കൃഷി കാര്യങ്ങളിൽ അളമുവിനെ സഹായിക്കാൻ കൂടി. അതിനൊക്കെയുള്ള കാര്യശേഷിയും അവനുണ്ട്. സ്വന്തമായി പാട്ടത്തിനൊരു വയൽ കിട്ടിയതോടുകൂടി മുത്തുവിനെ ഇംഗ്ലീഷ് പഠിപ്പിക്കാൻ എമിലിക്കാവാതെ വന്നു. ഇളയമകൻ പത്രോസും കുറച്ചൊക്കെ പണികൾ ചെയ്യും.

ഇനി താനില്ലെങ്കിലും സന്തതികൾ സ്വന്തം കാലിൽ നിൽക്കാൻ പ്രാപ്തരായിയെന്ന് അളമു സമാധാനിച്ചു.

തെക്കേക്കുന്നിലെ കണ്ടത്തിൽ മരച്ചീനിക്ക് കിളക്കുകയായിരുന്നു. ഏഴെട്ടുജോലിക്കാരുമുണ്ട്. നല്ല വെയിലുറച്ചനേരം. മരച്ചീനിക്കമ്പ് നടുകയായിരുന്ന അളമു പൊടുന്നനെ അവശനായി. കഠിനമായ നെഞ്ചുവേദന. കുഴഞ്ഞു വീണ അയാൾ രക്തം ഛർദിച്ചു.

പണിക്കാർ ചേർന്ന് അയാളെ എടുത്ത് അടുത്തുള്ള മരത്തണലിൽ കിടത്തി. മല്ലുവൈദ്യനെ വിളിക്കാൻ ഒരുവൻ ഓടി.

എന്നാൽ ചികിത്സ വേണ്ടിവന്നില്ല. വൈദ്യനെത്തുമ്പോഴേക്കും അന്ത്യം സംഭവിച്ചു കഴിഞ്ഞിരുന്നു.

ഒരു വടവൃക്ഷം കടപുഴകി വീണാലെന്ന പോലെ, അല്ല, ഒരു ഉരുൾ പൊട്ടൽ പോലെ, അളമുവിന്റെ മരണവാർത്ത ചെമ്മണ്ണുവിളയെ നടുക്കി.

ഇന്നലെകളിൽ വിനയാന്വിതനായി, അതേസമയം, സ്വന്തം നട്ടെല്ലിൽ നിവർന്ന് നിന്ന്, സ്വയം അധ്വാനിച്ച്, സ്വന്തം വിധി സ്വയം നിർണയിച്ച 'വലിയൊരു എളിയ മനുഷ്യനാ'ണ് അളമുവെന്ന് ചെമ്മണ്ണുവിളക്കാർ ഒന്നടങ്കം പറഞ്ഞു.

അയാളാരെയെങ്കിലും സഹായിച്ചിട്ടുണ്ടാവാം, ഇല്ലായിരിക്കാം. എന്നാലയാൾ ഒരു ചെറുപ്രാണിയെപ്പോലും മനപ്പൂർവം ഉപദ്രവിച്ചിട്ടില്ല.

അയാളുടെ മരണം ചെമ്മണ്ണുവിളയിൽ ഭാരമേറിയൊരു ശൂന്യത സൃഷ്ടിച്ചു. അത് ഇനിയൊരിക്കലും നികത്തപ്പെടുകയില്ലെന്ന് ഓരോ ചെമ്മണ്ണുവിളക്കാരനും അറിയാമായിരുന്നു.

തിരിച്ചടിച്ച് കൊണ്ടല്ല, പ്രാതികൂല്യങ്ങളെ സൗമ്യമായി പ്രതിരോധിച്ചു കൊണ്ട് ചെമ്മണ്ണുവിളയിലെ ചാന്നാന്മാർക്ക് അന്തസും അഭിമാനബോധവും ലഭ്യമാക്കിക്കൊടുത്തവൻ.

വേരുകൾ മുറിച്ചുമാറ്റപ്പെട്ടൊരു ചെടി, സ്വയം വേരുകൾ സൃഷ്ടിച്ച് മണ്ണിന്റെ ആഴങ്ങളിലേക്കിറങ്ങിച്ചെല്ലുന്നതുപോലെ, സഹജീവികൾക്ക് നല്ലൊരു മാതൃകയായിത്തീർന്നവൻ.

പ്രായോഗികമായ എല്ലാ അറിവുകളും സ്വയം ആർജിച്ചിട്ടും ഒന്നുമറിയാത്തവനെപ്പോലെ ഭാവിച്ചവൻ.

അളമു മരിച്ചു!

വിവരമറിഞ്ഞ് തളർന്നുവീണ ചേമയ്ക്ക് പിറ്റേന്ന് അളമുവിന്റെ ജഡം മറവുചെയ്യുവോളം ബോധം തിരിച്ചുകിട്ടിയില്ല.

എന്തായാലും ചുടല തീർത്ത മൺകൂന ഉണങ്ങും മുമ്പ് നാട്ടുകാർ മറ്റ് ചിലതുകൂടെ കാണേണ്ടി വന്നു. സ്വത്തുക്കളെച്ചൊല്ലിയുള്ള തർക്കം.

അളമുവിന്റെ പേർക്കുള്ള ഭൂമിയിൽ ചേമയ്ക്കുള്ളത്രയും അവകാശം എമിലി ഉന്നയിച്ചു. എന്നാൽ, തെക്കേക്കുന്നിലെ ഭൂമി താനും അളമുവും പാടുപെട്ടുണ്ടാക്കിയതാണെന്നും മുമ്പ് വിട്ടുകൊടുത്തിട്ടുള്ളതിൽ കൂടുതൽ എമിലിക്ക് നൽകുന്ന പ്രശ്നമില്ലെന്നും ചേമയും തീർത്തു പറഞ്ഞു.

നാട്ടുകാർ ഇടപെട്ടു നോക്കി. ഫലിച്ചില്ല. സർവസമ്മതനായ ഒരു മധ്യസ്ഥന്റെ അഭാവത്തിൽ നാട്ടുകാരുടെ ഇടപെടൽ പക്ഷം പിടിച്ചുള്ളതാണെന്ന് ഇരുകൂട്ടർക്കും തോന്നി.

അതിനിടെ നാണിക്കും വേണമെന്നായി അപ്പന്റെ സ്വത്തിന്റെ വീതം.

എമിലി പള്ളിയിലെ സായിപ്പച്ചനെ വിളിച്ചുകൊണ്ടു വന്നു, തനിക്ക് വേണ്ടി വാദിക്കാൻ.

ഇരുപക്ഷക്കാരുടെയും വാദങ്ങൾ കേട്ടശേഷം സായിപ്പ് പറഞ്ഞു: "ശൂദ്രരെപ്പോലെ നിങ്ങളും ശണ്ഠകൂടിയാൽ ഉള്ള സ്വത്തെല്ലാം കോടതി ച്ചെലവിനേ തികയു. അതാണോ നിങ്ങൾക്കാഗ്രഹം?"

ന്യായമായിട്ടാണെങ്കിൽ അച്ചൻ പറയുന്നപോലെ ചെയ്യാമെന്ന് ചേമ സമ്മതിച്ചു.

അദ്ദേഹം പറഞ്ഞു: "രണ്ട് രീതിയിൽ പ്രശ്നം പരിഹരിക്കാം. ഒന്നുകിൽ മരിച്ചയാളുടെ സ്വത്ത് ഭാര്യമാർ തുല്യമായി വീതിച്ചെടുക്കണം. എന്നാൽ അതിനെക്കാൾ നല്ലത് ഭാര്യമാരും മക്കളുമായി എത്ര ആളുണ്ടോ അവർക്കോരോരുത്തർക്കും തുല്യമായി വീതിക്കുന്നതാണ്."

താൻ പറഞ്ഞ് പ്രേരിപ്പിച്ചതിൽ നിന്നും വ്യത്യസ്തമായി സായിപ്പച്ചൻ സംസാരിക്കുന്നത് എമിലിയെ നിരാശയാക്കി.

ചേമ ചോദിച്ചു: "അപ്പോ മുമ്പ് എമിലിക്ക് വിട്ടുകൊടുത്തിട്ടൊള്ള തറയോ?"

"അത് ഞാൻ കൂരവച്ച് കെടക്കണ തറയാണ്. അത് ഭാഗം വയ്ക്കാൻ പറ്റുല്ല," എമിലി അറിയിച്ചു.

കേട്ടുനിന്ന മല്ലു ഇടപെട്ടു: "അങ്ങനെയൊക്കെ എല്ലാരും നിർബന്ധം പിടിച്ചാലൊന്നും പറ്റുല്ല. ആ സ്ഥലവും അളമുവണ്ണന്റ പേരിലൊള്ളതാണ്. അച്ചൻ പറഞ്ഞതുപോലെ ആളെണ്ണി വീതിക്ക്ണ താണ് ന്യായം."

കേട്ടുനിന്ന മറ്റുള്ളവരും അതിനെ അനുകൂലിച്ചു.

വഴങ്ങാൻ എമിലിയും നിർബന്ധിതയായി.

ചേമയും മൂന്നുമക്കളും. എമിലിയും രണ്ടുമക്കളും. മൊത്തം ഏഴു പേർ. ഓരോരുത്തർക്കും ഒരേക്കറിൽ അൽപ്പം കൂടുതൽ ഭൂമി വീതം.

മറ്റുള്ളവരുടെ പ്രേരണയ്ക്കും, വലിയൊരു ഏറ്റുമുട്ടൽ ഒഴിവാക്കുന്നതിനും വഴങ്ങി അതൊക്കെ സമ്മതിച്ചുവെങ്കിലും അച്ചൻ പോയിക്കഴിഞ്ഞപ്പോൾ ചേമ തന്റെ നീരസം വെളിപ്പെടുത്തി.

"കഷ്ടപ്പെട്ടൊണ്ടാക്കിയത് ഞാനും കൂടെയാണ്. അനുഭവിക്കാൻ എവിടെന്നോ വലിഞ്ഞുകേറി വന്നവളും."

"വേറെന്തര് ചെയ്യാനൊക്കും?"മല്ലുവൈദ്യൻ പറഞ്ഞു: "അച്ചൻ പറഞ്ഞ പോലെ രമ്യമായി തീർത്തില്ലെങ്കി ഒള്ളതെല്ലാം കേസ് നടത്തി തീർക്കാം. മറ്റൊന്നുമില്ലെങ്കിലും രണ്ടുപേരുടെയും മക്കള് എളയതും മൂത്തതും തെന്നെയാണല്ലോ."

"വേറെയുമൊണ്ട് കാരിയങ്ങള്" വള്ളിയും പിന്താങ്ങി: "പെരുമാനെ സിലോണിലേക്കയച്ചതും അവനവിടെ പത്തു ചക്രമൊണ്ടാക്കണതും പള്ളിക്കാര് മുഖേനയാണ്. നാളെയും വേണ്ടിവരും പള്ളിക്കാരുടെ സഹായം. അച്ചനെ അനുസരിക്കാതിരുന്നാ അതാവും പിന്നത്തെ വെന."

അളമുവിന്റെ മരണം സമ്മാനിച്ച ദു:ഖവുമായി തുലനം ചെയ്യുമ്പോൾ, അതിലേറെ ആഴവും വ്യാപ്തിയുമുള്ളതാണ് അവകാശികൾക്ക് സ്വത്തുക്കൾ കുറഞ്ഞുപോയതിലുള്ള അസ്വാസ്ഥ്യം.

എന്തായാലും വയൽ പെരുമാന്റെ പേർക്കുതന്നെ വാങ്ങിയത് വലിയൊരാശ്വാസമായി തോന്നി, ചേമയ്ക്ക്. അത് ഭാഗംവയ്ക്കേണ്ടി വന്നില്ല.

കൊയ്ത്തുകാലത്ത് നാട്ടിലെത്തുമെന്നറിയിച്ചിരുന്നെങ്കിലും പെരുമാൻ വന്നില്ല. അവൻ കത്തുമയച്ചില്ല. അവന് സിലോണിൽ പെണ്ണും കൊച്ചുങ്ങളുമൊക്കെയുണ്ടെന്നാണ് നാട്ടുകാരുടെ ബലമായ വിശ്വാസം. അസത്യമാവാമെങ്കിൽ പോലും നിരവധി പേർ അതാവർത്തിക്കുമ്പോൾ അതിന് സത്യത്തിന്റെ പരിവേഷം ചിലപ്പോൾ സിദ്ധിച്ചുവെന്ന് വരാം. അതുകൊണ്ടു തന്നെ മാർത്ത അത് വിശ്വസിക്കുകയോ അവിശ്വസിക്കുകയോ ചെയ്തിട്ടില്ല. താലി കെട്ടിയ ഒരു പുരുഷൻ ജീവിച്ചിരിക്കുന്നിടത്തോളം ഒരു പെണ്ണും വഞ്ചന കാട്ടിക്കൂടെന്നാണ് വേദത്തിലെ വിശ്വാസം. പിന്നെ നാടുവിട്ടുപോയി ജീവിക്കുന്നവർക്ക് അവിടെ ഒരു പെണ്ണുണ്ടാവുകയെന്നത് അസ്വഭാവികമോ അതിശയിപ്പിക്കാവുന്നതോ അല്ല. ആണുങ്ങൾ അങ്ങനെയൊക്കെ ചെയ്യുന്നതിൽ വലിയ തെറ്റുണ്ടെന്നും മാർത്ത കരുതുന്നില്ല.

കൃഷിപ്പണികൾ ചെയ്യാൻ ആളില്ലാത്തതാണ് കുടുംബത്തെ അലട്ടുന്ന മുഖ്യപ്രശ്നം. ആണായിട്ട് കുഞ്ചൻ മാത്രമേയുള്ളു. തനിച്ചായപ്പോൾ അതിന്റേതായ ഉന്മേഷക്കുറവ് അവനിലും പ്രകടമാണ്. എന്നാൽ ഒന്നും ചെയ്യാതിരിക്കാൻ ഒക്കുകയില്ലല്ലോ. കരഭൂമികളിലെ പണികൾക്ക് ചാന്നാന്മാരെയാണ് നിർത്തുക. എന്നാൽ വയലിലെ ജോലികൾക്ക് പുലയർ തന്നെ വേണമെന്നാണ് ചേമയുടെ നിർബന്ധം. കാര്യമുണ്ടായാലും ഇല്ലെങ്കിലും ശൂദ്രരെ അനുകരിച്ചാണത്.

തന്റെ കുട്ടിക്കാലത്ത് കണ്ടവരല്ല ഇന്നത്തെ പുലയർ.

നാടിന് മൊത്തത്തിൽ മാറ്റങ്ങളുണ്ട്. മഠത്തിൽ നിന്നും പിരിഞ്ഞുപോയവർക്കൊപ്പം കരയിലെ ഒരുപാട് ശൂദ്രർ പുതിയ താവളങ്ങളിൽ കുടിയേറി. ചെമ്മണ്ണുവിളയിൽ നിന്നും പലരും തെക്കേക്കുന്നിലും കിഴക്കൻ മലകളിലും കുടുംബസമേതം താമസമായി.

നാട്ടിലെ ഭൂപ്രകൃതിക്കുപോലും മാറ്റം വന്നിട്ടുണ്ട്. തേവരുകുളം ദേശത്തും ചുറ്റുവട്ടത്തുമുള്ള കാടുകൾ അപ്രത്യക്ഷമായി. അവിടങ്ങളിലെല്ലാം ആളുകൾ പുരകളുണ്ടാക്കി, കൃഷിചെയ്ത് ജീവിക്കുന്നു. എന്നിട്ടും പണ്ടാരക്കുന്നിൽ മാത്രം മാറ്റങ്ങളൊന്നുമുണ്ടായിട്ടില്ല. പാറക്കെട്ടുകളുടെ ഘടനയും, കാട്ടുകമ്പുകളും പുല്ലും കൊണ്ട് നിർമിച്ച കുടിലുകളും പണ്ടുണ്ടായിരുന്നവ തന്നെ. പുലയരുടെ വേഷത്തിനോ ഭാവത്തിനോ ഭൗതിക സാഹചര്യങ്ങൾക്കോ എടുത്തു പറയത്തക്ക ഒരു മാറ്റവും വന്നിട്ടില്ല.

വയലിലിറങ്ങി തങ്ങളോടൊപ്പം വേല ചെയ്യാൻ തുടങ്ങിയ കുഞ്ചനെ പുലയികൾ പിന്തിരിപ്പിക്കാൻ ശ്രമിച്ചു. ഒരുവൾ പറഞ്ഞു:

"വേല ഞങ്ങള് ചെയ്യാം. ചാന്നാൻ മേല് ചെളിയാക്കണ്ടാ."

"ഓ.... ശെമ്മി വേലചെയ്യണത് കൊറച്ചിലാണ്." മറ്റൊരുവൾ കൂട്ടിച്ചേർത്തു: "എഴുത്തുപള്ളിയില് അച്ചരം പഠിച്ചിട്ടൊള്ള ആളാണല്ലോ."

അവൻ ചിരിച്ചു: "വേല ചെയ്യണതില് ഒരു കൊറച്ചിലുമില്ല. പണ്ട് എന്റ അപ്പൻ തനിച്ചാണ് ഈ വയലില് നെൽകൃഷി തൊടങ്ങിയത്."

"എന്നാ പിന്നെ ഇട്ടം പോലെ ചെയ്യിൻ." പുലയി നടന്നു.

എന്നിട്ടും അവൾക്കൊപ്പം പോവാതെ, വിടർന്ന കണ്ണുകളുമായി തന്നെ ഉറ്റുനോക്കി നിൽക്കുന്ന പെൺകുട്ടിയെ അവൻ ശ്രദ്ധിച്ചു. ഏഴെട്ട് പെണ്ണുങ്ങളുള്ളതിൽ അവൾക്കാണ് ചെറുപ്പം; ചന്തവും.

അവൻ ചോദിച്ചു; "നെന്റ പേരെന്തര്?"

"ചിത്തിര" അവൾ നാണം നടിച്ച് പറഞ്ഞു; "ചിത്തേന്ന് വിളിക്കും"

അത് കണ്ടുനിന്ന ഒരു പുലയി പറഞ്ഞു: "ചാന്നാന് പെലയിപ്പെണ്ണിനെ പിടിച്ചുപൊയ്യോ?"

പെണ്ണ് ലജ്ജയോടെ ഓടിക്കളഞ്ഞു.

ആൺ പുലയന്മാർ ചെളി തട്ടിനിരപ്പാക്കി. അവർക്ക് പിന്നിൽ നിരന്നുനിന്ന് പുലയികൾ ഞാറുനട്ടു.

ഇടയ്ക്കിടെ തനിക്ക് നേരെ മുഖം തിരിക്കുകയും ചിരിക്കുകയും ചെയ്യുന്ന ചിത്തിരയിൽ മാത്രമായി കുഞ്ചന്റെ ശ്രദ്ധ.

അത് മനസ്സിലാക്കി കൂടെയുള്ളവർ പറഞ്ഞു: "ചാന്നാന് നെന്നെ പിടിച്ചിരിക്കണു. ഉച്ചയ്ക്ക് തിന്നാൻ മരിച്ചീനി തരാൻ പറ. നീ ചോദിച്ചാ കിട്ടും, കട്ടായം."

നാട്ടിലൊരിടത്തും കൂലിപ്പണിക്കാർക്ക് ആഹാരം കൊടുക്കുന്ന പതിവില്ല. പുലർന്നാലിരുട്ടുവോളം വേലചെയ്യുന്നതിനിടയിൽ സ്വന്തമായിട്ടെന്തെങ്കിലും കരുതിയിട്ടുണ്ടെങ്കിൽ ആഹരിക്കാം. അല്ലെങ്കിൽ പട്ടിണി തന്നെ.

എന്നാൽ ഒന്ന് നോക്കിയെന്നും ചിരിച്ചെന്നും വച്ച് പ്രതിഫലം ചോദിക്കാനാവില്ലെന്ന് പറഞ്ഞ് ചിത്തിര ഒഴിഞ്ഞുമാറി.

"പെണ്ണ് നോക്ക്." ഒരു പുലയി പറഞ്ഞു: "തെക്കേക്കുന്നില് വെളഞ്ഞു കെടപ്പൊണ്ട് മരിച്ചീനി. വെണ്ണപോലെയാണ്. അതിന്റ രുചിയറിയാമോ?"

അതുകേട്ടപ്പോൾ ചിത്തിരയ്ക്കും വിശപ്പ് തുടങ്ങി. ചിലപ്പോൾ ചാന്നാൻ തന്നുകൂടായ്കയില്ല.

അവൾ അറച്ചറച്ച് അവനടുത്തെത്തി ചോദിച്ചു: "വയറ് കായണു ഉച്ചയ്ക്ക് വേവിച്ചുതിന്നാൻ കെഴങ്ങ് തരുമോ?"

"ഞാനെവിടുന്ന് തരാൻ?"

"തെക്കേക്കുന്നില് വിളഞ്ഞുകെടപ്പൊണ്ടല്ലോ."

അവനവളുടെ കൂമ്പിയ മുലകളുടെ ചന്തം ആസ്വദിച്ചു നിന്നു.

പ്രായപൂർത്തിയായെങ്കിലും മറ്റൊരു പെണ്ണുമൊത്ത് കുഞ്ചൻ ഇതുവരെ ശൃംഗരിച്ചിട്ടില്ല. ചെമ്മണ്ണുവിളയുടെ സാഹചര്യങ്ങളിൽ അതിനുള്ള സാഹചര്യം ഇല്ലാഞ്ഞിട്ടല്ല. ഏതെങ്കിലും നല്ല കുടുംബത്തിൽ നിന്നും അവനൊരു പെണ്ണിനെ കണ്ടുപിടിക്കാൻ പലരോടും പറഞ്ഞേൽപ്പിച്ചിരിക്കുകയാണ് ചേമ.

വൈകുന്നേരം, പുലയർക്ക് മരച്ചീനിക്കിഴങ്ങ് കൊടുത്തത് അറിയാനിടയായ ചേമ ഉപദേശിച്ചു;

"അയിത്തജാതിക്കാരാണ്. കൂടുതലടുപ്പം നല്ലതിനല്ല."

ഇനി ഇതാവർത്തിക്കില്ലെന്നവൻ ഉറപ്പുകൊടുത്തു.

അവൾ പറഞ്ഞു: "വെശപ്പൊക്കെ ശരിതെന്നെ. എന്നാലും പലവട്ടം കൊടുക്കുമ്പോ അതവർക്കൊരു വഴക്കമായി തീരും. പിന്നെ തിന്നാൻ കിട്ടിയില്ലെങ്കി വേലചെയ്യൂല്ലെന്ന് പറയും. അതിനനുസരിച്ച് വേലയും കൊറയും."

"അതല്ല കാരിയം" അവൻ തിരുത്തി: "വയറുകായാതിരുന്നാ വേലക്കാര് അതിനനുസരിച്ച് കൂടുതല് വേല ചെയ്യും."

കുറച്ച് ആലോചിച്ചപ്പോൾ അത് ശരിയാണെന്ന് ചേമയ്ക്കും തോന്നി.

ഉച്ചയ്ക്ക് വിശപ്പടക്കാനുള്ള വക കിട്ടുമെന്നായപ്പോൾ കുഞ്ചന് വേണ്ടി പണിചെയ്യാൻ ആളുകൾക്ക് ഉത്സാഹമേറി. എന്നാൽ മറ്റുള്ളവർ അതിനെ കണ്ടത് ഒരു ധിക്കാരമായിട്ടാണ്. പലരും അരുതെന്ന് വിലക്കി. ചിലർ ഭീഷണിപ്പെടുത്തുകയും ചെയ്തു.

എങ്കിലും കുഞ്ചൻ വഴങ്ങിയില്ല.

വേലക്കാർക്ക് ഒരുനേരം വിശപ്പടക്കാനുള്ള വക– അതും ലളിതമായി മാത്രം– നൽകുന്നതിലൂടെ ഒരു ഭൂജന്മിയും നശിച്ചു പോവില്ലെന്ന നിലപാടിലായിരുന്നു അവൻ. ഫലമോ? തെക്കേചതുപ്പിലെ ഒരു കണ്ടം വയലിലുണ്ടായിരുന്ന പാട്ടക്കൃഷി അവന് നഷ്ടമായി.

അനന്തൻനായർ വസ്തുവകകളെ വിറ്റുമുടിച്ച് തറവാടിന്റെ അന്തസ്സ് നശിപ്പിക്കുകയാണെന്ന് അമർഷം കൊണ്ടവർക്ക് ഒരുപാട് കാലമൊന്നും തങ്ങളുടെ തന്നെ അന്തസ്സ് അതേപടി നിലനിർത്തിക്കൊണ്ട് പോവാൻ കഴിഞ്ഞില്ല. ഭൂസ്വത്തിൽ നിന്നുമുള്ള ആദായം കൊണ്ടുമാത്രം തങ്ങളുടെ സകല ആവശ്യങ്ങളും നിർവഹിക്കാൻ അവർക്ക് കഴിയാതെ വന്നു. പുത്തൻമഠത്തിലെ ലക്ഷ്മിക്കുട്ടിയമ്മ തോടിനക്കരെയുള്ള രണ്ട് കണ്ടം വയലുകൾ പാട്ടക്കൃഷി ചെയ്തിരുന്ന ഈഴവർക്ക് വിറ്റു. പിന്നെ ഒരുമാസം കൂടെ കഴിഞ്ഞപ്പോൾ അവരുടെ കാര്യസ്ഥൻ രാഘവൻപിള്ള മല്ലുവൈദ്യനെ വിളിച്ച് പറഞ്ഞു:

"ചെമ്മണ്ണുവെളയില് ചാന്നാക്കുടിലുകള് കെടക്ക്ണ് തറയത്രേം ചാന്നാമ്മാരക്ക് വിയ്ക്കാനാണ് അമ്മച്ചീടെ തീരുമാനം. അതിന് വെല കൊടുക്കാൻ പറ്റാത്തവര് മറ്റെവിടേക്കെങ്കിലും ഒഴിഞ്ഞു പെയ്ക്കൊള്ളണം!"

ചെമ്മണ്ണുവിളയിൽ ആർക്കും തന്നെ മണ്ണ് സ്വന്തമല്ല. കുറേ പേർക്ക് വില നൽകാനാവുമെങ്കിലും എല്ലാവരും അതിന് ത്രാണിയുള്ളവരല്ല.

വൈദ്യനറിയിച്ചു; "എല്ലാ ചാന്നാമാരോടും ഞാൻ വെവരം പറയാം. പിന്നെ വെലയെങ്ങനെയാണെന്ന് അങ്ങത്തെ പറഞ്ഞില്ലല്ലോ"

"അത് തറയുടെ കെടപ്പ് നോക്കി."

രണ്ടുദിവസങ്ങൾ കഴിഞ്ഞ് താൻ മടങ്ങി വരുമെന്നറിയിച്ച് രാഘവൻപിള്ള പോയി.

ആളുകൾ പരിഭ്രമിച്ചു. ഏറെ പ്രതികൂലമായ ചുറ്റുപാടുകളിൽപോലും കുടിലുകൾ വിട്ടുപൊയ്ക്കൊള്ളാൻ ജന്മി തങ്ങളോടാവശ്യപ്പെട്ടിട്ടില്ല. കുടിയേറാവുന്ന പണ്ടാരം വക ഭൂമികൾ പരിസരത്തൊന്നുമില്ല. ആട്ടിയോടിക്കപ്പെട്ടാൽ എവിടേക്കാണ് പോവുക?

തെക്കേക്കുന്നിൽ സ്വന്തമായി ഭൂമിയുള്ള പലരും അവിടെ പുരയുണ്ടാക്കാൻ ശ്രമം തുടങ്ങി.

ആളുകൾ ജന്മിയെ കാണാൻ ചെന്നു. പൊന്നോ പണമോ സ്വന്തമായിട്ടുള്ളവർ ജന്മി ആവശ്യപ്പെട്ട തുക നൽകി തങ്ങളുടെ കുടിലുകൾ സ്ഥിതി ചെയ്യുന്ന സ്ഥലത്തിനുള്ള ചാർത്ത് എഴുതി വാങ്ങി.

വില ഓരോരുത്തർക്കും ഓരോ രീതിയിലാണ്. ജന്മിയുടെ പനകൾ ചെത്തുന്നവരും സ്ഥിരമായി കൂലിപ്പണിക്ക് ചെല്ലുന്നവരും ചെറിയ വിട്ടുവീഴ്ചകൾക്കർഹരാണ്. അതിലും കൂടിയ നിരക്കാണ് മലകളിൽ പണിയെടുക്കുന്നവർക്ക്.

ചേമ, കുഞ്ചനെ മല്ലുവൈദ്യന്റെ ഒപ്പം പറഞ്ഞയച്ചു: ജന്മിയെ കാണാൻ.

വൈദ്യനും ചേമയ്ക്കും ഒരേ നിരക്കാണ് ഇട്ടിരിക്കുന്നത്. പുരയും അത് സ്ഥിതിചെയ്യുന്ന അരയേക്കർ ഭൂമിക്കും അഞ്ഞൂറു ചക്രം വീതം!

വൈദ്യൻ പ്രതിഷേധിച്ചു: "നൂറും നൂറ്റമ്പതും ചക്രത്തിനാണല്ലോ അങ്ങത്തേ മറ്റൊള്ളവരക്ക് ചാർത്തെഴുതി കൊടുത്തിരിക്കണത്."

"കാരിയമൊണ്ട്." രാഘവൻ പിള്ള പറഞ്ഞു: "അവരയ്ക്കെല്ലാം കുടിലുകളാണ്. മാത്തരമല്ല, അവരട കൈവശം ഇരുപത് സെന്റിന് താഴെയേയൊള്ളൂ."

"ഇരുപത് സെന്റെന്നു വച്ചാ എത്തരയാണ്?"

"ഒരേക്കറിന്റ അഞ്ചിലൊന്ന്."

"എന്നാലും ഞങ്ങക്കിത് കൂടുതലാണ്."

"നിങ്ങക്ക് നല്ല മൺപെരകളൊണ്ട്. തുക കൂടുതലാണെങ്കി നിങ്ങക്കും അവിടം വിട്ട് പോവാം."

"അതൊക്കെ പറ്റ്ണതാണോ അങ്ങത്തേ? പെറന്നുവീണത് ചെമ്മണ്ണുവെളയിലാണ്. അവിടെക്കെടന്നു തന്നെ മരിക്കണമെന്നാണാഗ്രഹം. അതുകൊണ്ട് അങ്ങത്തെ മനസ്സലിവുണ്ടായി എന്തരെങ്കിലും കൊറച്ച് തരണം."

"അതൊന്നും നടപ്പില്ല. ഇഷ്ടമാണെങ്കി മാത്തരം അവിടെ താമസിച്ചാ മതി. കൂടുതല് തറ വേണമെങ്കിലും തരാം. ഏക്കറിന് അഞ്ഞൂറു ചക്രം വീതം മാത്തില് കിട്ടണമെന്നേയൊള്ളോ."

അതായത്, മൺപുരയുള്ളതുകൊണ്ടുള്ള നഷ്ടം ഇരുന്നൂറ്റമ്പതു ചക്രം വീതമാണ്!

ചേമയും വിവരമറിഞ്ഞ് ആകെ വിഷമത്തിലായി. തെക്കേക്കു ന്നിലും പണ്ടാരക്കുന്നിലും ഭൂമിയുണ്ട്. അവിടെ ഇതുപോലൊരു പുര പണിയുക ചെലവേറിയ കാര്യമാണ്. പണ്ടാരക്കുന്നിൽ പുലയരാണ് അടുത്ത അയൽക്കാരെന്ന പോരായ്മയുണ്ട്. അയിത്ത ജാതിക്കാരെ കണികാണുകയെന്നത് അത്ര ശുഭകരവുമല്ല. പിന്നെ ജീവിതത്തിന്റെ നല്ലകാലം മുഴുവൻ ചെലവിട്ടത് ഈ പുരയിലാണ്. ഇതുപേക്ഷിച്ച് പോവാൻ മനസ്സു വരുന്നുമില്ല.

വില കൂടുതലാണെങ്കിലും, കൊടുക്കാൻ കയ്യിൽ പണമില്ലെന്നതാണ് മുഖ്യ പ്രശ്നം. പെരുമാൻ മുമ്പ് അയച്ചതിൽ ഒന്നും ബാക്കി

വന്നിട്ടില്ല. ആറുമാസത്തിലേറെയായി അവന്റെ കത്തോ വിവരങ്ങളോ ലഭിച്ചിട്ട്. ദിവസം ചെല്ലുന്തോറും അവനെപ്പറ്റിയുള്ള പ്രതീക്ഷ അസ്തമിച്ചു വരികയാണ്. എന്നെങ്കിലും അവൻ മടങ്ങിവരുമെന്ന ശുഭ പ്രതീക്ഷ മാത്രം ബാക്കി. അതുവരെ താൻ ജീവിച്ചിരിക്കണേ എന്ന പ്രാർഥനയുമുണ്ട്.

പുളിയായും കരുപ്പട്ടിയായും കരുതിവച്ചതു കൊണ്ട് ഒന്നിനും തികയുകയില്ല.

അളമുവിന്റെ മരണത്തോടെ അറ്റുപോയ ബന്ധം പുനഃസ്ഥാപിക്കാനുള്ള ഒരവസരമായി എമിലി ഇതിനെ കണ്ടു. അവൾ സഹായിക്കാമെന്നേറ്റു. ഇരുന്നൂറു ചക്രം. കടമായിട്ടാണ്. പലിശ വയൽ കൊയ്യുമ്പോൾ നെല്ലായിട്ട് കിട്ടിയാൽ മതി.

നിരാകരിക്കാൻ ചേമയ്ക്കോ കുഞ്ചനോ കഴിഞ്ഞില്ല.

എന്നാലും തികയുകയില്ല. ഇക്കുറി പ്രതികരിച്ചത് മാർത്തയാണ്. അവൾ പറഞ്ഞു, “എന്റ ഉരുപ്പടികളൊണ്ടല്ലോ. അത് വിയ്ക്കാം.”

അവ സ്വീകരിക്കാൻ മടിച്ചുനിന്ന ചേമയോടവൾ തുടർന്നു: “അല്ലെങ്കിലെന്തരിന് പൊന്ന്? ജീവിതം തന്നെ ഇങ്ങനെയങ്ങ് അവസാനിക്കും. അതുവരെ ഏതുവിതേനയെങ്കിലും തള്ളി നീക്കണം!”

അതൊരു വിതുമ്പലായി ചേമയ്ക്ക് തോന്നി.

കാലം മുറിവുകളെ ഉണക്കും. പാടുകൾ അവശേഷിച്ചെന്നുവരാം. ചില നേരങ്ങളിൽ അവ നീറ്റലുണ്ടാക്കിക്കൂടായ്കയില്ല.

നിനച്ചിരിക്കാത്ത നേരത്തുണ്ടായ ഒരു വീഴ്ചയല്ല ഇതെല്ലാമെന്ന് ചേമ അറിഞ്ഞു. അഭികാമ്യമല്ലെങ്കിലും അപ്രതീക്ഷിതമല്ലാത്ത പതനം. എങ്കിലും ഏതാനും കൊല്ലങ്ങൾക്ക് മുമ്പുവരെ ചെമ്മണ്ണുവിളയിൽ ഏറ്റവും ഐശ്വര്യത്തോടെയും മാതൃകാപരമായും കഴിഞ്ഞിരുന്ന തന്റെ കുടുംബത്തെ നേർവഴിക്ക് നടത്താൻ ദൈവങ്ങളെങ്കിലും ബാധ്യസ്ഥരായിരുന്നു.

വേദക്കാരുടെ പള്ളിയിൽ കാണിക്ക മുടക്കിയിട്ടില്ല. കരിങ്കാളിക്കും മാടനും നേദിക്കാനുള്ള വക കൃത്യമായിത്തന്നെ കൊടുത്തിട്ടുമുണ്ട്.

പ്രഭാതമാണ്.

പുരയുടെ പിന്നിൽ കുത്തിയിരുന്ന് ഛർദിക്കുന്ന മാർത്തയുടെ നേരെ നിർവികാരതയോടെ ചേമ നോക്കിനിന്നു.

പെണ്ണിന് വയറ്റിലുണ്ടെന്ന തന്റെ ധാരണ ബലപ്പെട്ടിട്ടും ചേമ ഒരക്ഷരം മിണ്ടിയില്ല. അതവളിൽ വെറുപ്പോ കോപമോ ഉണ്ടാക്കിയില്ല.

ആരെയും കുറ്റപ്പെടുത്താൻ അവൾക്കാവില്ല.

കുഞ്ചനും മാർത്തയുമായുള്ള പെരുമാറ്റത്തിൽ പന്തികേടുണ്ടെന്ന് കുറെയായി ചേമയ്ക്ക് തോന്നിയതാണ്. നാലഞ്ച് കൊല്ലമായി കെട്ടിയവനെ വേർപെട്ടു കഴിയുന്നൊരു പെണ്ണും പ്രായപൂർത്തിയായൊരു ചെറുക്കനും ഒരേ കൂരച്ചുവട്ടിൽ സ്വതന്ത്രരായി ജീവിച്ചാൽ എന്തെങ്കിലു മൊക്കെ സംഭവിച്ചേക്കാമെന്ന് ചിന്തിക്കാൻ അന്നവൾ മിനക്കെട്ടില്ല.

എന്നെങ്കിലും പെരുമാൻ മടങ്ങിവന്നേക്കാം എന്നത് മാത്രമല്ല ഈ നിമിഷത്തിന്റെ യാഥാർഥ്യം.

കുഞ്ചനെ വിളിച്ച് അവൾ പറഞ്ഞു: “ആളുകള് വല്ലതുമൊക്കെ പറയുമാരിക്കും. ഇനി അതൊന്നും പറഞ്ഞിട്ട് കാരിയമില്ല. നീ പെണ്ണിന് ഒരു മുണ്ട് വാങ്ങിക്കൊട്!”

അവൻ വാതിൽക്കൽ നിൽക്കുന്ന മാർത്തയെ നോക്കി.

അവൾ വേണ്ടെന്ന് പറഞ്ഞില്ല. പകരം മുഖം കുനിച്ചു.

മുപ്പത്തൊന്ന്

എമിലിയുടെ മോഹങ്ങൾക്ക് വർണച്ചിറകുകൾ മുളച്ചത് പെട്ടെന്നാണ്. അളമുവിന്റെ മരണം അവൾക്കും സന്തതികൾക്കും കുറേ മണ്ണും അതിലൂടെ നിസാരമല്ലാത്ത വരുമാനവുമുണ്ടാക്കിക്കൊടുത്തു. മക്കളുടെ നല്ല ഭാവിക്ക് വേണ്ടി ബുദ്ധിപൂർവം എന്തെങ്കിലുമൊക്കെ ചെയ്യേണ്ടത് അത്യാവശ്യമാണെന്ന് അവളറിഞ്ഞു.

തന്റെ ആൺമക്കളായ മുത്തുവിനെയും പത്രോസിനെയും ഒന്നിച്ച് ഇംഗ്ലീഷ് പഠിപ്പിക്കാനുള്ള അവളുടെ തീരുമാനത്തോട് ഏറെ വിയോജിപ്പ് ചേമയ്ക്ക് തന്നെയാണ്. ചെലവേറിയ കാര്യമാണത് എന്നത് ഒരു കാരണം. രണ്ടാളും പഠിച്ച് ഉദ്യോഗസ്ഥരായി അന്യനാട്ടിൽ കഴിയേണ്ടി വന്നാൽ ആരാണ് അമ്മയ്ക്കൊരു സഹായത്തിന്?

എന്നാൽ അതൊന്നും അത്ര വലിയ അസൗകര്യമായി എമിലിക്ക് തോന്നിയില്ല. നല്ലപോലെ പട്ടിണിയും ദാരിദ്ര്യവും അനുഭവിച്ചാണ് ഇത്രത്തോളം എത്തിയത്. അതിൽ കൂടുതലായ കഷ്ടപ്പാടൊന്നും ഇനി വരാനില്ല. പിന്നെ, തന്റെ സുഖസൗകര്യങ്ങൾക്കായി മക്കളെ വളരാനനുവദിക്കാതിരുന്നുകൂടാ.

പള്ളിയിലെ ഉപദേശിയുടെ പ്രോത്സാഹനവും അവൾക്കുണ്ടായിരുന്നു. വിശേഷിച്ചും, നാട്ടിലെ ആദ്യകാല ക്രിസ്ത്യാനി കുടുംബത്തിലെ സന്തതിയാണ് എമിലി. വേദത്തിൽ ചേർന്നത് കാരണം അവരോളം പീഡനമനുഭവിക്കേണ്ടിവന്നവർ ചെമ്മണ്ണുവിളയിലെന്നല്ല, പരിസരപ്രദേശങ്ങളിൽത്തന്നെ അപൂർവമാണ്. അതുകൊണ്ടു തന്നെ, മുത്തുവിന്റെയും പത്രോസിന്റെയും വിദ്യാഭ്യാസകാര്യത്തിൽ തന്നാലാവുന്ന എല്ലാ സഹായങ്ങളും അദ്ദേഹം വാഗ്ദാനം ചെയ്തു. ഇനി എന്തെങ്കിലും കാരണവശാൽ ഇടയ്ക്ക് വച്ച് അവരുടെ പഠിത്തം തടസപ്പെടുകയാണെങ്കിൽ പോലും, അത്യാവശ്യം ഇംഗ്ലീഷ് അറിഞ്ഞിരുന്നാൽ അവർക്കോരോ പണി ശരിപ്പെടുത്തി കൊടുക്കാൻ താൻ ശ്രമിക്കാമെന്നും അദ്ദേഹം ഉറപ്പ് കൊടുത്തു.

എന്നാൽ, എമിലി ഉദ്ദേശിച്ചത്രയൊന്നും ലളിതമായിരുന്നില്ല കാര്യങ്ങൾ. മുത്തുവും പത്രോസും തങ്ങളാലാവുന്നപോലെ കണ്ടത്തിൽ വെട്ടിയും കിളച്ചും നടന്നിരുന്നതിൽ നിന്നും വ്യത്യസ്തമായി എല്ലാം കൂലി കൊടുത്ത് ചെയ്യിക്കേണ്ട അവസ്ഥയുണ്ടായി. എമിലിക്കാണെങ്കിൽ അനാരോഗ്യവും. ചന്തയിൽ നിന്നും സാമാനങ്ങൾ വാങ്ങുന്നതിന് പോലും മറ്റു

ള്ളവരെ ആശ്രയിക്കേണ്ട സ്ഥിതി. ചെലവുകൾ കൂടി. എന്നാൽ അതിനനുസൃതമായി വരുമാനം കൂടിയില്ല.

രണ്ടാം കൊല്ലമായപ്പോൾ പത്രോസിന്റെ വിദ്യാഭ്യാസം നിലച്ചു.

പിന്നെയുമൊരു മൂന്നുമാസം കൂടെ കഴിഞ്ഞപ്പോൾ എമിലി മഞ്ഞപ്പിത്തം പിടിച്ച് മരിച്ചു.

മുത്തു ആദ്യമായിട്ടാണ് ജീവിതത്തിലെ കടുത്ത യാഥാർഥ്യങ്ങളെ അഭിമുഖീകരിക്കേണ്ടി വന്നത്. അകാലത്തിലുണ്ടായ അനാഥത്വം അതിന് വല്ലാത്ത ആഴം തോന്നിച്ചു. പെറ്റമ്മയുടെ അഭാവത്തിൽ അപ്പന്റെ ആദ്യ ഭാര്യയായ ചേമ നൽകിയ അഭയവും അവനെ ദീർഘകാലം സംരക്ഷിക്കാൻ പര്യാപ്തമായില്ല.

അവനും പഠിത്തം നിർത്തി.

പള്ളിയിലെ സായിപ്പച്ചൻ അവന് എഴുത്തുപള്ളിയിലെ വാധ്യാരുടെ പണി നൽകി.

ഉയർന്ന ഉദ്യോഗമല്ലെങ്കിലും, വലിയ തുക ശമ്പളമായി കിട്ടുകയില്ലെങ്കിലും, തന്റെ തൊഴിലിനെ ഇഷ്ടപ്പെടാൻ മുത്തു പ്രേരിതനായി. ആളുകളവനെ വാധ്യാരെന്ന് വിളിച്ചു. കുറഞ്ഞൊരു ബഹുമാനമൊക്കെ അതിൽ സ്ഫുരിച്ചു നിൽക്കുന്നുമുണ്ട്.

എഴുത്തുപള്ളിയിൽ കുട്ടികൾക്ക് വിവരം പറഞ്ഞുകൊടുക്കുന്നയാൾ അറിവുള്ളവനാണെന്നാണ് ആളുകളുടെ വിശ്വാസം.

എമിലിയുടെ മരണശേഷം ഭൂമിയിൽ കാര്യമായ പണികളൊന്നും നടന്നിട്ടില്ല. പത്രോസിനാണെങ്കിൽ അതിനുള്ള പ്രായമോ പക്വതയോ ആയിട്ടില്ല. എട്ട് വയസ്സുള്ളപ്പോൾ എഴുത്തുപള്ളിയിൽ പോവാൻ തുടങ്ങിയതാണ്. അതിനുശേഷം മണ്ണിൽ വേലചെയ്യാൻ എമിലി അവനെ വളരെയൊന്നും അനുവദിച്ചിട്ടില്ല. എഴുത്തു പഠിക്കുന്നത് കുറേക്കൂടി അന്തസ്സുള്ള ഉദ്യോഗം ഭരിക്കാനാണെന്ന പക്ഷക്കാരിയായിരുന്നു, അവൾ.

എന്തായാലും, മണ്ണ് തരിശിടരുതെന്ന് ചേമയും കുഞ്ചനും അവരെ ഉപദേശിച്ചു. ചേമ പറഞ്ഞു: "സൊന്തമായി മണ്ണൊള്ളത് വലിയൊരു പാക്കിയമാണ്. കൃഷിചെയ്തിട്ടാണ് നമ്മളൊക്കെ പച്ചപിടിച്ചത്."

കൃഷികാര്യങ്ങളിൽ സഹായിക്കാവുന്ന ഒരാളെ ചേമ തന്നെ പറഞ്ഞു കൊടുത്തു: മുത്തുവിന്റെ കണ്ടത്തിന്റെ അതിരിനുള്ളിൽ കുടിലുണ്ടാക്കി താമസിക്കുന്ന മുനിയപ്പന് സ്വന്തമായി ഭൂമിയില്ല. ചെമ്മണ്ണുവിളയിലെ കുടികിടപ്പുകാർക്ക് പുത്തൻ മഠത്തുകാർ ഭൂമി എഴുതിക്കൊടുത്തപ്പോൾ വിലകൊടുക്കാൻ ചിലർക്ക് കഴിയാതെ വന്നു. അവരിലൊരാൾ മുനിയപ്പനാണ്. തന്റെ കണ്ടത്തിന്റെ മൂലയിൽ ഒരു കുടിലുണ്ടാക്കാൻ എമിലി അവനെ അനുവദിച്ചു. അവൻ തന്റെ രണ്ട് ഭാര്യമാരുമൊന്നിച്ച് അങ്ങോട്ട് താമസം മാറിയതാണ്.

കരിമ്പന കയറാൻ മുനിയപ്പന് ഭയമാണ്. അതിനാൽ കൂലിപ്പണികൾക്ക് പോവും. മുത്തുവിന്റെ കണ്ടത്തിലോ പുരയിലോ എന്ത് പണിയുണ്ടെങ്കിലും മുനിയപ്പനും പെണ്ടാട്ടിമാരും തയ്യാർ.

തങ്ങൾക്കൊരു കാര്യസ്ഥന്റെ ആവശ്യമില്ലെന്ന് മുത്തുവിനറിയാം. അവൻ മുനിയപ്പനോട് പറഞ്ഞു: "ഒറ്റയ്ക്ക് ചെയ്യാവുന്ന വേലകളെല്ലാം

നീ തന്നെ ചെയ്യണം. മറ്റ് ജോലിക്കാരൊള്ളപ്പോ എല്ലാം നോക്കി നടത്തണും. അതിനൊള്ള കൂലി ഞാൻ തരാം."

സസന്തോഷം മുനിയപ്പൻ സമ്മതിച്ചു.

മറ്റുള്ളവരോട് കർശനസ്വഭാവക്കാരനാണയാൾ. മുത്തുവാധ്യാർ സ്വത്തുക്കളുടെയെല്ലാം മേൽനോട്ടം തന്നെ ഏൽപ്പിച്ചിരിക്കയാണെന്നാണ് അയാളുടെ അവകാശവാദം. പണിക്കാർ അലസത കാണിക്കുകയാണെന്ന് തോന്നിയാൽ പുളിച്ച തെറി വിളിക്കാനോ പണിനിർത്തിച്ച് പറഞ്ഞയയ്ക്കാനോ അവൻ മടിച്ചെന്ന് വരില്ല.

വളരെ വേഗം കണ്ടം മുഴുവനും കൃഷിയിടമായി മാറി. മുകളിൽ മരച്ചീനിയാണെങ്കിൽ ചുവട്ടിൽ ഈർപ്പം കൂടിയ ഭാഗത്ത് വാഴത്തൈകളാണവൻ നട്ടുപിടിപ്പിച്ചത്. അവിടവിടെയായി വലിയ കുഴികളുണ്ടാക്കി കുറെ തെങ്ങിൻതൈകളും അവൻ നട്ടുപിടിപ്പിച്ചു. അവൻ പറഞ്ഞു:

"വാത്തിയാരും പത്രോസും നന്നാരുന്താ അതിന്റ കൊണം എനക്കുമൊണ്ട്."

മുത്തുവിന് തന്നെ വളരെ സ്നേഹവും മതിപ്പുമാണെന്ന് തോന്നിയപ്പോൾ ഒരുദിവസം അയാൾ പറഞ്ഞു: "ഇന്നി വാത്തിയാരും ഒരു പെണ്ണിനെ കൊണ്ടു വരണും. സമ്മതമാണെങ്കി നല്ല ചക്രമുള്ള കുടുംബത്തിലെ ഒരു പെണ്ണിനെ ഞാനൊരെടത്ത് കണ്ടുവച്ചിട്ടൊണ്ട്."

തൽക്കാലം അതാലോചിക്കേണ്ടതില്ലെന്ന് മുത്തു അറിയിച്ചു.

മുനിയപ്പൻ വിട്ടില്ല: "ഒരു പ്രായമൊക്കെയായാ ആണിന് പെണ്ണിനെയും പെണ്ണിന് ആണിനെയും വേണുമെന്ന് തോന്നും. നല്ല പ്രായത്ത് മക്കളൊണ്ടായാ നമ്മക്കൊക്കെ വയസ്സാവുമ്പം വേല ചെയ്ത് കൊണ്ടു തരും."

എന്നാലും മുനിയപ്പന് മക്കളില്ല.

കനകത്തെ ഭാര്യയാക്കി മൂന്നുകൊല്ലമായിട്ടും വയറ്റിലുണ്ടാവാതെ വന്നപ്പോൾ, അവളുടെ നിർബന്ധം മൂലമാണത്രേ, അവളുടെ ഇളയവൾ കുറിഞ്ചിയെയും അയാൾ വിളിച്ചുകൊണ്ട് വന്നത്. വർഷങ്ങൾ കഴിഞ്ഞിട്ടും രണ്ടാം ഭാര്യയും പെറ്റില്ല. ഒരുപാട് പ്രസവിക്കുന്ന പാരമ്പര്യക്കാരല്ലെന്നും ഇരുവരും 'മച്ചി'കളാണെന്നുമാണ് ചോദിക്കുന്നവരോട് മുനിയപ്പൻ പറയുക. എങ്കിലും അയാൾക്കതിൽ കാര്യമായ ദു:ഖമൊന്നുമില്ല.

"രണ്ടുപേരും എല്ലുമുറിയെ വേല ചെയ്യും. എനക്കൊന്ന് വയ്യാതായാലും തിന്നാനൊള്ള വക അവര് കൊണ്ടുതരും. വേറെ എന്തര് വേണും?"

വാധ്യാരുടെ ഗൃഹഭരണം നിർവഹിക്കാൻ പ്രാപ്തയായൊരു പെണ്ണിന്റെ കുറവ് ഏറെ അസ്വസ്ഥതയുണ്ടാക്കിയതും മുനിയപ്പനിലും അവന്റെ ഭാര്യമാരിലും തന്നെ. മുത്തുവിന്റെയും പത്രോസിന്റെയും സഹായത്തിനായി കുറുഞ്ചി ഇടയ്ക്കെല്ലാം അങ്ങോട്ടുചെന്നു. അവൾ ആഹാരം പാകപ്പെടുത്തുന്നതും പുരയും മുറ്റവുമൊക്കെ അടിച്ചു വൃത്തിയാക്കുന്നതും ഒരു ഉപകാരമായി കരുതി മുത്തു.

പിന്നെപ്പിന്നെ രാത്രികാലങ്ങളിലും മുത്തു ഇല്ലാത്തപ്പോഴുമെല്ലാം അവിടത്തന്നെയായി അവൾ. പതിനാറ് വയസ്സുള്ള പത്രോസിന് അത് വളരെ 'ഇഷ്ട'വുമായി.

ആളുകൾ പറഞ്ഞു, "വസ്തുവിന്റെ ഭരണം മുനിയപ്പനാണെങ്കിലും ഗൃഹഭരണം കുറിഞ്ചിയ്ക്ക് തെന്നെ!"

തങ്ങൾ സ്നേഹമായി കഴിയുന്നതിൽ നാട്ടുകാർക്ക് അസൂയയാണെന്നാണ് മുനിയപ്പന്റെ വിശദീകരണം.

വാസ്തവം അതല്ലെന്ന് മുത്തുവിന് ബോധ്യപ്പെടാൻ പിന്നെയും ഏതാനും മാസങ്ങൾ വേണ്ടിവന്നു. കൃഷികാര്യങ്ങൾ നോക്കി നടത്തിയതിലൂടെയും ചന്തയിൽ സാമാനങ്ങൾ വിറ്റതിലൂടെയും കുറച്ച് കിഴക്കുമാറി അരയേക്കർ ഭൂമിക്ക് മുനിയപ്പൻ ഉടമയായി. മച്ചിയെന്ന് മുദ്രകുത്തപ്പെട്ട കുറിഞ്ചി ഗർഭിണിയുമായി. ചോദിച്ചവരോട് നിസ്സങ്കോചം അവൾ പറഞ്ഞു,

"പത്രോസും ഞാനും ഇട്ടത്തിലാണ്!"

പതിനാറും പതിനേഴും വയസ്സുള്ള ചെറുക്കന്മാർക്ക് നാലാളറിഞ്ഞ് മംഗല്യമാവാമെങ്കിൽ തനിക്കെന്തുകൊണ്ട് അതായിക്കൂടെന്നാണ് പത്രോസിന്റെ ചോദ്യം.

കൈലിമുണ്ടുടുത്ത്, അതിനുമീതെ കാൽമുട്ടോളം ഇറക്കമുള്ള പഴയ കുപ്പായം ധരിച്ച്, തകരപ്പെട്ടിയും തലയിലേറ്റി നടന്നടുക്കുന്ന യോവേലിനെ ആദ്യം കണ്ടത് ജാർജിന്റെ കാപ്പിക്കടയിൽ പ്രഭാത ഭക്ഷണത്തിന് ഇരുന്നവരാണ്. അടുത്തെത്തിയിട്ടും പെട്ടെന്നൊന്നും അവർക്ക് ആളെ തിരിച്ചറിയാൻ കഴിഞ്ഞില്ല. തടിച്ച ശരീരം. ആകെ നരച്ച താടിയും തലമുടിയും. ചെമ്മണ്ണുവിളക്കാർക്ക് അന്യമായതല്ലെങ്കിലും സാധാരണമല്ലാത്ത വേഷം.

തോർത്തോ കട്ടിത്തുണികൊണ്ടുള്ള മുണ്ടോ ആണ് ചെമ്മണ്ണുവിളയിലെ ആണുങ്ങളുടെ പതിവ് വേഷം. തങ്ങളുടെ 'ആഢ്യത' വെളിപ്പെടുത്താൻ വിരളമായി ചിലർ വിശേഷാവസരങ്ങളിൽ മുണ്ടും തോളത്തൊരു തോർത്തും ധരിച്ചെന്നു വരും. കിഴക്കൻ മലകളിൽ വേലയ്ക്ക് പോയി മടങ്ങുന്നവർ കൈലിമുണ്ട് വാങ്ങിക്കൊണ്ട് വരാറുണ്ടെങ്കിലും അതിന്റെ വിലക്കൂടുതൽ കാരണം നാട്ടിൽ അതിന് പ്രചാരം കുറവാണ്. കുപ്പായം സായിപ്പന്മാരുടെ വേഷമാണെ ന്നാണവരുടെ വിശ്വാസം. പള്ളിയിലെ സായിപ്പച്ചൻ ഓരോ ഞായറാഴ്ച കളിലും ഓരോ കുപ്പായമാണ് ധരിക്കുക. അതിന് യോവേലിന്റേത് പോലുള്ള ഇറക്കവും ഉണ്ടാവാറില്ല.

അവൻ അണിഞ്ഞിരിക്കുന്നത് ആരോടോ ദാനമായി സ്വീകരിച്ച കുപ്പായമാണെന്ന് കണ്ടവരെല്ലാം ന്യായമായും ധരിച്ചു.

തകരപ്പെട്ടി ഇറക്കി വച്ച് കാപ്പിക്കടയിലേക്ക് കയറിയ അവനെ സൂക്ഷിച്ച് നോക്കി ജാർജ്ജ് ചോദിച്ചു: "ആര്.... എവിടന്ന് വരണ്?"

"ഞാൻ കൊളമ്പില് പെയ്യ യോവേല്!"

"ആണ്ടവാ.... നീയിപ്പഴും ജീവനോടെയൊണ്ടോ!" ഒരാൾ ചോദിച്ചു.

യോവേൽ ചിരിച്ചു.

കൊളമ്പിനെപ്പറ്റിയും കുറെ കൊല്ലക്കാലത്തെ അവന്റെ അജ്ഞാ

തവാസത്തെപ്പറ്റിയും അറിയാൻ കൂടിയിരുന്നവർക്ക് തിടുക്കമായി. അവർ നിരവധി ചോദ്യങ്ങൾ ചോദിച്ചു.

വടക്കൻ സിലോണിലെ ഒരു തേയിലത്തോട്ടത്തിലാണവന് പണി. കിളയ്ക്കുന്നതും തൈകൾ നടുന്നതും കാടുതെളിക്കുന്നതുമൊക്കെത്തന്നെയാണ്.

"ഒരുപാട് ചക്രം കിട്ടുമോ?" മറ്റൊരാൾ ചോദിച്ചു.

"ഇവിടത്തേക്കാലും കൊള്ളാം."

"ഇന്നി പോണില്ലിയോ?"

"ഓ."

"അവിടെ നെനക്ക് പെണ്ണും കൊച്ചുങ്ങളുമൊണ്ടോ?"

യോവേൽ ഗൗരവത്തിൽ ചിരിച്ചു. പിന്നെ ചോദിച്ചു: "എന്റ പെണ്ണ് നല്ലമ്മാള് സുഖമായിരിയ്ക്കണോ?"

"ഓ. തീനങ്ങളൊന്നുമില്ലെന്ന് തോന്നണു. പിന്നെ അവക്കിപ്പോ ഒരു പുരുഷനൊണ്ട്."

യോവേലിന്റെ മുഖമൊന്ന് വാടിയതല്ലാതെ മറ്റൊന്നും ചോദിച്ചില്ല.

തകരപ്പെട്ടിയും തോളിലേറ്റി അവൻ നടന്നകലുമ്പോൾ ആളുകൾ അന്യോന്യം പറഞ്ഞു: "തമ്മിയ്ക്കിന്നി രക്ഷയില്ല. പെരയും അതിരിക്കണ തറയും പണ്ട് യോവേല് ചക്രം കൊടുത്ത് മായിച്ചതാണ്. നല്ലമ്മാൾ കൊച്ചുങ്ങള്ടെ തമ്മിയ്ക്കൊണ്ടായതാണ്. അവളും തമ്മീട കൂടെ എറങ്ങിപ്പോവുമാരിക്കും."

കാര്യമങ്ങനെയാണെങ്കിലും നാട്ടുകാർക്ക് കൂടുതൽ വേണ്ടപ്പെട്ടവൻ തമ്മിയാണ്. വേല ചെയ്ത് ക്ഷീണിച്ചെത്തുമ്പോൾ മനസ്സിനും ശരീരത്തിനും ഉന്മേഷം നൽകുന്ന വീര്യം വിൽക്കുന്നത് അവനാണ്.

എന്തായാലും ആളുകളുടെ കണക്കുകൂട്ടലുകൾ പിഴച്ചു. എന്തിന് വന്നു എന്നാണ് നല്ലമ്മാൾ ആദ്യം യോവേലിനോട് ചോദിച്ചത്. അവളെ കാണാനാണെന്നറിയിച്ചപ്പോൾ കണ്ടിട്ട് മടങ്ങിക്കൊള്ളാൻ അവർ നിർദേശിച്ചു.

യോവേൽ തകരപ്പെട്ടി നിലത്തിറക്കി വച്ച് ഇറയത്ത് കയറിയിരുന്നു. തന്റെ പുരയിൽ, തന്റെ പെണ്ണിന്റെ മേൽ തനിക്കുള്ളത്രയും അവകാശം മറ്റാർക്കാണെന്നായി അവന്റെ ചോദ്യം.

തമ്മി അവനെ സമാധാനിപ്പിച്ചു: "എല്ലാത്തിനും നമ്മക്ക് പരിഹാരമൊണ്ടാക്കാം. അതിനുമുമ്പേ യോവേലണ്ണൻ ക്ഷീണമൊന്ന് മാറ്റ്."

അവൻ ഒരു കോപ്പ നിറയെ വീര്യം പകർന്ന് നൽകി. അതകത്താക്കി, പിന്നെയുമൊരു അരക്കോപ്പ കൂടെ ചോദിച്ചുവാങ്ങി കുടിച്ച് ചിറി തുടച്ച് നല്ലമ്മാൾ എന്ന യാഥാർഥ്യത്തിന് നേരെ മുഖം തിരിച്ച് അവൻ വിളിച്ചു:

"തമ്മീ.... തമ്മീ"

"ഓ."

"നമ്മക്കു രണ്ടുപേരയ്ക്കും ഒരു പെണ്ണ് മതി!"

"താരാളം മതിയണ്ണാ!"

പിന്നെ യോവേൽ ഇറയത്തെ മൺതിട്ടയിൽ വളഞ്ഞു കൂടി കിടന്ന് ഗാഢമായുറങ്ങി.

മാർത്തയ്ക്ക് രണ്ടാമതും കുട്ടി പിറന്നപ്പോൾ അവൾ കുഞ്ചനെയും മക്കളെയും കൂട്ടി പള്ളിയിലേക്ക് പോയി. പള്ളിക്കാർ വിധിച്ച പിഴയൊടുക്കിയതോടു കൂടി അവൾക്ക് പെരുമാനുമായുള്ള ബന്ധം നിലച്ചു; പകരം കുഞ്ചനുമായുള്ള ദാമ്പത്യത്തിന് സാധുതയുമുണ്ടായി.

കുട്ടികൾക്ക് ജ്ഞാനസ്നാനം നൽകി വേദത്തിൽ ചേർത്തു.

വർഷങ്ങൾ ഒരുപാട് കഴിഞ്ഞിട്ടും സായിപ്പച്ചൻ നേരിൽ വന്ന് സംസാരിച്ചിട്ടും ഇനിയും വേദത്തിൽ ചേരാത്തവർ ഇല്ലാതില്ല. ചേമയ്ക്ക് എല്ലാ ദൈവങ്ങളെയും വിശ്വാസമാണ്. അതിനപ്പുറം പോവുന്നത് മരിച്ചുപോയ തന്റെ പുരുഷനെ വഞ്ചിക്കുന്നത് പോലെയാണവൾക്ക്.

വിശ്വാസത്തിന്റെ കാര്യത്തിൽ മല്ലുവൈദ്യനും വള്ളിയും വ്യത്യസ്തരല്ല. എന്നാലും സ്വന്തം കഴിവിലുപരി, ഈശ്വരദത്തമത്രേ, അയാൾക്ക് വൈദ്യം. അതും 'ഇന്തു'ദൈവങ്ങളുടെ.

പിന്നെ, കർമ്മി ചുണ്ടൻമൂപ്പന് പള്ളിയെന്നാൽ ചെകുത്താൻ കുരിശ് കാണുംപോലെയാണ്!

പള്ളിയിലെ അച്ചൻ പ്രസംഗിച്ചു; "നമ്മുടെ ദൈവമായ യഹോവ അരുളി ചെയ്യുന്നു. ദൈവരാജ്യം വരാൻ പോകുന്നു. ഒരുങ്ങിയിരിക്കുവിൻ. സത്യവേദക്കാരല്ലാത്തവരും പാപികളും ദൈവരാജ്യത്തിൽ കടക്കുകയില്ല. അവർക്ക് നിത്യനരകവും നിത്യമരണവും നിശ്ചയം!"

അതുകേട്ട്, പെരുവഴിയേ നടന്നുപോവുകയായിരുന്ന അന്യമതക്കാർ പറഞ്ഞു: "കേട്ടാൽ തോന്നുമല്ലോ, വേതക്കാരെല്ലാം ഒടലോടെ സ്വർഗത്തില് പോവുമെന്ന്!"

എന്നിട്ടും സുനിശ്ചിതമായ, നരകതുല്യമായ, മരണം വന്നു. പണ്ടാരക്കുന്നിൽ മുഖം കാണിച്ചു;

വസൂരി!

പുലർച്ചെ വേലയ്ക്ക് പോവാൻ ഒരുങ്ങിയ പുലയർ, അപ്പോഴും കുടിലിനുള്ളിൽ ചുരുണ്ടു കൂടിക്കിടക്കുന്ന പോതയെ വിളിച്ചുണർത്തി. തടിയനായതിനാൽ അവന് നല്ല ആരോഗ്യമാണെന്നാണവരുടെ വിശ്വാസം. ചെറുപ്പവുമാണ്. എന്നിട്ടും മടിയനെപ്പോലെ കിടക്കുന്നതിൽ അവർ അവനെ ശകാരിച്ചു. വേല ചെയ്തില്ലെങ്കിൽ തിന്നാൻ ആര് തരും? ഉടയോരെയും മറ്റും പോലെ തിന്നുകുടിച്ച് കഴിയാനുള്ള മുതൽ തന്തമാർ സമ്പാദിച്ച് വച്ചിട്ടുണ്ടോ?

പോതച്ചെറുമൻ എണീറ്റിരുന്നു. അവന് വല്ലാത്ത ക്ഷീണം തോന്നി. ശരീരമാസകലം വേദനയും.

അത് വേല ചെയ്യാതിരിക്കാനുള്ള ഒരടവാണെന്നാണ് മറ്റുള്ളവർ വിചാരിച്ചത്. ക്ഷീണം മാറ്റണമെങ്കിൽ എന്തെങ്കിലും തിന്നണം. കഴിഞ്ഞരാത്രിയിൽ അവൻ പട്ടിണിയായിരുന്നു. നല്ലവണ്ണം ഇരുട്ടി കഴിഞ്ഞപ്പോൾ ചെമ്മണ്ണുവിളയിൽ നിന്നും മൂക്കറ്റം മദ്യപിച്ച് അവൻ വരുന്നത് മറ്റു പുലയർ കണ്ടതാണ്.

അവന് മാതാപിതാക്കളോ കൂടപ്പിറപ്പുകളോ ഇല്ല. കൂലിയായി കിട്ടുന്നതു മുഴുവൻ അവൻ ഒറ്റയ്ക്ക് തിന്നും കുടിച്ചും തീർക്കുന്നതിൽ മറ്റുള്ളവർക്ക് അവനോട് അമർഷവും അസൂയയുമുണ്ട്.

അവനെണീറ്റു. പാറക്കെട്ടുകൾക്കിടയിലെ ഉറവിൽ വായയും മുഖവും കഴുകി. താടിരോമങ്ങൾക്കിടയിൽ തടഞ്ഞ കുരുവിനെ നീണ്ട നഖങ്ങളാൽ നുള്ളിപ്പൊട്ടിച്ചു. മതിയാവോളം പച്ചവെള്ളം കുടിച്ചു.

എന്നാൽ, വയലിൽ മറ്റുള്ളവർക്കൊപ്പം പണിചെയ്യാൻ അവന് കഴിഞ്ഞില്ല. പ്രഭാതവെയിലിന്റെ കാഠിന്യവും.

അവൻ തളർന്ന് വരമ്പിലിരുന്നു.

അടുത്തെത്തിയവർ ആ കാഴ്ച കണ്ട് നടുങ്ങി: അവന്റെ കറുത്ത ഉടലിൽ നിറയെ കുരുക്കൾ!

അവരെല്ലാം അന്തിച്ച് പിന്നോട്ട് മാറി.

പോതയ്ക്ക് കുരു!

നാളെ, അല്ലെങ്കിലതിനടുത്ത ദിവസം പണ്ടാരക്കുന്നിൽ, അല്ല, ദേശത്താകെയും അത് പടർന്ന് പിടിക്കാം.

അതിനപ്പുറം നിത്യനരകം.

വേദനാപൂർണമായ മരണം!

തീർത്തും അവശനായി വരമ്പിലൂടെ കിഴക്കോട്ട് നടന്ന പോതയ്ക്ക് പിന്നാലെ ചെന്ന മൂത്ത പുലയൻ ദൂരെനിന്നുകൊണ്ട് വിളിച്ചറിയിച്ചു;

“കുടിലില് പോണ്ടാ. മൂപ്പൻപാറയ്ക്കപ്പുറത്ത പിന്ന മരത്തിന്റെ നെഴലില് കെടന്നോ.”

കുന്നിൻമുകളിൽ, പുലക്കുടിലുകൾക്കപ്പുറത്തെ ചരിവിലാണ് മൂപ്പൻ പാറ. ചില വിശേഷാവസരങ്ങളിൽ പിതൃക്കൾക്കും ദൈവങ്ങൾക്കും ആ പാറപ്പുറത്ത് അവർ ബലികളർപ്പിക്കാറുണ്ട്. അതിന് ചുവട്ടിലെ പുന്ന മരത്തിന് ചുറ്റും മറ തീർത്തപോലെ കരിമ്പാറകളുമുണ്ട്.

രാത്രി ഭക്ഷണവുമായി ചെന്ന മൂത്ത പുലയൻ പാറയ്ക്കിപ്പുറം അത് വച്ചിട്ട് ഒച്ചയുണ്ടാക്കി തിരിച്ചുപോന്നു.

അടുത്ത ദിവസം നാല് പുലയരിൽ കൂടെ ദീനം പ്രത്യക്ഷപ്പെട്ടു. അവർക്കും പുന്നമരത്തിന്റെ നിഴൽ അഭയമായി.

ദിവസം ചെല്ലുന്തോറും രോഗബാധിതരുടെ എണ്ണം കൂടി വന്നു.

അഞ്ചാംനാൾ പോത മരിച്ചു.

വസൂരിയ്ക്ക് മരുന്നില്ല. അതുണ്ടായിക്കഴിഞ്ഞാൽ മരണത്തിലേക്കുള്ള വിനാഴികകൾ എണ്ണുക മാത്രമേ പോംവഴിയായിട്ടുള്ളൂ. രക്ഷപ്പെടുകയെന്നത് കേവലം മഹാത്ഭുതം മാത്രം.

ഒരാഴ്ച കഴിഞ്ഞപ്പോൾ പണ്ടാരക്കുന്നിലെ കുടിലുകൾ പലതും മനുഷ്യവാസമില്ലാത്തവയായി. അവശേഷിച്ചവയിൽ ദീനത്തോടുള്ള ഭയവും കൊടുംപട്ടിണിയും മാത്രമായി.

ജാതിചിന്തയുടെയും അയിത്തത്തിന്റെയും കനത്ത മതിലുകൾ പടുത്തുയർത്തി സുഖജീവിതം നയിച്ചിരുന്നവർക്ക് ദീനത്തെ പണ്ടാരക്കുന്നിലെ പുലയരിൽ മാത്രമായി ഒതുക്കി നിർത്താനായില്ല. പകർച്ച വ്യാധികൾ പ്രത്യേകിച്ചൊരു ജാതിക്ക് കുത്തകയായിരുന്നിട്ടുമില്ല, ഒരിക്കലും.

ഓടി രക്ഷപ്പെടാൻ ആർക്കും കഴിയുകയില്ല. അല്ലെങ്കിലെവിടേക്ക് പോവും? അമ്പതോളം നാഴിക ചുറ്റളവിൽ ഏതാനും ദിവസങ്ങളുടെ വ്യത്യാസത്തിൽ രോഗം പടർന്നുപിടിച്ചിരിക്കുന്നു!

വസൂരി ദൈവകോപമാണെന്ന് ഭയന്നവർ കുലദൈവങ്ങൾക്ക് കുരുതികളർപ്പിച്ചു. പള്ളികളിൽ വിഘ്നാതമില്ലാതെ, ആളുകൾ ഉള്ളുരുകി പ്രാർഥിച്ചു. പുരോഹിതന്മാർ രോഗഗ്രസ്തരായപ്പോൾ ദൈവവചനം ഘോഷിക്കാനും മാപ്പിരക്കാനും മുന്നോട്ടുവന്നു, പള്ളിപ്രമാണിമാർ.

എന്നിട്ടും, നാട്ടിൽ വസൂരി താണ്ഡവനൃത്തമാടി.

ഉഷ്ണക്കാറ്റ് പടിഞ്ഞാറുനിന്നും കിഴക്കോട്ടാഞ്ഞു വീശി. കാറ്റിൽ കരിഞ്ഞ ഇലകളെന്നോണം മനുഷ്യർ ചത്തുവീണു. കൊടുങ്കാറ്റിൽ കടപുഴകി വീഴുന്ന വടവൃക്ഷങ്ങളെപ്പോലെ കുടുംബങ്ങൾ നാമാവ ശേഷമായി.

ആഴ്ചകൾക്ക് ശേഷം രോഗത്തിന്റെ രൂക്ഷത അൽപ്പമൊന്ന് ശമിക്കുമ്പോഴേക്കും ചെമ്മണ്ണുവിളയിൽ ആരൊക്കെ മരിച്ചു എന്നതിന് പകരം ആരൊക്കെ ജീവിച്ചിരിക്കുന്നു എന്ന് നിർണയിക്കുന്നത് എളുപ്പമായിത്തീർന്നു.

ചേമ മരിച്ചു.

കുഞ്ചനും രണ്ട് കുട്ടികളും മരിച്ചു. മാർത്ത അവശേഷിച്ചു.

വള്ളിക്ക് ദീനം വന്നില്ല. മല്ലുവൈദ്യനും മക്കളും മരിച്ചു.

മുത്തു വാധ്യാർക്കും ദീനം വന്നില്ല. പത്രോസ് പോയി.

യോവേലിന്റെ പുരയെ മൊത്തമായി വസൂരി വിഴുങ്ങി.

ജാർജും നാണിയും പോയി. ഒരു മകൻ ബാക്കിയായി.

കർമി ചുണ്ടൻ മൂപ്പനും മരിച്ചു.

ദേശത്തിലെ ശൂദ്രരുടെയും ഈഴവരുടെയും അംഗസംഖ്യ ആനുപാതികമായി കുറഞ്ഞു. ചുരുക്കത്തിൽ, മൊത്തം ജനസംഖ്യ മുമ്പുണ്ടായിരുന്നതിന്റെ അഞ്ചിലൊന്നായി ചുരുങ്ങി.

ജഡങ്ങൾ അവിടവിടെയായി മറവുചെയ്യപ്പെടാതെ പുഴുത്തുനാറി. അവ ആഹരിക്കാനെത്തിയ കഴുകന്മാർ ആകാശത്ത് വട്ടമിട്ട് പറന്നു.

നായ്ക്കൾക്കത് സുഭിക്ഷകാലമായിരുന്നു. മനുഷ്യമാംസം കടിച്ചുപറിച്ചു തിന്ന് അവ, രാത്രികാലങ്ങളിൽ ദീർഘമായി ഓലിയിട്ടു.

ആ നാളുകളിലൊന്നിൽ മുത്തുവാധ്യാർ മൺവെട്ടിയുമായി പുരവിട്ടിറങ്ങി. തന്നെപ്പോലെ ജീവച്ഛവങ്ങളായിത്തീർന്നവരെ കണ്ടുമുട്ടി.

പറയാൻ അവർക്ക് വാക്കുകളില്ല.

കരയാൻ കണ്ണുനീരോ വിതുമ്പാനുള്ള ത്രാണിയോ അവർക്കില്ല.

സംഘം ചേർന്ന് അവർ ശവശരീരങ്ങൾ കുഴിച്ചുമൂടാൻ തുടങ്ങി. അവർ തീർത്ത ചുടലകൾക്ക് അഞ്ചുമാറും അവകാശികളുണ്ടായി.

ചുടലകൾക്ക് മുകളിൽ കമ്പുകൾ കൂട്ടിക്കെട്ടി കുരിശ് നാട്ടാനോ, മൺകൂനകൾ തീർക്കാനോ പോലും, അവർ മിനക്കെട്ടില്ല.

മുപ്പത്തിരണ്ട്

നെടുനാളത്തെ കൊടും വരൾച്ചയിൽ ശിഖരങ്ങളും, ചിലപ്പോൾ തായ്ത്തടികളും ഉണങ്ങിപ്പോയ, ഉഷ്ണവാതങ്ങളാൽ പുൽമേടുകളും കുറ്റിക്കാടുകളും കത്തിക്കരിഞ്ഞുപോയ, കുളിരിന്റെ സാന്ത്വനമേതു മേൽക്കാത്ത ശാപഗ്രസ്തമായ ഊഷരഭൂമി പോലെ ദേശം അതിദീർഘ മായൊരു നെടുനിശ്വാസത്തിലമർന്ന് കിടന്നു.

കണ്ടുമുട്ടിയവർ അന്യോന്യം ആശ്വസിപ്പിക്കാനറിയാത്തവരെപ്പോലെ കടന്നുപോയി.

തേവരുകുളത്തമ്പലത്തിൽ ദേവപ്രശ്നം നടക്കുകയാണ്. അതിനായി ദൂരസ്ഥലങ്ങളിൽ നിന്നും തന്ത്രിമാരെ ക്ഷണിച്ചു വരുത്തിയിട്ടുമുണ്ട്.

ആശ്രിതവത്സലയായ ദേവി ദേശവാസികളെ കൈവിടില്ലെന്നാണ് വയ്പ്. അതുകൊണ്ടുതന്നെ ഛർദിയും അതിസാരവും പോലുള്ള ദീനങ്ങളാൽ ചെറിയ തോതിലുള്ള കൂട്ടമരണങ്ങൾ സംഭവിക്കുമ്പോ ഴൊക്കെ ദേവപ്രശ്നവും മറ്റും നടത്തി ദേവിയെ മിനക്കെടുത്തുന്ന സ്വഭാവം മഠത്തുകാർക്കുണ്ടായിട്ടില്ല. പോരാത്തതിന് അപ്പോഴൊന്നും മഠത്തിൽ കാര്യമായ ആളപായമുണ്ടായിട്ടില്ല. അയിത്തജാതിക്കാരും കരക്കാരും മാത്രമേ അപ്പോഴൊക്കെ ചത്തിട്ടുള്ളൂ.

എന്നാൽ ഇക്കുറി, ആനുപാതികമായിത്തന്നെ വസൂരി മഠത്തുകാരിൽ നിന്നും വിഹിതം പറ്റി.

കഴിഞ്ഞ ഏതാനും കൊല്ലങ്ങളായി തേവരുകുളത്തെ ഭഗവതിയെ കാര്യമായിട്ടൊന്ന് ഓർക്കാൻ പോലും മഠത്തിലുള്ളവർക്ക് സമയമോ സൗകര്യമോ ഉണ്ടായിട്ടില്ല എന്ന ബോധം പൊടുന്നനെ അവരെ ബാധിച്ചു. സ്വത്തുക്കളിൽ മനസ്സും ശരീരവുമർപ്പിച്ച്, തങ്ങൾക്ക് കിട്ടേണ്ട ഓഹരി വീതംവച്ച് കിട്ടാൻ അന്യോന്യം കൊമ്പുകോർക്കുകയായിരുന്നു തങ്ങളോരോരുത്തരുമെന്ന് അവർ ഓർത്തു.

അതുകൊണ്ട് തന്നെ, വിശേഷദിവസങ്ങളിൽ നടത്തപ്പെട്ടിരുന്ന പൂജകൾ പോലും മുടങ്ങി. ക്ഷേത്രപരിസരത്ത് കുറ്റിച്ചെടികൾ വളർന്നു.

എന്നിട്ടോ?

ഭഗവതിയുടെ അപ്രീതി വസൂരിയായി ദേശവാസികളെ തിന്നൊടുക്കി.

എന്നാൽ, അതിന് മുമ്പ് ഭാഗം വാങ്ങി പിരിഞ്ഞ തറവാട്ടുകാരാരും തന്നെ ക്ഷേത്രം നിലനിൽക്കേണ്ടതാണെന്നോ, ആരെങ്കിലും ആ ഉത്തരവാദിത്വം ഏറ്റെടുക്കേണ്ടതാണെന്നോ ഓർമിക്കുകയുണ്ടായില്ല എന്നതാണ് പരമാർഥം. കരിങ്കല്ല് പടുത്തുയർത്തി, ഒറ്റമുറിയിൽ നിർമിച്ചിട്ടുള്ള ഭഗവതിക്ഷേത്രത്തിന് സ്വന്തമായി വസ്തുവകകളൊ ന്നുമില്ല. വീതം വച്ച് പിരിയുമ്പോൾ അതൊരാവശ്യമാണെന്ന് ആർക്കും തോന്നിയതുമില്ല.

ഇനിയും മറ്റൊരു പ്രഹരം താങ്ങാൻ തങ്ങളെക്കൊണ്ടാവില്ലെന്ന്

മനസിലാക്കിയ അവകാശികൾ ദേവപ്രശ്നത്തിൽ കണ്ട അപാകതകൾ പരിഹരിക്കാൻ കയ്യുംമെയ്യും മറന്ന് സന്നദ്ധരായി.

ക്ഷേത്രനടത്തിപ്പിനായി ഒരു സമിതി ആവശ്യമാണെന്നവർക്ക് ബോധ്യമായി. ദീർഘമായ ആലോചനകൾക്ക് ശേഷം ഭാഗംവച്ചു പിരിഞ്ഞ നാല് ശാഖകളിലെയും കാരണവന്മാർ അതിൽ സ്ഥിരം അംഗങ്ങളായിരിക്കണമെന്ന് തീരുമാനമായി. കൂടാതെ, ഭാഗം വാങ്ങി പിരിഞ്ഞ തറവാട്ടിലെ ഓരോ ആണുങ്ങൾക്കും സമിതിയിൽ അംഗമാ യിരിക്കാനുള്ള അനുവാദവും നൽകി. അതിനെല്ലാം പുറമെ, മഠത്തുകാരെ കാലാകാലങ്ങളായി നിലനിർത്തിപ്പോരുന്ന കരക്കാരുടെ ഒരു പ്രതിനിധിയും സമിതിയിലുണ്ടാവണമെന്ന തീരുമാനമായി.

അവിടെയാണ്, കേശവപിള്ളയുടെ രംഗപ്രവേശം.

അനന്തൻനായരും പുത്തൻമഠക്കാരും വീതമായിക്കിട്ടിയ ഭൂസ്വത്തുക്കളിൽ ചിലത് മഠത്തിനു പുറത്ത്, ശൂദ്രരല്ലാത്ത ജാതിക്കാർക്ക് വിറ്റപ്പോൾ കുറ്റം പറയാനും ആക്ഷേപിക്കാനും മടിയില്ലാത്ത മറ്റ് ശാഖക്കാർക്കും വളരെക്കാലമൊന്നും സ്വന്തം വസ്തുവകകളെ അതേപടി നിലനിർത്താനും സംരക്ഷിക്കാനും കഴിഞ്ഞില്ല.

താലൂക്ക് കച്ചേരിയിൽ ഗുമസ്തപ്പണിയും നാട്ടിലെ അധഃസ്ഥിതർക്ക് മേൽ കണ്ടമാനം 'അധികാരങ്ങളു'മുള്ള കേശവപിള്ള യഥാർഥത്തിൽ തേവരുകുളംദേശക്കാരനല്ല. മറ്റ് പലരെയും പോലെ ശൂദ്രഭവനങ്ങളിൽ സംബന്ധം കൂടാനെത്തിയിരുന്ന അയാളെ അധികമാരും ഗൗനിച്ചിരുന്നുമില്ല.

ആയിടയ്ക്കാണ് മഠത്തിൽ ഭിന്നിപ്പുണ്ടായത്. ദേശത്തിന്റെ പടിഞ്ഞാറു ഭാഗത്ത് താവളമുറപ്പിച്ച മേക്കുമഠം എന്ന പേരിലറിയപ്പെടുന്ന ശാഖക്കാരുടെ ഏതാനും വയലുകൾ കേശവപിള്ള തീറാധാരമെഴുതി വാങ്ങി. ഏറെക്കഴിയും മുമ്പ് വയലുകളോട് ചേർന്നുള്ള കുറെ കരഭൂമിക്കും അയാൾ ഉടമയായിത്തീർന്നു. മേക്കുമഠത്തുകാരുടേതിനോളം വലിപ്പമില്ലെങ്കിലും അതിലും മെച്ചപ്പെട്ട സൗകര്യങ്ങളുള്ള ഒരു പുര അയാൾ ആ ഭൂമിയിൽ നിർമിച്ചു.

ഇത്രയുമൊക്കെയായിക്കഴിഞ്ഞപ്പോൾ, നിത്യേന പുലർച്ചെ ഉച്ചഭക്ഷണം സഞ്ചിയിലാക്കി എട്ടൊമ്പതു നാഴികദൂരം നടന്ന് കച്ചേരിയിലേക്ക് പോവുകയും, ആവശ്യാനുസരണം അടിയാളരെ വിരട്ടാൻ സമയം കണ്ടെത്തുകയും ചെയ്യുന്ന കേശവപിള്ളയെ അവഗണിക്കാൻ തേവരുകുളത്തെ മഠത്തുകാർക്കും മറ്റ് ശൂദ്രർക്കും കഴിയാതെ വന്നു.

ക്ഷേത്രഭരണ സമിതിയിലെ സ്ഥിരാംഗമല്ലാത്ത ഒമ്പതാമനായി കേശവപിള്ളയും അംഗീകരിക്കപ്പെട്ടു.

തേവരുകുളം ദേശത്തിന്റെ നാലതിരുകൾക്കുള്ളിലായി വാസമുറപ്പിച്ച ശാഖക്കാരിൽ പ്രധാനികൾക്കെല്ലാം കാരണവന്മാരും കാര്യസ്ഥന്മാരുമുണ്ട്. അതുണ്ടാവേണ്ടത് തങ്ങളുടെ അന്തസ്സിന്റെ പ്രശ്നമായി അവർ കണ്ടു. എന്നാൽ സ്വത്തുക്കളിലുണ്ടായ ശോഷണം മൂലം അവരുടെ അധികാരത്തിന്റെ വ്യാപ്തിയും പ്രബലതയും സ്വാഭാവികമായും ശോഷിച്ചു. അവിടങ്ങളിൽ കൃഷികാര്യങ്ങൾ നോക്കിനടത്തുകയും കുടിയാ

ന്മാരും പാട്ടക്കാരുമായി ഇടപെടുകയും ചെയ്യുന്ന കാര്യസ്ഥന്മാരുടെ ദിവസങ്ങളും സംഭവബഹുലങ്ങളല്ലാതായിത്തീർന്നു.

കാലത്തിന്റെ കുത്തൊഴുക്കിൽ സനാതനങ്ങളെന്ന് വിശ്വസിക്കപ്പെട്ടിരുന്ന പലതും ഒലിച്ചുപോയിട്ടുണ്ട്. എന്നാൽ, മാനവചരിത്രത്തിലെവിടെയും എന്നതുപോലെ, തേവരുകുളത്തും ഒരിക്കലും ശൂന്യതയും നിശ്ചലാവസ്ഥയും സ്ഥായിയായി ഉണ്ടായിട്ടില്ല.

ക്ഷേത്രഭരണ സമിതിയിലെ അംഗത്വം കേശവപിള്ളയ്ക്ക് സമ്മാനിച്ച സ്വീകാര്യതയും ബഹുമാന്യതയും തന്റെ ആശയങ്ങൾ തുറന്നു പറയാനും അവ മറ്റുള്ളവരെക്കൊണ്ട് അംഗീകരിപ്പിക്കാനും അയാളെ പ്രാപ്തനാക്കി. അതിന്റെ ആദ്യപടിയായിരുന്നു ക്ഷേത്ര പുനരുദ്ധാരണം.

ക്ഷേത്രത്തിന് മേൽക്കൂരയായി പണ്ടെന്നോ ആരോ പാകിയ കരിങ്കൽച്ചീളുകൾക്കിടയിലൂടെ മഴക്കാലങ്ങളിൽ അതിനുമുകളിൽ വീഴുന്ന വെള്ളമൊക്കെയും ചോർന്നൊലിക്കും. അതിനുമുകളിൽ കുമ്മായം കുഴച്ചു ചേർത്ത് ആകർഷകമായൊന്ന് ഓടുപാകണം. അതിന് വേണ്ടി വരുന്ന ചെലവിൽ തന്റെ വിഹിതമോ, അത്യാവശ്യമെങ്കിൽ അൽപ്പം കൂടെയോ താൻ വഹിച്ചു കൊള്ളാമെന്ന് കേശവപിള്ള വാഗ്ദാനം ചെയ്തു. പിന്നെ ക്ഷേത്രത്തിൽ നിത്യ പൂജയുടെ അവശ്യകത അയാൾ വെളിപ്പെടുത്തി. ഉഷസിലും അസ്തമയത്തിലും പൂജ നടത്തിയേ തീരു. ശാന്തിക്കാരനായി ഒരു ബ്രാഹ്മണനെ സ്ഥിരമായി നിയമിക്കണം. ക്ഷേത്രത്തിന് അതുകൊണ്ടുണ്ടാകാവുന്ന കീർത്തിയെക്കുറിച്ച് അയാൾ വിശദീകരിച്ചു. വഞ്ചിരാജ്യത്തെ പ്രമുഖ ക്ഷേത്രങ്ങളിലെല്ലാം ശാന്തിക്കാർ ബ്രാഹ്മണരത്രേ. പോരാത്തതിന് അതുമൂലമുണ്ടാകാവുന്ന ദേവീചൈതന്യം ഒന്ന് വേറെയും.

ഇതിനൊക്കെ ഉപോൽബലകമായി കേശവപിള്ളയ്ക്ക് മതിയായ കാരണങ്ങളുണ്ടായിരുന്നു. തേവരുകുളത്തും അയൽദേശങ്ങളിലും ചാന്നാന്മാരിൽ വലിയൊരു വിഭാഗം വേദക്കാരായി തീർന്നിരിക്കുന്നു. മതം മാറുന്നതിനുമുമ്പ് ആ ജാതിക്കാരെ ക്ഷേത്രത്തിൽ കയറ്റിയിട്ടില്ല. ഇന്നും, ഇനിയെന്നെങ്കിലുമോ അത് സാധ്യവുമല്ല. എന്നാലും, മതം മാറ്റത്തിന്റെ വേഗത കുറയ്ക്കാൻ, ഹൈന്ദവീയ ചൈതന്യം ആ ജാതിക്കാരെ വെളിവുള്ളവരാക്കാൻ, എന്തെങ്കിലുമൊക്കെ ചെയ്തേ പറ്റൂ.

കരയിലെ ശൂദ്രർ സർവാത്മനാ അതിനോട് യോജിച്ചു. കേശവപിള്ള തങ്ങൾക്കിടയിലെ പുരോഗമനാശയക്കാരൻ മാത്രമല്ല രക്ഷകനാണെന്ന് പോലും അവരിൽ ചിലരെങ്കിലും ധരിച്ചു.

കേശവപിള്ള പറയുന്ന പല കാര്യങ്ങളോടും യോജിപ്പുണ്ടെങ്കിലും, അതെല്ലാം അപ്പടി ശരിയാണെന്ന് സമ്മതിച്ചുകൊടുക്കാൻ അയാളുടെ ആഢ്യത്വമറിയുന്ന മഠത്തുകാർ വിസമ്മതിച്ചു. ആ നിർദേശങ്ങൾ തങ്ങളുടെ മൂത്ത കാരണവന്മാരിൽ ആരിലെങ്കിലും നിന്ന് ഉണ്ടാവേണ്ടതായിരുന്നുവെന്നും അവർക്ക് തോന്നാതിരുന്നില്ല. എന്നാൽ പോലും കരക്കാരുടെ വികാരങ്ങൾ മനസിലാക്കിയ അവർ ഒറ്റയടിക്കല്ലെങ്കിലും ഒന്നൊന്നായി മഠത്തുകാരുടേതെന്ന വ്യാജേന ആ നിർദേശങ്ങൾ അംഗീകരിക്കാൻ നിർബന്ധിതരായി.

അവയിലാദ്യത്തേതായിരുന്നു ക്ഷേത്ര പുനരുദ്ധാരണം. അതാകട്ടെ, കേശവപിള്ള നിർദേശിച്ചതിന് വിരുദ്ധമായി അയാളെ ഭാവിയിലുണ്ടാകാവുന്ന അവകാശത്തർക്കങ്ങളിൽ നിന്നും പൂർണമായി പിന്തള്ളിക്കൊണ്ട്, സ്വയം ചെയ്തു തീർത്തു. ഏറെക്കഴിയും മുമ്പ് പ്രഭാതപൂജയും പ്രദോഷപൂജയും ഏർപ്പാടാക്കി. പൂജാരിയായി അങ്ങ് വടക്ക് മലബാറിൽ നിന്നും ചെറുപ്പക്കാരനും കോമളനുമായ ഒരു ഭട്ടതിരിയെ കൊണ്ടുവരുകയും ചെയ്തു.

ഭട്ടതിരിക്ക് പാർക്കാൻ തേവരുകുളം മഠത്തോടനുബന്ധിച്ചുള്ള ഒരു കെട്ടിടവും ഏർപ്പാടാക്കി.

തേവരുകുളംക്ഷേത്രത്തിലുണ്ടായ ഈ പരിഷ്ക്കരണങ്ങൾ മഠത്തുകാരിലും കരക്കാരിലും മൊത്തത്തിൽ സുനിശ്ചിതമായ ഒരു ഉണർവുണ്ടാക്കി. കരക്കാരെ സംബന്ധിച്ചിടത്തോളം സ്വന്തമായി ഭൂസ്വത്തുള്ളവർ വളരെ അപൂർവമായിട്ടേയുള്ളൂ. എന്നാൽപ്പോലും, തങ്ങൾക്കൊക്കെ കുലദൈവമായി അവർ കരുതുന്ന തേവരുകുളത്തമ്മയുടെ അമ്പലത്തിന്റെ അഭ്യുന്നതിക്കായി തങ്ങളാലാവുന്നതെന്തും ചെയ്യാൻ അവർ സന്നദ്ധരായി.

പ്രഭാതങ്ങളിലും പ്രദോഷങ്ങളിലും കുളിച്ച് കുറിതൊട്ട് ഭഗവതിയെ തൊഴാൻ കരയിലെ പെണ്ണുങ്ങളും കുട്ടികളുമെത്തി. വർഷങ്ങൾക്കുമുമ്പ് അനന്തൻനായർ തറവാട്ടിൽ കാരണവരായ ശേഷം ക്ഷേത്രത്തിൽ പൂജ നടന്നിട്ടില്ല. അതിനുമുമ്പും ആണ്ടുത്സവങ്ങളിൽ പോലും, കൃത്യമായി അത് നടത്തിയിരുന്നില്ല. നടന്നിട്ടുള്ളവയാകട്ടെ, തികച്ചും ആർഭാടരഹിതവും. അതുകൊണ്ട് തന്നെ ആരിലും വിശേഷിച്ചെന്തെങ്കിലും അനുഭവമുളവാക്കാൻ അത് പര്യാപ്തവുമായിരുന്നില്ല.

തറവാട്ടുകാർ എന്തൊക്കെ ശ്രമങ്ങൾ നടത്തിയെങ്കിലും ഇതിന്റെയെല്ലാം കാർമികത്വം കരക്കാർ കേശവപിള്ളയിൽത്തന്നെ ആരോപിച്ചു. മറിച്ചായിരുന്നെങ്കിൽ, അവർ ചോദിച്ചു; "ഇക്കാലമെല്ലാം ക്ഷേത്രത്തിന്റെ കാര്യത്തിൽ മഠത്തുകാർ എന്താ ഉറങ്ങുകയായിരു ന്നുവോ?"

മഠത്തുകാർ അത് കേട്ടില്ല. കേട്ടവർ മറുപടി പറഞ്ഞില്ല.

അങ്ങനെ നേടിയെടുത്ത ബഹുമാന്യതയുടെ പരിവേഷത്തോടെ സ്വന്തം അറിവുകളും അനുഭവങ്ങളും തന്റെ ജാതിക്കാർക്കിടയിൽ വിളംബരം ചെയ്യാൻ കേശവപിള്ളയ്ക്ക് അവസരമുണ്ടായി.

അവിശ്വസനീയമെങ്കിലും, സത്യസന്ധമായി, താനറിയുന്ന ഒരു മഹാസത്യം അയാൾ തേവരുകുളത്ത് വിളംബരം ചെയ്തു. അതെന്തെന്നാൽ, മന്ത്രതന്ത്രങ്ങളറിയുന്ന ഒരവതാരപുരുഷൻ തങ്ങളുടെ ജാതിക്കാരനായിട്ടുമുണ്ട്. അദ്ദേഹമത്രേ ചട്ടമ്പിസ്വാമികൾ!

ശൂദ്രജാതിക്കാരനായ അവതാരപുരുഷൻ തേവരുകുളത്തുകാരെ തികച്ചും അത്ഭുതപ്പെടുത്തി, അവിശ്വസിപ്പിച്ചു.

കാക്ക മലർന്നു പറക്കുകയില്ല; അവരിൽ ചിലരെങ്കിലും തീർപ്പുകൽപ്പിച്ചു. വേദമറിയുന്ന ഹൈന്ദവസ്വാമി എങ്ങനെ ശൂദ്രനാവും?

വേദം കേൾക്കുന്ന ശൂദ്രന്റെ കാതിൽ ഈയം ഉരുക്കിയൊഴിക്കാൻ, വേദമുരുവിടുന്ന ശൂദ്രന്റെ നാവ് മുറിച്ചുകളയാൻ, വേദം ഗ്രഹിക്കുന്ന ശൂ

ദ്രന്റെ ഉടൽ വെട്ടിപ്പിളർക്കാൻ കൽപ്പിച്ച സാക്ഷാൽ ഭഗവാൻ ശ്രീരാമന്റെ കൽപ്പന പിഴയ്ക്കുകയോ?

അസംഭവ്യം!

കുറെ വർഷങ്ങൾക്കുള്ളിൽ ചെമ്മണ്ണുവിളയിലെ ചാന്നാന്മാർ ക്കിടയിലുണ്ടായ ഭൗതികമായ വളർച്ച പെരുമുക്കിലെ ഈഴവരെയും സ്വാധീനിക്കാതിരുന്നില്ല. മഠത്തിലെ അസ്വാസ്ഥ്യങ്ങളും കൂടുതൽ പേർക്ക് കൃഷി ചെയ്യാനവസരമുണ്ടായതും ഈഴവരിലും കുറച്ചു പേരെയെങ്കിലും സാമ്പത്തികമായി മെച്ചപ്പെട്ട ഒരവസ്ഥയി ലേക്കുയർത്തി. ചിലരൊക്കെ കരപ്പറമ്പുകൾക്ക് ഉടയവരായിത്തീർന്നു. അങ്ങനെ പെരുമുക്കിലുമുണ്ടായി, മേൽക്കൂര പുല്ലുമേഞ്ഞതെങ്കിലും മൺചുമരുകളുള്ള അഞ്ചാറു പുരകൾ. അവർക്കുമുണ്ടായി, രണ്ട് പീടികകൾ.

നാട്ടിൽ സംഹാര താണ്ഡവമാടിയ വസൂരി മറ്റെല്ലാവരിലുമെന്ന പോലെ ഈഴവരുടെ അംഗസംഖ്യയിലും കാര്യമായ കുറവുണ്ടാക്കിയിരുന്നു. അതിനുമുമ്പ് ചെറിയതരം ദീനങ്ങൾക്ക് ചികിത്സ നിശ്ചയിച്ചിരുന്ന കൊച്ചു ആശാൻ പെരുമുക്കുകാരുടെ മുന്തിയ വൈദ്യനായിത്തീരാനും വസൂരി അവസരമുണ്ടാക്കി.

മാടൻകോവിലിൽ കർമം കഴിക്കുന്നതായിരുന്നു മുമ്പ് കൊച്ചു ആശാന്റെ മുഖ്യതൊഴിൽ. അയാൾ തന്നെയായിരുന്നു അവിടത്തെ ഈഴവർക്കിടയിലെ മുഖ്യജോത്സ്യനും. താൻ വൈദ്യനാണെന്ന് അയാൾ അവകാശപ്പെട്ടിരുന്നെങ്കിലും ആരും അത്ര കാര്യമാക്കിയിരുന്നില്ല. എന്തായാലും, ചെമ്മണ്ണുവിളയിലെ വൈദ്യന്മാരുടെ നാശം കൊച്ചു ആശാനെ ദേശത്തിലെ മുഖ്യവൈദ്യനാക്കി മാറ്റി.

കൊച്ചു ആശാന് നല്ല കോളാണെന്ന് പറയാത്തവർ നാട്ടിലിപ്പോൾ ചുരുക്കമാണ്. അവരിൽത്തന്നെ അനുഭാവികളും അസൂയാലുക്കളുമുണ്ട്. ദീനം വന്നാൽ ആദ്യം സ്വന്തമായിട്ടൊന്ന് വൈദ്യം പയറ്റുന്നതാണ് ആളുകളുടെ സ്വഭാവം. അത് ഗുണം ചെയ്യില്ലെന്ന് കണ്ടാൽ മാത്രമേ വൈദ്യനെ കാണുകയെന്ന ഔപചാരികതയെപ്പറ്റി അവർ ഓർക്കുകയുള്ളൂ.

മല്ലുവൈദ്യന്റെ പെണ്ണ് വള്ളി ചെറിയ തോതിൽ വൈദ്യം ചെയ്യാറുണ്ട്. അവരുടെ മകളാണെന്ന കാരണത്താൽ പതിമൂന്ന് വയസ്സുകാരി ചെല്ലമ്മാൾക്കും വൈദ്യമറിയാമെന്നാണ് വയ്പ്. ഇതൊക്കെയാണെങ്കിലും കാര്യമായ ഒരസുഖം വന്നാൽ, ചെമ്മണ്ണുവിള ക്കാർക്ക് പോലും ഇപ്പോൾ പ്രഥമ പരിഗണന കൊച്ചുആശാൻ തന്നെ.

ജോത്സ്യനും കൂടിയായ കൊച്ചുആശാൻ കവടി വായിക്കുന്നത് അച്ചട്ടാണത്രേ! അതിനായി കരയിലെ ശൂദ്രർ പോലും ആശാനെ സമീപിക്കാറുണ്ടിപ്പോൾ.

പെരുമുക്കിനും പത്തഞ്ഞൂറ് വാര വടക്കുമാറിയാണ് മാടൻതറ. അവിടന്നും കുറച്ചു കിഴക്ക് മാറി മറ്റുള്ള ഈഴവക്കുടിലുകളിൽ നിന്നും വേറിട്ട്, ആശാൻ ഒരു മൺപുരയുണ്ടാക്കി. പെരുമുക്കിലെ മുന്തിയ കൃഷിക്കാരനും ഏറ്റവും സമ്പന്നനുമായ വേലുപ്പണിക്കന്റെ പുരയോട് ഏറക്കുറെ കിട പിടിക്കുന്നതായിരുന്നു ആശാൻ നിർമിച്ച പുരയും. അതിന്റെ ഉമ്മറ

ത്തിട്ട പനയോലകൊണ്ടുള്ള തടുക്കിൽ ചമ്രം പടിഞ്ഞിരുന്ന്, തന്നെക്കാണാനെത്തുന്ന ദീനക്കാരോട് ആശാൻ പറഞ്ഞു:

"മരുന്ന് തരണത് ഞാനാണെങ്കിലും വ്യാധി മാറ്റാൻ ആണ്ടവൻമാർ കനിഞ്ഞേ പറ്റൂ!"

അതുകൊണ്ടുതന്നെ ദീനം ഭേദമായവർ കൊച്ചുആശാൻ വൈദ്യന്റെ സിദ്ധിയെയും കൈപ്പുണ്യത്തെയും ആണ്ടവന്മാരുടെ കാരുണ്യത്തെയും അളവറ്റ് വാഴ്ത്തി. അല്ലാത്തവർ തങ്ങളുടെ തലവിധിയെ പഴിച്ചു.

കാര്യങ്ങളിങ്ങനെയൊക്കെയാണെങ്കിലും പെരുമുക്കിലെ ഈഴവരിൽ മുമ്പനാരെന്ന് ചോദിച്ചാൽ രണ്ടാമതൊരുവട്ടം ആലോചിക്കാതെ ഉത്തരമൊന്നേയുള്ളു;

വേലുപ്പണിക്കൻ!

ചോരയെ നീരാക്കി, മറുപാട്ടം കൃഷിചെയ്താണ് അയാൾ വളർന്നത്. പെരുമഴയിലും പൊരിയുന്ന വരൾച്ചയിലും വയൽ വരമ്പുകളിൽ കാവൽ കിടന്നു. നഷ്ടം വന്നപ്പോഴും സഹിക്കാൻ നിർബന്ധിതനായി. ഒട്ടുമിക്കപ്പോഴും കൊയ്ത്തുകാലത്ത് കുറച്ചെങ്കിലും നെല്ല് പുരയിലെത്തിക്കാനയാൾക്ക് കഴിഞ്ഞിട്ടുണ്ട്. ഇപ്പോഴാകട്ടെ, അതിന്റെ അളവിനും നിറവിനും വ്യത്യാസമുണ്ടായിട്ടുണ്ടുതാനും. ഏതാനും കണ്ടം വയലുകൾക്ക് വേലുപ്പണിക്കനും ഇന്ന് ഉടമയാണ്. മാത്രമല്ല, അഞ്ചാറേക്കർ കരപ്പറമ്പും അയാൾ സമ്പാദിച്ചിരിക്കുന്നു. പ്രായം കൊണ്ട് തേവരുകുളം ദേശക്കാരിൽ വച്ചുതന്നെ മൂപ്പുകൂടിയ വ്യക്തികളിലൊരാളാണ് വേലുപ്പണിക്കൻ.

സ്വന്തം കണക്കനുസരിച്ച് തന്നെ, തനിക്ക് എമ്പതു വയസ്സ് കഴിഞ്ഞുവെന്നയാൾ വെളിപ്പെടുത്തുന്നു. കൃത്യമായിട്ടത് നിർണയി ക്കാൻ മാർഗങ്ങളൊന്നുമില്ല. എഴുത്തും വായനയുമറിയാത്ത, പറയത്തക്ക ലോക പരിചയമില്ലാത്ത വേലുപ്പണിക്കൻ പ്രായോഗിക ബുദ്ധിയെ മാത്രമേ ആശ്രയിച്ചിട്ടുള്ളൂ, വിലമതിച്ചിട്ടുള്ളൂ.

ഇതൊക്കെയാണെങ്കിലും നിത്യേന കുറച്ച് നേരമെങ്കിലും കൃഷിയിടങ്ങളിൽ ചെലവിട്ടില്ലെങ്കിൽ അയാളുടെ ദിവസങ്ങൾ പൂർണമാവുകയില്ല. കൃഷി ചെയ്യുന്നത് ഇപ്പോൾ മക്കളാണെങ്കിലും തന്റെ അറിവും അനുഭവവും അതിന്റെ വിജയത്തിന് അത്യന്താപേക്ഷി തമായിട്ടയാൾ കരുതുന്നു.

അതിലുപരിയായി ഇന്നും തേവരുകുളംഏലായിൽ വേലുപ്പണിക്കൻ ശുപാർശ ചെയ്താലേ മറ്റുള്ളവർക്ക് കൃഷി ചെയ്യാൻ വയലുകൾ കിട്ടു എന്ന സ്ഥിതിയാണുള്ളത്. മുൻകാലങ്ങളിലെ മറുപാട്ടം സമ്പ്രദായം ഏറക്കുറെ അപ്രത്യക്ഷമായിരിക്കുന്നു. കരക്കാർ പാട്ടത്തിനെടുക്കുന്ന വയലുകൾ പോലും പലരും കൂലിക്കാരെ നിർത്തി നേരിട്ടുതന്നെ കൃഷി ചെയ്യാറാണ് പതിവ്. അനന്തൻനായരുടെ കാലത്ത് തറവാട് ഭാഗംവച്ച് പിരിഞ്ഞതോടുകൂടി ആരംഭിച്ചതാണ് ആ രീതി. ഏതാണ്ടെല്ലാ ശാഖക്കാരും അതിപ്പോൾ അനുവർത്തിക്കുന്നു. ജന്മിക്കും കൃഷിക്കാർക്കും അത് കൂടുതൽ ഗുണകരമാവുകയുണ്ടായി.

ദേശത്തിലെ വിവിധ ജാതിക്കാർക്കിടയിലെ സാമ്പത്തിക ബന്ധങ്ങളിലും മാറ്റങ്ങളുണ്ടായി. അത്യാവശ്യം പിടിച്ചു നിൽക്കാമെന്ന സ്ഥിതി

യിലാണ് ഈഴവരിലും ചാന്നാന്മാരിലുംപെട്ട കുറച്ചുപേരെങ്കിലും. എന്നാലും സാമൂഹ്യാചാരങ്ങളിലും അവയുമായി ബന്ധപ്പെട്ട അവകാശങ്ങളിലും വിലക്കുകളിലും സമൂലമായൊരു മാറ്റം ഇനിയുമുണ്ടാവേണ്ടതായിട്ടാണിരിക്കുന്നത്. അവർണർക്ക് നേരെചൊവ്വേമുണ്ടുടുക്കാം. എന്നാലും അങ്ങത്തെമാർക്ക് മുമ്പിൽ വിനയം നടിച്ചേ പറ്റൂ. പൊതു നിരത്തുകളിലൂടെ യഥേഷ്ടം സഞ്ചരിക്കാൻ ഇനിയുമവർക്കാവില്ല. നിയമപരമായി അവകാശങ്ങളുണ്ടെങ്കിലും സർക്കാർ ആപ്പീസുകളിൽ സ്വതന്ത്രമായി കയറിച്ചെല്ലാൻ അവർക്കനുവാദമില്ല. ക്രിസ്തുമതത്തിലേക്ക് പരിവർത്തനം ചെയ്യപ്പെട്ട ചാന്നാന്മാർക്ക് മിഷണറിമാരുടെ പിൻബലമുള്ളതുകൊണ്ട് ഇത്തരം കാര്യങ്ങളിൽ കുറച്ചൊക്കെ അഭിവൃദ്ധിപ്പെടാൻ അവസരമുണ്ടായി. എന്നാൽ, ഹിന്ദുക്കളെന്നവകാശപ്പെടുകയും ആ നിലയിൽ യാതൊരവകാശങ്ങളുമില്ലാത്തവരുമായ അവർണജാതിക്കാരുടെ സ്ഥിതിയിൽ പ്രകടമായ യാതൊരു വ്യത്യാസവും ഇനിയുമുണ്ടായിട്ടില്ല. ആളുകളുടെ ജാതി ബോധത്തിൽ കാലാകാലങ്ങളായി അവരോധിച്ചതും അടിച്ചേൽപ്പിച്ചതുമായ മാലിന്യം വലിയൊരളവുവരെ കട്ടിയായിത്തന്നെ അവശേഷിപ്പിക്കുകയാണിപ്പോഴും. അയിത്തത്തിന്റെ രൂക്ഷതയ്ക്ക് അയവൊന്നും വന്നിട്ടില്ല. അബദ്ധത്തിലാണെങ്കിലും അതിന് പിഴവ് പറ്റിയാൽ വിനാശകരമാവും ഫലം. ധർമരാജ്യം മയാസൃഷ്ടമായ വർണ്ണാശ്രമധർമം എന്ന അധർമത്തെ തള്ളിപ്പറയാൻ പ്രാപ്തമായ വിധത്തിൽ ഇനിയും വളർന്നിട്ടില്ല.

മുപ്പത്തി മൂന്ന്

തേവരുകുളത്തെ ശൂദ്രർക്കും പെരുമുക്കിലെ ഈഴവർക്കുമിടയിൽ സവിശേഷമായൊരു ബന്ധം വളരെക്കാലം മുമ്പ് മുതലേ നിലവിലുണ്ട്. ആചാരാനുഷ്ഠാനങ്ങളിൽ പലതിലും ഇരുകൂട്ടർക്കുമിടയിൽ ചില സമാനതകളൊക്കെ കാണാം. ശൂദ്രർക്ക് തേവരുകുളത്തമ്മയെന്ന 'ഭഗവതി'യുണ്ടെങ്കിൽ ഈഴവർക്ക് പെരുമുക്കിലെ വൃക്ഷച്ചുവട്ടിൽ കെട്ടിയുയർത്തിയ തറമേൽ ചെമ്പട്ടുചുറ്റിയ നീളൻ കല്ലിൽ കുടിയേറിയ മാടനുണ്ട്, തുണയായി.

തേവരുകുളം ദേശത്ത് വ്യത്യസ്ത ജാതിക്കാരുടെ ആണ്ടവൻ മാരിൽ വച്ച് മൂപ്പ് കൂടുതൽ ഭഗവതിയ്ക്ക് തന്നെ. നിത്യേന തൊഴാൻ കരയിലെ ആണുങ്ങളും പെണ്ണുങ്ങളും, പൂജാദികർമങ്ങൾക്ക് ബ്രാഹ്മണൻ ആദിയായവകൾ കൂടെയായപ്പോൾ ദേവീചൈതന്യവും മൂപ്പും അനേകമടങ്ങ് വർധിച്ചിട്ടുണ്ടെന്നാണ് ആരാധകർ അവകാശപ്പെടുന്നത്.

പിന്നെയുള്ള മൂപ്പുകുറഞ്ഞ ദൈവങ്ങളിൽ വച്ച് പണ്ടാരക്കുന്നിലെ ചാത്തൻദൈവം പുലയരുടേതായതുകൊണ്ട് തന്നെ, അയിത്തജാതിക്കാരനാണ്. ചെമ്മണ്ണുവിളയിലെ ചുടുകാടിനുള്ളിലെ പനമരച്ചുവട്ടിൽ ചാന്നാന്മാർ കോഴികളുടെ കഴുത്തറുത്ത് കർമങ്ങൾ നടത്തുമെങ്കിലും കല്ലും വിഗ്രഹവുമില്ലാത്ത അവിടത്തെ ആണ്ടവൻ അതതുനേരത്ത് കർ

മി നിശ്ചയിക്കുന്നതനുസരിച്ചാണ് പ്രവർത്തനനിരതനാവുന്നത്. കുറച്ച് മുമ്പുവരെ കരിങ്കാളിയായിരുന്നു അവരുടെ പ്രധാന ആരാധനാമൂർത്തി. എന്നാൽ ചാന്നാന്മാർ കൂട്ടത്തോടെ മതപരിവർത്തനം ചെയ്തശേഷം കരിങ്കാളിയുടെ വലിപ്പത്തിനും വ്യാപ്തിയ്ക്കും, പ്രബലതയ്ക്ക് പോലും, കാര്യമായ ക്ഷതമേറ്റിരിക്കുന്നു.

അതൊക്കെ കൊണ്ടുതന്നെ അവർണദൈവങ്ങളിൽ വച്ച് പെരുമുക്കിലെ മാടനാണിപ്പോൾ മുൻപന്തിയിൽ. അങ്ങേരെ കാലാകാലങ്ങളിൽ വേണ്ടുംവണ്ണം പ്രീതിപ്പെടുത്തേണ്ടതിന്റെ അവശ്യകത തേവരുകുളത്തെ കാരണവരായ അനന്തൻനായർ പോലും ഈഴവരെ ഇടയ്ക്കെല്ലാം ഓർമിപ്പിക്കാറുണ്ട്.

തങ്ങളുടെ ആശ്രിതരായ ഈഴവരിലേക്ക് അന്യമതങ്ങൾ കടന്നു കയറ്റം നടത്താതിരിക്കാൻ അങ്ങത്തെമാർ ബദ്ധശ്രദ്ധരായിരുന്നിട്ടുണ്ട്, എല്ലായ്പ്പോഴും. അറച്ചുനിന്നപ്പോഴെല്ലാം 'നമ്മൾ ഹിന്ദുക്കൾ' എന്നവരെ ഓർമിപ്പിക്കാനുമവർ മടിച്ചിട്ടില്ല. എന്നാൽ, ഈഴവർ യഥാർഥത്തിലതിനെ കണ്ടത് ജന്മിമാരുടെ പാട്ടവയലുകളിലൂടെയാണ്. വിശക്കുന്നവനോട് ആചാരങ്ങളുടെയും വിശ്വാസങ്ങളുടെയും യുക്തിരാഹിത്യം പറഞ്ഞു കൊടുക്കുന്നത് അവനെ കൊഞ്ഞനം കുത്തുന്നതു പോലെയാണ്. എന്നാൽ അത്തരം കൊഞ്ഞനംകുത്തലായി ചന്തയിൽ നിന്നും മടങ്ങിയെത്തിയവരിലൂടെ നടുക്കുന്നൊരു വാർത്ത പെരുമുക്കുകാർ ഗ്രഹിക്കാനിടയായി:

ഈഴവർക്കുമുണ്ട് അങ്ങത്തെമാരുടേതുപോലെ, യുഗപ്രഭാവനായ ഒരു സ്വാമി!

നാണുസ്വാമി!

സ്വാമി യോഗീവര്യനാണെന്ന അറിവ് അവരെ അലട്ടിയില്ല. എന്നാൽ അദ്ദേഹം നടത്തിയതായി പറയപ്പെടുന്ന ശിവലിംഗപ്രതിഷ്ഠ അവരെ അവിശ്വസിപ്പിച്ചു; ഞെട്ടിച്ചു.

സവർണന്റെ ദൈവത്തെ കുടിയിരുത്താൻ അവർണനെന്തവകാശം? അവർ ചോദിച്ചു. അല്ലെങ്കിൽ അവർണൻ കുടിയിരുത്തിയാൽ ആ ദൈവം കോപിക്കുകയോ അവിടെ നിന്നുമെണീറ്റ് സ്ഥലം വിടുകയോ ചെയ്യില്ലേ?

അല്ലെന്ന് ആരും പറഞ്ഞില്ല.

മറിച്ചൊരഭിപ്രായം പറയാൻ പെരുമുക്ക് നിവാസികളായ ആർക്കും ധൈര്യമുണ്ടായില്ല. ആഴ്ചകളും മാസങ്ങളും കഴിയവേ, നാണുസ്വാമിയെ കുറിച്ചുള്ള കൂടുതൽ വിവരങ്ങൾ കൂടുതൽ ആധികാരികതയോടെ അവരെ നേരിട്ടു.

സ്വാമി ഒരു കെട്ടുകഥയല്ല.

സ്വാമിയുടെ മാതാപിതാക്കൾ ഈഴവർ തന്നെ.

വിവാഹിതനാണെന്നും അല്ലെന്നും രണ്ടഭിപ്രായങ്ങൾ.

ഈഴവർ ആചരിച്ചുപോരുന്ന പല ചടങ്ങുകളെയും സ്വാമി വിലക്കുന്നുണ്ടത്രേ.

വിവരം തേവരുകുളത്തെ അങ്ങത്തെമാരിലുമെത്തി.

ഈഴവർക്ക് സ്വന്തമായൊരു സ്വാമിയുണ്ടായാൽ, ആ സ്വാമി മുറ തെറ്റിച്ച് ബ്രാഹ്മണകർമ്മം അനുഷ്ഠിച്ചാലുണ്ടാകാവുന്ന അപകടങ്ങളെക്കുറിച്ചും, ആ സംഭവം ഈഴവരെ സ്വാധീനിച്ചാലുണ്ടാകാവുന്ന പ്രത്യാഘാതങ്ങളെക്കുറിച്ചും, കരയിലെ 'മൂപ്പന്മാർ' ബോധവാന്മാരായി. ഇക്കുറി അനന്തൻനായരും മറ്റ് ശാഖകളിലെ കാരണവൻമാരും ചേർന്ന് വേലുപ്പണിക്കനെയും കൊച്ചു ആശാൻ വൈദ്യനെയും ഒന്നിച്ചു വിളിച്ചു വരുത്തി.

"കലികാലം തന്നെ, തീർച്ച." ഒരു കാരണവൻ അമർഷവും പുച്ഛവും കലർത്തി ഗംഭീര സ്വരത്തിൽ പറഞ്ഞു: "ഈഴവമ്മാരയ്ക്ക് പ്രാന്താണ്. അല്ലെങ്കിൽ ഈ കള്ളക്കഥേകള് ആരെങ്കിലും പറഞ്ഞു പരത്തുമോ?"

"പിരാന്ത് തെന്നെ!" മറ്റൊരാൾ തീർത്തുപറഞ്ഞു: "അല്ലെങ്കി ഈഴവരയ്ക്ക് സാമിയൊണ്ടാവുമെന്ന് ആരെങ്കിലും വിശ്വസിക്കുമായിരുന്നോ? ബ്രാഹ്മണന് മാത്തരം വിധിച്ചിട്ടൊള്ള ശിവലിംഗ പ്രതിഷ്ഠ നടത്താൻ സൊബോധമൊള്ള ഏതെങ്കിലും അവർണൻ ധൈര്യം കാണിക്കു മാരുന്നോ?"

"ബ്രാഹ്മണരല്ലാത്ത മറ്റ് സവർണ്ണരയ്ക്ക് പോലും വെലക്കിയിട്ടൊള്ളതാണ് വിഗ്രഹ പ്രതിഷ്ഠ." മൂന്നാമത്തെ കാരണവർ പരമപുച്ഛത്തോടെ പറഞ്ഞു: "ഒരു പട്ടിയോളമോ പോത്തിനോളമോപോലും എത്താത്ത ഒരീഴവൻ അത് ചെയ്തു പോലും!"

"എല്ലാം മേൽജാതിക്കാരെ അവമാനിക്കാൻ വേണ്ടി കെട്ടിച്ചമച്ചതാണ്." ഒന്നാമൻ രോഷത്തോടെ തുടർന്നു; "ഇവനെയൊക്കെ ഉപ്പുതീറ്റിച്ച് ഇരുട്ടറയിൽ പൂട്ടിയിട്ട് വകവരുത്തുകയാണ് വേണ്ടത്!"

പഞ്ചപുച്ഛമടക്കി വേലുപ്പണിക്കനും ആശാനും നിന്നു. പറഞ്ഞു കേട്ടറിവുള്ള പോയകാലത്തിലെ ക്രൂരവും നടുക്കമുളവാക്കുന്നതുമായ രംഗങ്ങൾ അവരുടെ ബോധത്തിലൂടെ ഒരു കൊള്ളിയാൻപോലെ മിന്നി മറഞ്ഞു.

ഒരു കാരണവൻ കൽപ്പിച്ചു: "അങ്ങത്തെമാര് കോപിച്ചാ എന്തര് സംഭവിക്കുമെന്ന് എല്ലാ ഈഴവമ്മാരയ്ക്കും പറഞ്ഞുകൊടുക്ക്"

അങ്ങനെ ചെയ്യാമെന്നറിയിച്ച് ഇരുവരും മടങ്ങി. ഈഴവരെ വിളിച്ചുകൂട്ടി അവർ 'പരമാർഥം' വിശദീകരിച്ചു.

പൊതുവിലെല്ലാവരും അവരുടെ അഭിപ്രായങ്ങളോട് യോജിച്ചു. എങ്കിലും ഒരുവൻ തിരിച്ചു ചോദിച്ചു;

"ചൂത്തരമ്മാരയ്ക്ക് ചൂത്തര ജാതിക്കാരനായ സാമിയുണ്ടാവാമെങ്കി ഈഴവമ്മാരയ്ക്ക് എന്തര് കൊണ്ട് അത് പാടുല്ല?"

"മിണ്ടരുത്" പണിക്കൻ കർശനമായി പറഞ്ഞു: "പട്ടിണി മാറിയിട്ടു മതി നമ്മക്ക് സാമിയാര്!" അതംഗീകരിക്കും പോലെ കൊച്ചുആശാൻ കണ്ണും പൂട്ടിയിരുന്നതേയുള്ളൂ.

തുലാവർഷത്തിന്റെ ശക്തി കുറഞ്ഞു. മാനത്ത് മേഘപാളികളുടെ കട്ടിയും കുറഞ്ഞു. ഇടയ്ക്കിടെയുള്ള ദുർബലമായ മഴയെ അവഗണിച്ചാൽ സുഖപ്രദമാണ് കാലാവസ്ഥ.

ഒരു അപരാഹ്നനേരം.

രാജപാതയിൽ ചന്തയ്ക്ക് കിഴക്കുമാറി, പെരുമുക്കിലേക്കുള്ള പാത പിരിയുന്നിടത്ത് ഒരു വില്ലുവണ്ടി വന്നുനിന്നു.

രാജപാതയിൽ വില്ലുവണ്ടികൾ അപൂർവമായൊരു കാഴ്ചയല്ല. മുമ്പിലും പിറകിലും വർണത്തിരശ്ശീലകൾ തൂക്കിയ ആ വാഹനങ്ങളിലെ യാത്രക്കാരെ മിക്കപ്പോഴും പുറത്തുള്ളവർക്ക് കാണാനൊക്കുകയില്ല. മേൽജാതിക്കാരായ പ്രമാണിമാരും ഉയർന്ന സർക്കാർ ഉദ്യോഗസ്ഥരുമാണവരെന്ന് ആളുകൾക്കറിയാം. കൂടാതെ, സായിപ്പന്മാരും അവരുടെ മദാമ്മമാരും തിരശ്ശീല നീക്കി, പരിസര വീക്ഷണം നടത്തി കടന്നു പോവുന്നത് അസാധാരണവുമല്ല. എന്നാൽ, പ്രത്യേകിച്ചൊരു പ്രാധാന്യവും അവകാശപ്പെടാനില്ലാത്ത ഒരിടത്ത് വണ്ടി നിന്നതി നാലാവാം ആളുകൾ ജിജ്ഞാസുക്കളായി പാതവക്കിൽകൂടി.

പള്ളിക്കുന്നിലെ മിഷണറി സായിപ്പ് ആദ്യം വണ്ടിയിൽ നിന്നുമിറങ്ങി. പിന്നാലെ, കറുത്ത്, സാമാന്യത്തിലധികം ഉയരമുള്ള ഒരു മധ്യവയസ്കനും. സായിപ്പന്മാരുടേത് പോലെ കാൽശരായിയും ബൂട്ട്സും കുപ്പായവും അതിന് പുറത്ത് കോട്ടുമാണയാളുടെ വേഷം.

ഒറ്റനോട്ടത്തിൽ അയാളേത് ജാതിക്കാരനാണെന്ന് പറയാനാവില്ല. വന്നുകൂടിയവർക്കാണെങ്കിൽ അയാളെ കണ്ട പരിചയവുമില്ല.

നാട്ടിൽ സവർണരെല്ലാം വെളുത്ത നിറമുള്ളവരോ അവർണരെല്ലാം കറുത്തിട്ടോ അല്ല. പോരാത്തതിന് കുപ്പായമണിയുന്ന തദ്ദേശീയർ വിരളവുമാണ്.

കിഴക്കൻമലകളിലെ തോട്ടങ്ങളിൽ ജോലിയുള്ളവർ അവധിക്ക് നാട്ടിലെത്തുമ്പോൾ ചിലപ്പോഴെല്ലാം കുപ്പായമണിയാറുണ്ട്. എന്നാലവയുടെ പഴക്കവും ഉടലിനിണങ്ങാത്ത തരത്തിലുള്ള വലിപ്പവും മൂലം പറയാതെ തന്നെ അതൊക്കെ ദാനമായി കിട്ടിയതാണെന്ന് നാട്ടുകാർ നിശ്ചയിക്കുന്നു.

തുണിയുടെ ദൗർലഭ്യം പോലെതന്നെ ഒരു കുപ്പായം തുന്നാനറിയുന്നവർ തേവരുകുളത്തോ അയൽപ്രദേശങ്ങളിലോ ഇല്ലാത്തതാണ് അതിനൊരു കാരണം. പോരാത്തതിന് ഒഴിവാക്കാനാവാത്ത ഒരാവശ്യമായും ആരുമതിനെ കണക്കാക്കിയിട്ടില്ല. താലൂക്കാപ്പീസിൽ ഉദ്യോഗമുള്ള കേശവപിള്ളയുടെ വേഷം പോലും മുണ്ടും നേര്യതും മാത്രമാണ്.

വില്ലുവണ്ടിക്കാരൻ സാമാന്യം വലിപ്പമുള്ള, മരംകൊണ്ടും തകരം കൊണ്ടുമുള്ള രണ്ട് പെട്ടികൾ നിലത്തിറക്കി വച്ചു. ഇടവഴിയിൽ ഒഴിഞ്ഞു മാറിനിന്ന് രംഗം വീക്ഷിക്കുകയായിരുന്ന രണ്ട് ചെറുപ്പക്കാരെ സായിപ്പ് കൈകാട്ടി വിളിച്ചു. അവർ അറച്ചറച്ച് അടുത്തെത്തി.

ഓരോ പെട്ടി അവർ തലയിലേറ്റി.

സായിപ്പ് ആംഗലത്തിൽ മധ്യവയസ്ക്കനോട് പറഞ്ഞു: "അപ്പോൾ മി. ജോസഫ്, നാളെ ഉച്ചതിരിഞ്ഞ് നമുക്ക് കാണാം."

"ഞാനങ്ങോട്ട് വരാം" അയാൾ കൃതജ്ഞതാപൂർവം അതേ മൊഴിയിൽ പ്രതിവചിച്ചു.

സായിപ്പ് വില്ലുവണ്ടിയിൽ യാത്രയായി.

ഒരു വ്യാഴവട്ടക്കാലത്തിലധികം നീണ്ട പ്രവാസത്തിന് ശേഷം പെരു

മാൻ മടങ്ങിയെത്തിയതാണ്. അതിനകം തന്നെ മറ്റ് പലതിനുമെന്ന പോലെ അയാളുടെ പേരിനും മാറ്റമുണ്ടായി. പെരുമാൻ എന്ന് മാത്രമുള്ള പേര് അരുചികരമായിട്ടോ അക്രൈസ്തവമായിട്ടോ തോന്നിയ മേലുദ്യോഗസ്ഥനും അവിടത്തെ മിഷണറി സായിപ്പും ചേർന്ന് അയാളുടെ പേരിന് ഒരു കൂട്ടിച്ചേർക്കലുണ്ടാക്കി:

ജോസഫ് പെരുമാൻ!

അപ്പോഴേക്കും അവിടെ ചെറിയൊരാൾക്കൂട്ടം തന്നെയുണ്ടായി. മിഷണറി സായിപ്പിനൊപ്പം വില്ലുവണ്ടിയിൽ വന്നിറങ്ങിയ, അദ്ദേഹത്തിന്റെ മൊഴി പേശാനറിയുന്ന, 'യാരോ ഒരാളെ'പ്പറ്റിയുള്ള വാർത്ത വളരെ പെട്ടെന്ന് അയലത്തെങ്ങും പരന്നു.

അയാളാരാണെന്ന് തിരക്കാൻ വന്നുകൂടിയവർ ഭയപ്പെട്ടു.

അവർക്കിടയിൽ പരിചയമുള്ള മുഖങ്ങളെ അയാൾ തിരഞ്ഞു. ആരുമില്ല. പ്രതികൂലമായ ചുറ്റുപാടുകളിൽ ജീവിക്കുന്ന, കറുത്ത് മെലിഞ്ഞ് എല്ലുന്തിയ മനുഷ്യർ.

മിതമായ രീതിയിൽ തങ്ങൾക്കിഷ്ടമുള്ള വസ്ത്രങ്ങളും ആഭരണങ്ങളും ധരിക്കാനും ചന്തകളിലും പെരുവഴികളിലും പ്രവേശിക്കുന്നതിനും ഇപ്പോൾ നിയമം അവരെ അനുവദിച്ചിട്ടുണ്ട്. എന്നാൽ ആ അവകാശം എടുത്ത് പ്രയോഗിക്കാൻ അവർക്കിന്നും ധൈര്യം പോരാ. അതപകടമുണ്ടാക്കിയേക്കുമെന്ന് മറ്റുള്ളവരുടെ അനുഭവം സദാനേരവും അവരെ ഓർമപ്പെടുത്തുന്നു.

വില്ലുവണ്ടിയിലെ യാത്രക്കിടയിൽ മിഷണറി പറഞ്ഞ ചില സംഭവങ്ങൾ പെരുമാനോർത്തു.

ഇവിടുന്നും ഒരുനാഴിക കിഴക്കുമാറി, ഒരു മാസത്തിന് മുമ്പ് കാട്ടിൽ നിന്നും ഈറ ശേഖരിച്ചുമടങ്ങുകയായിരുന്നു നാലഞ്ചു പറയർ. പെരുവഴി മുറിച്ചു കടക്കുമ്പോൾ അവിടം തീണ്ടി അശുദ്ധമാക്കിയെന്ന കുറ്റം ചുമത്തി ശൂദ്രർ അവരെ അടിച്ചവശരാക്കി.

അയൽദേശത്തിലെ ഒരീഴവ പ്രമാണി തോളത്തിട്ട രണ്ടാം മുണ്ട് തങ്ങൾക്ക് മുമ്പിൽ എടുത്തു മാറ്റാത്തതിൽ പ്രകോപിതരായ ശൂദ്രർ അയാളെക്കൊണ്ട് ഏത്തമിടുവിച്ചത് വെറും മൂന്ന് മാസങ്ങൾക്ക് മുമ്പായിരുന്നു. അധികാരികൾക്ക് പരാതി ബോധിപ്പിക്കാനൊരു ങ്ങിയെങ്കിലും കള്ളക്കേസിൽ പ്രതി ചേർക്കപ്പെട്ടേക്കുമെന്നറിയാവുന്ന പ്രമാണി ആ ഉദ്യമം ഉപേക്ഷിക്കുകയായിരുന്നുവത്രേ. നാട്ടിൽ നീതിന്യായ വ്യവസ്ഥിതി നിലവിലുണ്ടെന്ന് പറയപ്പെടു ന്നുണ്ടെങ്കിലും അവർണനെ സംബന്ധിച്ചിടത്തോളം നീതി വിദൂരത്താണിപ്പോഴും. അതുകൊണ്ടൊക്കെ തന്നെ അനിശ്ചിതത്വം നിറഞ്ഞ നാളെകളെ അവർ ഭീതിയോടെ മാത്രം ഉറ്റുനോക്കുന്നു. മേലാളർ ഭരിക്കേണ്ടവരും അവരാൽ തങ്ങൾ ഭരിക്കപ്പെടേണ്ടവരുമാണെന്നവർ വിശ്വസിക്കുന്നു.

തനിക്ക് ചുറ്റുമുള്ള ഈ മനുഷ്യർ കേവലം നിയമത്തെ കുറിച്ചുള്ള അജ്ഞത മൂലമല്ല, മറിച്ച് തികച്ചും ദരിദ്രമായ ചുറ്റുപാടുകൾ മൂലമാണ് ഇന്നും ദീനാവസ്ഥയിൽ തുടരുന്നതെന്ന് ജോസഫ് പെരുമാൻ അറിഞ്ഞു.

പെട്ടികളുമേറ്റി നിൽക്കുന്ന ചുമട്ടുകാരോടയാൾ പറഞ്ഞു. "ചെമ്മ ണ്ണുവിളയില് പോകണം."

"ചാന്നാൻ തെന്നെ." ആൾക്കൂട്ടത്തിൽ ആരൊക്കെയോ കുശുകു ശുത്തു.

അവർ ഏതാനും വാര നടന്നപ്പോൾ പിന്നിൽ നിന്നും ഒരാൾ ഉപ ദേശിച്ചു; "അപ്പറത്ത് പെയ്യിട്ട് എടത്തോട്ടൊള്ള വഴിയേ പെയ്യാ ചൂത്ത രമ്മാരെ പേടിക്കണ്ടാ."

അങ്ങനെ ചെയ്യാൻ ചുമട്ടുകാർക്കയാൾ നിർദേശം നൽകി.

ആൾക്കൂട്ടത്തിലെ ഏതാനും പേർ പിന്നിൽ കുറച്ചകലം വിട്ടും ഒരു സംഘം കുട്ടികൾ മുന്നിലും അയാൾക്കകമ്പടിയെന്നോണം മുന്നോട്ടു നീങ്ങി.

വൃക്ഷത്തലപ്പിലെ ഇളംകാറ്റിന്റെ മൃദുമർമരത്തിനപ്പുറം പോയ കാലത്തിലെ കൊലവിളികളുടെ അലയൊലികൾ കേൾക്കുന്നു ണ്ടോ എന്നയാൾ കാതോർത്തുനോക്കി.

പെരുമുക്ക് പിന്നിട്ടപ്പോൾ അയാൾക്ക് മുമ്പിലായി നടന്നിരുന്ന കുട്ടി കൾ ചെമ്മണ്ണുവിളയിലേക്കോടി. അവർ ഉറക്കെ വിളിച്ചറിയിച്ചു:

"കോട്ടും കാൽച്ചട്ടയുമിട്ട പെരിയ ഒരാള് വര്ണു!"

കേട്ടവരെല്ലാം പാതവക്കിലെത്തി. ചിലരയാളെ തിരിച്ചറിഞ്ഞു, അവർ പറഞ്ഞു,

"ചത്തുപെയ്യ അളമുവിന്റ മോൻ തെന്നെ."

"അങ്ങ് സിലോണിലാര്ന്നല്ലോ?"

"ഒരുപാട് കൊല്ലങ്ങളായല്ലോ പെയ്യിട്ട്?"

മരണവീട്ടിൽ മടങ്ങിയെത്തുന്ന ഗൃഹസ്ഥനയെന്നപോലെ അവര യാളെ വരവേറ്റു. ആഹ്ളാദിക്കുമ്പോഴും അലയടിച്ചുയരുന്ന ദു:ഖമാണ് അവരുടെ ഭാവങ്ങളിൽ. തുടർന്നുള്ള കുറച്ച് ദൂരം അവരും അയാൾ ക്കൊപ്പം കൂടി, ഒരു ഘോഷയാത്ര പോലെ.

അയാളെ കെട്ടിപ്പിടിച്ച് കരയവേ മുത്തു വാധ്യാർ വിളമ്പി: "എല്ലാരും പെയ്. അപ്പനുമമ്മയും സഹോദരങ്ങളും നാട്ടുകാരുമെല്ലാം പെയ്!"

വസൂരിയുടെ വിളയാട്ടമുണ്ടായത് നാല് കൊല്ലങ്ങൾക്കപ്പുറമായി രുന്നു. ഉറ്റവരെയും ഉടയവരെയും കാണാൻപോലും ശ്രമിക്കാത്തതിന് അയാളെ കുറ്റപ്പെടുത്തിയവർ പോലും പറഞ്ഞു:

"ഞങ്ങളെപ്പോലെ ഉയിരോടെയിരിക്കാൻ നെന്നെ ആണ്ടവൻ തൊ ണച്ചതാണ്!"

മുത്തു വാധ്യാരുടെ പുര അയാൾക്ക് അഭയമായി.

പണ്ട് അളമുവും ചേമയും മക്കളുമൊന്നിച്ച് പാർത്തിരുന്ന പുരയുടെ മേൽക്കൂര പൂർണമായും നശിച്ചുപോയിരുന്നു. ഏതാനും മൺചുമരുകൾ മാത്രം പ്രതികൂല കാലാവസ്ഥയെ അതിജീവിച്ചുകൊണ്ട് ഇന്നും നില നിൽക്കുന്നു. അതിനൽപ്പം കിഴക്കുമാറി, ചേമയെയും കുഞ്ചനെയും രണ്ടു കുട്ടികളെയും അടക്കം ചെയ്ത ഇടം മുത്തു വാധ്യാർ കാണിച്ചുകൊ ടുത്തു. അവയ്ക്കൊന്നിനും തലക്കല്ലുകളോ കുരിശോ അടയാളമായി

നാട്ടിയിട്ടില്ല. ചുടലകൾക്ക് മീതെ, ചുവന്ന മണ്ണിൽ, സമൃദ്ധമായി പുല്ല് തഴച്ച് വളരുന്നു.

യാത്രയാകുന്നവർ മടങ്ങിവരാത്ത, മടക്കയാത്ര കാണാൻ മോഹിച്ചിരിക്കുന്നവർ അതിനാവാതെ മരിച്ച് പോവുന്നിടത്ത്, ചെമ്മണ്ണുവിളക്കാർ വിധിയുടെ ഭയാനകത അറിയുന്നു.

ജോസഫ് പെരുമാന്റെ ആഗമനം ഒരേസമയം നാട്ടുകാരിൽ പോയ കാലത്തിന്റെ ദു:ഖസ്മൃതികളും സന്തോഷവുമുളവാക്കി. ഇനി തിരിച്ചു പോകുന്നുണ്ടോ എന്നാണ് അവർക്ക് ആകെ അറിയേണ്ടത്.

അപ്പൻ സമ്പാദിച്ചിട്ട വയലും കരപ്പറമ്പുമുണ്ട്. ചക്രമുണ്ടെങ്കിൽ ഇനിയും വാങ്ങിക്കൂട്ടാം. ജന്മിയെപ്പോലെ ഇവിടെ ജീവിക്കാം.

തങ്ങൾക്കിടയിൽ ജന്മിയായി ചാന്നാന്മാരിൽ ഒരാളുണ്ടാവുന്നത് അവർക്ക് നിസ്സാരകാര്യമല്ല.

തേവരുകുളം ദേശത്തിലെ ശൂദ്രജന്മിമാർ ഭൂസ്വത്തിന്റെ കാര്യത്തിൽ അനുദിനമെന്നോണം ശോഷിച്ചുവരികയാണ്.

ജോസഫ് പെരുമാൻ കണ്ടമാനം പണം കൊണ്ടുവന്നിരിക്കാമെന്ന കാര്യത്തിൽ ആളുകൾക്ക് സംശയമേതുമില്ല. 'കൊളമ്പി'ൽ പോയാൽ അപ്പനുമമ്മയും ഒഴിച്ചുള്ളതെല്ലാം സുലഭമാണെന്നവർ കേട്ടിട്ടുണ്ട്. പണ്ട് മരമണ്ടനായ യോവേൽ കിഴക്കൻമലയിൽ പോയി ചക്രവുമായി വന്ന് മണ്ണുവാങ്ങി പുരയുണ്ടാക്കിയതും നല്ലമ്മാളെ അവിടെ കുടിയിരുത്തിയതും അവരിപ്പോഴും മറന്നിട്ടില്ല. എന്നിട്ടും വസൂരി പിടിപെട്ട് കുട്ടത്തോടെ ചാവാനായിരുന്നു അവരുടെയും വിധി.

വള്ളി അവർക്കായി അത്താഴമൊരുക്കി. ഏകനായിത്തീർന്ന ശേഷം അവരുടെ പുരയിലാണ് മുത്തു വാദ്ധ്യാരുടെ ഭക്ഷണം. ഭക്ഷണം കഴിച്ചിരിക്കുമ്പോൾ അവൾ പറഞ്ഞു: "അനുഭവിക്കാ നൊത്തില്ലെങ്കി ഒരുപാട് സമ്പാദിച്ച് കൂട്ടിയിട്ട് ഒരു കാരിയവുമില്ല. പെരുമാൻ ഇന്നി ഈ നാട്ടില് കഴിയണ്ണും. ഞങ്ങക്കൊക്കെ കാണാനായിട്ടെങ്കിലും."

മുത്തു വാധ്യാരും ആ അഭിപ്രായത്തെ പിന്താങ്ങി.

ജോസഫ് പെരുമാൻ ഒന്നും പറഞ്ഞില്ല.

പലപ്പോഴായി സ്വന്തം കുടുംബത്തിലും നാട്ടിലുമുണ്ടായ ദുരന്തങ്ങളെക്കുറിച്ച് യഥാസമയം തന്നെ അയാൾ അറിഞ്ഞിരുന്നു. മടക്കയാത്ര നീട്ടി വയ്ക്കാൻ അവയും കാരണങ്ങളായി. ഇനിയും വളരെക്കാലം, വേണമെങ്കിൽ എക്കാലവും, സിലോണിൽത്തന്നെ താരതമ്യേന മെച്ചപ്പെട്ട സ്ഥിതിയിൽ ജീവിക്കാൻ അയാൾക്ക് കഴിയും. പഠിപ്പും പരിചയവുമുള്ളത് കൊണ്ട് തമിഴകത്തോ ബ്രിട്ടീഷ് ഇന്ത്യയുടെ ഇതര ഭാഗങ്ങളിൽ എവിടെയെങ്കിലുമോ ഒരു തൊഴിൽ കണ്ടെത്താൻ മുപ്പത്താറ് വയസ്സുള്ള ജോസഫ് പെരുമാന് ഇപ്പോഴും വലിയ പ്രയാസമൊന്നുമില്ല.

മാർത്തയെക്കുറിച്ച് വള്ളിയുടെ അനുഭാവപൂർണമായ പരാമർശം അയാളിൽ ഒരുതരം ഈർഷ്യയോ അസ്വസ്ഥതയോ ആണുണ്ടാക്കിയത്.

അപക്വമായ കൗമാരദശയിൽ ഒരത്ഭുത ജീവിയെപ്പോലെ തന്റെ ജീവിതത്തിലേക്കിറങ്ങി വന്ന മാർത്ത അയാൾക്കെന്നും ഒരു കടങ്കഥപോലെയായിരുന്നു. ഏതാനും ദിവസങ്ങളോളം മാത്രം ഒന്നിച്ച് ജീവിച്ചു. മു

മ്പൊക്കെ വല്ലപ്പോഴുമെങ്കിലും അയാളവളെ ഓർക്കുമായിരുന്നു. പിന്നീട് അതും ഇല്ലാതായി. അവളും ചത്തുപോയിട്ടുണ്ടാവുമെന്നാണ് അയാൾ വിചാരിച്ചിരുന്നത്. എന്തുകൊണ്ടോ, കത്തുകളിൽ മുത്തു വാധ്യാർ അവളെപ്പറ്റി ഒന്നും തന്നെ എഴുതുമായിരുന്നില്ല.

പെരുമാനെ കാത്തിരുന്ന് വിഫലമായപ്പോൾ അവൾ കുഞ്ചുവിന്റെ പെണ്ണായി; പെറ്റു. അവന്റെ അന്ത്യം അവളെ അനാഥത്വത്തിലേക്ക് തള്ളിവിട്ടു. മുമ്പൊരിക്കൽ പെരുമാനയച്ച പണം കൊണ്ട് അളമു അവൾക്ക് വാങ്ങിക്കൊടുത്ത രണ്ടേക്കർ ഭൂമി പാമ്പൻകുന്നിലുണ്ട്. എന്നാലവൾക്ക് തനിച്ചവിടെ കഴിയാനാവില്ല. ഇനിയും മറ്റൊരു പുരുഷനുമൊന്നിച്ച് ജീവിക്കാൻ അവളൊരുക്കവുമല്ല. വസൂരിക്കാലത്ത് അടുത്ത ബന്ധുക്കളെല്ലാം നഷ്ടപ്പെട്ട അവൾക്ക് ഒരു ഇളയപ്പന്റെ വീട് മാത്രമാണ് ഇന്ന് അഭയം.

"സ്നേഹമൊള്ള പെണ്ണാണവള്" വള്ളി പറഞ്ഞു: "പെരുമാൻ തിരിച്ചെത്തിയതറിഞ്ഞാൽ...." അവൾ വിതുമ്പി.

എന്ത് സംഭവിക്കുമെന്ന് അയാൾ തിരക്കിയില്ല.

മുപ്പത്തിനാല്

മുത്തു വാധ്യാരുടെ ചെറിയ പുരയുടെ ഇറയത്ത്, ചെറുതായൊന്ന് അനങ്ങിയാൽ പോലും കരയുന്ന കയർ വരിഞ്ഞ കട്ടിലിൽ, ഉറങ്ങാനാവാതെ ജോസഫ് പെരുമാൻ കിടന്നു.

മരിച്ച് മണ്ണടിഞ്ഞ് പോയവർ കൂട്ടമായും അല്ലാതെയും അയാളുടെ ബോധത്തിലേക്ക് കടന്നുവന്നു. ചേമയിൽ സദാനേരവും തെളിഞ്ഞു കാണാമായിരുന്ന നിശ്ചയദാർഢ്യം തനിക്ക് നേരെയുള്ള കുറ്റപ്പെടു ത്തലായി അയാൾക്കനുഭവപ്പെട്ടു. മടക്കയാത്രയിൽ തങ്ങൾക്കായി വാങ്ങിക്കരുതാൻ ഇളയവർ പറഞ്ഞേൽപ്പിച്ച സാധനങ്ങളുടെ നീണ്ട പട്ടിക ഇന്നും ഓർക്കാനാവുന്നു. ഒരുപാട് വർണങ്ങളിലുള്ള ചേലത്തുണികൾ ചുറ്റിനടക്കാൻ മോഹിച്ചിരുന്ന നാണി ഇന്നില്ല. അയൽക്കാരും ബന്ധുക്കളുമായിരുന്ന മിക്കവരും മൺമറഞ്ഞു. അവരിൽ എമിലിയെയും ചുക്രി വൈദ്യനെയും വേദനയോടെയും കൃതജ്ഞതയോടെയും മാത്രമേ ഓർക്കാനാവൂ. അതിനെല്ലാമുപരിയായി, രാപ്പകൽ ഭേദമെന്യേ, വേനലെന്നോ മഴയെന്നോ ഉള്ള വ്യത്യാസമില്ലാതെ, അധ്വാനിക്കുന്നതിൽ വളരെയേറെ സംതൃപ്തി കണ്ടെത്തിയിരുന്ന അളമുവിന്റെ രൂപം ഒരു പ്രഹേളിക പോലെ അയാൾക്ക് മുമ്പിൽ തലയുയർത്തി നിന്നു.

പ്രഭാതത്തിൽ മുത്തു വാധ്യാരോടൊപ്പം നടക്കാനിറങ്ങി. തെക്കേ കുന്നിൽ അളമു സമ്പാദിച്ചിട്ടതും ഇപ്പോൾ പെരുമാനും വാധ്യാർക്കും അവകാശപ്പെട്ടതുമായ ഭൂമിയിൽ വർഷങ്ങളായി വെട്ടും കിളയുമില്ലാതെ കുറ്റിച്ചെടികളും പുല്ലും കാടുപിടിച്ച് വളരുന്നു. കുന്നിന്റെ മറുവശത്ത് മാർത്തയുടെ ഭൂമിയും പണ്ടാരക്കുന്നിലെ പെരുമാന്റെ പേരിലുള്ള

ഭൂമിയും അങ്ങനെ തന്നെ. ചതുപ്പ് ഏലായിലുള്ള വയൽ മറ്റൊരു ചാന്നാന് പാട്ടത്തിന് കൊടുത്തിരിക്കുകയാണിപ്പോൾ.

തങ്ങളുടെ അപ്പൻ ജീവിച്ചിരുന്നുവെങ്കിൽ ഇതിൽ ഒരിഞ്ച് ഭൂമി പോലും തരിശിടുമായിരുന്നില്ലെന്ന് വാധ്യാർ പറഞ്ഞു. അയാൾ തുടർന്നു: "ഒന്ന് നോക്കിയാല് പെരുമാനണ്ണന് ഉള്ളത്തര ഭൂസ്വത്ത് പോലുമില്ലാത്തവരാണ് ഇന്ന് പഴയ ജന്മിമാരില് പലരും. കൊറച്ച് വേല ചെയ്താ അവരെക്കാലും കൂടുതല് ആദായം നമുക്കിതില് നിന്നുമൊണ്ടാവും."

വേണ്ടപോലൊക്കെ ആലോചിച്ച് ചെയ്യാമെന്നറിയിച്ചുവെങ്കിലും ജോസഫ് പെരുമാന്റെ ചിന്തകൾ എങ്ങും തൊടാതെ എവിടെല്ലാമോ അലഞ്ഞു തിരിയുകയായിരുന്നു.

മാർത്തയെക്കുറിച്ച് വാധ്യാർ വീണ്ടും പരാമർശിച്ചപ്പോൾ തൽക്കാലം അവളെ കാണുന്നില്ലെന്നായിരുന്നു അയാളുടെ മറുപടി.

വർഷങ്ങൾക്ക് മുമ്പ് അവൾ കുഞ്ചന്റെ കുട്ടിയെ പ്രസവിച്ചു എന്ന് കത്തിലൂടെ അറിയാനിടയായപ്പോൾ കടുത്ത അമർഷവും അസ്വസ്ഥതയുമാണ് അയാളിലുണ്ടായത്. ചാന്നാന്മാർക്കിടയിൽ അങ്ങിങ്ങായി ബഹുഭാര്യാത്വം നടപ്പിലുണ്ടെങ്കിലും ബഹുഭർതൃത്വം ഒട്ടും അനുവദനീയമല്ല. വ്യഭിചാരത്തിന്റെ കാര്യത്തിലും സാധാരണയായി കുറ്റം സ്ത്രീയിലേ ആരോപിക്കപ്പെടാറുള്ളൂ. പരമ്പരാഗതമായി ആളുകളുടെ ബോധത്തിൽ സ്ഥിരപ്രതിഷ്ഠനേടിയ ഒരു ഇരട്ടത്താപ്പാണത്. അതൊക്കെകൊണ്ടു തന്നെ തന്റെ പെണ്ണ് മറ്റൊരുവന്റെ കുട്ടിയെ പെറ്റു എന്ന അറിവുളവാക്കിയ നടുക്കത്തിൽ നിന്നും മോചിതനാവാൻ പെരുമാന് കുറെ ദിവസങ്ങൾ വേണ്ടിവന്നു.

അന്നും ഏകപത്നീവ്രതക്കാരനൊന്നുമായിരുന്നില്ല ജോസഫ് പെരുമാൻ. ജാഫ്ന പട്ടണത്തിലെ അത്യാവശ്യ സൗകര്യങ്ങളെല്ലാമുള്ള ചെറിയ വീട്ടിലേക്ക് പെണ്ണുങ്ങൾ അന്തിക്കൂട്ടിനെത്തി. പല നാട്ടുകാരും ഭാഷക്കാരുമായ എത്രയോ പെണ്ണുങ്ങൾ. അവരുമൊന്നിച്ചുള്ള സഹശയനം ക്രമേണ മാർത്തയോടുണ്ടായിരുന്ന അമർഷത്തിന്റെയും വെറുപ്പിന്റെയും തീവ്രത കുറച്ചു.

പ്രായപൂർത്തിയായ പുരുഷന്മാരുള്ള വീട്ടിൽ നാമമാത്രനായ ഒരു ഭർത്താവുള്ള സ്ത്രീ വർഷങ്ങളോളം കഴിയേണ്ടിവരുമ്പോൾ സ്വാഭാവികമായും സംഭവിക്കുന്നത് മാത്രമേ മാർത്തയുടെ കാര്യത്തിലുമുണ്ടായിട്ടുള്ളൂ എന്ന തിരിച്ചറിവുണ്ടായത് അങ്ങനെയായിരുന്നു. അവളുടെയും കുഞ്ചന്റെയും ലോകത്തിലേക്ക് കടന്നുചെല്ലാൻ ആഗ്രഹിച്ചില്ല എന്നതായിരുന്നു അന്ന് അവധിക്ക് വരാതിരിക്കാനുള്ള ഒരു കാരണം.

ഇന്ന് വെറുപ്പ് തോന്നുന്നില്ലെങ്കിലും മാർത്തയെ കൂടെ പൊറുപ്പിക്കാൻ ജോസഫ് പെരുമാന് കഴിയുകയില്ല. കാരണം ആ അവകാശം തന്റെ സഹപ്രവർത്തകനായിരുന്ന വേദമാണിക്യത്തിന്റെ മകൾ റോസ കൈവശപ്പെടുത്തിയിരിക്കുന്നു.

തിരുനെൽവേലി സ്വദേശിനിയായ റോസയുമായി ജോസഫ് പെരുമാന്റെ രണ്ടാം വിവാഹം നടന്നിട്ട് മൂന്ന് വർഷമായി. അതിലവർക്ക് രണ്ടു വയസ്സുകാരിയായ ഒരു മകളുമുണ്ട്.

അക്കാര്യം ചെമ്മണ്ണുവിളക്കാരിൽ നിന്നും ഒളിച്ചുവയ്ക്കേണ്ട ആവശ്യം ജോസഫ് പെരുമാനില്ല. അതയാൾക്ക് സാധ്യവുമല്ല.

ഭാര്യയും മകളുമൊന്നിച്ച് തൂത്തുക്കുടിയിൽ ബോട്ടിറങ്ങിയ അയാൾ ഏതാനും ദിവസങ്ങൾ ഭാര്യാഗൃഹത്തിൽ കഴിഞ്ഞതിന് ശേഷമാണ് ഇങ്ങോട്ട് പോന്നത്. ചെമ്മണ്ണുവിളയിലെത്തിയ ശേഷം ഭാവിയെക്കുറിച്ച് ഒരു തീരുമാനമെടുക്കുകയായിരുന്നു ഉദ്ദേശ്യം.

അയാൾ പറഞ്ഞു: "എനിക്ക് ഭാര്യയും രണ്ടു വയസ്സുള്ള ഒരു മകളുമുണ്ട്."

മുത്തു വാധ്യാരെ അതാശ്ചര്യപ്പെടുത്തിയില്ല. അയാൾക്കത് അപ്രതീക്ഷിതവുമായിരുന്നില്ല.

"ഏത് നാട്ടുകാരി?" വാധ്യാർ ചോദിച്ചു.

"തിരുനെൽവേലി." ജോസഫ് പെരുമാൻ പറഞ്ഞു: "ഞങ്ങളൊന്നിച്ചാണ് ഇങ്ങോട്ട് പോന്നത്. അവളിപ്പോൾ അവളുടെ വീട്ടിലാണ്."

"അപ്പോ പെരുമാനണ്ണനും അങ്ങോട്ടു മാറി താമസിക്കാമെന്നാണോ?"

"ഒന്നും തീരുമാനിച്ചിട്ടില്ല. സമയമുണ്ടല്ലോ."

വാധ്യാർക്ക് സമാധാനമായി.

ജോസഫ് പെരുമാൻ പറഞ്ഞു: "തൽക്കാലം ഇക്കാര്യം മുത്തുമാത്രം അറിഞ്ഞാമതി. വേണ്ടനേരത്ത് മറ്റുള്ളവരെല്ലാം അറിഞ്ഞ് കൊള്ളും."

അങ്ങനെ ചെയ്യാമെന്ന് വാധ്യാർ സമ്മതിച്ചു.

വളരെക്കൊല്ലങ്ങൾക്കു മുമ്പാണ് പള്ളിക്കുന്ന് ലണ്ടൻ മിഷണറി സൊസൈറ്റിയുടെ മിഷൻ സ്റ്റേഷനായി ഉയർത്തപ്പെട്ടത്. തെക്കൻ തിരുവിതാംകൂറിലെ മറ്റ് പല മിഷൻ ഡിസ്ട്രിക്ടുകളെയും പോലെ തന്നെ അവിടെ നിരവധിയാളുകൾ മതപരിവർത്തനത്തിലൂടെ ക്രിസ്ത്യാനികളായിത്തീർന്നു. തുടക്കത്തിൽ അത് വളരെ മന്ദഗതിയിലായിരുന്നെങ്കിലും പള്ളിയിൽ വരുന്നതുകൊണ്ട് തങ്ങൾക്ക് ഭൗതികമായ നേട്ടങ്ങളുണ്ടാവുമെന്ന് മനസിലായതോടെയായിരുന്നു മതപരിവർത്തനത്തിന്റെ വേഗത വർധിച്ചത്. അതിന് മിഷണറിമാർ കണ്ടെത്തിയ ആദ്യത്തെ ഒരു തന്ത്രമായിരുന്നു എഴുത്തുപള്ളി എങ്കിൽ കിഴക്കൻ മലകളിൽ വാഗ്ദാനം ചെയ്യപ്പെട്ട ജോലിയായിരുന്നു ആളുകളെ കൂട്ടത്തോടെ ക്രിസ്തുമതം സ്വീകരിക്കാൻ പ്രേരിപ്പിച്ചത്.

പള്ളിക്കുന്നിലെ മിഷൻ വീടിന്റെ ഉമ്മറത്തെ അലങ്കരിക്കുന്നത് തേക്കിന്റെയോ വീട്ടിയുടെയോ തടിയിൽ തീർത്ത ഇരിപ്പിടങ്ങളല്ല. വർഷങ്ങൾക്ക് മുമ്പ്, ഇവിടെ നിന്നും ആദ്യമായി എഴുത്ത് പഠിച്ച ചില കാണിക്കാർ മിഷൻകാരുടെ സേവനത്തിന് പ്രത്യുപകാരമായി കുറെ കാട്ടുതേൻ അന്നത്തെ മിഷണറിക്ക് സമ്മാനിച്ചു. അഞ്ചാറു മുളങ്കുറ്റികളിൽ ചോർന്നൊലിക്കാത്ത മട്ടിൽ വാട്ടിയെടുത്ത വാഴയിലകളാൽ വായ്ത്തല മൂടികെട്ടിയാണവർ അത് മിഷണറിക്ക് 'നടയ്ക്ക്'വച്ചത്.

എന്നാൽ, മിഷണറി സായിപ്പച്ചൻ ആവശ്യപ്പെട്ടത് മറ്റൊന്നാണ്. തേനാവുമ്പോൾ കുറച്ച് ദിവസങ്ങൾ കൊണ്ട് ആഹരിച്ച് തീർക്കാം. പിന്നീട് അവരെയാരും ഓർമിക്കുകയില്ല. പകരം ആഹരിക്കാനാവാ

ത്തതും, കുറെക്കാലം കൂടെ ഉപയോഗിക്കാനാവുന്നതുമായ എന്തെങ്കിലുമായാൽ അവരുടെ ശ്രമത്തിന് അർഹമായ വില മറ്റുള്ളവർ കൽപ്പിക്കാതിരിക്കില്ല.

പിറ്റേന്ന് നേരം പരപരാ വെളുത്തപ്പോൾ മൂന്ന് കാണിക്കാർ മൂന്ന് ചുമട് ചൂരൽ മിഷൻ വീടിന്റെ മുറ്റത്ത് കൊണ്ടെത്തിച്ചു. ആ ചൂരൽകൊണ്ട് സായിപ്പച്ചന്റെയും മദാമ്മയുടെയും മേൽനോട്ടത്തിൽ ക്ഷണിച്ചുവരുത്തപ്പെട്ട പറയർ കസേരകളുണ്ടാക്കി.

പള്ളിക്കുന്നിലെ മിഷൻ വീട് ചൂരൽമയമായി.

അക്കഥ പറയുമ്പോൾ മിഷണറി സായിപ്പ് ചോദിച്ചു: "ഈ ഇരിപ്പിടത്തിലിരിക്കുമ്പോൾ മി.ജോസഫ് പെരുമാന് അസ്വാസ്ഥ്യം തോന്നുന്നുണ്ടോ?"

"ഇല്ല." പെരുമാൻ ജോസഫ് ചോദിച്ചു: "അങ്ങനെ ചോദിക്കാൻ കാരണം?"

"ഉണ്ട്." സായിപ്പ് പറഞ്ഞു: "ഇതിനുമുമ്പ് ഇവിടെയുണ്ടായിരുന്ന ഒരു മിഷണറിയ്ക്ക് ഇവിടത്തെ ജാതിശ്രേഷ്ഠന്മാർ കൽപ്പിച്ചു നൽകിയ പേരെന്താണെന്നറിയാമോ?"

പെരുമാനത് അറിഞ്ഞുകൂടാ.

"പുലയപാതിരി!" സായിപ്പ് ചിരിച്ചു.

"അതിന് കാരണം അദ്ദേഹം പുലയരുടെയും മറ്റുള്ള പാവപ്പെട്ട വിഭാഗങ്ങളുടെയും ഉന്നമനത്തിനായി പ്രവർത്തിച്ചു എന്നതാണ്."

പള്ളിയുടെ പ്രതിസന്ധികൾക്ക് നടുവിലൂടെയുള്ള വളർച്ചയെ ക്കുറിച്ച് സായിപ്പ് വിവരിച്ചു കേൾപ്പിച്ചു. മിഷനിൽ നിന്നുമുള്ള പരിമിതമായ ധനസഹായം മാത്രമായിരുന്നു ആരംഭഘട്ടത്തിലു ണ്ടായിരുന്നത്. പള്ളിയിൽ ചേർന്നവരുടെ തികച്ചും ദരിദ്രമായ അവസ്ഥ മൂലം അവരെ സഹായിക്കേണ്ട ബാധ്യതപോലും ഒരു ഘട്ടത്തിൽ പള്ളിയുടേതായിത്തീർന്നു. മേൽജാതിക്കാരുടെ പീഡനങ്ങളിൽ നിന്നും രക്ഷപ്പെട്ട് പള്ളിപ്പറമ്പിൽ കുടിയേറിയവർ ഓരോരുത്തരായി തുണ്ടു ഭൂമികൾ വാങ്ങി മാറിത്താമസിച്ചത് കിഴക്കൻ മലകളിലെ തോട്ടങ്ങളിൽ ജോലി ലഭിച്ചതോടെയായിരുന്നു. തുടക്കത്തിലൊക്കെ മാസംതോറും പള്ളിമുഖേന അവർ സ്വന്തം വീടുകളിലേക്കയച്ചിരുന്ന തുകയിൽ നിന്നും ഒരു നിശ്ചിതസംഖ്യ പള്ളിയുടെ വിഹിതമായി ചോദിച്ചുവാങ്ങിയിരുന്നു.

തങ്ങളുടെ ഭൗതികവും ആത്മീയവുമായ വളർച്ചയ്ക്ക് പ്രബലമായ ഒരു പള്ളി ആവശ്യമാണെന്ന് മനസ്സിലാക്കി തുടങ്ങിയതോടെ ഓരോ കുടുംബവും തങ്ങളാലാവുന്നത് കാണിക്കയായും മറ്റും പള്ളിക്കു നൽകാൻ സന്നദ്ധരായതോടെ ദൂരസ്ഥലങ്ങളിൽ ജോലിചെയ്യുന്നവരിൽ നിന്നും വീതം വാങ്ങുന്ന സമ്പ്രദായം അവസാനിപ്പിച്ചു.

ഇന്ന് മിഷനിൽ നിന്നും യാതൊരു ധനസഹായവും സ്വീകരി ക്കാതെ സ്വന്തം കാലിൽ നിവർന്നു നിൽക്കാൻ ഇവിടത്തെ പള്ളി പ്രാപ്തമായിരിക്കുന്നു. അതിനുള്ള അംഗീകാരമെന്ന നിലയിൽ മിഷൻ ഇവിടേക്ക് ഒരു പട്ടക്കാരനെയും നിയമിച്ചിട്ടുണ്ട്. തദ്ദേശീയനായ ആ പാതിരിയുടെ പേര് ദേവനേശൻ എന്നത്രേ.

മിഷണറി പറഞ്ഞ കാര്യങ്ങൾ താൻ തീർച്ചയായും അറിഞ്ഞിരിക്കേണ്ടവയാണെങ്കിലും തന്റെ പ്രധാന ആഗമനോദ്ദേശ്യം പള്ളിയുമായി ബന്ധപ്പെട്ടതല്ലെന്ന് ജോസഫ് പെരുമാൻ ഓർത്തു. അതുകൊണ്ടുതന്നെ ക്ഷമാപണത്തോടെ അയാൾ അറിയിച്ചു: "അച്ചൻ പറഞ്ഞതെല്ലാം തീർച്ചയായും പ്രധാനപ്പെട്ട കാര്യങ്ങൾ തന്നെയാണ്. പക്ഷെ, എന്റെ ഇപ്പോഴത്തെ അടിയന്തിരപ്രശ്നം."

"ഭാവിയെക്കുറിച്ചൊരു തീരുമാനം." പാതിരി ഇടയ്ക്കു കയറി പറഞ്ഞു: "ഭാവിയിലും അത് പള്ളിയുമായി ബന്ധപ്പെട്ടതായിരിക്കുമെന്ന് തോന്നിയതുകൊണ്ടാണ് ഞാനിതെല്ലാം ആമുഖമായി പറഞ്ഞത്..."

തന്റെ ഇതുവരെയുണ്ടായിട്ടുള്ള വളർച്ചയിൽ പള്ളിക്കുണ്ടായിരുന്ന സ്വാധീനത്തെക്കുറിച്ച് ജോസഫ് പെരുമാന് നല്ല നിശ്ചയമുണ്ട്. തുടർന്നും ആ ബന്ധം നിലനിൽക്കുമെന്ന് തന്നെയാണ് അയാളുടെ വിശ്വാസവും. എന്നാൽ, സായിപ്പ് ഉദ്ദേശിക്കുന്നതെന്താണെന്ന് അയാൾക്ക് വ്യക്തമായിരുന്നില്ല. അതയാൾ വെളിപ്പെടുത്തി.

മിഷണറി ചോദിച്ചു: "ഇനി ജാഫ്നയിലേയ്ക്ക് തിരിച്ചുപോകാൻ ഉദ്ദേശ്യമുണ്ടോ?"

"പോകാതിരിക്കാനാണെന്റെ ശ്രമം," പെരുമാൻ പറഞ്ഞു.

അൽപ്പനേരത്തെ ആലോചനയ്ക്ക് ശേഷം സായിപ്പ് പറഞ്ഞു: "പഠിപ്പും പരിചയവുമുള്ളവർക്ക് ബ്രിട്ടീഷ് ഇന്ത്യയിൽ അവസരങ്ങളുണ്ട്. എങ്കിലും. നിങ്ങൾക്കെന്തുകൊണ്ട് ഇവിടെത്തന്നെ കഴിഞ്ഞുകൂടാ?"

"എനിക്കിവിടെ എന്തുചെയ്യാൻ കഴിയും?"

"വളരെ കൂടുതൽ. എന്റെ അറിവ് ശരിയാണെങ്കിൽ ഈ ഇടവകയിൽ ഏറ്റവും കൂടുതൽ ഭൂസ്വത്തുള്ളവരിൽ ഒരാളാണ് ജോസഫ്. അവിടെ കൃഷിചെയ്യാം. അതിലൂടെ ആദായമുണ്ടാക്കാം. ചുറ്റുമുള്ള പാവപ്പെട്ടവർക്ക് ഒരു തൊഴിലും ജീവിതമാർഗവുമുണ്ടാവും."

"പക്ഷെ, കൃഷിചെയ്യാനുള്ള പരിചയമൊന്നും എനിക്കില്ല."

"വേണ്ടാ. വേണ്ടതെന്താണെന്ന് പറഞ്ഞുകൊടുത്താൽ ജോലി ക്കാർ അതിനനുസരിച്ച് ചെയ്തുകൊള്ളും. പോരാത്തതിന്...." ഒന്ന് നിർത്തി മിഷണറി പറഞ്ഞു: "ഇവിടെ സ്ഥിരതാമസമാക്കാൻ തീരുമാനിക്കുന്ന പക്ഷം മിഷന് കീഴിലുള്ള ഏതെങ്കിലും സ്കൂളിൽ ഒരുദ്യോഗം ഞാൻ വാഗ്ദാനം ചെയ്യുന്നു."

നിർദേശം ജോസഫ് പെരുമാന് വളരെ ഇഷ്ടപ്പെട്ടു. എങ്കിലും റോസയോടും കുടുംബക്കാരോടും കൂടെ ആലോചിച്ച് തീരുമാനമറി യിക്കാമെന്ന് പറഞ്ഞ് മുത്തുവാധ്യാരെയും കൂട്ടി യാത്രയായി.

അടുത്തദിവസം തന്നെ അയാൾ തിരുനെൽവേലിയിലേക്ക് പോയി.

മതിയായ അളവിൽ ഭൂസ്വത്തും മിഷൻ സ്കൂളിലെ ഉദ്യോഗവും ആവശ്യത്തിന് സമ്പാദ്യവുമെല്ലാമുള്ള പെരുമാനൊന്നിച്ച് ചെമ്മണ്ണുവിളയിൽ താമസമാവുന്നതിൽ റോസയ്ക്ക് എതിർപ്പൊന്നുമുണ്ടായില്ല. കൊള്ളാവുന്ന ഒരു പുരയുണ്ടാവുകയാണ് അടിയന്തിരമായ ആവശ്യം. അതിന് വേണ്ട കാര്യങ്ങൾ ചെയ്യുന്നതിനായി അയാൾ മടങ്ങി.

മുപ്പത്തിഅഞ്ച്

ജോസഫ് പെരുമാൻ തിരുനെൽവേലിയിൽ നിന്നും തിരിച്ചെത്തി നാലാഴ്ചകൾ കഴിഞ്ഞപ്പോൾ റോസയുടെ അപ്പനായ വേദമാണിക്കം ബന്ധുക്കളായ മറ്റ് രണ്ടുപേരെക്കൂടെ കൂട്ടി ചെമ്മണ്ണുവിളയിലെത്തി. വരുന്ന വിവരത്തിന് പള്ളി വഴി കത്തയച്ചിരുന്നുവെന്ന് അവർ തറപ്പിച്ച് പറഞ്ഞുവെങ്കിലും ജോസഫ് പെരുമാന്റെ ചിന്തകൾ പോയത് മറ്റൊരു വഴിക്കാണ്. തന്നെ 'അളക്കാൻ' മുൻകൂട്ടി വിവരം തരാതെ അവർ വന്നു വെന്നയാൾ തീർച്ചയാക്കി. അതിലുള്ള നീരസം അയാളൊട്ടു മറച്ചു വച്ച തുമില്ല.

എന്തായാലും ഇത്രയും ദൂരം യാത്രചെയ്ത് ബുദ്ധിമുട്ടി എത്തിച്ചേർന്ന സ്വന്തക്കാരുടെ പക്ഷത്തായിരുന്നു മുത്തു വാധ്യാർ. മുന്നറിയിപ്പി ല്ലാതെ–മനപ്പൂർവ്വമല്ലാതെ–അവരിവിടെയെത്തി എന്ന് പറയുന്നത് മൂപ്പിന്റെ കാര്യത്തിൽ അണ്ടിയാണോ മാങ്ങയാണോ മുമ്പൻ എന്ന് ചോദിക്കു ന്നതുപോലാണെന്ന പ്രായോഗികമായൊരു വാദം വാധ്യാർ ഉന്നയിച്ചു. അതായത്, പെരുമാന് റോസയെ വേണം. റോസയ്ക്ക് പെരുമാനെയും. പിന്നെന്താണൊരു കുഴപ്പം?

രാത്രി മുത്തു വാധ്യാരുടെ പുരയിൽ ഉറങ്ങി, പിറ്റേന്ന് പ്രഭാതത്തിൽ പെരുമാന്റെ വസ്തുവകകൾ അവർ ചുറ്റിനടന്നു കണ്ടു. പണ്ട് അളമു വിന്റെ പുര സ്ഥിതിചെയ്തിരുന്ന സ്ഥലത്തിന്റെ വിസ്തീർണ ക്കുറവ് മാത്രമല്ല, അവിടെ കൊള്ളാവുന്നൊരു പുരയുണ്ടാക്കിയാൽ അത് ശൂദ്രർ സമ്മതിച്ചു തരുമോയെന്ന സംശയം അവർക്കെല്ലാവർക്കുമുണ്ട്. പാമ്പൻ കുന്നെന്നറിയപ്പെട്ടിരുന്ന തെക്കേക്കുന്നിൽ പിതൃസ്വത്തായി ലഭിച്ച കുറെ ഭൂമി പെരുമാനുണ്ടെങ്കിലും ഭൂമിയുടെ കിടപ്പും മറ്റും കണക്കിലെടുത്ത് 'കൊള്ളാവുന്ന' ഒരു പുര വയ്ക്കാൻ പറ്റില്ലെന്ന ധാരണയിൽ അവർ എത്തിച്ചേർന്നു.

ഇനിയൊരു പോംവഴിയേയുള്ളു. നല്ലൊരു കണ്ടം ഭൂമി കിട്ടാത്ത പക്ഷം മറ്റെവിടേക്കെങ്കിലും മാറിത്താമസിക്കുക.

അതിനു വേണ്ടത് ചെയ്യാമെന്ന പെരുമാന്റെ ഉറപ്പിൻമേൽ വേദമാ ണിക്കവും കൂടെയുണ്ടായിരുന്നവരും തിരുനെൽവേലിയിലേക്ക് തിരിച്ചു പോയി.

ചെമ്മണ്ണുവിളയ്ക്കും ചതുപ്പ് ഉൾപ്പെടെയുള്ള കുറച്ചധികം വയലു കൾക്കും ചക്കാലമാർ താമസിക്കുന്ന ചക്കുവിളയുൾപ്പെടെയുള്ള ചെറിയ കുന്നിനും ജന്മി ഇപ്പോൾ പുത്തൻ മഠത്തുകാരാണ്. ചക്കുവിളയിൽ ഒരു ചെറിയ നാലുകെട്ട് മാതൃകയിലുള്ള വീടുണ്ടായ ശേഷം ആ സ്ഥലം അറിയപ്പെടുന്നത് പുത്തൻകുന്ന് എന്ന പേരിലാണ്. കുറച്ച് വർഷങ്ങൾക്ക് മുമ്പ് ചെമ്മണ്ണുവിളയിലെ മിക്ക താമസക്കാരിൽ നിന്നും അവരുടെ പുര കൾ സ്ഥിതി ചെയ്യുന്ന തുണ്ടുഭൂമികൾക്ക് വിലയായി പണം വാങ്ങി പുത്തൻ മഠത്തുകാർ ചാർത്തെഴുതി നൽകുകയുണ്ടായി. എന്നാലതിന്

നിയമപരമായി പറയത്തക്ക വിലയൊന്നുമില്ല. അവർണജാതിക്കാർക്ക് കച്ചേരിയിലോ കോടതിയിലോ സ്വതന്ത്രമായി കയറിച്ചെല്ലാൻ അവകാശമില്ല. പോരാത്തതിന് സവർണരായ ഉദ്യോഗസ്ഥർ സ്വന്തം ജാതിക്കാരുടെ പക്ഷത്തേ നിൽക്കു എന്നതൊരു വശം. ജന്മിയോട് കലഹിക്കാൻ ചെന്നാൽ വല്ല കള്ളക്കേസുകളിലും പ്രതിയാവേണ്ടിവരുമെന്ന വലിയൊരു ദു:സ്ഥിതി യും അവരഭിമുഖീകരിക്കേണ്ടതുണ്ട്.

ചതുപ്പ് ഏലായിൽ മുമ്പ് മല്ലുവൈദ്യനും ചേമയും വേലുപ്പണി ക്കനും പണം കൊടുത്ത് ചാർത്തെഴുതി വാങ്ങിയ വയലുകളുണ്ട്. എന്നാലവയുടെയും യഥാർഥ ഉടമ പുത്തൻ മഠത്തുകാരാണെന്ന് വേണം പറയാൻ. ചാർത്ത് കൈവശമുണ്ടെന്നതോ കൃഷി ചെയ്യുന്നുവെന്നതോ മണ്ണിന്റെ ജന്മാവകാശമായിട്ട് അംഗീകരിക്കാൻ മഠത്തുകാർ തയ്യാറായിട്ടില്ല. വിളവിന്റെ ഒരു വീതം ആണ്ടുതോറും മഠത്തുകാർക്ക് കൊടുക്കാനവർ ഇന്നും ബാധ്യസ്ഥരാണ്. ജന്മി തന്റെ വയലുകളുടെ കരത്തിനോടൊപ്പം ഈ വയലുകളുടെ കരവും ചേർത്ത് സർക്കാരില ടയ്ക്കുന്നു.

തേവരുകുളം തറവാടിലുണ്ടായ അന്ത:ഛിദ്രവും അവകാശികളുടെ വേർപിരിയലും അവർണരിൽ ചിലരെങ്കിലും മണ്ണിന് ഉടയവരായിതീർന്നതും ഇവിടത്തെ നാട്ടുനടപ്പുകളിൽ കാര്യമായ മാറ്റമുണ്ടാക്കിയിട്ടുണ്ടാവുമെന്നായിരുന്നു നാട്ടിലെത്തും മുമ്പ് ജോസഫ് പെരുമാന്റെ ധാരണ. എന്നാൽ അങ്ങനെയൊന്നും സംഭവിച്ചിട്ടില്ലെന്ന് വളരെ പെട്ടെന്നുതന്നെ അയാൾക്ക് ബോധ്യമായി.

ഒരുദിവസം രാവിലെ പുത്തൻമഠത്തിൽ നിന്നും അയാളെത്തിരക്കി ആളുവന്നു, അടിയന്തരമായി ജന്മിയെ ചെന്നുകാണാനുള്ള നിർദേശവുമായി.

പണ്ടുകാലങ്ങളിൽ നിന്നും വ്യത്യസ്തമായി താഴ്ന്ന ജാതിക്കാരോടുള്ള പെരുമാറ്റത്തിൽ ശൂദ്രർ നേരിയ അയവ് വരുത്താൻ നിർബന്ധിതരായിട്ടുണ്ടെങ്കിലും അയിത്തകാര്യത്തിൽ ഒരു മാറ്റവുമുണ്ടായിട്ടില്ല. അതുകൊണ്ടുതന്നെ പുത്തൻമഠത്തിന്റെ മുറ്റത്തോളം അയാൾക്ക് പോകേണ്ടി വന്നില്ല.

ജോസഫ് പെരുമാൻ തോടിറങ്ങി കയറുന്നത് ദൂരെവച്ചു തന്നെ കണ്ട കാര്യസ്ഥൻ രാഘവൻപിള്ള തോട്ടുവക്കത്ത് തന്നെ നിന്നു കൊള്ളാൻ വിളിച്ചു പറഞ്ഞു. മഠത്തിലെ ശ്രീകുമാരൻനായരേയും കൂട്ടി അയാളിങ്ങോട്ടു വന്നു.

ലക്ഷ്മിക്കുട്ടിയമ്മയുടെ മൂത്തമകൻ വസൂരിക്കാലത്ത് മരിച്ചു പോയതിനാൽ തറവാട്ടിൽ തലമൂത്ത പുരുഷൻ ശ്രീകുമാരൻനായരാണ്. മുപ്പതോളം വയസ്സ് പ്രായമുള്ള അയാൾക്ക് തിരുവനന്തപുരത്ത് ഭേദപ്പെട്ട സർക്കാർ ഉദ്യോഗമുണ്ട്. രണ്ടും മൂന്നും ആഴ്ചകൾ കൂടുമ്പോഴേ തറവാട്ടിലേക്ക് വരു. അതുകൊണ്ട് മഠത്തിലെ കൃഷികാര്യങ്ങളും മറ്റും നോക്കി നടത്തുന്നത് രാഘവൻപിള്ളയാണ്.

ആന മെലിഞ്ഞാലും തൊഴുത്തിൽ കെട്ടിക്കൂടാ എന്ന പഴഞ്ചൊല്ല് പോലെ, തേവരുകുളത്തെ അവർണൻ എത്ര വളർന്നാലും പരമ ദരിദ്രനായ ശൂദ്രനോട് പോലും ബഹുമാനവും വിനയവും നടിച്ചേ പറ്റൂ. മറ്റൊ

രർഥത്തിൽ ഓരോ ജാതിക്കാരനും തന്നെക്കാൾ താണജാതിക്കാർക്കു നേരെ ഹുങ്കു കാട്ടാൻ അവകാശമുണ്ടിപ്പോഴും.

ആ പതിവ് പുത്തൻ മഠത്തുകാരും ജോസഫ് പെരുമാനും തെറ്റിച്ചില്ല. അയാൾ ഉടുമുണ്ട് നിവർത്തിട്ട് ബഹുമാനപൂർവം വണങ്ങിയെങ്കിലും പ്രത്യഭിവാദ്യം ചെയ്യാൻ ശ്രീകുമാരൻനായർ മിനക്കെട്ടില്ല. അമർഷം മറച്ചുവയ്ക്കാതെ തന്നെ രാഘവൻപിള്ള സംസാരിച്ചു തുടങ്ങി:

"ചാന്നാൻ ചെമ്മണ്ണുവെളയിലെത്തി കൊറച്ചു ദെവസമായി. ജന്മിയെ കാണണ്ടാന്നു വിചാരിച്ചോ? അതോ ജന്മിയെക്കാലും വലിയവനായിപ്പോയെന്ന അഹങ്കാരമോ?"

"അതുകൊണ്ടൊന്നുമല്ല, അങ്ങത്തേ." ജാതിയിൽ കൂടിയവരാണെങ്കിലും അളവില്ലാതെ താണുകൊടുക്കാൻ ജോസഫ് പെരുമാന് ബുദ്ധിമുട്ടുണ്ട്. എന്നാൽ നീർക്കോലി കടിച്ചാലും അത്താഴം മുടക്കേണ്ടി വരുമെന്നതാണ് വസ്തുത. അടിയന്തരമായി മഠത്തുകാരുടെ അപ്രീതി സമ്പാദിക്കാനും, അതിലൂടെ മനസമാധാനം നഷ്ടപ്പെടുത്താനും വയ്യാ. അതിനാൽ പറഞ്ഞു;

"എല്ലാദിവസവും നേരം പൊലർന്നാ ഓരോ യാത്രയൊണ്ടാവും. സാവകാശം ഇങ്ങോട്ടുവന്ന് കാണാമെന്നു കരുതി."

"സിലോണിൽ ചെന്ന് നീ കണ്ടമാനം ചക്രമൊണ്ടാക്കിയെന്നൊക്കെ പറഞ്ഞു കേക്കുന്നുണ്ട്." രാഘവൻപിള്ള പറഞ്ഞു: "ആ അഹങ്കാരമൊന്നും അങ്ങത്തെമാരോട് കാണിക്കണ്ടാ. ഇവിടത്ത മണ്ണിന് ഉടയവര് മഠത്തുകാരാണെന്ന കാരിയം മറക്കണ്ടാ." ചവിട്ടേറ്റ പാമ്പിന്റേതുപോലുള്ള ഈർഷ്യയാണ് രാഘവൻപിള്ളയ്ക്ക്. ഒരുപക്ഷെ വീണ്ടുമൊരിക്കലും തലയുയർത്താനാവാത്ത, മരിച്ചുകൊണ്ടിരിക്കുന്ന ആഭിജാത്യത്തിന്റെ അവസാനത്തെ പിടച്ചിൽ.

ഒരുകാര്യം ജോസഫ് പെരുമാന് തീർച്ചയായി. താൻ കണക്കില്ലാതെ സമ്പാദിച്ചിട്ടുണ്ടെന്ന് ചാന്നാന്മാരെപ്പോലെ തന്നെ ശൂദ്രരും ബലമായി വിശ്വസിക്കുന്നു. അതവരിൽ കടുത്ത അസൂയയും അസഹിഷ്ണുതയുമുണ്ടാക്കുന്നു.

അയാളുടെ ജോലിയെപ്പറ്റിയും ഇനി മടങ്ങിപ്പോവുന്നുണ്ടോ എന്ന കാര്യവും ശ്രീകുമാരൻനായർ തിരക്കി.

കഠിനാധ്വാനം ചെയ്താലും കൂലി മെച്ചമല്ലെന്നും അക്കാരണത്താൽ ഇനി നാട്ടിൽ തന്നെ കഴിയാനാണുദ്ദേശിക്കുന്ന തെന്നുമുള്ള അയാളുടെ മറുപടി നായർ വിശ്വസിച്ചില്ലെന്ന് വ്യക്തം.

നാടുവാണരുളുന്ന പൊന്നുതമ്പുരാൻ മുതൽ ജന്മിമാരായ കുട്ടിത്തമ്പുരാക്കന്മാർ വരെ സ്വന്തം സാമ്പത്തികസ്ഥിതി മാനം മര്യാദയ്ക്ക് നിലനിർത്തിപ്പോന്നിട്ടുള്ളത് താഴേക്കിടയിലുള്ളവരെ ഞെക്കിപ്പിഴിഞ്ഞുകൊണ്ടായിരുന്നു എന്നതാണ് ലോകനീതി. അടിതൊട്ട് മുടിയോളം അധാർമികത കൊടികുത്തി വാഴുന്ന തിരുവിതാംകൂറിന്റെ ചരിത്രവും ഒരിക്കലും വ്യത്യസ്തമായിരുന്നിട്ടില്ല. അതുകൊണ്ടു തന്നെ താഴ്ന്ന ജാതിക്കാരന്റെ വിദ്യാഭ്യാസപരമോ സാമ്പത്തികമോ ആയ വളർച്ചയ്ക്ക് തടയിടാൻ അവരെന്നും ബദ്ധശ്രദ്ധരായിരുന്നിട്ടുമുണ്ട്.

തന്റെ അധ്വാനഫലത്തിന്റെ ഒരുവീതം ജന്മി അവകാശപ്പെട്ടാൽ തേവരുകുളത്തെ ഏതൊരു അധഃസ്ഥിതനും കുഴങ്ങിയതു തന്നെ. പൂർണമായ അർഥത്തിൽ അവനെ സംരക്ഷിക്കാവുന്ന നിയമങ്ങളോ കോടതികളോ ഇന്നും ധർമരാജ്യത്ത് നിലവിലില്ല.

അതുകൊണ്ടു തന്നെ താഴ്മയാണ് തൽക്കാലം ഗുണംചെയ്യുക എന്ന് പെരുമാൻ നിശ്ചയിച്ചു. അയാൾ പറഞ്ഞു: "അന്യനാട്ടിൽ ചെന്ന് തട്ടിമുട്ടി ഇതുവരെ ജീവിച്ചു. ഇനി പെറന്ന നാട്ടില് കെടന്നു മരിക്കാനുള്ള ആഗ്രഹം കൊണ്ട് മടങ്ങിപ്പോന്നതാണ്."

"ഇപ്പഴെങ്കിലും ചാന്നാന് ബുദ്ധിയുദിച്ചല്ലോ." രാഘവൻ പിള്ളയ്ക്ക് സന്തോഷമായി: "ചാന്നാന് തിരിച്ചറിവുണ്ടാവാൻ കാലം പിടിക്കുമെന്ന് പറയണത് വെറുതെയല്ല."

പിന്നീടയാൾ വിഷയത്തിലേക്ക് കടന്നു;

ചെമ്മണ്ണുവിളയുടെ പടിഞ്ഞാറേ ചരിവിൽ കരിമ്പനകളും പുളിമരങ്ങളും ധാരാളമായുള്ള തരിശായി കിടക്കുന്ന ഏഴെട്ടേക്കറിലധികം ഭൂമിയുണ്ട്. ആൾപ്പാർപ്പില്ല. അവിടം വെട്ടിക്കിളച്ച് കൃഷിചെയ്യാൻ പറ്റിയ സാഹചര്യമല്ല പുത്തൻ മാത്തുകാരുടേത്. അതുകൊണ്ട് അതു മുഴുവനായിത്തന്നെ വിൽക്കാനാണ് അവരുടെ തീരുമാനം.

"ചാന്നാൻ സിലോണിൽ നിന്നും കൊണ്ടുവന്ന ചക്രം കയ്യിലുണ്ടാവുമല്ലോ" രാഘവൻപിള്ള പറഞ്ഞു, "മാത്തുകാര് ന്യായവും നീതിയുമൊള്ളവരാണ്. ആരുടെ ചക്രവും അന്യായമായിട്ടവിടേക്ക് വേണ്ടാ. നീ ആ സ്ഥലത്തിനുള്ള വില തരണം."

പെട്ടെന്നൊരുത്തരം പറയാൻ ജോസഫ് പെരുമാൻ മടിച്ചു.

കൂടുതൽ മണ്ണിനുടയവനാവുക എന്നത് ഉള്ളവനും ഇല്ലാത്തവനും തമ്മിലുള്ള വ്യത്യാസമില്ലാതെ തന്നെ എല്ലാവരുടെയും മോഹമാണ്. മണ്ണിനോളം പ്രയോജനപ്രദവും വിലപ്പെട്ടതുമായി നാട്ടിൽ വേറൊന്നും തന്നെയില്ല. നെൽകൃഷി ചെയ്യാവുന്ന വയലുകൾക്ക് തന്നെയാണ് ഇപ്പോഴും വില കൂടുതൽ. അവർണരെ സംബന്ധിച്ചിടത്തോളം പൊതുവിൽ, വയലുകൾ സ്വന്തമാക്കുകയെന്നത് എത്തിപ്പിടിക്കാവുന്നതിനുമപ്പുറമുള്ള സ്വപ്നമാണ്. സാധുതയുടെ തോത് ഇനിയും നിർണയിക്കാനിരിക്കുന്നതേയുള്ളൂവെങ്കിലും ഒരു പരിധിവരെ സ്വന്തം കുരകൾ സ്ഥിതിചെയ്യുന്ന തുണ്ടുഭൂമികൾക്ക് ചെമ്മണ്ണുവിളയിലെയും പെരുമുക്കിലെയും കുറെ ചാന്നാന്മാരും ഈഴവരും അവകാശികളായിട്ടുണ്ട് എന്നത് നേരാണ്. എന്നാൽ തൊട്ടയൽ ദേശങ്ങളിൽ മിക്കയിടങ്ങളിലും അതുപോലും സംഭവിച്ചിട്ടില്ല.

രാഘവൻപിള്ള തുടർന്നു: "മണ്ണ് വിയ്ക്കുണൂന്ന് കേട്ട് ഓടിയെത്താൻ ചാന്നാന്മാരും ഈഴവരും കാത്തിരിപ്പാണ്. എങ്കിലും ചത്തുപോയ അളമു ചാന്നാനും മാത്തുകാരുമായി നല്ല ബന്ധമായിരുന്നു. അതുകൊണ്ടാണ് നെനക്കു തന്നെ വസ്തു തരണമെന്ന് പുത്തൻ മാത്തുകാര് നിശ്ചയിച്ചത്."

ജോസഫ് പെരുമാൻ നന്ദിപൂർവം കൈകൾ കൂപ്പി: "മഠത്തുകാർ വലിയ മനസൊള്ളവരാണ്." അങ്ങനെ ബോധ്യം വന്നിട്ടല്ല. നിർദോഷ മായൊരു മുഖസ്തുതി പറച്ചിൽ മാത്രം.

ഏതുവിധേനയും പുത്തൻ മഠത്തുകാർക്ക് കുറച്ച് പണം വേണം. അവർണർ ഭൂമിയ്ക്കുടയവരാവുന്നത് അവർക്കത്ര സന്തോഷമുള്ള കാര്യമല്ലെന്ന് ഏവർക്കുമറിയാം. പിന്നെ അവർ അഹങ്കരിക്കുന്നത് പോലെ, ആവശ്യപ്പെടുന്നത്ര ചക്രവുമായി ഓടിയെത്താൻ തേവരു കുളത്ത് ഒരുപാട് ചാന്നാന്മാരും ഈഴവരുമില്ല. അതിനുംപോന്ന സാമ്പത്തി കസ്ഥിതിയും അവർക്കില്ല.

പെരുമാൻ പറഞ്ഞു: "മണ്ണ് വേണമെന്നുണ്ട്. പക്ഷെ അതിനും വേണ്ട ചക്രമില്ല. അത് മറ്റാർക്കെങ്കിലും കൊടുക്കണം."

"അതെന്തര് വർത്തമാനം?" രാഘവൻപിള്ളയ്ക്ക് ഈർഷ്യ "മഠത്തുകാരയ്ക്ക് അത്യാവശ്യം വന്നാ നിങ്ങക്ക് നിഷേധം പറയാമോ? കുറഞ്ഞവിലയേ മഠത്തുകാര് നിന്നോട് ചോദിക്കൂ."

അതെത്രയാണെന്നും അയാൾ പറഞ്ഞു. ഏക്കറൊന്നിന് നൂറ്റിപ്പതിനഞ്ച് പണം.

താൻ ആലോചിച്ച് വിവരമറിയിക്കാമെന്നറിയിച്ച് അയാൾ മടങ്ങി.

തിരിച്ചെത്തിയ അയാളോട് മുത്തുവാധ്യാർ പറഞ്ഞു: "മഠത്തു കാര് പറയണതുപോലൊന്നും ആരും വെല കൊടുക്കൂല്ല. മണ്ണിന് ആവശ്യക്കാരൊണ്ട്. പക്ഷെ കൊള്ളവെല കൊടുക്കാൻ അവരുടെ കയ്യില് കാശില്ല"

മഠത്തുകാർ ചോദിച്ചതിന്റെ പകുതി നൽകാൻ വള്ളി നിർദേശിച്ചു.

എന്തായാലും അടുത്ത ദിവസവും പെരുമാനെ കാണണമെന്നറിയിച്ച് പുത്തൻ മഠത്തിൽ നിന്നും പിന്നെയും ആളുവന്നു.

നേരിൽ കണ്ടപ്പോൾ ആ വിലയ്ക്ക് ഭൂമി തനിക്കാവശ്യമില്ലെന്ന് പെരുമാനറിയിച്ചു.

രാഘവൻപിള്ള ചോദിച്ചു: "അപ്പോ നീയെത്തര തരും?"

"ഏക്കറിന് പരമാവധി അറുപത് പണം." പെരുമാൻ പറഞ്ഞു.

രാഘവൻപിള്ളയ്ക്ക് അരിശമേറി. "നെനക്ക് തറ തരണില്ല" അയാൾ ഖണ്ഡിതമായി പറഞ്ഞു.

മടങ്ങിപ്പോന്ന പെരുമാനെത്തിരക്കി ഉച്ചയായപ്പോൾ വീണ്ടും ആളു വന്നു. കുറഞ്ഞൊരു ജാള്യതയോടെ ഇക്കുറി രാഘവൻപിള്ള പറഞ്ഞു; "തറ നെനക്കുതന്നെ തരാമെന്നാണ് മഠത്തുകാരടെ തീരുമാനം. എന്തായാലും നീയതിന് നൂറുപണം വച്ച് തരണം. അതില് ഒട്ടും കൊറയ്ക്കാൻ പറ്റൂല്ല."

അൽപ്പനേരത്തെ ആലോചനയ്ക്ക് ശേഷം പെരുമാൻ പറഞ്ഞു, "അങ്ങത്തെമാര് പറഞ്ഞപോലെ അതുമുഴുവനായി ഞാൻ വാങ്ങാം. പക്ഷെ, ഒരൊറ്റ വില. ഏക്കറിന് എഴുപത് പണം. അത് കുറവാണെങ്കിൽ മറ്റാർക്കെങ്കിലും കൊടുക്കണം."

"അതിൽ കൂടുതല് ഒരു പണം പോലും നീ തരൂല്ലന്നാണോ?"

"ഇല്ല."

"എന്നാ നെനക്ക് തരണില്ല."

"വേണ്ടാ."

വൈകുന്നേരം പെരുമാനെ കാണാൻ രാഘവൻപിള്ള ഇങ്ങോട്ട് വന്നു. "നീയത് തൊണ്ണൂറ് പണം വച്ച് വാങ്ങണും."

"എനിയ്ക്ക് വേണ്ട അങ്ങത്തേ."

"അഞ്ചുപണം കൂടെ കുറച്ചാലോ?"

"എഴുപത്തഞ്ച് പണത്തിൽ കൂടുതൽ ഒരുകാശുപോലും കൂട്ടി എനിയ്ക്ക് വേണ്ടാ."

അവസാനം ഗത്യന്തരമില്ലാതെ രാഘവൻപിള്ള വഴങ്ങി.

ജോസഫ് പെരുമാൻ പറഞ്ഞു, "പക്ഷെ ഒരുകാര്യം. ഞാൻ വില തന്ന് വാങ്ങ്ണ തറയ്ക്ക് രേഖയായി മഠത്തിലെ കാരണവരുടെ ഒരു ചാർത്ത് എഴുതി കിട്ടിയാ പോരാ. അതെനിക്ക് പതിച്ചുതരണം."

പുത്തൻമഠം വരെ ചെന്ന് അവകാശികളോട് ആലോചിച്ച് രാഘവൻ പിള്ള തിരിച്ചെത്തി, അതും സമ്മതിച്ചു.

അതിന്റെ മൂന്നാം നാൾ ഭൂമി പതിച്ചു നൽകി.

അതിനൊക്കെ ശേഷമാണ് മാർത്തയുടെ ഇളയപ്പൻ ജോസഫ് പെരുമാനെ കാണാനെത്തിയത്.

മുപ്പത്താറ്

കൊള്ളാവുന്ന ഒരു വീടുണ്ടായിട്ടാവാം റോസയുടെ ആഗമനമെന്ന പെരുമാന്റെ നിശ്ചയത്തിന് അയവുണ്ടായില്ല.

തന്നെക്കാണാനെത്തിയ മാർത്തയുടെ ഇളയപ്പനോടും വളരെയൊന്നും അയവില്ലാത്ത ഒരു നിലപാടായിരുന്നു അയാളുടേത്. അവൾ തന്റെ മുൻ ഭാര്യയാണെന്നത് നേരാണ്. എന്നാലവൾക്ക് ഇന്നത്തെ ഗതിയുണ്ടായതിന് മുഴുവനായും താൻ ഉത്തരവാദിയല്ല. കഴിയുന്നത് സഹായിക്കാമെന്ന് അയാളുറപ്പ് നൽകി. പക്ഷെ അൽപ്പം കൂടെ സാവകാശം വേണം.

പുത്തൻമഠത്തുകാരിൽ നിന്നും വാങ്ങിയ ഭൂമിയിൽ പുര പണിയാൻ ജോസഫ് പെരുമാൻ നിശ്ചയിച്ചു. ചെമ്മണ്ണുവിളയുടെ ഉയരം കൂടിയ ഭാഗവും പടിഞ്ഞാറേ ചരിവും ചേർന്നതാണ് ആ കണ്ടം. അതിന്റെ മുകളറ്റത്ത് നിന്നാൽ വടക്ക് തേവരുകുളം ഏലായും തറവാടും, അതിനപ്പുറം പള്ളിക്കുന്നും അവിടത്തെ പള്ളിയും, അങ്ങകലെ ഉയരമേറിയ മലനിരകളും കാണാം. തെക്ക് നാഴികകൾക്കകലെ കടലിന്റെ ഇരമ്പൽ ഇടക്കെല്ലാം വ്യക്തമായി കേൾക്കാം.

പെരുമാന്റെ വളർച്ചയിൽ അസൂയയുള്ളവരുണ്ടെങ്കിലും അയാൾ ചെമ്മണ്ണുവിളയിൽ സ്ഥിരതാമസമാക്കാൻ തീരുമാനിച്ചത് ചാന്നാന്മാരെ പൊതുവിൽ സന്തോഷിപ്പിച്ചു. തെക്കേക്കുന്നിൽ തരിശായി കിടന്ന ഭൂമിയിൽ കൃഷിപ്പണികൾ നടക്കുന്നു. അഞ്ചാറ് പേർക്കെങ്കിലും സ്ഥിരമായിട്ടവിടെ പണിയുണ്ട്.

നാട്ടിലെ ഏറ്റവും വലിയ തൊഴിലുടമകൾ ഇന്നും മഠത്തുകാർ തന്നെ. അവരാണ് ഏറ്റവും വലിയ ഭൂജന്മിമാരും. എന്നാൽ കൂലിയുടെ തോത് സ്ഥിരമല്ല. കാലാനുസൃതമായി പുതുക്കി നിശ്ചയിച്ചിട്ടുമില്ല. ഓരോ ശാഖക്കാരും ഓരോ കൂലിയാണ് ഒരേ തൊഴിലിന് നൽകുന്നത്. അതിൽത്തന്നെ ജാതീയമായ പരിഗണനകളുമുണ്ട്. ഈഴവർക്കും ചാന്നാന്മാർക്കും ഒരേ കൂലി നൽകുന്നവർ പുലയർക്ക് അതിലും താണ കൂലിയേ നൽകാറുള്ളു. അതാകട്ടെ അതാത് നേരത്ത് അവരുടെ സൗകര്യം പോലെയുമാണ്.

ജോസഫ് പെരുമാൻ കൂടുതൽ ഭൂമിക്കുടയവനായത് ചാന്നാ ന്മാർക്ക് തൊഴിൽ ചെയ്യാനുള്ള കൂടുതൽ അവസരങ്ങൾ നൽകി. മഠത്തുകാർ കൊടുക്കുന്നതിൽ നിന്നും വളരെയൊന്നും മെച്ചമല്ല അയാൾ നൽകുന്ന കൂലി. എങ്കിലും ഒരുപാട് പേർക്ക് മിക്ക ദിവസങ്ങളിലും ജോലിയും അന്നന്നുതന്നെ അതിനുള്ള കൂലിയും കിട്ടുമെന്നത് അവരെ സംബന്ധിച്ചിടത്തോളം നിസ്സാരകാര്യമല്ല.

കണ്ടത്തിന്റെ മൂന്നുവശങ്ങളും പുത്തൻമഠത്തുകാരുടെ ഭൂമിയാണ്. നാലാമത്തെ വശത്ത് ചാന്നാന്മാരുടെ തുണ്ടുഭൂമികളും. മഠത്തുകാരുടേതിനോട് ചേർന്നുള്ള അതിരിൽ കുറേപ്പേർ ഒരാൾ പൊക്കത്തിൽ കയ്യാല നിർമാണത്തിനും മറ്റ് കുറച്ചുപേർ കണ്ടം കിളയ്ക്കുന്നതിനും തൈകൾ നടുന്നതിനും നിയോഗിക്കപ്പെട്ടു.

പണികളുടെ മേൽനോട്ടത്തിന് കങ്കാണിയായി നിയമിച്ചിരിക്കുന്നത് മധ്യവയസ്കനായ അപ്പാവുവിനെയാണ്.

അപ്പാവുവിനെ ആളുകൾക്ക് ഭയമാണ്. അയാൾ വെറും അപ്പാവുവല്ല. മർമവിദ്യകളറിയാവുന്ന ആളാണ്. അപ്പാവു ആശാനാണ്. ഒരു എട്ടൗൺസ് ചാരായം ഉള്ളിൽ ചെന്നാൽ ആണ്ടവന്മാരെ പോലും അടിച്ചു വീഴ്ത്താൻ കെൽപ്പുള്ളവനാണ് അയാളെന്നാണ് നാട്ടിൽ ജാതിഭേദമന്യേ ആളുകൾ പറയുന്നത്.

അപ്പാവുവിന് മൂന്നാണ് ഭാര്യമാർ. വസൂരിക്കുമുമ്പ് നാലായിരുന്നു. ഒരുവൾ വസൂരി പിടിപെട്ട് ചത്തുപോയി. എല്ലാ ഭാര്യമാരിലും കൂടെ മക്കൾ പതിനഞ്ച്. അവരാരൊക്കെയെന്നും ,ഓരോരുത്തരും എന്തു ചെയ്യുന്നുവെന്നും ഏതു നേരത്തും കണിശമായി പറയാൻ കഴിവുള്ളവനാണ് അപ്പാവു, അഥവാ അപ്പാവു ആശാൻ!

കൊളച്ചൽ ആശാൻമാരിൽ നിന്നും അത്യാവശ്യം വിദ്യകൾ പഠിച്ച് മടങ്ങിയെത്തിയ അപ്പാവു ആദ്യമായി തന്റെ സിദ്ധികൾ പയറ്റിയത് ചെമ്മണ്ണുവിളയിലെ കുപ്പുവിന്റെ കള്ളുകടയിൽ വച്ചാണ്. ഓരോ തൊഴികൊണ്ട് മൂന്നുപേർ വീണു. കുറെക്കഴിഞ്ഞ് അവരെ എണീറ്റു പോവാൻ സഹായിച്ചതും അയാൾ തന്നെ. അക്കാരണത്താൽ അയാൾ മർമാണിയാണെന്ന് ജനം 'അറിഞ്ഞു.'

ഇതൊക്കെയാണെങ്കിലും, ചാന്നാന്മാർക്കപ്പുറത്ത് തന്റെ കഴിവ് പ്രയോഗിക്കാൻ അപ്പാവു ശ്രമിച്ചിട്ടില്ല. ശ്രമിച്ചാൽ എന്ത് സംഭവിക്കുമെന്ന് ഗോപ്യമായി അവർ ചർച്ച ചെയ്തിട്ടുണ്ടെങ്കിലും അതൊന്നും അപ്പാവുവിന്റെ ചെവിയിലെത്തിയിട്ടില്ല.

മുത്തുവാധ്യാരുടെയും വള്ളിയുടെയും ഉപദേശമനുസരിച്ചാണ് അപ്പാവുവിനെ ജോസഫ് പെരുമാൻ കങ്കാണിയായി നിയമിച്ചത്. അതാകട്ടെ, വേലയുണ്ടായാലും ഇല്ലെങ്കിലും സ്ഥിരമായ ശമ്പളത്തിലുമാണ്. അതായത്, ഒരളവുവരെ അയാൾ ജോസഫ് പെരുമാന്റെയും വസ്തുവകകളുടെയും രക്ഷകനായിരിക്കണം എന്ന ധാരണയിലുമാണ്.

അപ്പാവു ഇരുകരങ്ങളുമുയർത്തി, തൊഴുത് തന്റെ വിധേയത്വ മറിയിച്ചു: "പെരുമാൻ ചെമ്മണ്ണുവെളയ്ക്ക് പെരിയ അണ്ണൻ. അനാവശ്യമായി ഏതെങ്കിലുമൊരുത്തൻ അണ്ണനെ ഒന്ന് നോക്കിയാ ഞാനവന്റ കണ്ണുപൊട്ടിക്കും. കൈ പൊക്കിയാ ഞാനവന്റെ കൈ മുറിക്കും. അവൻ ചാന്നാനായാലും ചൂത്തരനായാലും അപ്പാവു പറഞ്ഞത് സത്തിയം; ആണ്ടവനാണ് സത്തിയം."

കയ്യാലപ്പണി തുടങ്ങുമ്പോൾ തന്നെ കരക്കാർക്ക് എന്തോ തകരാറുണ്ടെന്ന് തോന്നാതിരുന്നില്ല. മഠത്തിലെ ജന്മിമാർക്ക് പോലുമില്ലാത്ത ഒരു ആഡംബരം ആയിട്ടാണ് പലരുമതിനെ കണ്ടത്. അല്ലെങ്കിൽ മണ്ണിനടിയിൽ പണം വെറുതെ കുഴിച്ചിടുന്നത് പോലുള്ള ഒരേർപ്പാടായിരുന്നു അവർക്കത്.

പണിയെടുക്കുന്നവർക്ക് ആവശ്യമായ നിർദേശങ്ങൾ നൽകി, നിർലോഭം അവരെ തെറിപറഞ്ഞ് അപ്പാവു എവിടെയും നിറഞ്ഞുവിലസി.

വളരെക്കഴിയും മുമ്പ് കുന്നിൽ ഏറ്റവും ഉയർന്ന സ്ഥലത്ത് പുര പണിയാൻ ജോസഫ് പെരുമാൻ നിശ്ചയിച്ചു. മൂലതിരിച്ച് കുറ്റി വയ്ക്കാൻ വരണമെന്നാവശ്യപ്പെട്ട് ചെന്ന മുത്തുവാധ്യാരോട് മൂത്ത ആശാരി തന്റെ നിസ്സഹായത വെളിപ്പെടുത്തി.

"ശെമ്മിമാരയ്ക്ക് ഇഷ്ടപ്പെടുമോന്നാണെന്റ പേടി."

"എന്തിന്?" വാധ്യാർ ചോദിച്ചു.

"നിങ്ങള് വേദക്കാരാണ്," ആശാരി പറഞ്ഞു: "ഒരാവശ്യം വന്നാ പള്ളിക്കാരെങ്കിലും സഹായത്തിനൊണ്ടാവും. അങ്ങത്തെമാര് കോപിച്ചാ വെള്ളംകുടി മുട്ടുമെന്നതാണ് ഞങ്ങട സ്ഥിതി."

ഇന്നും വലിയൊരളവുവരെ താഴ്ന്ന ജാതിക്കാരുടെ അത്താഴത്തിനുള്ള വക മഠത്തുകാർ കനിഞ്ഞു നൽകുക തന്നെ വേണം.

ന്യായമായ കൂലി ആവശ്യപ്പെടുന്നത് കടുത്ത ധിക്കാരമോ പാതകമോ ആയി കരുതപ്പെടുന്നവരാണ് ഇന്നും തേവരുകുളത്തെ അങ്ങത്തെമാർ. അടിമത്തം നിയമം മൂലം നിരോധിച്ചിട്ടുണ്ടെങ്കിലും അക്കാര്യം ബോധപൂർവം തന്നെ വിസ്മരിക്കാനാണ് അവരിലധികം പേർക്കും ഇപ്പോഴുമിഷ്ടം. താഴ്ന്നജാതിക്കാർ അശുദ്ധരും, അതിനാൽത്തന്നെ, തീണ്ടാൻ യോഗ്യരല്ലാത്തവരുമെന്ന ധാരണയിൽ നിന്നും അണുവിട വ്യതിചലിക്കാൻ മേൽജാതിക്കാർക്ക് ഇനിയും മനസ്സുവന്നിട്ടില്ല. പണ്ടാരക്കുന്നിലെ പുലയർ ചെയ്യുന്ന വേലയ്ക്കുള്ള കൂലി ചക്രമായി നൽകാൻ ജന്മിമാർ ഇന്നും സന്നദ്ധരല്ല. അവർക്ക് തോന്നുന്നതിലുപരി ധാന്യങ്ങളോ കിഴങ്ങുകളോ പുലയർ കൂലിയായി അർഹിക്കുന്നില്ല എന്ന നിലപാടിൽത്തന്നെ അവരിപ്പോഴും ഉറച്ചുനിൽക്കുന്നു. പോരാത്തതിന് ജന്മിമാരുടെ ഏതാജ്ഞയും നിറവേറ്റാൻ കച്ചകെട്ടിയിറങ്ങിയിട്ടുള്ള മധ്യവയസ്കനും ആരോ

ഗ്യദൃഢഗാത്രനുമായ 'തലപ്പുലയൻ' ചോതിയെ പുലയർക്കെല്ലാം അത്യധികമായ ഭയമാണ്; ഉള്ളുകൊണ്ട് കടുത്ത പകയുണ്ടെങ്കിലും.

രണ്ട് പൊണ്ടാട്ടിമാരുള്ള ചോതിയ്ക്ക് തന്റെ ഏത് തീരുമാനവും നടപ്പാക്കുന്നതിന് സഹപുലയർക്ക് നേരെ ഉത്തരമൊന്നേയുള്ളു. ഒന്നു പറഞ്ഞ്, രണ്ടാമത്തേതിന് കരണക്കുറ്റിയ്ക്ക് ഒരൊറ്റയടി. അതേൽക്കേണ്ടിവരുന്നവന് തലയ്ക്കുള്ളിൽ പൊന്നീച്ച പറക്കും. അത്രയൊന്നും കെൽപ്പില്ലാത്തവനാണ് പ്രഹരം സഹിക്കേണ്ടി വരുന്നതെങ്കിൽ കുഴഞ്ഞു വീണതു തന്നെ.

അന്യോന്യം അമർഷമുണ്ടെങ്കിലും ചോതിയുടെ അധികാരത്തിന്റെ കാര്യത്തിൽ അയാളുടെ രണ്ട് പൊണ്ടാട്ടിമാരും ഐക്യത്തിലാണ്:

"ചോതിമൂപ്പനെന്തരാണ് കൊറവ്? അവർ ചോദിക്കുന്നു;" മൂപ്പൻ പറയണത് അനുസരിച്ചാ പെലയരക്ക് കുരു പിടിക്കുമോ?

അനുസരിച്ചാലും ഇടയ്ക്കെല്ലാം 'കുരു'വും ഛർദ്ദി അതിസാരവും അവരെ വിഴുങ്ങുമെന്ന സാമാന്യബുദ്ധി അവർക്കില്ലാതല്ല.

തേവരുകുളത്തെ ആശാരിമാരും ജന്മിമാരോട് അനുസരണക്കേട് കാണിച്ചിട്ടില്ല. അതിനവർക്ക് കഴിയുകയുമില്ല. ഹൈന്ദവീയതയുടെ അനേകം ശ്രേണികളിലൊന്നിൽ നിലയുറപ്പിച്ചിരിക്കുന്ന അവർക്ക് അതിനപ്പുറം പോയവരെ മാനിക്കാനുള്ള ബുദ്ധിമുട്ട് കുറച്ചൊന്നുമല്ല. നാട്ടിൽ പഞ്ഞം പടർന്ന് പിടിക്കുമ്പോൾ ഓടിച്ചെന്ന് സങ്കടമുണർത്തി ക്കാൻ അവർക്കാകെയുള്ളത് അങ്ങത്തെമാർ മാത്രം. പടിപ്പുരമുറ്റത്ത് ഓച്ചാനിച്ചു നിൽക്കുന്ന അവർക്ക് മുമ്പിൽ അവതാരം കണക്കെ പ്രത്യക്ഷപ്പെടുന്ന ജന്മിയോ കാര്യസ്ഥനോ പുച്ഛത്തോടെ ചോദിക്കും:

"ആശാരിമാരയ്ക്ക് ഇപ്പഴും വേണമോ ശെമ്മിമാരെ?"

വളഞ്ഞുതൊഴുത് ആശാരി പ്രതിവചിക്കും: "ശെമ്മിമാരില്ലെങ്കി നാട്ടില് ആശാരിമാരുമില്ലേ!"

വിജംഭിതമായ അഭിമാനത്താൽ, അഹന്തയാൽ, തങ്ങൾ ആകാശം മുട്ടെ വളർന്നവരാണെന്ന് ജന്മി ഭാവിക്കും.

അയാൾ ചോദിക്കും: "ങാ, വന്ന കാരിയം?"

"പഞ്ഞമാണേ, കൂരയില് സങ്കടം പറയാൻ ഇവിടം മാത്രമേയൊള്ളോ."

"ഇവിടെയും പഞ്ഞമാണ്. കലികാലത്ത് അതല്ലിയോ ഒണ്ടാവൂ."

"അയ്യോ, അങ്ങനെ പറയരുതേ. ആശാരിക്കുട്ടികള് വെശന്ന് ചത്തു പോവും."

ഹ്രസ്വമായ ആലോചനയ്ക്ക് ശേഷം ജന്മി ഒരു പ്രതിവിധി നിർദേശിക്കും. തറവാട്ടുഭൂമിക്കുള്ളിലെ വടവൃക്ഷങ്ങളിലൊന്ന് മുറിച്ച് ഉത്തരവും കഴുക്കോലും പലകയുമായി അറുത്തെടുക്കാനായിരിക്കും ആ നിർദ്ദേശം.

ആശാരിക്കത് സമ്മതിക്കാതെ നിവൃത്തിയില്ല. അപ്പോൾ ജന്മി ഒരു താക്കീത് നൽകാൻ മറക്കുകയില്ല:

"മാത്തുകാരെ പറ്റിച്ച് കൂലി പിടുങ്ങാമെന്ന് വിചാരിച്ച് വേല നീട്ടി

ക്കൊണ്ട് പോവാമെന്നൊന്നും കരുതണ്ട. രണ്ടുമൂന്ന് ദെവസത്തിനു ള്ളില് എല്ലാം ചെയ്ത് തീർക്കണം.”

അടുത്ത പ്രഭാതത്തിൽ, നേരം പുലരാൻ തുടങ്ങുമ്പോൾ മൂത്ത ആശാരി മുതൽ താഴോട്ട് കൈകാൽ ബലമുള്ള ആശാരിമാരായ ആൺ പ്രജകളൊക്കെയും ശതാബ്ദികളോളം പ്രായമുള്ള വൃക്ഷച്ചുവട്ടിലേക്ക് യാത്രയാവുകയായി. സാവകാശം ചെയ്തുതീർക്കാവുന്ന പണിയല്ല പിന്നെയുള്ളത്. വൃക്ഷത്തിന്റെ വലിപ്പമനുസരിച്ച്, ഒരു പുരയ്ക്കാവശ്യ മായ വിവിധ മരസാമാനങ്ങൾ മൂത്ത ആശാരി ആ വൃക്ഷത്തിൽ നിശ്ച യിക്കുന്നു. പിന്നീട് കിഴവന്മാർ മുതൽ കുട്ടികൾ വരെ പകലന്തിയോളം വിശ്രമമില്ലാതെ അധ്വാനമാണ്. സന്ധ്യയ്ക്ക് മഠത്തിൽ ചെല്ലുമ്പോൾ ഓരോരുത്തർക്കും കഞ്ഞിക്കുള്ള ധാന്യമോ വിശപ്പടക്കാനുള്ള കിഴ ങ്ങുകളോ ലഭിക്കും. ഇടയ്ക്കെല്ലാം അത് ചക്രമായിട്ടായിരിക്കും. എന്നാൽ, അനിശ്ചിതമായി പണി നീണ്ടുപോയാൽ അതും മുടങ്ങും.

ദേശത്തിലെ കാടുകളിലുണ്ടായിരുന്ന വലിപ്പമേറിയ കരിങ്ങാലിയും തേക്കും ആഞ്ഞിലിയുമൊക്കെ ജന്മിത്തറവാടുകളിലെ നാലുകെട്ടുകളി ലെയും എട്ടുകെട്ടുകളിലെയും മച്ചുകളിലും കവാടങ്ങളിലും, ക്ഷേ ത്രങ്ങളിൽ ഭംഗിയായി കൊത്തിയ ചിത്രപ്പണി കളായും രൂപാന്തരം പ്രാപി ച്ചത് അങ്ങനെയായിരുന്നു.

അതൊന്നും വിസ്മരിക്കാതെ തന്നെ മൂത്ത ആശാരി മുത്തു വാധ്യാ രോട് പറഞ്ഞു: “ഞങ്ങളെ കട്ടത്തിലാക്കരുത്. പെരയ്ക്കൊള്ള അളവു കള് ഞാൻ കുറിച്ചുതരാം. അതനുസരിച്ച് നിങ്ങള് തെന്നെ കുറ്റി വച്ചാ മതി.”

“അതുപോരാ” വാധ്യാർ വിട്ടില്ല: “ആശാരി കുറ്റി വയ്ക്കുന്നതിന് അതിന്റതായ ഐശ്വരിയമൊണ്ട്. ചാന്നാനത് ചെയ്തൂടാ. പിന്നെ മേസ്തി രി ഓർക്കുന്നുണ്ടാവും എന്റ അപ്പൻ അളമു പെരവച്ചതു പോലും ഒന്നുമ റിയാത്തൊരു ആശാരിപ്പയ്യൻ കുറ്റിവച്ചിട്ടാണ്.”

“അത് രാമൻനായരുടെ കാലത്താണ്” ആശാരി പറഞ്ഞു, അത്ത രയും തങ്കപ്പെട്ട മനുഷ്യൻ ഇന്ന് ഈ കരയിലെന്നല്ല, ലോകത്തിലൊരെ ടത്തും കാണൂല്ല.”

മൂത്ത ആശാരിയുടെ ലോകത്തിന്റെ വ്യാപ്തി വളരെ പരിമിതമാണ്. എന്തായാലും പിന്നെയും വളരെ നേരത്തെ വാദത്തിനും പ്രതിവാദത്തി നും ശേഷം പുരയ്ക്ക് കുറ്റിവയ്ക്കാൻ ഒരു ആശാരിയെ അയക്കാമെന്ന് മൂത്ത ആശാരി സമ്മതിച്ചു.

കുറ്റി വയ്ക്കാനെത്തിയ, മധ്യവയസ്സ് കഴിഞ്ഞ് മെലിഞ്ഞു നീണ്ട് അനാരോഗ്യവാനായ ആശാരി നിവർത്തിപ്പിടിച്ച കയ്യിൽ ദക്ഷിണയായി ലഭിച്ച ഒരു ബ്രിട്ടീഷ് രൂപയിലേക്ക് തുറിച്ചുനോക്കി അൽപ്പനേരമിരുന്നു പോയി. അതിന് മുമ്പൊരിക്കലും അത്തരമൊരു നാണയം അയാൾ കണ്ടി ട്ടുപോലുമില്ല!

പിന്നെ അയാൾ പഠിച്ച ശാസ്ത്രമനുസരിച്ച് ആത്മാർഥതയോടെ തന്നെ കുറ്റിവച്ചു. ഇടയ്ക്ക് വാധ്യാരോട് പേര് മുരുകനാശാരിയാണെന്ന്

വെളിപ്പെടുത്താനും അയാൾ മറന്നില്ല. എല്ലാം കഴിഞ്ഞ് കിഴക്കോട്ട് ഉദയ സൂര്യന് നേരെ മുഖം തിരിച്ച് നിന്നയാൾ പ്രാർഥിച്ചു:

"ആണ്ടമ്മാരേ, എല്ലാം ശുഭമായിത്തീരാൻ ഇടവരുത്തണേ."

തേവരുകുളം ദേശത്തിനകത്തും പുറത്തും നോക്കുകുത്തികളെപ്പോലെ വിളങ്ങുന്ന ആണ്ടവന്മാർ അനേകം. അവയൊന്നും പ്രസാദിച്ചില്ല, പുഞ്ചിരിച്ചില്ല, ചലിച്ചില്ല. എന്നാൽ തേവരുകുളത്തിന്റെ തെക്കേക്കരയിലെ ഭഗവതി ക്ഷേത്രത്തിന് പുറത്ത് ഒന്നിച്ചുകൂടിയ, പെൺവിഷയവും അത്യാവശ്യഘട്ടത്തിൽ ദൈവവിഷയവും ചർച്ചചെയ്ത് നേരംപോക്കുന്ന, ചില ശൂദ്രരെങ്കിലും മുരുകനാശാരിയുടെ പ്രാർഥന കേട്ടു.

ക്രോധവും പുച്ഛവും കലർത്തി ഒരുവൻ സ്വയം വെളിപ്പെട്ടു: "തിന്നാൻ കൊടുത്ത് വളർത്തിയ കാരണവമ്മാരുടെ തെറ്റ്. ഈഴവ രെന്നും ചാന്നാനെന്നും പറയണത് വെറുതെ. രണ്ടും ഒരൊറ്റ ജാതിതന്നെ!"

അങ്ങനെയല്ലെന്നാരും പറഞ്ഞില്ല. അതിനിണങ്ങുന്നവിധം മറ്റൊരുവൻ കൂട്ടിച്ചേർത്തു: "കേശവപിള്ള പറഞ്ഞതാണ് നേര്. നമുക്കൊരു ചട്ടമ്പിസാമിയുണ്ട്. സാമിക്കെല്ലാമറിയാം. ആ ജാതിക്കാർക്ക് അങ്ങനെ യാരെങ്കിലുമൊണ്ടാവുമോ?"

മറ്റൊരുവൻ സങ്കോചത്തോടെ ചോദിച്ചു; "നേരാണോയെന്നറിഞ്ഞൂടാ. ശിവലിംഗം പ്രതിഷ്ഠിച്ച നാണുസ്വാമിയെപ്പറ്റി."

"അവൻ ഈഴവനല്ലിയോ!" ഇനിയൊരുവൻ ഖണ്ഡിച്ചു.

"ശുചീന്ദ്രത്തിനടുത്തുണ്ടായിരുന്ന ചാന്നാൻ മുത്തുക്കുട്ടിസ്വാമിയെ കേട്ടിട്ടില്ലിയോ?"

"ചാന്നാൻ സ്വാമിയെ ആരെങ്കിലും പൂജിക്കുമോ?"

താരതമ്യേന മെച്ചപ്പെട്ട ജീവിതസാഹചര്യങ്ങളുള്ള, മഠത്തിലെയും കരയിലെയും ചെറുപ്പക്കാരുള്ള ഒരു വേദിയായിരുന്നു അത്. നല്ല കാലാവസ്ഥയുള്ള ദിവസങ്ങളിലെല്ലാം ക്ഷേത്രത്തിന്റെ മുറ്റത്ത് സന്ധ്യകളിൽ കുറ്റിയടിച്ച് കെട്ടിയപോലെ 'നാട്ടുകാര്യം' പറയാനെത്തിയിരുന്ന ആ ശൂദ്ര യുവാക്കളെ ഈ 'തെക്കുനോക്കി' ദർശനത്തിന് പ്രേരിപ്പിച്ചിരുന്ന ഒരു പ്രധാന സംഗതിയുണ്ട്. മഠത്തിൽ വേലയ്ക്കുവരുന്നവരും കരക്കാരിൽപ്പെട്ടവരുമായ ഒരുപാട് പെണ്ണുങ്ങൾ വൈകുന്നേരമാവുമ്പോൾ കുളിക്കാൻ എത്തും. ക്ഷേത്രത്തിന് മുമ്പിലെ ഇടത്തെ കടവാണ് പ്രധാനമായുമവർ കുളിക്കാനുപയോഗിക്കുക. അവിടത്തെ കടവുകൾക്ക് ചുവട്ടിൽ മറ്റുള്ള കടവുകളെ അപേക്ഷിച്ച് ആഴം കുറവാണ്.

കുളിക്കാനെത്തുന്ന പെണ്ണുങ്ങളുടെ നഗ്നത പരമാവധി ആസ്വദിക്കാൻ പറ്റിയ ഇതിലും നല്ലൊരിടമില്ല.

സംബന്ധം കൂടാൻ ശൂദ്രർക്കും വേണ്ടേ ചില മുന്നറിവുകൾ.

എന്തായാലും ആ സന്ധ്യയിൽ അവരുടെ ചിന്തകൾ പതിവിൽ നിന്നുമധികമായി നായർ സനാതനത്വത്തിലേക്ക് തിരിഞ്ഞു.

അതുകൊണ്ടുതന്നെ അവരെല്ലാം പൊതുവിൽ ഈഴവന്റെയും ചാന്നാന്റെയും സ്വാമിമാർ കപടന്മാരാണെന്ന നിഗമനത്തിലെത്തിച്ചേർന്നു. എന്നിട്ടുപോലും അൽപ്പം കൂടെ 'കടന്നു' ചിന്തിച്ച ഒരുവൻ പറഞ്ഞു: "നേരാണോന്നറിഞ്ഞുകൂടാ, മുത്തുക്കുട്ടി സ്വാമി മഹാവിഷ്ണുവിന്റെ അവതാരമാണെന്നാണ് പറഞ്ഞുകേക്കണത്."

"ആരുപറഞ്ഞു?" മറ്റൊരു ശൂദ്രസനാതനി ക്ഷോഭിച്ചു: "കള്ളമ്മാരല്ലാത്ത ചാന്നാമ്മാരൊണ്ടോ?"

ആരും എതിരഭിപ്രായം പറഞ്ഞില്ല.

കുറേനേരം അവരെ ആകുലതകളും, കുളിക്കടവിലെ പെണ്ണുങ്ങളുടെ ഉടലിലൊട്ടിപ്പിടിച്ച ഉടുതുണികളും അടക്കി ഭരിച്ചു. നേരം കടന്നുപോയി. ഇരുട്ട് പരക്കാൻ തുടങ്ങി. കുളക്കടവ് വിജനമായി. ഒരുവൻ നിദ്ര വിട്ടുണർന്നു: "പറഞ്ഞ് കേട്ടെടത്തോളം വലിയ പെരയാണുപോലും പെരുമാൻ ചാന്നാൻ ഒണ്ടാക്കാൻ പോണത്."

"എന്നിട്ടും നമ്മുടെ കാർന്നോമ്മാരക്ക് പരാതിയില്ലെന്നോ?"

"ഉണ്ടായിട്ടെന്തര് കാരിയം? അവൻ വേദക്കാരൻ. വേദക്കാരെ പേടിച്ച് വേണുമല്ലോ പൊന്നുതമ്പുരാൻ പോലും വാണരുളാൻ!"

കുറച്ചുനേരത്തേക്ക് എല്ലാവരും ഇതികർത്തവ്യഥാമൂഢരായി. പിന്നെ പൊടുന്നനെ ഒരുത്തൻ പൊട്ടിത്തെറിച്ചു;

"ഇതിനൊരറുതിയൊണ്ടായേ തീരു!"

"വേണും."

"പക്ഷെ, എങ്ങനെ?"

ഹ്രസ്വമായൊരാലോചനയ്ക്ക് ശേഷം ഒരുവൻ തുറന്നടിച്ചു; "വഴിയൊന്നേയുള്ളു. ചാന്നാനെ അവിടെ ജീവിക്കാൻ അനുവദിക്കാതിരുന്നാ മതി."

"എങ്ങനെ?"

"കുന്നിൻപൊറത്ത് ഒറ്റയ്ക്കൊള്ള പെരയാണത്. അതിനെയങ്ങ് നശിപ്പിക്കണം."

പിരിഞ്ഞുപോകുമ്പോൾ അവർ ആർപ്പുവിളിച്ചു. കുരവയിട്ടു. അത് തേവരുകുളത്തങ്ങോളമിങ്ങോളം പ്രതിധ്വനിച്ചു.

മുപ്പത്തേഴ്

നിലനിൽപ്പിന്റെ അടിസ്ഥാനതത്വം സ്വാർഥതയത്രേ. മറ്റെല്ലാ ജീവികളെയുമപേക്ഷിച്ച് ഏറ്റവുമധികം സ്വാർഥത മനുഷ്യനാണെന്നതും നിഷേധിക്കാനാവാത്തതും അതിന് ശ്രമിച്ചാലൊട്ടു വിലപോവാത്തതുമായ സംഗതിയുമാണ്. അതുകൊണ്ടുതന്നെ കുറഞ്ഞ ചെലവിലോ, പറ്റുമെങ്കിൽ ചെലവില്ലാതെയോ 'പത്ത് കാശ്' ഉണ്ടാക്കാൻ ആരെങ്കിലും ശ്രമിച്ചാൽ അതിനെ മുഴുവനുമായങ്ങ് അപലപിക്കാൻ ആർക്കുമൊട്ടാവുകയുമില്ല.

തേവരുകുളത്തുകാരെ സംബന്ധിച്ചിടത്തോളം വലിയൊരളവു വരെ അത് സംഗതമത്രേ.

പണ്ടൊക്കെ മഠത്തിലെ ജന്മിമാർക്ക് താഴ്ന്നജാതിക്കാരുടെ ചെറ്റപ്പുരകളെ അഗ്നിക്കിരയാക്കാൻ വളരെ എളുപ്പമായിരുന്നു. അസമയങ്ങളിൽ ശൂദ്രനെന്ന പദം കേട്ടാൽപ്പോലും ഓടിയൊളിക്കുന്നതായിരുന്നു അന്ന് ചാന്നാന്മാരുടെ നൈസർഗികത. എന്നാൽ കാലം കുറച്ചൊക്കെ

മാറി. തങ്ങളും മനുഷ്യരാണെന്നും ശ്രമിച്ചാൽ ആരോടുമൊപ്പമെത്താനുള്ള ത്രാണി തങ്ങൾക്കുമുണ്ടെന്നുമുള്ള തിരിച്ചറിവ് തേവരുകുളത്തെ ചാന്നാന്മാരിൽ കുറേപ്പേർക്കെങ്കിലു മുണ്ടായി.

കുളക്കരയിലെ തീരുമാനം അറിയിച്ചതിന് പ്രതിഫലമായി ഇരുട്ടിന്റെ മറവിൽ ഒരു ശൂദ്രൻ വെള്ളിത്തുട്ടും കള്ളുമോന്താനുള്ള ചില്ലറയുമായി ജോസഫ് പെരുമാനിൽ നിന്നും കൈപ്പറ്റി സ്ഥലം വിട്ടു.

തൊട്ടടുത്ത ദിവസം അയാളെ അന്വേഷിച്ച് പുത്തൻമഠത്തുകാർ വന്നു. ചെമ്മണ്ണുവിളയിൽ വസിക്കുന്ന കാലത്തോളം പുത്തൻമഠത്തുകാരുടേതിൽ നിന്നും ഭേദപ്പെട്ട പുര പണിയാൻ അനുവദിക്കില്ലെന്നായിരുന്നു രാഘവൻപിള്ള കാര്യസ്ഥന്റെ താക്കീത്. അയാൾ പറഞ്ഞതെല്ലാം കേട്ടു നിന്നശേഷം പെരുമാൻ സ്വകാര്യമായിട്ടൊരു പരമാർഥം വെളിപ്പെടുത്തി;

"പണ്ടത്തെ കാലമല്ലെന്നോർമ്മ വേണം. അങ്ങത്തെക്കെന്തെങ്കിലും വേണമെങ്കിൽ അത് തുറന്നു പറഞ്ഞാൽ ഞാൻ തരാം. പിന്നെ, പണം കൊടുത്തുവാങ്ങിയ മണ്ണിൽ എന്തുചെയ്യണമെന്ന് മാത്രം എനിക്ക് പറഞ്ഞുതരണ്ടാ."

ഒരടികിട്ടിയ പോലെ രാഘവൻപിള്ള നിന്നു. പിന്നെ പറഞ്ഞു: "നീ വേദക്കാരുടെ ധൈര്യത്തിലാണ് വർത്താനം പറയണത്."

"അതും ശരിയാണ്, അങ്ങത്തേ."

ജോസഫ് പെരുമാൻ അയയുന്നില്ലെന്ന് മനസിലാക്കിയ രാഘവൻ പിള്ള പറഞ്ഞു: "ശരി നീ പണം കൊടുത്തുവാങ്ങിയ തറയില് പെരയൊണ്ടാക്ക്. ഞാനതിന് തെറ്റ് പറയുല്ല. പക്ഷെ, ചുത്തരന്മാര് എളകിയിരുപ്പാണ്. അവരെന്തരെങ്കിലും അവിവേകം കാണിച്ചാ..."

"അങ്ങനെയൊണ്ടാവാതെ നോക്കണം. അതിനെന്തുവേണമെന്ന് അങ്ങത്തെ പറഞ്ഞുതരണം..."

"പക്ഷെ, ചെലവൊണ്ട്..."

"അത് ഞാൻ ചെയ്യാം."

പെരുമാൻ സമ്മാനിച്ച നാണയത്തുട്ടുകൾ വാങ്ങി മടിയിൽ കെട്ടി ജ്ഞാനിയുടെ മട്ടിൽ രാഘവൻപിള്ള പറഞ്ഞു,

'ആളുകളങ്ങനെ പലതും പറയും. നീയതൊന്നും കാരിയമാക്കണ്ട. അഞ്ചെട്ടേക്കറ് തറ നെനക്കൊണ്ടല്ലോ. അതിലൊരൽപ്പം തറ തൽക്കാലം വേണ്ടെന്ന് വയ്ക്കണം. രാജാക്കന്മാരെപ്പോലെ ചുറ്റും കിടങ്ങും ചുറ്റു മതിലുമൊണ്ടാക്കാൻ നെനക്ക് കഴിയുല്ല. പകരം നാലതിരിലും കൊറേ ചാന്നാമ്മാരെ കുടി പാർപ്പിക്കണം. പിന്നെ കണ്ടത്തിലെ വേലകള് അവരെക്കൊണ്ട് ചെയ്യിക്കണം. അത്രയും ചെയ്താ അത്തര പെട്ടെന്നൊന്നും ഒരു ചുത്തരനും അതിനകത്ത് കേറാൻ ധൈര്യം കാണിക്കുല്ല!"

ശൂദ്രരെ പ്രതിരോധിക്കാൻ ഒരു ശൂദ്രൻ പറഞ്ഞുതന്ന ബുദ്ധി പെരുമാനെ അത്ഭുതപ്പെടുത്തി.

യാത്രയാവും മുമ്പ് അയാൾ മറ്റൊന്നുകൂടി പറഞ്ഞു: "ചക്കുവിളയിലെ എട്ടുപത്തേക്കർ സ്ഥലം കൂടെ കൊടുക്കാൻ മഠത്തുകാര് ആലോചിക്ക്ണുണ്ട്. പെരുമാൻ ചാന്നാന് വേണമെങ്കി പറഞ്ഞേയ്ക്ക്, ഞാൻ ഒപ്പിച്ചുതരാം. എന്തര്?"

"ചെയ്യാം."

"പക്ഷെ എന്റ കാര്യം ഓർമ്മവേണും."

"അതില്ലാതിരിക്കുമോ?"

വീണ്ടുമൊരുമാസം കൂടെ കഴിഞ്ഞപ്പോൾ ചെമ്മണ്ണുവിളയുടെ കുന്നിൻപുറത്ത് മേൽക്കൂര ഓലമേഞ്ഞ് ചുവരുകൾ കുമ്മായം തേച്ച് ആകർഷകമാക്കിയ ജോസഫ് പെരുമാന്റെ പുരപ്പണി പൂർത്തിയായി. എട്ടേക്കർ വിസ്തീർണമുള്ള കണ്ടത്തിനു ചുറ്റും ഉയരമുള്ള കയ്യാലകൾ അതിനകം തന്നെ ഉയർന്ന് കഴിഞ്ഞിരുന്നു. അതിന്റെ ഓരോ വശങ്ങളിലും കൊച്ചു തുണ്ടു ഭൂമികളിൽ ചാന്നാക്കുടിലുകൾ നിർമിക്കപ്പെട്ടു. ചെമ്മണ്ണുവിളയിലെ പാതവക്കിൽ കുടി പാർത്തിരുന്ന ചാന്നാന്മാർ പെണ്ണുങ്ങളും മക്കളുമൊത്ത് അങ്ങോട്ട് കുടിയേറി. നാലതിരുകളിലുമായി അത്തരം ഒരുഡസനിലധികം പുരകളുണ്ടായിരുന്നു.

പടിഞ്ഞാറേ മൂലയ്ക്കും നൂറുവാരയോളം ഉള്ളിലായി നിർമിക്കപ്പെട്ട ഒറ്റപ്പെട്ട പുര മാർത്തയ്ക്ക് വേണ്ടി മാത്രമുള്ളതായിരുന്നു.

ഇതിനെല്ലാം ശേഷം തിരുനെൽവേലിയിൽ നിന്നും റോസ വന്നു.. രണ്ട് വയസ്സുള്ള മകളും ഒപ്പമുണ്ടായിരുന്നു.

അവരെ കയറ്റിയ വില്ലുവണ്ടിയാണ് ചെമ്മണ്ണുവിളയിലൂടെ ആദ്യം ഉരുണ്ടുനീങ്ങിയ ചക്രമുള്ള വാഹനം.

അതുകാണാൻ സ്ത്രീ–പുരുഷ– പ്രായഭേദമെന്യേ പാതയ്ക്കിരുപുറവും ആളുകൾ നിരന്നുനിന്നു. കടന്നുപോയ വില്ലുവണ്ടിയെ അവരെല്ലാം അനുഗമിച്ചു.

കറുത്ത് കനംകുറഞ്ഞ് ഉയരമുള്ള റോസയുടേത് നിശ്ചയദാർഢ്യം സ്ഫുരിക്കുന്നതെങ്കിലും ചന്തമുള്ള മുഖമായിരുന്നു.

ചെമ്മണ്ണുവിളയിലെ വൃദ്ധന്മാർ പോലും അവളെ 'അമ്മാ' എന്നു വിളിച്ച് താണുവണങ്ങി.

ഇത്രയുമൊക്കെ ആയിക്കഴിഞ്ഞപ്പോൾ താൻ ദീർഘകാലമായി താലോലിച്ചിരുന്ന വലിയൊരാശയം പ്രാവർത്തികമാക്കാൻ സമയമായിരിക്കുന്നതായി ജോസഫ് പെരുമാൻ അറിഞ്ഞു.

കയ്യാലയുടെ ചെറിയൊരു ഭാഗം നീക്കം ചെയ്ത് തന്റെ പുരയുടെ പാർശ്വഭാഗത്ത് കിഴക്ക് ദർശനമായി അയാൾ അരച്ചുമരുകളുള്ള ഒരു നീളൻ പുരയുണ്ടാക്കി. അതിന്റെ മുൻഭാഗത്ത് രണ്ട് മരത്തൂണുകൾക്ക് മുകളിൽ പിടിപ്പിച്ച പലകയിൽ വലിയ വടിവൊത്ത അക്ഷരത്തിൽ ഇപ്രകാരം എഴുതിയിരുന്നു:

തിരുമതി ചേമ മെമ്മോറിയൽ എഴുത്തുപള്ളി

ഉദിച്ചുയരുന്ന പ്രഭാതസൂര്യന്റെ കിരണങ്ങളെ എതിരേൽക്കാനെന്നോണം, അല്ല, ആരെയോ, അതുമല്ലെങ്കിൽ വരാനിരിക്കുന്ന പ്രകാശമാനമായൊരു ഭാവികാലത്തെ, പ്രതീക്ഷിച്ചെന്നപോലെ, കുളിച്ച് ശുഭ്രവസ്ത്രം ധരിച്ച് പെരുമാനും അയാൾക്ക് പിന്നിൽ മുത്തു വാധ്യാരും നിന്നു.

www.ingramcontent.com/pod-product-compliance
Lightning Source LLC
LaVergne TN
LVHW101422051026
849519LV00005BC/1846
* 9 7 8 9 3 8 3 1 5 5 1 2 5 *